பணக்காரத் தந்தையின்

கேஷ்ஃபுளோ குவாட்ரன்ட்

பணக்காரத் தந்தையின்

கேஷ்ஃபுளோ குவாட்ரன்ட்

பொருளாதாரச்
சுதந்திரத்திற்கான
வழிகாட்டி

ராபர்ட் கியோஸாகி

தமிழில்:
நாகலட்சுமி சண்முகம்

MANJUL

மஞ்சுள் பப்ளிஷிங் ஹவுஸ்

This edition published by arrangement with Rich Dad Operating Company, LLC.

Visit our website at www.richdad.com

First published in India by

MANJUL

Manjul Publishing House
Corporate and Editorial Office
• 2nd Floor, Usha Preet Complex,
42 Malviya Nagar, Bhopal 462003 – India

Sales and Marketing Office
• C-16, Sector 3, Noida, Uttar Pradesh 201301, India
Website: www. manjulindia.com

Distribution Centres
Ahmedabad, Bengaluru, Kochi, Kolkata, Chennai,
Hyderabad, Mumbai, New Delhi, Pune

Tamil translation of *Rich Dad's Cashflow Quadrant* by *Robert T. Kiyosaki*

This edition first published in 2022
Third impression 2025

ISBN 978-93-5543-185-1

Translation by Nagalakshmi Shanmugam
Editing and layout by PSV Kumarasamy

Printed and bound in India by Repro India Ltd.

"பொருளாதாரச் சுதந்திரம் இல்லாமல் உண்மையான
சுதந்திரம் உனக்கு ஒருபோதும் வாய்க்காது,"
என்று என்னுடைய பணக்காரத் தந்தை கூறுவார்.

மேலும், "சுதந்திரம் இலவசமானதாக இருக்கக்கூடும்,
ஆனால் அதற்கு ஒரு விலை இருக்கிறது,"
என்று அவர் கூறுவார்.

அந்த விலையைக் கொடுக்கத் தயாராக
இருப்பவர்களுக்கு இப்புத்தகம் சமர்ப்பணம்.

உள்ளடக்கம்

உங்களுடைய நிதிசார் விரைவுச் சாலையைக் கண்டுபிடிப்பதற்கான 7 நடவடிக்கைகள்

பதிப்பாசிரியர் குறிப்பு

காலங்கள் மாறிக் கொண்டிருக்கின்றன

‘பணக்காரத் தந்தை ஏழைத் தந்தை’ நூல் முதன்முதலில் 1997 இல் வெளியிடப்பட்டதிலிருந்து நம்முடைய பொருளாதாரத்திலும் முதலீட்டுத் தளத்திலும் பல மாற்றங்கள் நிகழ்ந்துள்ளன. பதினான்கு ஆண்டுகளுக்கு முன், ராபர்ட் கியோஸாகி, “உங்கள் வீடு ஒரு சொத்து அல்ல” என்ற தன்னுடைய துணிச்சலான முழக்கத்தின் மூலம் நம்முடைய வழக்கமான எண்ணத்திற்குச் சவால்விட்டார். பணத்தையும் முதலீட்டையும் பற்றிய, பரவலான கருத்துகளுடன் முரண்பட்ட அவருடைய புரட்சிகரமான கண்ணோட்டங்கள், பிறருடைய சந்தேகங்களையும் விமர்சனங்களையும் சீற்றத்தையும் எதிர்கொண்டன.

2002 இல், ராபர்ட்டின் ‘ரிச் டேட்ஸ் புராஃபஸி’ (‘பணக்காரத் தந்தையின் தீர்க்கதரிசனம்’ என்று பொருள்) புத்தகம், விரைவில் நிகழவிருந்த பங்குச் சந்தைச் சரிவுக்குத் தயாராகிக் கொள்ளும்படி நமக்கு அறிவுறுத்தியது. ராபர்ட், டொனால்டு டிரம்ப்புடன் இணைந்து எழுதிய ‘ஒய் வி வான்ட் யூ டு பி ரிச்’ (’நீங்கள் பணம் படைத்தவராக இருக்க வேண்டும் என்று நாங்கள் ஏன் விரும்புகிறோம்’ என்று பொருள்) புத்தகம், அமெரிக்காவில் சுருங்கிக் கொண்டிருந்த நடுத்தர வர்க்கத்தின்மீதான அக்கறையின் காரணமாக எழுதப்பட்ட ஒன்று.

நிதிக் கல்வியின் முக்கியத்துவம் மற்றும் சக்தி குறித்து ராபர்ட் தொடர்ந்து ஆர்வத்துடன் பேசி வருகிறார். இன்று, இரண்டாம் நிலை அடமானச் சந்தை படுதோல்வி அடைந்திருப்பதையும், தவணைத் தொகைகள் கட்டப்படாத வீடுகள் மிக அதிக எண்ணிக்கையில் பறிமுதல் செய்யப்படுவதையும், ஓர் உலகளாவிய பொருளாதாரச் சீர்குலைவு நம்மைச் சுழற்றியடித்துக் கொண்டிருப்பதையும் பார்க்கும்போது, அவருடைய வார்த்தைகள் தீர்க்கதரிசனமானவையாக மட்டுமல்லாமல், அறிவார்ந்தவையாகவும் தோன்றுகின்றன. சந்தேகவாதிகள் பலரும் இன்று நம்பிக்கையாளர்களாக மாறியுள்ளனர்.

‘பணக்காரத் தந்தையின் கேஷ்ஃப்ளோ கால்சதுரம்’ புத்தகத்தின் 2011 ஆம் ஆண்டுப் பதிப்பை உருவாக்கிக் கொண்டிருந்தபோது, ராபர்ட்

இரண்டு விஷயங்களை உணர்ந்தார். முதலாவது, அவருடைய செய்தியும் போதனைகளும் நெடுங்காலமாகப் பிரபலமாக இருந்து வந்துள்ளன. இரண்டாவது, முதலீட்டுத் தளம், அதாவது, முதலீட்டாளர்கள் இயங்குகின்ற உலகம், நினைத்துப் பார்க்கப்பட முடியாத அளவு மாறியுள்ளது. இந்த மாற்றங்கள், I (முதலீட்டாளர்) கால்சதுரத்தில் இருப்பவர்களை பாதித்துள்ளன, இனியும் தொடர்ந்து பாதிக்கும். எனவே, இப்புத்தகத்தின் ஒரு முக்கியமான பகுதியைப் (அத்தியாயம் ஐந்து: முதலீட்டாளர்களின் ஐந்து நிலைகள்) புதுப்பிப்பதற்கு ராபர்ட்டை அவை தூண்டியுள்ளன.

நன்றியுரை

'பணக்காரத் தந்தை ஏழைத் தந்தை' புத்தகத்தின் மகத்தான வெற்றி உலகம் நெடுகிலுமிருந்து கோடிக்கணக்கான புதிய நண்பர்களை எனக்குப் பெற்றுக் கொடுத்துள்ளது.

அவர்களுடைய அன்பான வார்த்தைகளும் நட்பும், பணக்காரத் தந்தையின் கொள்கைகளை அவர்கள் தங்களுடைய வாழ்வில் நடைமுறைப்படுத்துவதில் கடைபிடித்த விடாமுயற்சியும், அவர்கள் கொண்டிருந்த ஆழ்விருப்பமும், அவர்கள் பெற்ற வெற்றியும் பற்றிய அவர்களுடைய அற்புதமான கதைகளும்தாம் இந்த நூலை எழுத எனக்கு உத்வேகமளித்தன.

எனவே, நான் கனவில்கூட நினைத்துப் பார்த்திராத அளவு தங்களுடைய உற்சாகமான ஆதரவை எனக்கு வழங்கிக் கொண்டிருக்கின்ற என்னுடைய பழைய மற்றும் புதிய நண்பர்களான உங்களுக்கு நான் என் நன்றியைத் தெரிவித்துக் கொள்கிறேன்.

நுழையுமுன்

உங்கள் வாழ்வின் இலக்கு என்ன?

"நீ வளர்ந்த பிறகு நீ என்னவாக ஆக விரும்புகிறாய்?" என்ற கேள்வி நம்மில் பெரும்பாலானோரிடம் கேட்கப்பட்டுள்ளது.

நான் ஒரு சிறுவனாக இருந்தபோது, எனக்குப் பல்வேறு ஆர்வங்கள் இருந்தன. தேர்ந்தெடுப்பது எனக்கு எப்போதும் எளிதாக இருந்தது. ஒரு விஷயம் உற்சாகமூட்டுவதாகவும் வசீகரமானதாகவும் தோன்றினால், உடனே நான் அதைச் செய்ய விரும்பினேன். நான் ஒரு கடல்சார் உயிரியலாளராக, ஒரு விண்வெளி வீரராக, ஒரு கப்பலின் அதிகாரியாக, ஒரு விமானியாக, ஒரு தொழில்முறை கால்பந்தாட்ட வீரராக ஆக விரும்பினேன்.

அந்த இலக்குகளில் மூன்றை நான் அடைந்துவிட்டேன். நான் அமெரிக்க மரீன் படைப்பிரிவில் சேர்ந்து ஒரு கப்பலின் அதிகாரியாகவும் ஒரு விமானியாகவும் ஆனேன்.

நான் ஓர் ஆசிரியராகவோ, ஓர் எழுத்தாளராகவோ, அல்லது ஒரு கணக்காளராகவோ ஆக விரும்பவில்லை என்பதை நான் அறிந்திருந்தேன். எனக்குப் பள்ளிக்கூடம் பிடிக்கவில்லை என்பதால் நான் ஓர் ஆசிரியராக ஆக விரும்பவில்லை. நான் ஆங்கிலப் பாடத்தில் இரண்டு முறை தோல்வியுற்றதால், நான் ஓர் எழுத்தாளராக ஆக விரும்பவில்லை. கணக்கியல் எனக்குப் பிடிக்காமல் போனதால், என்னுடைய வணிக மேலாண்மைப் படிப்பை நான் பாதியிலேயே நிறுத்திவிட்டேன்.

இதில் முரண்நகையான விஷயம் என்னவென்றால், நான் என்னவாகவெல்லாம் ஆக ஒருபோதும் விரும்பவில்லையோ, நான் இப்போது அவை எல்லாமுமாக ஆகியிருந்தேன். நான் பள்ளிக்கூடத்தை வெறுத்தபோதிலும், இன்று நான் சொந்தமாக ஒரு கல்வி நிறுவனத்தை வைத்திருக்கிறேன். நான் உலகம் நெடுகிலும் கற்றுக் கொடுக்கிறேன். ஏனெனில், கற்பிப்பதை நான் பெரிதும் விரும்புகிறேன். நான் ஆங்கிலப் பாடத்தில் இரண்டு முறை தோல்வியுற்றபோதிலும், இன்று நான் ஓர் எழுத்தாளனாக அதிகமாக அறியப்படுகிறேன். என்னுடைய 'பணக்காரத் தந்தை ஏழைத் தந்தை' நூல், நியூயார்க் டைம்ஸ் பத்திரிகை தொகுத்து வழங்குகின்ற 'அதிகமாக விற்பனையாகும் நூல்கள்' பட்டியலில், ஏழு ஆண்டுகளுக்கு மேலாக இடம் பெற்றது. அமெரிக்காவில் மிகச் சிறப்பாக விற்பனையாகிக் கொண்டிருக்கின்ற மூன்று முன்னணி நூல்களில் ஒன்றாக அது இடம் பிடித்துள்ளது. 'பணக்காரத் தந்தை ஏழைத் தந்தை' புத்தகமும், என்னுடைய 'கேஷ்ஃபுளோ' பலகை விளையாட்டும் கணக்கியலைப்

பற்றியவை என்பது முரண்நகையாகும். ஏனெனில், என்னுடைய சிறு வயதில் நான் அந்தப் பாடத்தில் மிகவும் தடுமாறினேன்.

ஆனால் இவற்றுக்கும், "வாழ்வில் உங்கள் இலக்கு என்ன?" என்ற கேள்விக்கும் என்ன தொடர்பு உள்ளது?

அதற்கான விடை, மிகப் பிரபலமான வியட்நாமியத் துறவியான திக் நட் ஹன்னின் எளிய, ஆனால் ஆழமான இக்கூற்றில் காணப்படுகிறது: "பாதைதான் இலக்கு." வேறு வார்த்தைகளில் கூற வேண்டுமென்றால், வாழ்வில் உங்களுடைய பாதையைக் கண்டுபிடிப்பதுதான் வாழ்வில் உங்கள் இலக்காகும். உங்கள் தொழில் அல்லது வேலையோ, நீங்கள் எவ்வளவு பணம் சம்பாதிக்கிறீர்கள் என்பதோ, உங்கள் பதவியோ, அல்லது உங்களுடைய வெற்றிகள் மற்றும் தோல்விகளோ உங்கள் பாதை அல்ல.

உங்களுடைய பாதையைக் கண்டுபிடித்தல் என்றால், நீங்கள் என்ன செய்வதற்காக இந்த பூமியில் படைக்கப்பட்டிருக்கிறீர்கள் என்பதைக் கண்டுபிடித்தல் என்று பொருள். உங்கள் வாழ்வின் நோக்கம் என்ன? வாழ்க்கை என்ற இப்பரிசு ஏன் உங்களுக்குக் கொடுக்கப்பட்டது? அதற்குப் பதிலீடாக, வாழ்க்கைக்கு நீங்கள் என்ன பரிசைத் திருப்பிக் கொடுக்கப் போகிறீர்கள்?

பள்ளிக்குப் போவது என்பது என்னுடைய வாழ்க்கைப் பாதையைக் கண்டுபிடிப்பதைப் பற்றியது அல்ல என்பதை நான் அறிவேன். இராணுவப் பள்ளியில் நான் நான்கு ஆண்டுகளைச் செலவிட்டேன். ஒரு கப்பல் அதிகாரியாக ஆவதற்கு நான் அங்கே பயிற்சிப் பெற்றேன். ஸ்டான்டர்டு எண்ணெய் நிறுவனத்தின் எண்ணெய்க் கப்பலில் பயணிப்பதை நான் என்னுடைய வாழ்க்கைத் தொழிலாகத் தேர்ந்தெடுத்திருந்தால், என் வாழ்க்கைப் பாதையை என்னால் ஒருபோதும் கண்டுபிடித்திருக்க முடியாது. நான் மரீன் படையிலேயே தொடர்ந்து நீடித்திருந்தாலோ அல்லது வர்த்தக விமான நிறுவனங்களில் ஒரு விமானியாக வேலைக்குப் போயிருந்தாலோ, என் வாழ்க்கைப் பாதையை நான் ஒருபோதும் கண்டுபிடித்திருக்க மாட்டேன்.

நான் ஒரு கப்பல் அதிகாரியாக நீடித்திருந்தாலோ அல்லது ஒரு விமானியாக ஆகியிருந்தாலோ, உலக அளவில் விற்பனையில் சாதனை படைத்துக் கொண்டிருக்கின்ற நூல்களின் ஆசிரியராக ஆகியிருக்கவும், ஓப்ரா வின்ஃபிரேயின் தொலைக்காட்சி நிகழ்ச்சியில் ஒரு சிறப்பு விருந்தினராகப் பங்கெடுத்திருக்கவும், டொனால்டு டிரம்ப்புடன் சேர்ந்து ஒரு புத்தகம் எழுதியிருக்கவும் என்னால் ஒருபோதும் முடிந்திருக்காது. அது மட்டுமல்ல, உலகம் நெடுகிலும் தொழில்முனைவையும் முதலீட்டையும் பற்றிக் கற்றுக் கொடுக்கின்ற ஒரு சர்வதேசக் கல்வி நிறுவனத்தை நான் நிச்சயமாகத் தொடங்கியிருக்க மாட்டேன்.

உங்கள் வழியைக் கண்டுபிடித்தல்

இந்தக் 'கேஷ்ஃபுளோ குவாட்ரன்ட்' புத்தகம் மிகவும் முக்கியமானது. ஏனெனில், வாழ்வில் உங்கள் பாதையைக் கண்டுபிடிப்பதைப் பற்றியது இது. "பள்ளிக்குச் சென்று படித்து ஒரு வேலையைத் தேடிக் கொள்," என்றுதான் வாழ்வின் தொடக்கத்திலேயே பெரும்பாலான மக்களுக்குப்

போதிக்கப்படுகிறது. பள்ளிக்கூடம் என்பது ‘E’ அல்லது ‘S’ கால்சதுரத்தில் ஒரு வேலையைத் தேடிக் கொள்வதைப் பற்றியதே அன்றி, உங்கள் வாழ்க்கைப் பாதையைக் கண்டுபிடிப்பதைப் பற்றியது அல்ல.

வளர்ந்த பிறகு தாங்கள் என்ன செய்யப் போகிறோம் என்பதைத் தங்கள் வாழ்வின் தொடக்கத்திலேயே துல்லியமாக அறிந்திருப்பவர்கள் இருக்கின்றனர் என்பதை நான் அறிவேன். தாங்கள் ஒரு மருத்துவராகவோ, வழக்கறிஞராகவோ, கிரிக்கெட் வீரராகவோ, அல்லது நடிகராகவோ ஆகப் போகிறோம் என்ற அறிதலுடன் அவர்கள் வளர்கின்றனர். பிறக்கும்போதே தனித்துவமான திறமைகளுடன் பிறக்கின்ற குழந்தைகளைப் பற்றி நாம் அனைவரும் கேள்விப்பட்டிருக்கிறோம். ஆனால் நீங்கள் சற்று உன்னிப்பாகக் கவனித்தால், இவையெல்லாம் தொழில்முறை வேலைகளே அன்றி, ஒரு வாழ்க்கைப் பாதையல்ல என்பதை நீங்கள் உணர்வீர்கள்.

அப்படியானால், வாழ்வில் தன் பாதையை ஒருவர் எவ்வாறு கண்டுபிடிப்பது?

அதற்கான பதில் இதுதான்: எனக்கு மட்டும் அது தெரிந்திருந்தால் எவ்வளவு நன்றாக இருந்திருக்கும்! நான் ஒரு மாயக்கோலை அசைத்தவுடன், உங்கள் வாழ்வின் பாதை மாயாஜாலமாகத் தோன்றும் என்றால், நான் நிச்சயமாக அதைச் செய்வேன்.

ஆனால் என்னிடம் ஒரு மாயக்கோல் இல்லாததாலும், நீங்கள் என்ன செய்ய வேண்டும் என்று என்னால் சொல்ல முடியாது என்பதாலும், நான் என்ன செய்தேன் என்பதை உங்களிடம் கூறுவதுதான் நான் செய்யக்கூடிய சிறந்த விஷயமாக இருக்கும். நான் என்ன செய்தேன்? என்னுடைய உள்ளுணர்வையும் என் இதயத்தையும் நம்பினேன். எடுத்துக்காட்டாக, 1973 இல், போரிலிருந்து நான் திரும்பி வந்தபோது, என்னுடைய ஏழைத் தந்தை, நான் மீண்டும் கல்லூரிக்குச் சென்று பட்ட மேற்படிப்பில் சேர்ந்து பயின்று, பிறகு அரசாங்கத்திற்காக வேலை செய்ய வேண்டும் என்று எனக்குப் பரிந்துரைத்தபோது, என் மூளை மரத்துப் போனது, என் இதயம் கனத்தது, “முடியாது!” என்று என் உள்ளுணர்வு அலறியது.

நான் ஸ்டான்டர்டு எண்ணெய் நிறுவனத்தில் என்னுடைய பழைய வேலையில் சேர வேண்டும் அல்லது ஒரு விமானியாக வேலை செய்ய வேண்டும் என்று அவர் கூறியபோது, மீண்டும் என்னுடைய மனமும் இதயமும் அதை மறுத்தன. அவை நல்ல வேலைகள்தாம், சம்பளமும் வசீகரமாகவே இருந்தது என்பதை மறுப்பதற்கில்லை என்றாலும்கூட, நான் இனியும் கப்பலிலோ அல்லது விமானத்திலோ சுற்றித் திரிய விரும்பவில்லை. அந்த யுகம் முடிந்துவிட்டதை நான் அறிந்தேன்.

1973 இல் எனக்கு இருபத்தாறு வயது. நான் அப்போது வளர்ந்து கொண்டிருந்தேன். நான் என்னுடைய பெற்றோரின் அறிவுரைக்கு இணங்கி, கல்லூரிக்குச் சென்று பட்டப்படிப்பை முடித்திருந்தேன்; ஒரு கப்பல் அதிகாரியாகவும் ஒரு விமானியாகவும் வேலை செய்வதற்கான உரிமங்களைப் பெற்றிருந்தேன். ஆனால் பிரச்சனை என்னவென்றால், அவை இரண்டும் வெறும் தொழில்கள் மட்டுமே. அவை ஒரு குழந்தையின் கனவுகள்.

கல்வி என்பது ஒரு செயல்முறை என்பதை அறிந்திருக்கும் அளவுக்கு எனக்குப் போதிய வயது ஆகியிருந்தது. எடுத்துக்காட்டாக, நான் ஒரு கப்பல் அதிகாரியாக ஆக விரும்பியபோது, கப்பல் அதிகாரிகளை உருவாக்கிய ஒரு பள்ளிக்கு நான் சென்றேன். நான் விமானம் ஓட்டக் கற்றுக் கொள்ள விரும்பியபோது, விமானப் படையின் விமானிகள் பயிற்சிப் பள்ளியில் சேர்ந்தேன். விமானம் ஓட்டத் தெரியாதவர்களை விமானிகளாக மாற்றுகின்ற ஓர் இரண்டாண்டுச் செயல்முறை அது. என்னுடைய அடுத்தக் கற்றல் செயல்முறை குறித்து நான் எச்சரிக்கையாக இருந்தேன். நான் என்னுடைய அடுத்தக் கற்றல் செயல்முறையைத் தொடங்குவதற்கு முன், நான் என்னவாக ஆக விரும்பினேன் என்பதை நான் தெரிந்து கொள்ள விரும்பினேன்.

பாரம்பரியக் கல்லூரிகள் எனக்கு நல்லதையே செய்திருந்தன. ஆனால், முதிர்பருவத்தை அடைவது குழப்பமூட்டுவதாக இருந்தது. ஏனெனில், "இதுதான் பாதை" என்று சொல்லிய எந்த அறிவிப்புப் பலகையும் அங்கு இருக்கவில்லை. நான் என்ன செய்ய விரும்பவில்லை என்பதை நான் அறிந்திருந்தேன், ஆனால் நான் என்ன செய்ய விரும்பினேன் என்பது எனக்குத் தெரியவில்லை.

நான் ஒரு புதிய தொழில்முறை வேலையை விரும்பியிருந்தால் விஷயம் எளிமையாக இருந்திருக்கும். நான் ஒரு தொழில்முறை மருத்துவராக ஆக விரும்பியிருந்தால், நான் ஒரு மருத்துவக் கல்லூரியில் சேர்ந்திருப்பேன். நான் ஒரு வழக்கறிஞராக ஆக விரும்பியிருந்தால், நான் ஒரு சட்டக் கல்லூரியில் சேர்ந்திருப்பேன். ஆனால் வெறுமனே கல்லூரிக்குச் சென்று இன்னொரு பட்டம் பெறுவது மட்டுமே வாழ்க்கை அல்ல என்பதை நான் அறிந்திருந்தேன். வாழ்க்கை என்பது அதையும் தாண்டிய ஒன்று என்று நான் உறுதியாக நம்பினேன்.

என்னுடைய அந்த இருபத்தாறாவது வயதில், நான் வாழ்வில் என்னுடைய பாதையைத்தான் தேடிக் கொண்டிருந்தேனே அன்றி, இன்னொரு புதிய வேலையை அல்ல. ஆனால் அச்சமயத்தில் அதை நான் உணரவில்லை.

ஒரு வித்தியாசமான கல்வி

1973 இல், அமெரிக்க மரீன் படையில் ஒரு விமானியாக என்னுடைய பணியின் கடைசி ஆண்டில், ஹவாய் தீவில் என் வீட்டுக்குப் பக்கத்தில் நான் பணியாற்றிக் கொண்டிருந்தபோது, நான் என்னுடைய பணக்காரத் தந்தையின் அடியொற்றி நடக்க விரும்பியதை நான் அறிந்தேன். நான் மரீன் படையில் இருந்த நேரத்தில், வார இறுதி நாட்களில் வீடுமனை வாங்கல்/விற்றல் பயிற்சி வகுப்பிலும் வியாபாரம் தொடர்பான பயிற்சி வகுப்பிலும் நான் கலந்து கொண்டேன். 'B' மற்றும் 'I' கால்சதுரங்களில் ஒரு தொழிலதிபராக ஆவதற்காக என்னை நான் தயார்படுத்திக் கொண்டிருந்தேன்.

அதே நேரத்தில், என்னுடைய நண்பர் ஒருவருடைய நண்பரின் பரிந்துரையின் பேரில், நான் உண்மையிலேயே யார் என்பதைத் தெரிந்து கொள்வதற்காக, தனிநபர் வளர்ச்சி குறித்த ஒரு பயிலரங்கில் நான் கலந்து கொண்டேன். தனிநபர் வளர்ச்சிப் பயிலரங்கு, வழக்கத்திற்கு மாறான கல்வியாகும். ஏனெனில், மதிப்பெண்கள் பெறுவதற்காகவோ அல்லது கூடுதல் தகுதி பெறுவதற்காகவோ நான் அதைத் தேர்ந்தெடுத்திருக்கவில்லை.

அப்பயிலரங்கில் நான் என்ன கற்றுக் கொள்ளவிருந்தேன் என்பதுகூட எனக்குத் தெரியாது. வீடுமனை வாங்கல்/விற்றல் பயிற்சி வகுப்பில் கலந்து கொண்டபோதும் அவ்வகுப்பில் நான் என்ன கற்றுக் கொள்ளவிருந்தேன் என்பது எனக்குத் தெரியவில்லை. எனக்குத் தெரிந்ததெல்லாம் இதுதான்: என்னை நான் அறிந்து கொள்வதற்கு நான் பயிற்சி வகுப்புகளிலும் பயிலரங்குகளிலும் கலந்து கொள்வதற்கான நேரம் வந்துவிட்டிருந்தது.

என்னுடைய முதலாவது வார இறுதிப் பயிலரங்கில், அப்பயிலரங்கு நடத்துநர், எங்கள் முன் இருந்த அட்டையில் இந்த எளிய படத்தை வரைந்தார்:

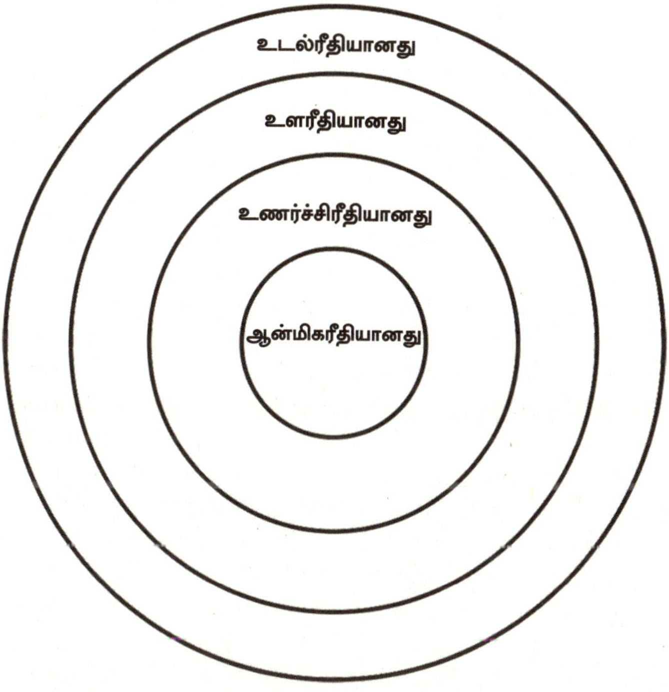

அந்தப் படத்தை வரைந்து முடித்தவுடன், எங்கள் ஆசிரியர் எங்களை நோக்கித் திரும்பி, "ஒரு முழுமையான மனிதனாக உருவாவதற்கு, நமக்கு உளரீதியான, உடல்ரீதியான, உணர்ச்சிரீதியான மற்றும் ஆன்மிகரீதியான கல்வி தேவை," என்று கூறினார்.

அவருடைய விளக்கத்தைக் கேட்டப் பிறகு, பாரம்பரியப் பள்ளிகள் முக்கியமாக மாணவர்களை உளரீதியாக உருவாக்கிக் கொண்டிருந்தன என்பது எனக்குத் தெளிவாகியது. அதனால்தான், பள்ளியில் மிகச் சிறப்பாகச் செயல்படுகின்ற பல மாணவர்கள், நிஜ வாழ்க்கையில் அவ்வளவு சிறப்பாகச் செயல்படுவதில்லை, குறிப்பாகப் பண உலகில்!

பள்ளியை நான் ஏன் வெறுத்தேன் என்பதை அப்பயிலரங்கில் நான் கண்டறிந்தேன். கற்பது எனக்குப் பிடித்திருந்தது, ஆனால் பள்ளியை நான் வெறுத்தேன் என்பதை நான் உணர்ந்தேன்.

பாரம்பரியக் கல்வி, படிப்பில் சூரப்புலிகளாக இருந்த மாணவர்களுக்கு ஒரு சிறந்த சூழலாக இருந்தது, ஆனால் அது எனக்கான சூழலாக இருக்கவில்லை. பாரம்பரியக் கல்வி என்னுடைய உற்சாகத்தை நசுக்கிக் கொண்டிருந்தது; தவறுகள் செய்வது குறித்தப் பயம், தோற்பது குறித்தப் பயம், ஒரு வேலை கிடைக்காமல் போவது குறித்தப் பயம் போன்ற பய உணர்ச்சியைக் கொண்டு அது என்னை ஊக்குவிக்க முயற்சித்துக் கொண்டிருந்தது. 'E' அல்லது 'S' கால்சதுரத்தில் ஓர் ஊழியராக இருப்பதற்கு அவர்கள் என்னைத் தயார்படுத்திக் கொண்டிருந்தனர். பாரம்பரியக் கல்வி, 'B' மற்றும் 'I' கால்சதுரங்களில் ஒரு தொழிலதிபராக இருக்க விரும்புகின்ற ஒரு நபருக்கான இடம் அல்ல என்பதை நான் உணர்ந்தேன்.

ஒரு நினைவூட்டல்: இக்காரணத்தால்தான், ஜெனரல் எலெக்ட்ரிக் நிறுவனத்தின் நிறுவனர் தாமஸ் எடிசன், ஃபோர்டு மோட்டார் நிறுவனத்தைத் தோற்றுவித்த ஹென்றி ஃபோர்டு, ஆப்பிள் நிறுவனத்தின் நிறுவனர் ஸ்டீவ் ஜாப்ஸ், மைக்ரோசாஃப்ட்டை நிறுவிய பில் கேட்ஸ், டிஸ்னிலேண்ட்டைத் தோற்றுவித்த வால்ட் டிஸ்னி, ஃபேஸ்புக்கைத் துவக்கிய மார்க் சக்கர்பர்க் போன்ற தொழிலதிபர்கள் உட்படப் பல தொழிலதிபர்கள் கல்லூரிப் படிப்பை ஒருபோதும் முடிக்கவில்லைபோலும்!

என்னுடைய பயிற்சி வகுப்பில், எங்கள் ஆசிரியர், நான்கு வகையான தனிப்பட்ட வளர்ச்சிக்குள் மேன்மேலும் ஆழமாகச் சென்றார். நான் என்னுடைய வாழ்வின் பெரும்பகுதியை மிகக் கடுமையான கல்விச் சூழல்களில் கழித்திருந்ததை நான் உணர்ந்தேன். ஆண்களை மட்டுமே உள்ளடக்கிய இராணுவப் பயிற்சி மையத்தில் நான்கு ஆண்டுகளையும் ஒரு மரீன் விமானியாக ஐந்து ஆண்டுகளையும் கழித்தப் பிறகு, உளரீதியாகவும் உடல்ரீதியாகவும் நான் வலிமையாக இருந்தேன். ஒரு விமானியாக, உணர்ச்சிரீதியாகவும் ஆன்மிகரீதியாகவும் நான் வலிமையாக இருந்தேன், ஆனால் அனைத்து வளர்ச்சியும் ஆண் என்ற முறையில் என்னுடைய வலிமையைச் சுற்றியே நிகழ்ந்திருந்தது. என்னிடம் எந்த மென்மையான பக்கமும் இருக்கவில்லை, எந்தப் பெண்மை ஆற்றலும் இருக்கவில்லை. என்ன இருந்தாலும், நான் ஒரு இராணுவ அதிகாரியாக இருக்கப் பயிற்றுவிக்கப்பட்டவனல்லவா? அழுத்தத்தின் கீழ் உணர்ச்சிரீதியாக அமைதியாக இருப்பதற்கும், கொலை செய்யத் தயாராக இருப்பதற்கும், என்னுடைய நாட்டிற்காக இறப்பதற்கு ஆன்மிகரீதியாகத் தயாராக இருக்கவும் நான் பயிற்றுவிக்கப்பட்டிருந்தேன்.

ஹாலிவுட் நடிகர் டாம் குரூஸ் நடித்த "டாப் கன்" திரைப்படத்தை நீங்கள் பார்த்தால், ஆண்களின் உலகம் எப்படி இருக்கும் என்பதையும், இராணுவ விமானிகளின் துணிச்சலையும் பற்றிய ஒரு பார்வை உங்களுக்குக் கிடைக்கும். நான் அந்த உலகத்தில் நன்றாக இருந்தேன். மாவீரர்கள் மற்றும் துணிச்சல்காரர்களின் நவீன உலகம் அது. அது பலவீனமானவர்களுக்கும் கோழைகளுக்குமான உலகம் அல்ல.

அந்தப் பயிற்சி வகுப்பில், நான் என்னுடைய உணர்ச்சிகளுக்குள் ஆழமாகச் சென்று, என்னுடைய ஆன்மாவைத் தொட்டேன். நான் ஏராளமாக அழுதேன். ஏனெனில், அழுவதற்கு எனக்கு ஏராளமான விஷயங்கள் இருந்தன. யாரும் பார்க்கக்கூடாத விஷயங்களை நான் பார்த்திருந்தேன், செய்யும்படி பணிக்கப்படக்கூடாத விஷயங்களை நான் செய்திருந்தேன்.

பயிற்சி வகுப்பின்போது, நான் ஒருவரைக் கட்டியணைத்தேன். அதற்கு முன்பு நான் அதுபோல ஒருபோதும் செய்திருக்கவில்லை. என்னுடைய தந்தையைக்கூட நான் கட்டியணைத்ததில்லை.

ஞாயிறு இரவில், அந்தத் தனிநபர் வளர்ச்சிப் பயிலரங்கு முடிந்து எல்லோரிடமிருந்தும் விடைபெற்றுக் கொள்வது மிகவும் கடினமாக இருந்தது. அப்பயிலரங்கு ஒரு மென்மையான, நேசமிக்க, நேர்மையான சூழலாக இருந்திருந்தது. திங்கட்கிழமை காலையில் என்னுடைய சூழல் அதிர்ச்சியூட்டுவதாக இருந்தது. ஏனெனில், பறப்பதற்கும், கொல்வதற்கும், நாட்டிற்காக இறப்பதற்கும் தங்களை அர்ப்பணித்துக் கொண்டிருந்த அகங்காரக்கார இளம் விமானிகளால் நான் சூழப்பட்டிருந்தேன்.

அந்த வார இறுதிப் பயிலரங்கிற்குப் பிறகு, மாற்றத்திற்கான நேரம் வந்திருந்ததை நான் அறிந்தேன். அதிக அன்பான, அதிக மென்மையான, அதிக இரக்கம் கொண்ட நபராக ஆவதற்கு உணர்ச்சிரீதியாகவும் ஆன்மிகரீதியாகவும் என்னை வளர்த்துக் கொள்வது நான் செய்யக்கூடிய மிகவும் கடினமான காரியமாக இருக்கும் என்பதை நான் அறிந்திருந்தேன். இராணுவப் பயிற்சிப் பள்ளியிலும் விமான ஓட்டுநர் பயிற்சிப் பள்ளியிலும் நான் செலவிட்ட ஆண்டுகளில் நான் கற்றுக் கொண்ட அனைத்திற்கும் இது நேரெதிரானதாக இருந்தது.

நான் மீண்டும் ஒருபோதும் பாரம்பரியக் கல்விக்குத் திரும்பிச் செல்லவில்லை. மதிப்பெண்கள், கல்லூரிப் பட்டங்கள், பதவி உயர்வுகள், கல்வித் தகுதிகள் ஆகியவற்றுக்காகப் படிப்பதை நான் விரும்பவில்லை. அன்றிலிருந்து, நான் எந்தவொரு பயிற்சி வகுப்பில் அல்லது கல்லூரியில் கலந்து கொண்டாலும், ஒரு சிறந்த நபராக ஆகக் கற்றுக் கொள்வதற்காகவே நான் அவற்றில் கலந்து கொண்டேன். மதிப்பெண்கள், கல்லூரிப் பட்டங்கள், தகுதிகள் போன்றவற்றைத் துரத்துவதை நான் கைவிட்டேன். ஆசிரியர்கள் அடங்கிய ஒரு குடும்பத்தில் வளர்ந்தவன் நான். நீங்கள் எத்தனை மதிப்பெண்கள் பெற்றீர்கள், நீங்கள் எந்தப் பள்ளியில் படித்தீர்கள், நீங்கள் எந்தக் கல்லூரியில் பட்டம் பெற்றீர்கள், நீங்கள் எந்தத் துறையில் மேற்படிப்பில் சேர்ந்தீர்கள் ஆகியவை மட்டுமே எங்கள் குடும்பத்தினருக்கு முக்கியமாக இருந்தன. ஒரு மரீன் விமானியின் நெஞ்சின்மீது குத்தப்படுகின்ற பதக்கங்கள் மற்றும் பட்டிகளைப்போல, பட்ட மேற்படிப்புகளும் பிரபலமான கல்லூரிகளும்தாம் அந்தஸ்தின் அடையாளங்களாக இருந்தன. கல்வியாளர்களைப் பொறுத்தவரை, உயர்நிலைப் பள்ளிப் படிப்பை முடித்திராதவர்கள் வாழ்வில் தங்கள் இடத்தைத் தொலைத்தவர்கள் ஆவர். முதுநிலைப் பட்டம் பெற்றிருந்தவர்கள் வெறும் இளநிலைப் பட்டம் பெற்றிருந்தவர்களை இளக்காரமாகப் பார்த்தனர். ஒரு முனைவர் பட்டம் பெற்றிருந்தவர்கள் மிகவும் உயர்வாக மதிக்கப்பட்டனர். இருபத்தாறு வயதில், நான் அந்த உலகத்திற்கு ஒருபோதும் திரும்பிச் செல்ல மாட்டேன் என்பதை நான் உறுதியாக அறிந்திருந்தேன்.*

* *பதிப்பாசிரியர் குறிப்பு: 2009 இல், பெரு நாட்டின் தலைநகரான லிமாவிலுள்ள பிரபல சான் இக்னாசியோ டி லொயோலா பல்கலைக்கழகம், தொழில்முனைவில் அவருக்கு ஒரு கௌரவ முனைவர் பட்டம் வழங்கிச் சிறப்பித்தது. அந்த விருதைப் பெற்ற வெகு சிலரில், ஸ்பெயினின் முன்னாள் அதிபர் போன்ற அரசியல் தலைவர்களும் அடங்குவர்.*

என்னுடைய பாதையைக் கண்டுபிடித்தல்

உங்களில் சிலர், "இவர் ஏன் பாரம்பரியத்திற்கு மாறான கல்வியைப் பற்றிப் பேசுவதில் இவ்வளவு நேரத்தைச் செலவிட்டுக் கொண்டிருக்கிறார்?" என்று கேட்டுக் கொண்டிருக்கக்கூடும்.

அதற்கான காரணம் என்னவென்றால், நான் கலந்து கொண்ட அந்த முதல் தனிநபர் வளர்ச்சிப் பயிலரங்கு, கற்பதற்கான விருப்பத்தை மீண்டும் என்னிடம் தூண்டியது. பள்ளியில் கற்றுக் கொடுக்கப்படுகின்ற வகையான கற்றல் அல்ல அது. அந்தப் பயிலரங்கு நிறைவடைந்ததும், பயிலரங்குகள்மீது எனக்கு மோகம் பிறந்துவிட்டது. நான் அடுத்தடுத்துப் பல பயிலரங்குகளில் கலந்து கொண்டேன். அவற்றின் மூலம், என் உடல், என் மனம், என் உணர்ச்சிகள் மற்றும் என் ஆன்மாவுக்கு இடையேயான தொடர்பைப் பற்றி நான் அதிகமாகத் தெரிந்து கொண்டேன்.

நான் எவ்வளவு அதிகமாக ஆய்வு செய்தேனோ, பாரம்பரியக் கல்வியைப் பற்றித் தெரிந்து கொள்வதில் நான் அவ்வளவு அதிக ஆர்வம் கொண்டவனாக ஆனேன். பின்வருவன போன்ற கேள்விகளை நான் கேட்கத் தொடங்கினேன்:

- ஏன் பல குழந்தைகள் பள்ளிக்கூடத்தை வெறுக்கின்றனர்?
- ஏன் வெகு சில குழந்தைகளுக்கு மட்டுமே பள்ளிக்கூடம் பிடித்திருக்கிறது?
- உயர்ந்த கல்வித் தகுதி கொண்ட பலர் ஏன் நிஜ உலகில் வெற்றி பெறுவதில்லை?
- பள்ளிக்கூடம் உங்களை நிஜ உலகிற்குத் தயார்படுத்துகிறதா?
- நான் பள்ளிக்கூடத்தை வெறுத்தேன், ஆனால் கற்றலை நேசித்தேன். அதற்கு என்ன காரணம்?
- பள்ளி ஆசிரியர்களில் பெரும்பாலானோர் ஏன் ஏழைகளாக இருக்கின்றனர்?
- பள்ளிகள் ஏன் பணத்தைப் பற்றி நமக்கு அவ்வளவாக எதுவும் கற்றுக் கொடுப்பதில்லை?

இக்கேள்விகள்தாம், பள்ளி அமைப்புமுறையின் மதிப்பான சுவர்களுக்கு வெளியே உள்ள கல்வியின் ஒரு மாணவனாக நான் ஆவதற்கு என்னை வழிநடத்தின. நான் எவ்வளவு அதிகமாக ஆய்வு செய்தேனோ, அவ்வளவு அதிகமாக, பள்ளிக்கூடம் ஏன் எனக்குப் பிடிக்கவில்லை என்பதையும், படிப்பில் முன்னணியில் இருக்கும் மாணவர்கள் உட்படப் பெரும்பாலான மாணவர்கள் நிஜ வாழ்வில் வெற்றி பெற அவர்களுக்கு உதவுவதற்குப் பள்ளிகள் ஏன் தவறுகின்றன என்பதையும் நான் புரிந்து கொண்டேன்.

என்னுடைய ஆர்வக்குறுகுறுப்பு என் ஆன்மாவைத் தொட்டது. அதைத் தொடர்ந்து, நான் ஒரு தொழிலதிபராக ஆனேன். அந்த ஆர்வக்குறுகுறுப்பு மட்டும் இல்லாமல் இருந்திருந்தால், நான் ஒருபோதும் ஒரு நூலாசிரியராக ஆகியிருக்க மாட்டேன், நிதிக் கல்வி தொடர்பான விளையாட்டுகளை நான்

உருவாக்கியிருக்க மாட்டேன். என்னுடைய ஆன்மிகக் கல்வி என் வாழ்வில் என் பாதைக்கு என்னை இட்டுச் சென்றது.

நம்முடைய வாழ்க்கைப் பாதைகள் நம்முடைய மனங்களில் இல்லை என்பதுபோலத் தெரிகிறது. நம்முடைய இதயங்களில் என்ன இருக்கிறது என்பதைக் கண்டுபிடிப்பதுதான் வாழ்வில் நம்முடைய பாதையாகும்.

ஒருவர் தன்னுடைய பாதையைப் பாரம்பரியக் கல்வியில் கண்டுபிடிக்க முடியாது என்பது இதன் அர்த்தமல்ல. பலர் அதைக் கண்டுபிடிக்கின்றனர் என்பதில் எனக்கு ஐயமில்லை. நான் என்னுடைய பாதையைப் பாரம்பரியக் கல்வியில் கண்டுபிடித்திருப்பது சந்தேகம்தான் என்றுதான் நான் கூறுகிறேன்.

ஒரு பாதை ஏன் முக்கியம்?

ஏராளமான பணம் சம்பாதிக்கின்ற, ஆனால் தங்கள் வேலையை வெறுக்கின்ற மக்களை நாம் எல்லோருமே அறிவோம். அதேபோல, ஏராளமான பணம் சம்பாதிக்காத, தங்களுடைய வேலையை வெறுக்கின்ற மக்களையும் நாம் அறிவோம். பணத்திற்காக வேலை செய்கின்ற நபர்களையும் நாம் அறிவோம்.

மெர்ச்சன்ட் மரீன் அகாடமியில் என்னுடன் பயின்ற ஒருவர், தான் தன்னுடைய வாழ்க்கை முழுவதையும் கடலில் கழிக்க விரும்பவில்லை என்பதை உணர்ந்தார். எனவே, அவர் அந்த அகாடமியில் படித்துப் பட்டம் பெற்றவுடன், சட்டக் கல்லூரியில் சேர்ந்தார். மூன்று ஆண்டுகளில் அவர் ஒரு வழக்கறிஞராக ஆனார். பிறகு 'S' கால்சதுரத்தில் அவர் சொந்தமாகச் சட்டத் தொழிலைத் தொடங்கினார்.

அவர் தன்னுடைய ஐம்பதுகளில் காலமானார். அவர் மிகவும் வெற்றிகரமான, ஆனால் மகிழ்ச்சியற்ற ஒரு வழக்கறிஞராக ஆகியிருந்தார். என்னைப்போலவே, தன்னுடைய இருபத்தாறாவது வயதில் அவர் இரண்டு தொழில்முறை வேலைகளுக்குத் தகுதி பெற்றிருந்தார். அவர் ஒரு வழக்கறிஞராக இருப்பதை வெறுத்தபோதிலும், அவருக்கு ஒரு குடும்பமும் குழந்தைகளும் இருந்ததாலும், அவர் செலுத்த வேண்டிய வீட்டுத் தவணைத் தொகையும் பிற கட்டணங்களும் இருந்ததாலும், அவர் ஒரு வழக்கறிஞராகத் தொடர்ந்தார்.

அவர் இறப்பதற்கு ஓராண்டுக்கு முன், நியூயார்க்கில் எங்களுடைய வகுப்பின் மறுசந்திப்பின்போது நான் அவரைச் சந்தித்தேன். அவர் மகிழ்ச்சியற்றுக் காணப்பட்டார். "உங்களைப் போன்ற பணக்காரர்களுடைய குப்பைகளை நான் அள்ளிப் போட்டுக் கொண்டிருக்கிறேன், அவ்வளவுதான். அவர்கள் எனக்குப் பெரிதாக ஒன்றும் கொடுப்பதில்லை. நான் செய்யும் வேலையை நான் வெறுக்கிறேன். நான் யாருக்காக வேலை செய்கிறேனோ, அவர்களையும் நான் வெறுக்கிறேன்," என்று அவர் என்னிடம் புலம்பினார்.

"நீங்கள் ஏன் வேறு ஏதேனும் செய்யக்கூடாது?" என்று நான் கேட்டேன்.

"வேலை செய்வதை நிறுத்துவது எனக்குக் கட்டுப்படியாகாது. என்னுடைய முதல் மகள் இப்போதுதான் கல்லூரிக்குள் அடியெடுத்து வைத்திருக்கிறாள்."

அவள் பட்டம் பெறுவதற்கு முன் அவர் இறந்துவிட்டார்.

அவர் தன்னுடைய தொழிற்பயிற்சி மூலம் ஏராளமான பணம் சம்பாதித்தார், ஆனால் உணர்ச்சிரீதியாக அவர் மிகவும் கோபமாக இருந்தார், ஆன்மிகரீதியாக அவர் இறந்துவிட்டிருந்தார், விரைவில் அவருடைய உடலும் மரித்துப் போனது.

இது ஒரு தீவிர எடுத்துக்காட்டு என்பதை நான் அறிவேன். என் நண்பர் தன்னுடைய வேலையை வெறுத்த அளவுக்குப் பெரும்பாலான மக்கள் தங்கள் வேலைகளை வெறுப்பதில்லை. ஆனாலும், ஒருவர் ஒரு தொழிலில் சிக்குண்டு, தன்னுடைய பாதையைக் கண்டுபிடிக்க முடியாமல் இருக்கும்போது உள்ள பிரச்சனையை இது விளக்குகிறது.

என்னைப் பொறுத்தவரை, இது பாரம்பரியக் கல்வியின் குறைபாடாகும். இலட்சக்கணக்கான மக்கள் தங்கள் படிப்பைப் பாதியிலேயே நிறுத்திவிடுகின்றனர், ஆனால் தங்களுக்கு விருப்பமில்லாத வேலைகளில் மாட்டிக் கொள்கின்றனர். தங்கள் வாழ்வில் ஏதோ ஒரு குறை இருக்கிறது என்பதை அவர்கள் அறிவர். பலர், வாழ்க்கையை ஓட்டுவதற்குப் போதிய பணத்தை மட்டும் சம்பாதித்துக் கொண்டு பொருளாதாரரீதியாகச் சிக்கிக் கிடக்கின்றனர். அவர்கள் அதிகமாகச் சம்பாதிக்க விரும்புகின்றனர், ஆனால் என்ன செய்வதென்று அவர்களுக்குத் தெரியவில்லை.

மற்றக் கால்சதுரங்களைப் பற்றிய விழிப்புணர்வு இல்லாததால், பலர், மீண்டும் கல்லூரிக்குத் திரும்புகின்றனர், ‘E’ அல்லது ‘S’ கால்சதுரங்களில் புதிய வேலைகளை அல்லது ஊதிய உயர்வுகளைத் தேடுகின்றனர். ‘B’ மற்றும் ‘I’ கால்சதுரங்களைப் பற்றிய விழிப்புணர்வு அவர்களுக்கு இல்லை.

நான் ஓர் ஆசிரியராக ஆனதற்கான காரணம்

‘B’ கால்சதுரத்தில் நான் ஓர் ஆசிரியராக ஆனதற்கான முதன்மையான காரணம் மக்களுக்கு நிதிக் கல்வியை வழங்குவதுதான். அவர்களிடம் எவ்வளவு பணம் இருந்தாலும் சரி, அவர்களுடைய கல்வித் தகுதி என்னவாக இருந்தாலும் சரி, கற்றுக் கொள்ள விரும்பிய எவரொருவருக்கும் அந்த நிதிக் கல்வி கிடைக்க வேண்டும் என்று நான் விரும்பினேன். அதனால்தான் ‘ரிச் டேட் நிறுவனம்’ ‘கேஷ்ஃபுளோ’ விளையாட்டைத் தொடங்கியது. என்னால் பயணிக்க முடியாத இடங்களில் இந்த விளையாட்டால் கற்றுக் கொடுக்க முடியும். மக்களே தங்களுடைய சக மக்களுக்குக் கற்றுக் கொடுக்கக்கூடிய விதத்தில் இந்த விளையாட்டு வடிவமைக்கப்பட்டுள்ளது இதன் சிறப்பாகும். மிக உயர்ந்த சம்பளம் கொடுத்து இதற்கு ஓர் ஆசிரியரை நியமிக்க வேண்டியதில்லை, ஒரு பெரிய நவீன வகுப்பறையும் இதற்குத் தேவையில்லை. கேஷ்ஃபுளோ விளையாட்டு இப்போது பதினாறுக்கும் மேற்பட்ட மொழிகளில் மொழிபெயர்க்கப்பட்டுள்ளது. உலகம் நெடுகிலும் இலட்சக்கணக்கான மக்களை இது அடைந்துள்ளது.

இன்று, நிதிக் கல்வியோடு கூடவே, ஆலோசகர்கள் மற்றும் வழிகாட்டிகள் சேவைகளையும் ரிச் டேட் நிறுவனம் வழங்குகிறது. ‘E’ மற்றும் ‘S’ கால்சதுரங்களிலிருந்து வெளியேறி ‘B’ மற்றும் ‘I’ கால்சதுரங்களுக்குள் நுழைய விரும்புகின்ற எவரொருவருக்கும் எங்களுடைய பயிற்சித் திட்டங்கள் மிகவும் முக்கியமானவையாக இருக்கின்றன.

எல்லோருமே ‘B’ மற்றும் ‘I’ கால்சதுரங்களுக்குள் நுழைந்துவிடுவர் என்பதற்கு உத்தரவாதம் எதுவுமில்லை என்றாலும், தாங்கள் விரும்பும் பட்சத்தில் அந்தக் கால்சதுரங்களுக்குள் நுழைவது எப்படி என்பதை அவர்கள் அறிந்திருப்பர்.

மாற்றம் எளிதானதல்ல

கால்சதுரங்களை மாற்றுவது எனக்கு எளிதானதாக இருக்கவில்லை. உளரீதியாக அது ஒரு கடினமான வேலையாக இருந்தது, ஆனால் உணர்ச்சிரீதியாகவும் ஆன்மிகரீதியாகவும் அது அதைவிட அதிகக் கடினமானதாக இருந்தது. என்னுடைய குடும்பத்தில் எல்லோரும் உயர்ந்த கல்வித் தகுதி பெற்றவர்களாகவும், ‘S’ கால்சதுரத்தில் வேலை செய்து கொண்டும் இருந்தனர். அத்தகைய ஒரு குடும்பத்தில் வளர்ந்த நான், கல்வி, வேலைப் பாதுகாப்பு, அனுகூலங்கள், ஓர் அரசு ஓய்வூதியம் ஆகியவற்றின் மதிப்பையும் முக்கியத்துவத்தையும் என்னுடன் எப்போதும் சுமந்து திரிந்தேன். பல வழிகளில், என்னுடைய குடும்ப விழுமியங்கள், என்னுடைய மாற்றத்தைக் கடினமாக்கின. நான் ஒரு தொழிலதிபராகவும் முதலீட்டாளராகவும் ஆவதற்கு எதிராக அவர்கள் விடுத்த எச்சரிக்கைகளையும் அவர்களுடைய கவலைகளையும் விமர்சனங்களையும் நான் உதாசீனப்படுத்த வேண்டியிருந்தது. நான் கைவிட வேண்டிய அவர்களுடைய விழுமியங்களில் சில பின்வருமாறு:

- “உனக்குத்தான் ஏற்கெனவே ஒரு வேலை இருக்கிறதே!”
- “நீ அளவுக்கதிகமான துணிகர முயற்சிகளில் ஈடுபட்டுக் கொண்டிருக்கிறாய்.”
- “நீ தோற்றுவிட்டால் என்ன ஆகும்?”
- “நீ மீண்டும் கல்லூரிக்குச் சென்று முதுநிலைப் பட்டப்படிப்பில் சேர்ந்து கொள்.”
- “நீ ஒரு மருத்துவராக ஆகு. அவர்கள் ஏராளமான பணம் சம்பாதிக்கின்றனர்.”
- “பணக்காரர்கள் பேராசைக்காரர்கள்.”
- “பணம் ஏன் உனக்கு அவ்வளவு முக்கியமானதாக இருக்கிறது?”
- “பணம் உனக்கு மகிழ்ச்சியைக் கொண்டுவராது.”
- “உன்னுடைய வருமானத்திற்குள் செலவு செய்து வாழப் பழகு.”
- “பாதுகாப்பாகச் செயல்படு. உன்னுடைய கனவுகளைப் பின்தொடர்ந்து போகாதே.”

உணவுப் பத்தியமும் உடற்பயிற்சியும்

உணர்ச்சிரீதியான மற்றும் ஆன்மிகரீதியான வளர்ச்சியை நான் இங்குக் குறிப்பிடுவதற்குக் காரணம், வாழ்வில் ஒரு நிரந்தர மாற்றத்திற்குத் தேவை அதுதான் என்பதே. எடுத்துக்காட்டாக, பருமனாக இருக்கின்ற ஒருவரிடம்,

“குறைவாகச் சாப்பிடுங்கள், அதிகமாக உடற்பயிற்சி செய்யுங்கள்,” என்று கூறுவது அரிதாகவே வேலை செய்கிறது. உணவுப் பத்தியமும் உடற்பயிற்சியும் மனத்தளவில் அர்த்தம் வாய்ந்தவையாக இருக்கின்றன, ஆனால் பருமனாக இருப்பவர்களில் பெரும்பாலானோர் அதிகமாகச் சாப்பிடுவது அவர்களுக்குப் பசிக்கிறது என்பதால் அல்ல. தங்களுடைய உணர்ச்சிகளிலும் தங்களுடைய ஆன்மாவிலும் உள்ள வெறுமையைச் சமாளிப்பதற்காக அவர்கள் சாப்பிடுகின்றனர். ஒருவர் உணவுப் பத்தியத்தையும் உடற்பயிற்சியையும் உள்ளடக்கிய ஒரு செயற்திட்டத்தைத் தொடங்கும்போது, அவர்கள் தங்கள் மனத்தின்மீதும் உடலின்மீது மட்டுமே கவனம் செலுத்துகின்றனர். உணர்ச்சிரீதியான வளர்ச்சியும் ஆன்மிக வலிமையும் இல்லாவிட்டால், பருமனான அந்த நபர் ஆறு மாதங்கள் ஓர் உணவுப் பத்தியத்தைக் கடைபிடித்து ஏகப்பட்ட எடையை இழந்தாலும், பின்னர் அதைவிட அதிகமாகப் பருமனாகிவிடக்கூடும்.

கால்சதுரங்களை மாற்றுவது குறித்த விஷயத்திலும் இதுதான் நிகழ்கிறது. “நான் ‘B’ கால்சதுரத்தில் ஒரு தொழிலதிபராக ஆகப் போகிறேன்,” என்று உங்களுக்கு நீங்களே சொல்லிக் கொள்வது, புகைபிடிக்கும் பழக்கத்திற்கு அடிமையாகியுள்ள ஒருவர், “புகைபிடிப்பதை நாளைக்கு நான் நிறுத்தப் போகிறேன்,” என்று சொல்வதைப்போலப் பயனற்றது. புகைபிடித்தல் என்பது உணர்ச்சிரீதியான மற்றும் ஆன்மிகரீதியான பிரச்சனைகள் தோற்றுவிக்கின்ற உடல்ரீதியான ஒரு மீளாவேட்கையாகும். உணர்ச்சிரீதியான மற்றும் ஆன்மிகரீதியான ஆதரவு இல்லாவிட்டால், புகைப் பழக்கத்திற்கு அடிமையாகியிருக்கின்ற ஒருவர் எப்போதும் அப்படியே இருப்பார். குடிப் பழக்கம், அளவுக்கதிகமாகப் பொருட்களை வாங்கிக் குவிக்கும் பழக்கம் போன்றவற்றின் விஷயத்திலும் இதுதான் நடக்கிறது. பெரும்பாலான பழக்க அடிமைத்தனங்கள் மக்களுடைய ஆன்மாக்களில் மகிழ்ச்சியைக் கண்டுபிடிப்பதற்கான முயற்சிகளே.

அதனால்தான் என்னுடைய நிறுவனம் மனத்திற்கும் உடலுக்கும் மட்டுமல்லாமல், உணர்ச்சிரீதியான மற்றும் ஆன்மிகரீதியான மாற்றங்களுக்கு ஆதரவளிக்கும் விதமாக ஆலோசனைகளையும் வழிகாட்டுதல்களையும் வழங்குகிறது.

ஒரு சிலரால் தனியாகப் பயணிக்க முடிகிறது, ஆனால் நான் அவர்களில் ஒருவனாக இருக்கவில்லை. என்னுடைய பணக்காரத் தந்தையைப் போன்ற ஒரு வழிகாட்டியும் என் மனைவி கிம்மின் ஆதரவும் எனக்குக் கிடைத்திருக்காவிட்டால், என்னால் வெற்றி பெற்றிருக்க முடியாது. நான் பல முறை என் முயற்சியைக் கைவிட விரும்பினேன். கிம்மும் என்னுடைய பணக்காரத் தந்தையும் இல்லாமல் போயிருந்தால், நான் நிச்சயமாக என் முயற்சியைக் கைவிட்டிருப்பேன்.

படிப்பில் சூரப்புலிகளாக இருப்பவர்கள் வாழ்வில் ஏன் தோற்கின்றனர்

இந்த வரைபடத்தை மீண்டும் பார்த்தால், படிப்பில் கெட்டிக்காரர்களாக இருப்பவர்கள் பலர் பண உலகில் ஏன் தோற்கின்றனர் என்பதை எளிதாகப் பார்க்க முடியும்.

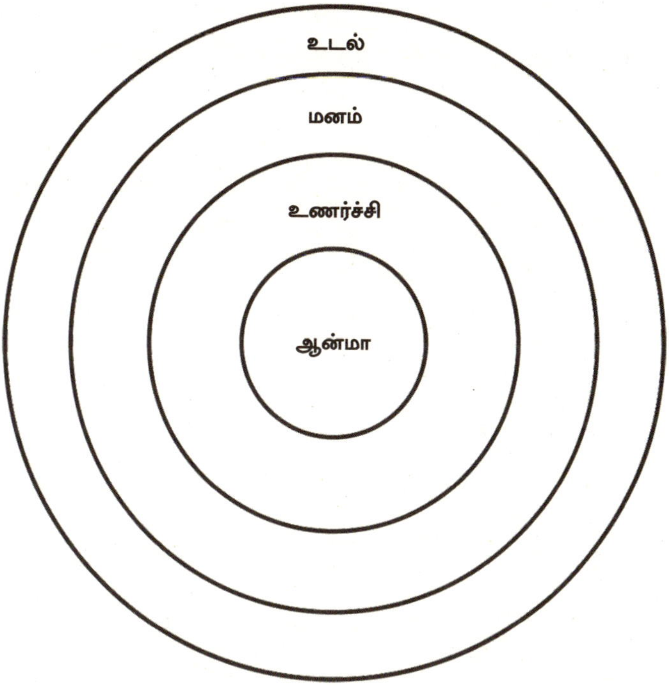

ஒருவர் மனரீதியாக உயர்வாகப் பயிற்றுவிக்கப்பட்டவராக இருக்கக்கூடும், ஆனால் அவர் உணர்ச்சிரீதியாகப் பயிற்றுவிக்கப்பட்டிருக்காவிட்டால், அவருடைய பயம், அவருடைய உடல் தான் செய்ய வேண்டியவற்றைச் செய்வதிலிருந்து அதைத் தடுத்துவிடும். அதனால்தான், படிப்பில் கெட்டிக்காரர்களாக இருக்கின்ற மாணவர்களில் பலர் ‘பகுப்பாய்வு முடக்கம்’ அல்லது ‘அளவுக்கதிகமான சிந்தனை’ என்ற பொறிக்குள் சிக்குண்டு கிடக்கின்றனர். அவர்கள் ஒவ்வொரு சின்ன விஷயத்தையும் ஆய்வு செய்கின்றனர், ஆனால் செயலில் இறங்கத் தவறிவிடுகின்றனர்.

இந்தப் ‘பகுப்பாய்வு முடக்கம்’, தவறுகள் செய்துள்ளதற்காக மாணவர்களைத் தண்டிக்கின்ற நம்முடைய கல்வி அமைப்புமுறையால் விளைகிறது. படிப்பில் சூரப்புலிகள் அப்படி இருப்பதற்குக் காரணம், அவர்கள் மிகக் குறைவான தவறுகளே செய்கின்றனர் என்பதுதான் என்பது நீங்கள் சற்று யோசித்துப் பார்த்தால் உங்களுக்கே புரியும். இந்த உணர்ச்சிரீதியான மனக்குழப்பத்திற்குக் காரணம், நிஜ உலகில், செயலில் இறங்குபவர்கள்தாம் பெரும்பாலான தவறுகள் செய்கின்றனர், அவற்றிலிருந்து கற்றுக் கொண்டு வாழ்க்கையெனும் விளையாட்டில் வெற்றி பெறுகின்றனர்.

மின்விளக்கைக் கண்டுபிடிப்பதற்கு முன் 1,014 தவறுகள் செய்ததற்காக எடிசன் விமர்சிக்கப்பட்டபோது, அதற்கு அவர், “நான் 1,014 முறை தோற்கவில்லை. எது சரியாக வேலை செய்யவில்லை என்பதை நான் 1,014 முறை வெற்றிகரமாகக் கண்டுபிடித்தேன்,” என்று கூறினார்.

வேறு வார்த்தைகளில் கூறினால், பலர் வெற்றி பெறத் தவறுவதற்குக் காரணம், அவர்கள் போதுமான முறை தோற்கத் தவறுவதுதான்.

மீண்டும் இந்த வரைபடத்தைப் பாருங்கள். பலர் வேலைப் பாதுகாப்பை இறுக்கமாகப் பற்றிக் கொண்டிருப்பதற்கான காரணங்களில் ஒன்று உணர்ச்சிரீதியான கல்வியின்மையாகும். பயம் தங்களைத் தடுத்து நிறுத்த அவர்கள் அனுமதித்துவிடுகின்றனர்.

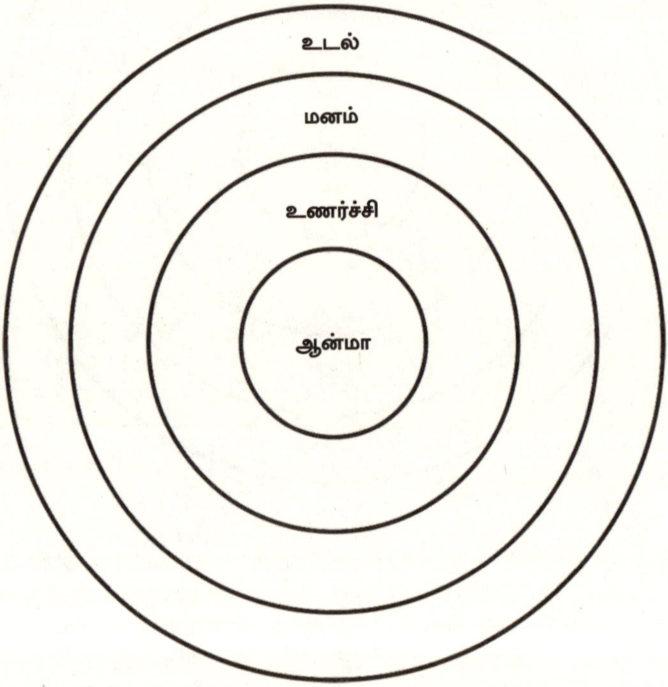

இராணுவப் பயிற்சி மையத்தையும் மரீன் படைப்பிரிவையும் பற்றிய சிறந்த விஷயங்களில் ஒன்று இது: இந்த இரண்டு அமைப்புகளும் இளைஞர்களையும் யுவதிகளையும் ஆன்மிகரீதியாகவும், உணர்ச்சிரீதியாகவும், உளரீதியாகவும், உடல்ரீதியாகவும் வளர்த்தெடுப்பதில் ஏராளமான நேரத்தைச் செலவிடுகின்றன. அது ஒரு கடுமையான கல்வியாக இருந்தபோதிலும், அது ஒரு முழுமையான கல்வியாக இருந்தது. ஒரு மோசமான வேலைக்கு அது எங்களைத் தயார்படுத்தியது.

நான் கேஷ்ஃபுளோ விளையாட்டை உருவாக்கியதற்குக் காரணம், விளையாட்டு ஒருவரை ஒட்டுமொத்தமாகப் பயிற்றுவிக்கிறது என்பதுதான். படித்தலையும் சொற்பொழிவையும்விட, விளையாட்டு அதிகச் சிறந்த கற்பிப்புச் சாதனமாக இருக்கிறது. ஏனெனில், விளையாட்டு, விளையாடுபவருடைய உடல், மனம், உணர்ச்சிகள் மற்றும் ஆன்மாவை ஈடுபடுத்துகிறது.

கேஷ்ஃபுளோ விளையாட்டை விளையாடுபவர்கள், விளையாட்டுப் பணத்தைக் கொண்டு எவ்வளவு தவறுகள் செய்ய முடியுமோ அவ்வளவு தவறுகள் செய்வதற்கும், பிறகு அத்தவறுகளிலிருந்து கற்றுக் கொள்வதற்கும்

ஏற்ற விதத்தில் அவ்விளையாட்டு வடிவமைக்கப்பட்டுள்ளது. என்னைப் பொறுத்தவரை, பணத்தைப் பற்றிக் கற்றுக் கொள்வதற்கான ஒரு மனிதாபிமானமிக்க வழி அது.

பாதைதான் இலக்கு

உலகில் இன்று ஆயிரக்கணக்கான கேஷ்ஃபுளோ மையங்கள் இருக்கின்றன. கேஷ்ஃபுளோ மையங்கள் புயலிலிருந்து காக்கின்ற ஒரு புகலிடமாகவும், வாழ்க்கைப் பாதையின் வழியில் ஒரு நிறுத்தமாகவும் இருப்பது அவை முக்கியமானவையாக இருப்பதற்கான காரணங்களில் ஒன்று. ஒரு கேஷ்ஃபுளோ மையத்தில் சேர்வதன் மூலம், நீங்கள் உங்களைப் போன்ற மக்களைச் சந்திக்கிறீர்கள்; மாற்றத்தைப் பற்றி வெறுமனே பேசிக் கொண்டிருக்காமல், உண்மையிலேயே மாற்றங்களை மேற்கொள்ளத் தங்களை அர்ப்பணித்துக் கொண்டுள்ள மக்களை நீங்கள் எதிர்கொள்கிறீர்கள்.

கல்லூரிகளைப் போலன்றி, இந்த மையத்தில் சேர்வதற்கு நீங்கள் பெரிய கல்வித் தகுதிகள் படைத்தவராக இருக்க வேண்டியதில்லை. கற்றுக் கொள்வதற்கும் மாற்றங்களை ஏற்படுத்துவதற்கும் ஓர் உண்மையான ஆர்வம் உங்களிடம் இருக்க வேண்டும் என்று மட்டுமே இங்கு எதிர்பார்க்கப்படுகிறது. இந்தக் கேஷ்ஃபுளோ விளையாட்டில், விளையாட்டுப் பணத்தைக் கொண்டு, பல்வேறு பொருளாதாரச் சூழ்நிலைகளில் நீங்கள் ஏராளமான தவறுகள் செய்வீர்கள், பிறகு அவற்றிலிருந்து கற்றுக் கொள்வீர்கள்.

கேஷ்ஃபுளோ மையங்கள் விரைவில் பணக்காரர்களாக ஆக விரும்புகின்றவர்களுக்கானவை அல்ல. ஒரு நபர் எதிர்கொள்ள வேண்டிய நீண்டகால மனரீதியான, உணர்ச்சிரீதியான, ஆன்மிகரீதியான, உடல்ரீதியான மற்றும் பொருளாதாரரீதியான மாற்றங்களுக்குத் துணை நிற்பதற்காக உருவாக்கப்பட்டவை அவை. நாம் ஒவ்வொருவரும் வெவ்வேறு வேகங்களில் மாறுகிறோம், வளர்ச்சியடைகிறோம். எனவே, நீங்கள் உங்களுடைய சொந்த வேகத்தில் செயல்படுவதற்கு இங்கு ஊக்குவிக்கப்படுகிறீர்கள்.

கேஷ்ஃபுளோ விளையாட்டை நீங்கள் மற்றவர்களுடன் சேர்ந்து ஒரு சில முறை விளையாடிய பிறகு, உங்களுடைய அடுத்த நடவடிக்கை என்னவாக இருக்க வேண்டும் என்பது குறித்தும், வியாபாரம், வீடுமனை, காகிதச் சொத்துகள், உடைமைகள் போன்ற நான்கு சொத்து வகைகளில் எது உங்களுக்குச் சிறந்ததாக இருக்கும் என்பது குறித்தும் ஒரு நல்ல தெளிவான யோசனை உங்களுக்குக் கிடைக்கும்.

இறுதியாக

ஒருவருடைய பாதையைக் கண்டுபிடிப்பது எளிதானதாக இருக்க வேண்டிய அவசியமில்லை. இன்றுகூட, நான் என்னுடைய பாதையில் சென்று கொண்டிருக்கிறேனா இல்லையா என்பது உண்மையிலேயே எனக்குத் தெரியவில்லை. சில சமயங்களில் நாம் எல்லோருமே பாதை தவறுகிறோம் என்பது நீங்கள் அறியாததல்ல. மீண்டும் சரியான பாதைக்குத் திரும்புவது எப்போதும் எளிதானதாக இருப்பதில்லை.

நீங்கள் உங்களுக்கான சரியான கால்சதுரத்தில் இல்லை அல்லது நீங்கள் உங்களுடைய வாழ்க்கைப் பாதையில் இல்லை என்ற உணர்வு உங்களுக்கு ஏற்பட்டால், உங்கள் இதயத்திற்குள் ஆழமாகச் சென்று தேடி, வாழ்வில் உங்கள் பாதையைக் கண்டுபிடிப்பது உங்களுக்கு நன்மை பயக்கும். பின்வரும் வாக்கியங்களையோ அல்லது அவற்றை ஒத்த ஏதேனும் ஒன்றையோ நீங்கள் கூறிக் கொண்டிருப்பதை நீங்கள் கண்டால், மாறுவதற்கான நேரம் வந்துவிட்டது என்பதை நீங்கள் அறிந்து கொள்ளலாம்:

- "நான் நடைபிணங்களோடு வேலை செய்து கொண்டிருக்கிறேன்."
- "நான் செய்கின்ற வேலை எனக்குப் பிடித்திருக்கிறது, ஆனால் இதில் என்னால் அதிகப் பணம் சம்பாதிக்க முடிந்தால் நன்றாக இருக்கும்."
- "வார இறுதி எப்போதடா வரும் என்று நான் காத்திருக்கிறேன்."
- "நான் சொந்தமாக ஏதேனும் செய்ய விரும்புகிறேன்."

என்னுடைய சகோதரி ஒரு புத்த பிக்குணி. தலாய் லாமாவுக்கு ஆதரவாக இருப்பதுதான் அவளுடைய பாதை. அவள் சொற்பப் பணம்தான் ஈட்டுகிறாள் என்றாலும், அவள் ஓர் ஏழை பிக்குணியாக இருக்க வேண்டியதில்லை. அவளுக்குச் சொந்தமாக வீடுமனை சொத்துகள் இருக்கின்றன, தங்கம் மற்றும் வெள்ளியில் அவள் முதலீடு செய்திருக்கிறாள். அவளுடைய பொருளாதார அறிவும் உற்சாகமும், ஏழ்மைக்கான சபதம் ஏற்காமலேயே அவள் தன்னுடைய வாழ்வின் பாதையைப் பின்தொடர அவளுக்கு உதவுகின்றன.

பல வழிகளில், பள்ளியில் எனக்கு 'முட்டாள்' பட்டம் சூட்டப்பட்டது எனக்கு நல்லதாக அமைந்துவிட்டது. உணர்ச்சிரீதியாக அது எனக்கு வேதனையூட்டியபோதிலும், ஓர் ஆசிரியராக நான் என் வாழ்க்கைப் பாதையைக் கண்டுபிடிக்க அந்த வேதனை வழிவகுத்தது. என்னுடைய சகோதரியைப்போலவே, நான் ஓர் ஆசிரியராக இருந்தாலும் ஓர் ஏழை ஆசிரியராக இருக்க வேண்டியதில்லை.

"பாதைதான் இலக்கு," என்று திக் நட் ஹன் கூறியதை நினைவில் கொள்ளுங்கள்.

முன்னுரை

நீங்கள் எந்தக் கால்சதுரத்தில் இருக்கிறீர்கள்?

மக்கள் தங்களுடைய பணத்தை எங்கிருந்து பெறுகின்றனர் என்பதன் அடிப்படையில் அவர்களை வகைப்படுத்துவதற்கான ஒரு வழிதான் 'கேஷ்ஃப்ளோ கால்சதுரம்'.

நீங்கள் பொருளாதாரரீதியாகச் சுதந்திரமாக இருக்கிறீர்களா? இப்போது நீங்கள் உங்கள் வாழ்வில் பொருளாதாரரீதியாக ஒரு தீர்மானம் மேற்கொள்ள வேண்டிய ஒரு தருணத்தில் இருக்கிறீர்கள் என்றால், 'பணக்காரத் தந்தையின் கேஷ்ஃப்ளோ குவாட்ரன்ட்' உங்களுக்காக எழுதப்பட்டுள்ள ஒன்றுதான். உங்களுடைய பொருளாதாரத் தலைவிதியை மாற்றுவதற்கு இன்று நீங்கள் செய்யக்கூடியவற்றை நீங்கள் உங்கள் கட்டுப்பாட்டிற்குக் கீழே கொண்டுவர விரும்பினால், நீங்கள் அதற்கான பாதையை வகுப்பதற்கு இந்நூல் உங்களுக்கு உதவும்.

இதுதான் கேஷ்ஃப்ளோ கால்சதுரம். ஒவ்வொரு கால்சதுரத்திலும் உள்ள எழுத்துகள் பின்வருவனவற்றைக் குறிக்கின்றன:

E **ஊழியர்**

S **சுய தொழில் புரிபவர் அல்லது சிறு தொழில் உரிமையாளர்**

B **பெரும் தொழிலதிபர்**

I **முதலீட்டாளர்**

நாம் ஒவ்வொருவரும் இந்தக் கேஷ்ஃபுளோ கால்சதுரத்தின் நான்கு பகுதிகளில் குறைந்தபட்சம் ஏதோ ஒன்றில் குடியிருக்கிறோம். நாம் எதில் இருக்கிறோம் என்பதை, நம்முடைய பணம் எங்கிருந்து வருகிறதோ அதுதான் தீர்மானிக்கிறது. நம்மில் பலர் சம்பளக் காசோலைகளை மட்டுமே சார்ந்துள்ள ஊழியர்களாக இருக்கிறோம். மற்றவர்கள் சுய தொழில் புரிகின்றனர். ஊழியர்களும் சுய தொழில் புரிபவர்களும் கேஷ்ஃபுளோ கால்சதுரத்தின் இடது பக்கத்தில் இருக்கின்றனர். வலது பக்கம், தங்களுக்குச் சொந்தமான தொழிலிலிருந்தோ அல்லது தங்களுடைய முதலீடுகளிலிருந்தோ பணம் பெறுகின்ற தனிநபர்களுக்கானது.

'கேஷ்ஃபுளோ கால்சதுரம்' என்பது மக்கள் தங்களுடைய பணத்தை எங்கிருந்து பெறுகின்றனர் என்பதன் அடிப்படையில் அவர்களை வகைப்படுத்துவதற்கான ஓர் எளிய வழியாகும். கேஷ்ஃபுளோ கால்சதுரத்தில் உள்ள ஒவ்வொரு கால்சதுரமும் தனித்துவமானது. ஒவ்வொரு கால்சதுரத்திற்குள் இருக்கின்ற மக்களிடையே பொதுவான பண்புநலன்கள் காணப்படுகின்றன. இந்தக் கால்சதுரங்கள், இன்று நீங்கள் எங்கே இருக்கிறீர்கள் என்பதை உங்களுக்குக் காட்டுவதோடு கூடவே, பொருளாதாரச் சுதந்திரத்தை அடைவதற்கு நீங்கள் உங்களுடைய சொந்தப் பாதையைத் தேர்ந்தெடுக்கும்போது, எதிர்காலத்தில் நீங்கள் எங்கே இருக்க விரும்புகிறீர்களோ அங்கே போய்ச் சேர்வதற்கான ஒரு வழியை நீங்கள் வகுத்துக் கொள்ளவும் உங்களுக்கு உதவும். பொருளாதாரச் சுதந்திரத்தை இந்த நான்கு கால்சதுரங்களிலும் கண்டுகொள்ள முடியும் என்றாலும்கூட, B அல்லது I கால்சதுரங்களில் உள்ளோருடைய திறமைகள் நீங்கள் உங்களுடைய பொருளாதார இலக்குகளை அதிக விரைவாக எட்டுவதற்கு உங்களுக்கு உதவும். வெற்றிகரமான ஊழியர்கள் (E) தாங்கள் வேலையிலிருந்து ஓய்வு பெற்றப் பிறகு தங்களுக்குப் பொருளாதாரப் பாதுகாப்பு இருப்பதை உறுதி செய்து கொள்ள விரும்பினால், அவர்கள் வெற்றிகரமான முதலீட்டாளர்களாக (I) ஆக வேண்டும்.

நீங்கள் வளர்ந்த பிறகு நீங்கள் என்னவாக ஆக விரும்புகிறீர்கள்?

இப்புத்தகம், பல வழிகளில், என்னுடைய 'பணக்காரத் தந்தை ஏழைத் தந்தை' நூலின் இரண்டாம் பாகமாக உள்ளது. 'பணக்காரத் தந்தை ஏழைத் தந்தை' நூல், பணத்தைப் பற்றியும் வாழ்வின் தேர்ந்தெடுப்புகளைப் பற்றியும் என்னுடைய இரண்டு தந்தையரும் எனக்குக் கற்றுக் கொடுத்த வெவ்வேறு பாடங்களைப் பற்றியதாகும். அவர்களில் ஒருவர் என்னுடைய உண்மையான தந்தை, மற்றவர் என்னுடைய சிறந்த நண்பனின் தந்தை. ஒருவர் உயர்ந்த கல்வித் தகுதி படைத்தவர், மற்றவர் உயர்நிலைப் பள்ளிப் படிப்பைக்கூட முடித்திருக்கவில்லை. ஒருவர் பரம ஏழை, மற்றவர் ஒரு பெரும் பணக்காரர்.

ஏழைத் தந்தையின் அறிவுரை

நான் வளர்ந்து வந்த காலத்தில், உயர்ந்த கல்வித் தகுதி படைத்த, ஆனால் ஏழையாக இருந்த என்னுடைய தந்தை, என்னிடம் எப்போதும், "பள்ளிக்குச் சென்று நன்றாகப் படித்து, உயர்ந்த மதிப்பெண்கள் பெற்றுத் தேர்ச்சி பெற்று, ஒரு பாதுகாப்பான வேலையைத் தேடிக் கொள்," என்று கூறினார். அவர் எனக்குப் பரிந்துரைத்த வாழ்க்கைப் பாதை இப்படிக் காட்சியளித்தது:

ஒரு நல்ல சம்பளம் வாங்குகின்ற ஓர் ஊழியராகவோ, அல்லது ஒரு மருத்துவர், வழக்கறிஞர், கணக்காளர் போன்ற, நன்றாகச் சம்பாதிக்கின்ற, சுய தொழில் புரிகின்ற ஒருவராகவோ நான் ஆக வேண்டும் என்று என் ஏழைத் தந்தை பரிந்துரைத்தார். ஒரு நிலையான சம்பளம், இதர நன்மைகள், வேலைப் பாதுகாப்பு போன்றவை குறித்து அவர் மிகுந்த அக்கறை கொண்டிருந்தார். அதனால்தான், அவர் ஒரு நல்ல சம்பளத்துடன்கூடிய ஓர் அரசாங்க அதிகாரியாக, ஹவாய் மாநிலத்தின் கல்வித் துறைத் தலைவராக இருந்தார்.

பணக்காரத் தந்தையின் அறிவுரை

அவ்வளவாகக் கல்வி கற்காத என்னுடைய பணக்காரத் தந்தை முற்றிலும் வித்தியாசமான அறிவுரையை வழங்கினார். "கல்லூரிக்குச் சென்று படித்துப் பட்டம் பெற்று, ஒரு தொழிலை உருவாக்கி, ஒரு வெற்றிகரமான முதலீட்டாளராக ஆகும் வழியைப் பார்," என்று அவர் கூறினார். அவர் பரிந்துரைத்த வாழ்க்கைப் பாதை இப்படிக் காட்சியளித்தது.

நான் என்னுடைய பணக்காரத் தந்தையின் அறிவுரையைப் பின்பற்றியபோது நான் அனுபவித்த மனரீதியான, உணர்ச்சிரீதியான மற்றும் கல்விரீதியான செயல்முறையைப் பற்றியதுதான் இப்புத்தகம்.

இப்புத்தகம் யாருக்கானது?

கால்சதுரங்களை மாற்றத் தயாராக இருக்கின்றவர்களுக்காக எழுதப்பட்டுள்ள புத்தகம் இது. குறிப்பாக, தற்போது E மற்றும் S பகுதிகளில் இருக்கின்ற, ஆனால் B அல்லது I பகுதிகளுக்கு மாறுவதைப் பற்றிச் சிந்தித்துக் கொண்டிருக்கின்ற தனிநபர்களுக்கானது இது. வேலைப் பாதுகாப்பையும் தாண்டி, பொருளாதாரப் பாதுகாப்பை அடைவதை நோக்கி நகரத் தயாராக இருக்கின்ற மக்களுக்கானது இது. இது ஒரு சுலபமான வாழ்க்கைப் பாதை அல்ல, ஆனால் இறுதியில் உங்களுக்குக் கிடைக்கின்ற பொருளாதாரச் சுதந்திரம் என்ற பரிசைக் கணக்கில் எடுத்துக் கொள்ளும்போது, இப்பயணம் நிச்சயமாக மதிப்பு வாய்ந்ததுதான்.

எனக்குப் பன்னிரண்டு வயதாக இருந்த நேரத்தில் என்னுடைய பணக்காரத் தந்தை என்னிடம் கூறிய ஓர் எளிய கதை, பெரும் செல்வத்திற்கும் பொருளாதாரச் சுதந்திரத்திற்கும் என்னை வழிநடத்தியது. கேஷ்ஃபுளோ கால்சதுரத்தின் இடது பக்கத்திற்கும் (E மற்றும் S கால்சதுரங்கள்) வலது பக்கத்திற்கும் (B மற்றும் I கால்சதுரங்கள்) இடையேயான வேறுபாட்டை அவர் அவ்விதத்தில் விளக்கினார். அக்கதை இப்படி அமைந்திருந்தது:

“ஒரு காலத்தில், ஒரு சிறிய, பழங்கால கிராமம் இருந்தது. அது வசீகரமானதாக இருந்தது. வாழ்வதற்கு மிகச் சிறந்த இடம் அது, ஆனால் அங்கு ஒரே ஒரு பிரச்சனை இருந்தது. மழை பெய்தாலொழிய அங்கே தண்ணீர் இருக்காது. அப்பிரச்சனைக்கு ஒரு நிரந்தரத் தீர்வு காண்பதற்காக, கிராமத்துப் பெரியவர்கள், தினமும் தங்கள் கிராமத்திற்குத் தண்ணீர்

கொண்டுவந்து கொடுப்பதற்கு ஒப்பந்தக்காரர்களை அணுகினர். இரண்டு பேர் அவ்வேலையைச் செய்ய முன்வந்தனர். அந்த கிராமத்துப் பெரியவர்கள் அவ்விருவருக்கும் அவ்வேலைக்கான ஒப்பந்தத்தை வழங்கினர். சிறிதளவு போட்டி இருந்தால் கட்டணம் குறைவாக இருக்கும் என்றும், ஒருவர் இல்லாவிட்டால் மற்றொருவர் தண்ணீர் கொண்டுவந்து கொடுத்துவிடுவார் என்பதால் தினமும் தண்ணீர் கிடைத்துவிடும் என்றும் அவர்கள் நினைத்ததால் அவர்கள் அப்படிச் செய்தனர்.

“ஒப்பந்தம் கிடைக்கப் பெற்ற முதல் நபரான எட்வர்டு, உடனடியாக ஓடிச் சென்று, துத்தநாகம் பூசப்பட்ட இரண்டு எஃகு வாளிகளை வாங்கிக் கொண்டு, ஒரு மைல் தொலைவில் இருந்த ஏரியிலிருந்து தண்ணீர் எடுத்து வந்தார். அவர் இப்படிப் பல முறை அந்த கிராமத்திற்கும் ஏரிக்குமாக ஓடிக் கொண்டிருந்தார். அவருக்கு உடனடியாகப் பணம் கிடைக்கத் தொடங்கியது. ஏனெனில், அவர் தினமும் காலையிலிருந்து மாலைவரை தன்னுடைய இரண்டு வாளிகளில் அந்த ஏரியிலிருந்து நீர் சுமந்து கொண்டு வந்து, அந்த கிராமவாசிகள் கட்டியிருந்த ஒரு பெரிய கான்கிரீட் தொட்டியில் அந்த நீரைக் கொட்டினார். ஒவ்வொரு நாள் காலையிலும், கிராமத்தினர் அனைவரும் விழிப்பதற்கு முன்பாகவே எழுந்து, அவர்களுக்குத் தண்ணீர் இருப்பதை அவர் உறுதி செய்ய வேண்டியிருந்தது. அது கடினமான வேலைதான், ஆனால் தனக்குப் பணம் கிடைத்துக் கொண்டிருந்தது குறித்து அவர் மகிழ்ச்சியாக இருந்தார்.

“இதற்கிடையே, அந்த இரண்டாவது ஒப்பந்தக்காரரான வில்லியம் சிறிது காலம் காணாமல் போய்விட்டார். பல மாதங்கள் அவர் அந்த கிராமத்தின் பக்கம் தலைகாட்டவில்லை. எட்வர்டு இது குறித்து மகிழ்ந்தார். ஏனெனில், அவருக்குப் போட்டியாக யாரும் இருக்கவில்லை.

“எட்வர்டுடன் போட்டிப் போடுவதற்கு இரண்டு வாளிகளை வாங்குவதற்குப் பதிலாக, வில்லியம் ஒரு வியாபாரத் திட்டத்தை உருவாக்கி, ஒரு நிறுவனத்தைத் தொடங்கி, நான்கு முதலீட்டாளர்களைக் கண்டுபிடித்து, தன்னுடைய நிறுவனத்தை நடத்துவதற்கு ஒரு தலைவரையும் நியமித்தார். ஆறு மாதங்கள் கழித்து, ஒரு கட்டுமானக் குழுவுடன் அவர் அந்த கிராமத்திற்குத் திரும்பி வந்தார். ஓராண்டுக்குள், அந்த கிராமத்தை அந்த ஏரியோடு இணைத்த, அதிகக் கொள்ளளவு கொண்ட ஒரு நீண்ட எஃகுக் குழாயை அவருடைய குழுவினர் உருவாக்கியிருந்தனர்.

“அதன் பிரம்மாண்டமான தொடக்க விழாவில், தன்னுடைய தண்ணீர் எட்வர்டின் தண்ணீரைவிட அதிகத் தூய்மையானது என்று வில்லியம் அறிவித்தார். எட்வர்டின் தண்ணீர் அசுத்தமாக இருந்ததாக அந்த கிராமத்தினர் குறைகூறியிருந்ததை வில்லியம் அறிந்திருந்தார். தன்னுடைய குழாயின் மூலம் அந்த கிராமத்திற்கு தினமும் இருபத்து நான்கு மணிநேரமும் தன்னால் தண்ணீர் விநியோகிக்க முடியும் என்றும் அவர் அறிவித்தார். எட்வர்டு வார இறுதி நாட்களில் வேலை செய்ய விரும்பாததால், வார நாட்களில் மட்டுமே தண்ணீர் விநியோகித்தார். வில்லியம் இன்னோர் அறிவிப்பையும் வெளியிட்டார். தான் விநியோகிக்கவிருந்த உயர்ந்த தரம் கொண்ட, அதிக நம்பகமான தண்ணீருக்கு, எட்வர்டு வசூலித்தக் கட்டணத்தைவிட 75 சதவீதம் குறைவான கட்டணத்தை அந்த கிராமவாசிகள் தனக்குக் கொடுத்தால்

போதும் என்று வில்லியம் அவர் கூறினார். இதைக் கேட்டு உற்சாகமடைந்த அந்த கிராமவாசிகள், உடனடியாக வில்லியமின் குழாயை நோக்கி ஓடினர்.

"வில்லியத்துடன் போட்டியிடுவதற்கு, எட்வர்டு தன்னுடைய கட்டணத்தை 75 சதவீதம் குறைத்தார்; கூடுதலாக இரண்டு வாளிகளை வாங்கினார்; அவற்றுக்கு மூடிகளும் வாங்கினார்; இப்போது ஒவ்வொரு முறையும் அவர் நான்கு வாளிகளைச் சுமந்து வந்தார். தன்னுடைய சேவையை மேம்படுத்துவதற்காக, இரவு நேரத்திலும் வார இறுதி நாட்களிலும் அவர் தன்னுடைய இரண்டு மகன்களையும் தன் வேலையில் ஈடுபடுத்தினார். அவர்கள் கல்லூரிக்குச் சென்றபோது, 'சீக்கிரமாகப் படித்து முடித்துவிட்டு வந்துவிடுங்கள். என்றேனும் ஒரு நாள் இந்தத் தொழில் உங்களுக்குச் சொந்தமானதாக இருக்கும்,' என்று அவர் கூறினார்.

"என்னவோ தெரியவில்லை, அவருடைய இரண்டு மகன்களும் திரும்பி வரவே இல்லை. இறுதியில், எட்வர்டுக்கு ஊழியர்கள் மற்றும் தொழிற்சங்கப் பிரச்சனைகள் உருவாயின. தொழிற்சங்கம் ஊழியர்களுக்கு அதிக ஊதியமும் சிறப்பான சலுகைகளும் கோரியது. அவர்கள் ஒவ்வொருவரும் ஒரு நேரத்தில் ஒரு வாளி மட்டுமே சுமப்பார்கள் என்று அது கூறியது.

"இதற்கிடையே, இந்த கிராமத்திற்குத் தண்ணீர் தேவைப்பட்டது என்றால், மற்றக் கிராமங்களுக்கும்கூடத் தண்ணீர் தேவைப்படும் என்பதை வில்லியம் உணர்ந்தார். அவர் தன்னுடைய வியாபாரத் திட்டத்தைத் திருத்தியமைத்து, உலகம் நெடுகிலும் உள்ள கிராமங்களுக்கு சுத்தமான, குறைந்த செலவு கொண்ட நீரை விற்கப் போய்விட்டார். அவர் ஒரு வாளி நீருக்கு ஒரு பென்னி மட்டுமே சம்பாதிக்கிறார், ஆனால் தினமும் கோடிக்கணக்கான வாளிகள் நீர் விநியோகிக்கிறார். அவர் வேலை செய்கிறாரோ இல்லையோ, கோடிக்கணக்கான மக்கள் கோடிக்கணக்கான வாளிகள் நீரைப் பயன்படுத்துகின்றனர். அத்தனைப் பணமும் அவருடைய வங்கிக் கணக்கில் கொட்டுகிறது. கிராமங்களுக்குத் தண்ணீர் கொண்டுவருவதற்குக் குழாய்கள் அமைத்ததுபோல, வில்லியம் தனக்குப் பணத்தைக் கொண்டுவருவதற்கும் ஒரு குழாயை உருவாக்கியிருந்தார்.

"வில்லியம் அதன் பிறகு என்றென்றும் மகிழ்ச்சியாக வாழ்ந்தார். எட்வர்டு தன்னுடைய எஞ்சிய வாழ்நாள் முழுவதும் கடினமாக உழைத்தார், நிரந்தரப் பொருளாதாரப் பிரச்சனைகளால் துன்புற்றார். இத்துடன் கதை முற்றியது."

வில்லியம் மற்றும் எட்வர்டு பற்றிய அந்தக் கதை, பல ஆண்டுகளாக என்னை வழிநடத்தி வந்துள்ளது. என் வாழ்வில் நான் தீர்மானங்கள் மேற்கொள்ள வேண்டிய நேரங்களில் அது எனக்கு உதவியுள்ளது. பின்வரும் கேள்விகளை என்னை நானே அடிக்கடிக் கேட்டுக் கொள்கிறேன்:

"நான் ஒரு குழாய் அமைப்புமுறையை உருவாக்கிக் கொண்டிருக்கிறேனா அல்லது வாளிகளைச் சுமந்து திரிந்து கொண்டிருக்கிறேனா?"

"நான் கடினமாக உழைத்துக் கொண்டிருக்கிறேனா அல்லது நான் சாமர்த்தியமாக வேலை செய்து கொண்டிருக்கிறேனா?"

இக்கேள்விகளுக்கான விடைகள் எனக்குப் பொருளாதாரச் சுதந்திரத்தைக் கொண்டுவந்துள்ளன.

இப்புத்தகம் இதைப் பற்றியதுதான். எவ்வாறு ஒரு தொழிலதிபராகவும் (B) ஒரு முதலீட்டாளராகவும் (I) ஆவது என்பதைப் பற்றியது இது. வாளிகளைச் சுமந்து களைத்துப் போய், பணம் தங்களுடைய பாக்கெட்டுகளுக்குள் பாய்ந்தோடி வருவதற்குக் குழாய்களை உருவாக்கத் தயாராக உள்ள மக்களுக்கான புத்தகம் இது.

இப்புத்தகம் மூன்று பகுதிகளாகப் பிரிக்கப்பட்டுள்ளது

பகுதி 1

இப்புத்தகத்தின் முதல் பகுதி, நான்கு கால்சதுரங்களிலும் உள்ள மக்களுக்கு இடையேயான முக்கிய வேறுபாடுகள்மீது கவனம் செலுத்துகிறது. குறிப்பிட்டச் சிலர் மட்டும் ஏன் குறிப்பிட்டக் கால்சதுரங்களை நோக்கி ஈர்க்கப்படுகிறனர், தங்களையும் அறியாமல் எப்படி அங்கேயே முடங்கிவிடுகின்றனர் என்பதை இது காட்டுகிறது. இன்று நீங்கள் எந்தக் கால்சதுரத்தில் இருக்கிறீர்கள் என்பதையும், அடுத்த ஐந்து ஆண்டுகளில் நீங்கள் எங்கே இருக்க விரும்புகிறீர்கள் என்பதையும் கண்டுகொள்ள இப்பகுதி உங்களுக்கு உதவும்.

பகுதி 2

இப்புத்தகத்தின் இரண்டாம் பகுதி, தனிப்பட்ட மாற்றத்தைப் பற்றியது. நீங்கள் என்ன செய்ய வேண்டும் என்பதைச் சொல்வதற்குப் பதிலாக, நீங்கள் யாராக இருக்க வேண்டும் என்பதைப் பற்றி இப்பகுதி அதிகமாகப் பேசுகிறது.

பகுதி 3

இப்புத்தகத்தின் மூன்றாம் பகுதி, கேஷ்ஃபுளோ கால்சதுரத்தின் வலது பக்கத்தில் எவ்வாறு வெற்றி பெறுவது என்பதை விளக்குகிறது. ஒரு வெற்றிகரமான தொழிலதிபராகவும் (B) முதலீட்டாளராகவும் (I) இருப்பதற்குத் தேவையான திறமைகள் குறித்த என்னுடைய பணக்காரத் தந்தையின் இரகசியங்களை நான் இதில் பகிர்ந்து கொள்ளவிருக்கிறேன். பொருளாதாரச் சுதந்திரத்திற்கான உங்களுடைய சொந்தப் பாதையைத் தேர்ந்தெடுப்பதற்கு இது உங்களுக்கு உதவும்.

கேஷ்ஃபுளோ குவாட்ரன்ட் நெடுகிலும், பொருளாதார அறிவின் முக்கியத்துவத்தை நான் தொடர்ந்து வலியுறுத்துகிறேன். நீங்கள் வலது பக்கத்தில் இயங்க விரும்பினால், அதாவது, B மற்றும் I பகுதிகளில் இயங்க விரும்பினால், இடது பக்கத்தில், அதாவது, E மற்றும் S பகுதிகளில் இருப்பதைவிட அதிக சாமர்த்தியமானவராக நீங்கள் இருக்க வேண்டும். நீங்கள் ஒரு தொழிலதிபராகவோ அல்லது முதலீட்டாளராகவோ இருக்க விரும்பினால், உங்களுடைய பணப் பெயர்ச்சியின் திசையை உங்களால் கட்டுப்படுத்த முடிய வேண்டும்.

வேலைப் பாதுகாப்பைத் தாண்டி, பொருளாதாரச் சுதந்திரத்தை அடைவதற்குத் தங்களுடைய சொந்தக் குழாய் அமைப்புமுறைகளை உருவாக்கத் தொடங்கத் தயாராக இருக்கின்ற மக்களுக்காக இப்புத்தகம் எழுதப்பட்டுள்ளது.

நாம் தகவல் யுகத்தில் வாழ்ந்து கொண்டிருக்கிறோம். முன்பு எப்போதையும்விட இப்போது பொருளாதார வெகுமதிக்கான அதிகமான வாய்ப்புகள் இருக்கின்றன. தொழிலதிபர்கள் மற்றும் முதலீட்டாளர்களின் திறமைகளைக் கொண்ட தனிநபர்களால் அந்த வாய்ப்புகளை அடையாளம் கண்டுகொண்டு அவற்றைக் கைவசப்படுத்திக் கொள்ள முடியும். ஒருவர் தகவல் யுகத்தில் வெற்றிகரமாக விளங்க விரும்பினால், நான்கு கால்சதுரங்களிலிருந்தும் அவருக்குத் தகவல்கள் தேவை. துரதிர்ஷ்டவசமாக, நம்முடைய கல்லூரிகள் இன்னும் தொழில் யுகத்திலேயே இருக்கின்றன. அவை இன்றும், கேஷ்ஃபுளோ கால்சதுரத்தின் இடப்பக்கத்தில் இருப்பதற்கு மட்டுமே மாணவர்களைத் தயார்படுத்துகின்றன.

தகவல் யுகத்தில் முன்னேறிச் செல்ல உதவக்கூடிய புதிய விடைகளை நீங்கள் தேடிக் கொண்டிருந்தால், இப்புத்தகம் உங்களுக்கானது. இதில் எல்லா விடைகளும் இல்லை, ஆனால், நான் E மற்றும் S பக்கத்திலிருந்து நகர்ந்து, B மற்றும் I பக்கத்திற்குச் செல்வதற்கு மேற்கொண்ட பயணத்தில் நான் கைவசப்படுத்திய ஆழமான, தனிப்பட்ட உள்நோக்குகளை நான் இதில் பகிர்ந்து கொள்ளவிருக்கிறேன். அவை உங்களுக்கு வழிகாட்டும்.

பகுதி 1

கேஷ்ஃபுளோ கால்சதுரம்

அத்தியாயம் 1

நீங்கள் ஏன் ஒரு வேலையைத் தேடிக் கொள்ளக்கூடாது?

ஒரு வேலையைப் பெரிதும் மதிக்கின்ற ஒருவரிடம், ஒரு வேலை தேடிக் கொள்வதில் உங்களுக்கு ஏன் விருப்பமில்லை என்பதை விளக்குவது கடினமானது.

1985 இல், என்னுடைய மனைவி கிம்மும் நானும் வீடற்றவர்களாக இருந்தோம். எங்கள் இருவருக்கும் வேலை இல்லை. சேமிப்பில் சொற்பப் பணமே இருந்தது. எங்களுடைய கடனட்டைகள் அனுமதித்த அளவு நாங்கள் கடன் வாங்கியிருந்தோம். ஒரு பழைய, பழுப்பு நிற டொயோட்டா காரில் நாங்கள் வாழ்ந்தோம். சாய்க்கப்படக்கூடிய அதன் இருக்கைகளை நாங்கள் படுக்கைகள்போலப் பயன்படுத்தினோம். ஒரு வாரத்தின் முடிவில், நாங்கள் யார், நாங்கள் என்ன செய்து கொண்டிருந்தோம், நாங்கள் எங்கே போய்க் கொண்டிருந்தோம் என்பது குறித்த எதார்த்தம் எங்களுக்கு உறைக்கத் தொடங்கியது.

நாங்கள் இன்னும் இரண்டு வாரங்கள் எங்கள் காரிலேயே வாழ்ந்தோம். எங்களுடைய இக்கட்டான பொருளாதார நிலைமையை உணர்ந்து கொண்ட எங்களுடைய நண்பர் ஒருவர், தன்னுடைய வீட்டின் கீழ்த்தட்டில் எங்களுக்கு ஓர் அறையை ஒதுக்கிக் கொடுத்தார். நாங்கள் ஒன்பது மாதங்கள் அங்கே வாழ்ந்தோம்.

நாங்கள் எங்களுடைய நிலைமையைப் பற்றி யாரிடமும் மூச்சு விடவில்லை. மேலோட்டமாக நானும் கிம்மும் இயல்பானவர்கள்போலத் தோன்றினோம். எங்களுடைய நிலைமை எங்களுடைய உறவினர்களுக்கும் நண்பர்களுக்கும் தெரிய வந்தபோது, எப்போதும் அவர்கள் கேட்ட முதல் கேள்வி, "நீங்கள் ஏன் ஒரு வேலை தேடிக் கொள்ளக்கூடாது?" என்பதாகத்தான் இருந்தது.

முதலில், நாங்கள் விளக்கமளிக்க முற்பட்டோம். ஆனால், எங்களுடைய காரணங்களை எங்களால் அவர்களுக்கு ஒருபோதும் தெளிவாக எடுத்துரைக்க முடியவில்லை. ஒரு வேலையைப் பெரிதும் மதிக்கின்ற ஒருவரிடம், ஒரு வேலை தேடிக் கொள்வதில் உங்களுக்கு ஏன் விருப்பமில்லை என்பதை விளக்குவது கடினமானது.

நாங்கள் அவ்வப்போது ஏதோ எடுபிடி வேலைகள் செய்து, அங்கொன்றும் இங்கொன்றுமாக ஒரு சில டாலர்கள் சம்பாதித்தோம். ஆனால் அது எங்கள் வயிற்றை நிரப்பவும் எங்கள் காருக்குப் பெட்ரோல் போடவும் மட்டுமே போதுமானதாக இருந்தது. அந்த ஒரு சில கூடுதல் டாலர்கள், எங்களுடைய தனிப் பெரும் இலக்கை நோக்கி எங்களை உந்தித் தள்ளுவதற்கான எரிபொருளாக மட்டுமே இருந்தன. சுயசந்தேகம் ஆட்கொள்ளும் நேரத்தில், ஒரு நிலையான சம்பளத்துடன்கூடிய ஒரு பாதுகாப்பான வேலை குறித்த எண்ணம் ஈர்ப்புமிக்கதாகத்தான் இருந்தது.

ஆனால் நாங்கள் தேடிக் கொண்டிருந்தது வேலைப் பாதுகாப்பை அல்ல என்பதால், நாங்கள் தொடர்ந்து எங்களை உந்தித் தள்ளினோம். ஒவ்வொரு நாளும் பொருளாதாரப் படுகுழியின் விளிம்பில் நாங்கள் ஊசலாடிக் கொண்டிருந்தோம்.

அந்த ஆண்டு, 1985, எங்கள் வாழ்வில் மிக மோசமானதாகவும் மிக நீளமானதாகவும் இருந்தது. பணம் முக்கியமல்ல என்று சொல்கின்ற எவரொருவரும் நீண்டகாலம் பணமின்றி இருந்ததில்லை என்பது வெளிப்படை. கிம்முக்கும் எனக்கும் இடையே அடிக்கடிச் சச்சரவுகளும் வாக்குவாதங்களும் நிகழ்ந்தன. பயம், நிச்சயமின்மை, பசி ஆகியவை மனித உணர்ச்சியைத் தடம் புரள வைத்துவிடுகின்றன. அதன் விளைவாக, நாம் யாரை மிகவும் நேசிக்கிறோமோ, அவர்களோடு அடிக்கடிச் சண்டையிடுகிறோம். ஆனாலும், அன்பு எங்கள் இருவரையும் தாங்கிப் பிடித்திருந்தது. பாதகமான சூழ்நிலையின் காரணமாக, ஒரு தம்பதி என்ற முறையில் எங்களுடைய பிணைப்பு மேலும் வலிமையடைந்தது. நாங்கள் எங்கே போய்க் கொண்டிருந்தோம் என்பதை நாங்கள் அறிந்திருந்தோம். ஆனால் நாங்கள் அங்கே போய்ச் சேர்வோமா என்பது மட்டும்தான் எங்களுக்கு உறுதியாகத் தெரியவில்லை.

உயர்ந்த சம்பளத்துடன்கூடிய பாதுகாப்பான வேலைகளை எப்போது வேண்டுமானாலும் எங்களால் தேடிக் கொள்ள முடியும் என்பதை நாங்கள் அறிந்திருந்தோம். நாங்கள் இருவரும் கல்லூரிப் பட்டதாரிகளாகவும், சிறந்த வேலைத் திறமைகள் வாய்ந்தவர்களாகவும், வேலை நெறிமுறைகள் கொண்டவர்களாகவும் இருந்தோம். ஆனால் நாங்கள் வேலைப் பாதுகாப்பை நாடவில்லை. நாங்கள் பொருளாதாரச் சுதந்திரத்தையே நாடினோம்.

1989 ஆம் ஆண்டுவாக்கில், நாங்கள் கோடீஸ்வரர்களாக ஆகியிருந்தோம். சிலருடைய பார்வையில் நாங்கள் பொருளாதாரரீதியாக வெற்றிகரமானவர்களாகத் தோன்றியபோதிலும், எங்களுடைய இலக்கான உண்மையான பொருளாதாரச் சுதந்திரத்தை நாங்கள் இன்னும் அடைந்திருக்கவில்லை. அந்த இலக்கை 1994 ஆம் ஆண்டில்தான் நாங்கள் அடைந்தோம். அன்றிலிருந்து, நாங்கள் எங்கள் வாழ்வில் இனியும் வேலை செய்ய வேண்டிய தேவை இல்லாமல் போயிற்று. எதிர்பாராத பொருளாதார நெருக்கடிகளைத் தவிர்த்து, நாங்கள் இருவரும் பொருளாதாரரீதியாகச் சுதந்திரமானவர்களாக இருந்தோம். கிம்முக்கு அப்போது 37 வயது, எனக்கு 47 வயது.

பணம் ஈட்டுவதற்குப் பணம் தேவையில்லை

1985 இல் நாங்கள் வீடற்றவர்களாகவும் நொடிந்து போயும் இருந்தது பற்றிய ஒரு விவாதத்துடன் நான் இந்த அத்தியாயத்தைத் தொடங்கியதற்குக் காரணம், "பணம் ஈட்டுவதற்குப் பணம் தேவை," என்று மக்கள் கூறுவதை நான் அடிக்கடிக் கேட்பதுதான்.

நான் அக்கருத்தோடு முரண்படுகிறேன். 1985 இல் வீடற்றவர்களாக இருந்த நாங்கள் 1989 இல் பணக்காரர்களாக ஆவதற்கும், பிறகு 1994 ஆம் ஆண்டுக்குள் பொருளாதாரச் சுதந்திரத்தை அடைவதற்கும் எங்களுக்குப் பணம் தேவைப்படவில்லை. நாங்கள் எங்கள் பயணத்தைத் தொடங்கியபோது எங்களிடம் சல்லிக்காசுகூட இருக்கவில்லை. இன்னும் சொல்லப் போனால், நாங்கள் கடனில் இருந்தோம்.

பணம் ஈட்டுவதற்கு ஒரு நல்ல முறைசார் கல்வியும் தேவையில்லை. நான் ஒரு கல்லூரிப் பட்டதாரி என்ற முறையில், ஒரு விஷயத்தை என்னால் உறுதியாகக் கூற முடியும். பொருளாதாரச் சுதந்திரத்தை அடைவதற்கும் கல்லூரியில் நான் கற்றவற்றுக்கும் எந்தத் தொடர்பும் இருக்கவில்லை. நான் பல ஆண்டுகளாகப் படித்தக் கால்குலஸ், திரிகோணமிதி, வேதியியல், இயற்பியல், பிரெஞ்சு, ஆங்கில இலக்கியம் போன்றவற்றுக்கு வேலை வாய்ப்புச் சந்தையில் எந்த வரவேற்பும் இருக்கவில்லை.

பல வெற்றிகரமான மக்கள், ஒரு பட்டதாரியாக ஆகாமலேயே கல்லூரியிலிருந்து விலகியுள்ளனர். எடுத்துக்காட்டிற்கு, ஜெனரல் எலெக்ட்ரிக் நிறுவனத்தின் நிறுவனர் தாமஸ் எடிசன், ஃபோர்டு மோட்டார் நிறுவனத்தின் நிறுவனர் ஹென்றி ஃபோர்டு, மைக்ரோசாஃப்டின் நிறுவனர் பில் கேட்ஸ், சிஎன்என் தொலைக்காட்சி நிறுவனத்தின் நிறுவனர் டெட் டர்னர், ஆப்பிள் நிறுவனத்தின் நிறுவனர் ஸ்டீவ் ஜாப்ஸ், போலோ நிறுவனத்தின் நிறுவனர் ரால்ஃப் லாரென் போன்றோரைக் கூறலாம். பாரம்பரியமான வேலைகளுக்கு ஒரு கல்லூரிப் படிப்பு முக்கியமாகும், ஆனால் மேற்குறிப்பிடப்பட்ட மக்கள் செல்வத்தைக் குவித்த விதத்திற்கு ஒரு கல்லூரிப் படிப்பு தேவையில்லை. அவர்கள் தங்களுடைய சொந்தத் தொழில்களைத் தொடங்கி அவற்றை வெற்றிகரமாகக் கட்டியெழுப்பினர். அதேபோல ஒரு சொந்தத் தொழிலைத் தொடங்கத்தான் கிம்மும் நானும் கடுமையாக முயற்சித்துக் கொண்டிருந்தோம்.

அதற்கு என்ன செய்ய வேண்டும்?

"பணம் ஈட்டுவதற்குப் பணம் தேவையில்லை என்றால், பொருளாதாரச் சுதந்திரம் அடைவது எப்படி என்பதைக் கல்லூரிகள் நமக்குக் கற்றுக் கொடுப்பதில்லை என்றால், பிறகு நாங்கள் என்னதான் செய்ய வேண்டும்?" என்று மக்கள் என்னிடம் அடிக்கடிக் கேட்கின்றனர்.

அவர்களுக்கு என்னுடைய பதில் இதுதான்: "ஒரு கனவும், ஏராளமான மன உறுதியும், வேகமாகக் கற்றுக் கொள்வதற்கான ஆர்வமும் இன்றியமையாதவை. மிக முக்கியமாக, கடவுள் உங்களுக்குக் கொடுத்துள்ள திறமைகளை முறையாகப் பயன்படுத்திக் கொள்வதற்கும், உங்களுடைய

வருவாயை உற்பத்தி செய்வதற்குக் கேஷ்ஃப்ளோ கால்சதுரத்தில் எந்தச் சதுரம் உங்களுக்குச் சரியானது என்பதை அறிந்து கொள்வதற்குமான திறனும் தேவை.”

எது கேஷ்ஃப்ளோ கால்சதுரம்?

கீழே கொடுக்கப்பட்டுள்ள வரைபடம்தான் கேஷ்ஃப்ளோ கால்சதுரம். ஒவ்வொரு கால்சதுரத்திலும் உள்ள எழுத்துகள் ஒவ்வொரு வகையான மக்களைக் குறிக்கின்றன.

E ஊழியர்

S சுய தொழில் புரிபவர் அல்லது சிறு தொழில் உரிமையாளர்

B பெரும் தொழிலதிபர்

I முதலீட்டாளர்

நீங்கள் எந்தக் கால்சதுரத்திலிருந்து உங்களுடைய வருவாயை உற்பத்தி செய்து கொண்டிருக்கிறீர்கள்?

வருவாய் அல்லது பணம் ஈட்டப்படுகின்ற பல்வேறு வழிமுறைகளைக் கேஷ்ஃப்ளோ கால்சதுரம் குறிக்கிறது. எடுத்துக்காட்டாக, ஓர் ஊழியர், ஒரு நிறுவனத்திற்கோ அல்லது ஒரு தனிநபருக்கோ வேலை செய்வதன் மூலம் பணம் சம்பாதிக்கிறார். சுய தொழில் புரிவோர் தங்களுக்காக வேலை செய்வதன் மூலம் பணம் சம்பாதிக்கின்றனர். ஒரு தொழிலதிபர், பணத்தை ஈட்டிக் கொடுக்கின்ற ஒரு தொழிலுக்குச் சொந்தக்காரராக இருக்கிறார். முதலீட்டாளர்கள், தங்களுடைய பல்வேறு முதலீடுகளிலிருந்து பணம் ஈட்டுகின்றனர். இந்த முதலீட்டாளர்களின் விஷயத்தில், பணம் மேன்மேலும் அதிகப் பணத்தை ஈட்டிக் கொடுக்கிறது.

வருவாய் உற்பத்திக்கான வெவ்வேறு வழிமுறைகளுக்கு வெவ்வேறு மனநிலைகளும், வெவ்வேறு தொழில்நுட்பத் திறமைகளும், வெவ்வேறு

கல்விப் பாதைகளும் தேவைப்படுகின்றன. வெவ்வேறு மக்கள் வெவ்வேறு கால்சதுரங்களை நோக்கிக் கவர்ந்திழுக்கப்படுகின்றனர்.

பணம் ஒன்றுதான் என்றாலும், அது சம்பாதிக்கப்படுகின்ற விதம் வெகுவாக வேறுபடக்கூடும். ஒவ்வொரு கால்சதுரத்தின் பெயரையும் நீங்கள் பார்க்கத் தொடங்கும்போது, “என்னுடைய வருவாயின் பெரும்பகுதியை நான் எந்தக் கால்சதுரத்திலிருந்து ஈட்டுகிறேன்?” என்று உங்களை நீங்கள் கேட்டுக் கொள்வது நல்லது.

ஒவ்வொரு கால்சதுரமும் வித்தியாசமானது. வெவ்வேறு கால்சதுரங்களிலிருந்து வருவாய் ஈட்டுவதற்கு வெவ்வேறு திறமைகளும் வேறுபட்ட ஆளுமைகளும் தேவை - ஒவ்வொரு கால்சதுரத்திலும் இடம் பெறுகின்றவர் அதே நபராக இருந்தாலும்கூட! ஒரு கால்சதுரத்திலிருந்து மற்றொன்றுக்கு மாறுவது, காலையில் கோல்ஃப் விளையாடிவிட்டு, மாலையில் பாலே நடன நிகழ்ச்சியில் கலந்து கொள்வதைப் போன்றதாகும்.

நான்கு கால்சதுரங்களிலிருந்தும் உங்களால் வருவாய் ஈட்ட முடியும்

நான்கு கால்சதுரங்களிலிருந்தும் வருவாய் ஈட்டுவதற்கான ஆற்றல் நம்மில் பெரும்பாலானோருக்கு இருக்கிறது. உங்களுடைய முதன்மை வருவாயை ஈட்டுவதற்கு நீங்கள் எந்தக் கால்சதுரத்தைத் தேர்ந்தெடுக்கிறீர்கள் என்பது கல்லூரியில் நீங்கள் என்ன கற்றீர்கள் என்பதைச் சார்ந்ததல்ல. மாறாக, உங்கள் மனத்தின் அடியாழத்தில் உண்மையிலேயே நீங்கள் யார் என்பதைத்தான் அது அதிகமாகச் சார்ந்துள்ளது. உங்களுடைய விழுமியங்கள், வலிமைகள், பலவீனங்கள், மற்றும் ஆர்வங்களைச் சார்ந்துள்ளது அது. இந்த மைய வேறுபாடுகள்தாம் நம்மை ஒரு கால்சதுரத்தை நோக்கி ஈர்க்கின்றன அல்லது அதிலிருந்து விலக்கிக் கூட்டிச் செல்கின்றன.

நீங்கள் எந்த வகையான வேலை செய்து கொண்டிருந்தாலும் சரி, அனைத்துக் கால்சதுரங்களிலும் உங்களால் வேலை செய்ய முடியும். எடுத்துக்காட்டாக, ஒரு மருத்துவர் ஓர் ஊழியராக (E) வருவாய் ஈட்டுவதைத் தேர்ந்தெடுக்கலாம். அதனால் அவர் ஒரு பெரிய மருத்துவமனையிலோ, ஒரு காப்பீட்டு நிறுவனத்திலோ, அரசாங்கத்தின் சுகாதாரத் துறையிலோ, அல்லது இராணுவத்திலோ சேர்ந்து மருத்துவச் சேவை வழங்கி, அதன் மூலம் வருவாய் ஈட்டக்கூடும்.

இதே மருத்துவர், சுய தொழில் புரிகின்ற ஒருவராக (S) வருவாய் ஈட்டவும் தீர்மானிக்கக்கூடும். எனவே, அவர் சொந்தமாக ஒரு சிறிய தனியார் கிளினிக்கைத் தொடங்கி, ஊழியர்களை நியமித்து, வாடிக்கையாகத் தன்னுடைய கிளினிக்கிற்கு வருவோரின் தனிப்பட்டப் பட்டியல் ஒன்றை உருவாக்கிக் கொள்ளலாம்.

அல்லது, அந்த மருத்துவர், ஒரு பெரிய மருத்துவமனையையோ அல்லது பரிசோதனை நிலையத்தையோ தொடங்கி, பிற மருத்துவர்களைப் பணியில் அமர்த்தி ஒரு தொழிலதிபராக (B) ஆகத் தீர்மானிக்கக்கூடும். இவர் தன்னுடைய மருத்துவமனையை நிர்வகிப்பதற்கு ஒரு மேலாளரை

நியமிக்கக்கூடும். இதனால், இத்தொழில் அந்த மருத்துவருக்குச் சொந்தமானதாக இருந்தாலும், அவர் அதில் வேலை செய்ய வேண்டியிருக்காது. அதேபோல, வேறு எங்கேனும் ஒரு மருத்துவராக வேலை செய்து கொண்டே, மருத்துவத் துறைக்கு எந்தத் தொடர்பும் இல்லாத வேறொரு தொழிலைத் தொடங்கி அதன் உரிமையாளராகச் செயல்படவும் அவர் தீர்மானிக்கக்கூடும். அப்போது, அவர் ஓர் ஊழியராகவும் (E) ஒரு தொழிலதிபராகவும் (B) வருவாய் ஈட்டிக் கொண்டிருப்பார்.

அதே மருத்துவர், வேறொருவருடைய தொழிலிலோ அல்லது பங்குச் சந்தை, பத்திரச் சந்தை, வீடுமனைகள் போன்றவற்றில் முதலீடு செய்து, ஒரு முதலீட்டாளராக (I) வருவாய் ஈட்ட முடியும்.

'வருவாய் ஈட்டுதல்' என்பதுதான் இங்கு முக்கியம். நீங்கள் என்ன செய்கிறீர்கள் என்பது முக்கியமல்ல, மாறாக, நீங்கள் எவ்வாறு வருவாய் ஈட்டுகிறீர்கள் என்பதுதான் முக்கியம்.

வருவாய் ஈட்டுவதற்கான பல்வேறு வழிமுறைகள்

வேறு எதுவொன்றையும்விட, நம்முடைய மைய விழுமியங்கள், வலிமைகள், பலவீனங்கள், ஆர்வங்கள் ஆகியவற்றின் உள்ளார்ந்த வேறுபாடுகள்தாம், எந்தக் கால்சதுரத்திலிருந்து வருவாய் ஈட்ட நாம் தீர்மானிக்கிறோம் என்பதன்மீது அதிகத் தாக்கம் ஏற்படுத்துகின்றன. சிலர் ஊழியர்களாக இருப்பதை விரும்புகின்றனர், மற்றவர்கள் அதை வெறுக்கின்றனர். சிலர் தங்களுக்குச் சொந்தமாக நிறுவனங்களை வைத்திருக்க விரும்புகின்றனர், ஆனால் அவற்றை நிர்வகிக்க விரும்புவதில்லை. மற்றவர்கள், சொந்தமாக நிறுவனங்களைத் தோற்றுவித்து அவற்றை நடத்தவும் விரும்புகின்றனர். சிலர் முதலீடு செய்வதில் விருப்பம் கொண்டுள்ளனர். மற்றவர்கள், முதலீடுகளில் உள்ள ஆபத்துகளை மட்டும் நினைத்து அதிலேயே உழன்று கொண்டிருக்கின்றனர். இந்த அனைத்து குணாம்சங்களிலும் ஒரு சிறிதளவு நம்மில் பெரும்பாலானோரிடம் இருக்கிறது. நான்கு கால்சதுரங்களிலும் வெற்றிகரமாகத் திகழ்வது என்பது, சில உள்ளார்ந்த மைய விழுமியங்களை வழிமாற்றி விடுவது என்று அர்த்தமாகும்.

நான்கு கால்சதுரங்களிலும் உங்களால் பணக்காரராகவும் இருக்க முடியும் அல்லது ஏழையாகவும் இருக்க முடியும்

நான்கு கால்சதுரங்களிலும் உங்களால் பணக்காரராகவும் இருக்க முடியும் அல்லது ஏழையாகவும் இருக்க முடியும் என்பதை நீங்கள் கவனிக்க வேண்டியது முக்கியமாகும். ஒவ்வொரு கால்சதுரத்திலும் இலட்சக்கணக்கில் சம்பாதிக்கின்றவர்களும் இருக்கின்றனர், திவாலாகின்றவர்களும் இருக்கின்றனர். ஒரு குறிப்பிட்டக் கால்சதுரத்தில் இருப்பதால் மட்டுமே பொருளாதார வெற்றி கிடைத்துவிடும் என்பதற்கு எந்த உத்தரவாதமும் இல்லை.

அனைத்துக் கால்சதுரங்களும் சமமானவை அல்ல

ஒவ்வொரு கால்சதுரத்தின் வெவ்வேறு அம்சங்களை அறிந்து கொள்வதன் மூலம், எந்தக் கால்சதுரம் அல்லது கால்சதுரங்கள் உங்களுக்குச் சிறந்தவையாக இருக்கும் என்பது பற்றிய ஒரு தெளிவு உங்களுக்குக் கிடைக்கும்.

எடுத்துக்காட்டாக, வரி அனுகூலங்களுக்காக நான் முக்கியமாக B மற்றும் I கால்சதுரங்களில் வேலை செய்வதைத் தேர்ந்தெடுக்கிறேன். கேஷ்ஃபுளோ கால்சதுரத்தின் இடது பக்கம் வேலை செய்பவர்களில் பெரும்பாலானோருக்கு, சட்டபூர்வமான வரிச் சலுகைகள் வெகு சிலவே உள்ளன. ஆனால் கால்சதுரத்தின் வலது பக்கத்தில், சட்டபூர்வமான வரிச் சலுகைகள் அபரிமிதமாக உள்ளன. B மற்றும் I கால்சதுரங்களில் வருவாய் உற்பத்தி செய்வதற்காக வேலை பார்ப்பதன் மூலம், என்னால் வேகமாகப் பணம் சம்பாதிக்க முடிகிறது என்பதோடு, வரி என்ற பெயரில் அரசாங்கத்திடம் கட்டுக் கட்டாகப் பணத்தை இழக்காமல், அந்தப் பணம் எனக்காக நெடுங்காலம் தொடர்ந்து வேலை செய்யும்படி பார்த்துக் கொள்ளவும் என்னால் முடிகிறது.

பணம் சம்பாதிப்பதற்கான வெவ்வேறு வழிகள்

கிம்மும் நானும் ஏன் வீடற்றவர்களாக இருந்தோம் என்று மக்கள் என்னிடம் கேட்கும்போது, பணத்தைப் பற்றி என்னுடைய பணக்காரத் தந்தை எனக்குக் கற்றுக் கொடுத்த விஷயங்கள்தாம் அதற்குக் காரணம் என்று நான் அவர்களிடம் கூறுகிறேன். என்னைப் பொறுத்தவரை, பணம் முக்கியமானது, ஆனால் அதை ஈட்டுவதற்காக நான் என் வாழ்நாள் முழுவதும் வேலை செய்ய விரும்பவில்லை. அதனால்தான் நான் ஒரு வேலையைத் தேடிக் கொள்ள விரும்பவில்லை. பணத்திற்காக மாங்குமாங்கென்று உழைப்பதில் எங்கள் வாழ்நாள் முழுவதையும் செலவிடுவதற்குப் பதிலாக, பணம் எங்களுக்காக வேலை செய்ய வேண்டும் என்று கிம்மும் நானும் விரும்பினோம்.

அதனால்தான் கேஷ்ஃபுளோ கால்சதுரம் முக்கியமானதாக இருக்கிறது. பணம் ஈட்டப்படுகின்ற பல்வேறு வழிகளை அது சித்தரிக்கிறது. பணத்திற்காக உடல்ரீதியாகக் கடுமையாக உழைப்பதற்குப் பதிலாக, பொறுப்பான முறையில் பணத்தை உருவாக்குவதற்குப் பல வழிகள் இருக்கின்றன.

வெவ்வேறு தந்தையரும் பணத்தைப் பற்றிய வெவ்வேறு யோசனைகளும்

மிகவும் கற்றறிந்த என்னுடைய தந்தையிடம் ஒரு வலிமையான நம்பிக்கை வேரூன்றியிருந்தது. பணத்தின்மீதான ஆசை தீயது, மிகுதியான இலாபத்திற்குக் குறி வைத்தால் அது பேராசை என்று அவர் நம்பினார். அவர் எவ்வளவு பணம் சம்பாதித்தார் என்பது பற்றிச் செய்தித்தாள்களில்

வெளியிடப்பட்டபோது அவர் தர்மசங்கடம் கொண்டார். தனக்காக வேலை செய்த ஆசிரியர்களோடு ஒப்பிடுகையில், தனக்கு மிக அதிகச் சம்பளம் கொடுக்கப்பட்டதாக அவர் உணர்ந்தார். அவர் ஒரு நல்ல, நேர்மையான மனிதராகவும் கடின உழைப்பாளியாகவும் இருந்தார். ஆனால், தன் வாழ்க்கைக்குப் பணம் முக்கியமல்ல என்ற தன்னுடைய கண்ணோட்டத்தை நியாயப்படுத்துவதற்கு அவர் தன்னால் முடிந்த அளவு முயற்சித்தார்.

உயர்ந்த கல்வித் தகுதி படைத்த என்னுடைய ஏழைத் தந்தை, பின்வருவனவற்றைத் தொடர்ந்து கூறினார்:

- "பணத்தின்மீது எனக்கு அவ்வளவாக ஆர்வமில்லை."
- "என்னால் ஒருபோதும் ஒரு பணக்காரனாக ஆக முடியாது."
- "எனக்கு அது கட்டுப்படியாகாது."
- "முதலீடு ஆபத்தானது."
- "பணம் மட்டுமே வாழ்க்கையாகாது."

பணம் வாழ்க்கைக்கு ஆதரவாக இருக்கிறது

என்னுடைய பணக்காரத் தந்தை ஒரு வித்தியாசமான கண்ணோட்டத்தைக் கொண்டிருந்தார். பணத்திற்காக வேலை செய்வதில் உங்கள் வாழ்க்கை முழுவதையும் செலவிடுவதும், பணம் முக்கியமல்ல என்று பாசாங்கு செய்வதும் முட்டாள்தனம் என்று அவர் நினைத்தார். பணத்தைவிட வாழ்க்கை அதிக முக்கியமானது, ஆனால் வாழ்க்கைக்கு ஆதரவளிப்பதற்குப் பணம் முக்கியமானது என்று என் பணக்காரத் தந்தை நம்பினார். அவர் அடிக்கடி இப்படிக் கூறினார்: "ஒரு நாளில் ஒரு குறிப்பிட்ட நேரம்தான் உனக்கு இருக்கிறது. எனவே, உன்னால் ஒரு குறிப்பிட்ட அளவு மட்டுமே கடுமையாக வேலை செய்ய முடியும். அப்படி இருக்கும்போது, நீ ஏன் பணத்திற்காகக் கடினமாக உழைக்க வேண்டும்? பணமும் மக்களும் உனக்காகக் கடினமாக உழைக்கும்படி செய்வதற்குக் கற்றுக் கொள். அப்போது, முக்கியமான விஷயங்களைச் செய்வதற்கு உனக்கு ஏராளமான ஓய்வு நேரம் கிடைக்கும்." என்னுடைய பணக்காரத் தந்தையைப் பொறுத்தவரை, பின்வரும் விஷயங்கள் முக்கியமானவையாக இருந்தன:

- தன்னுடைய குழந்தைகளை வளர்ப்பதற்கு ஏராளமான நேரம் வாய்க்கப் பெற்றிருத்தல்
- தான் ஆதரித்த நற்காரியங்கள் மற்றும் பணித்திட்டங்களுக்குத் தானம் கொடுப்பதற்குப் பணம் வாய்க்கப் பெற்றிருத்தல்
- சமூகத்திற்கு வேலை வாய்ப்புகளையும் பொருளாதார நிலைப்பையும் கொண்டுவருதல்
- தன்னுடைய உடல்நலத்தைப் பராமரிப்பதற்கு நேரமும் பணமும் பெற்றிருத்தல்
- தன்னுடைய குடும்பத்தினருடன் உலகம் நெடுகிலும் பயணம் செய்யும் திறன் பெற்றிருத்தல்

"இவற்றுக்கெல்லாம் பணம் தேவை. அதனால்தான், பணம் எனக்கு முக்கியமானதாக இருக்கிறது. பணம் முக்கியம், ஆனால் அதைக் கைவசப்படுத்துவதற்காக வேலை செய்வதில் நான் என் வாழ்க்கை முழுவதையும் செலவிட விரும்பவில்லை," என்று என் பணக்காரத் தந்தை கூறினார்.

கால்சதுரங்களைத் தேர்ந்தெடுத்தல்

கிம்மும் நானும் வீடற்றவர்களாக இருந்தபோது, நாங்கள் இருவரும் B மற்றும் I கால்சதுரங்கள்மீது கவனம் செலுத்தியதற்கான ஒரு காரணம், எனக்கு அந்தக் கால்சதுரங்களில் அதிகப் பயிற்சியும் கல்வியறிவும் இருந்ததுதான். என்னுடைய பணக்காரத் தந்தையின் வழிகாட்டுதலின் காரணமாகத்தான், ஒவ்வொரு கால்சதுரத்தின் வெவ்வேறு பொருளாதார அனுகூலங்களையும் தொழில்முறை அனுகூலங்களையும் நான் அறிந்திருந்தேன். என்னைப் பொறுத்தவரை, வலது பக்கம் உள்ள B மற்றும் I கால்சதுரங்கள்தாம் நீண்டகாலப் பொருளாதார வெற்றிக்கும் பொருளாதாரச் சுதந்திரத்திற்குமான சிறந்த வாய்ப்பை வழங்கின. மேலும், 37 வயதில், நான்கு கால்சதுரங்களிலும் ஏகப்பட்ட வெற்றிகளையும் தோல்விகளையும் நான் அனுபவித்திருந்தேன். இதனால், என்னுடைய சொந்தத் தனிப்பட்ட மனப்போக்கு, விருப்பு வெறுப்புகள், வலிமைகள் மற்றும் பலவீனங்களைப் பற்றி ஓரளவு நான் புரிந்து வைத்திருந்தேன். எந்தக் கால்சதுரங்களில் நான் சிறப்பாகச் செயல்பட்டேன் என்பதை நான் அறிந்திருந்தேன்.

பெற்றோர்கள்தாம் ஆசிரியர்கள்

நான் ஒரு சிறுவனாக இருந்தபோது, என்னுடைய பணக்காரத் தந்தை கேஷ்ஃபுளோ கால்சதுரத்தைப் பற்றி அடிக்கடிக் குறிப்பிட்டார். இடது பக்கத்தில் ஒரு வெற்றியாளராகத் திகழ்ந்த ஒருவருக்கும் வலது பக்கத்தில் ஒரு வெற்றியாளராகத் திகழ்ந்த ஒருவருக்கும் இடையேயான வேறுபாட்டை அவர் எனக்கு விளக்கினார். ஆனால், இளவயது காரணமாக, அவர் கூறியவற்றின்மீது நான் அவ்வளவாகக் கவனம் செலுத்தவில்லை. ஓர் ஊழியரின் மனப்போக்கிற்கும் ஒரு தொழில் உரிமையாளரின் மனப்போக்கிற்கும் இடையேயான வேறுபாட்டை நான் புரிந்து கொள்ளவில்லை. கல்லூரி வாழ்க்கையைத் தாக்குப்பிடிக்க மட்டுமே நான் முயற்சி செய்து கொண்டிருந்தேன்.

ஆனாலும் நான் அவருடைய வார்த்தைகளைச் செவிமடுத்தேன். விரைவில், அவற்றின் அர்த்தம் எனக்குப் புரியத் தொடங்கியது. துடிப்பான, வெற்றிகரமான இரண்டு தந்தையரைப் பெற்றிருந்தது, அவர்கள் ஒவ்வொருவரும் கூறிக் கொண்டிருந்த விஷயங்களுக்கான அர்த்தத்தைப் புரிந்து கொள்ள எனக்கு உதவியது. ஆனால் அவர்கள் செய்து கொண்டிருந்த விஷயங்கள்தாம், E மற்றும் S பக்கத்திற்கும் B மற்றும் I பக்கத்திற்கும் இடையேயான வேறுபாடுகளைக் கவனிக்க என்னைத் தூண்டின. முதலில், அந்த வேறுபாடுகள் அவ்வளவு வெளிப்படையாகத் தெரியவில்லை. பிறகு

அவை பளிச்சென்று தெரிந்தன.

எடுத்துக்காட்டாக, நான் ஒரு சிறுவனாக இருந்தபோது கற்றுக் கொண்ட வேதனைகரமான ஒரு பாடம், என்னுடன் செலவிடுவதற்கு இரண்டு தந்தையரிடமும் இருந்த நேரத்தில் இருந்த வேறுபாடுதான். அவர்கள் இருவருடைய வெற்றியும் முக்கியத்துவமும் வளர்ந்தபோது, ஒரு தந்தைக்கு, தன்னுடைய மனைவியுடனும் தன்னுடைய நான்கு குழந்தைகளுடனும் செலவிடுவதற்கு மேன்மேலும் குறைவான நேரமே இருந்தது. என்னுடைய சொந்தத் தந்தை எப்போதும் எங்கேனும் பயணம் செய்து கொண்டே இருந்தார், அல்லது சந்திப்புக்கூட்டங்களில் கலந்து கொண்டிருந்தார். அவர் எவ்வளவு அதிக வெற்றிகரமானவராக ஆனாரோ, நாங்கள் ஒரு குடும்பமாக ஒன்றாக உட்கார்ந்து சாப்பிட்டத் தருணங்கள் கணிசமாகக் குறைந்தன. வார இறுதி நாட்களில், அவர் தன்னுடைய வீட்டில் இருந்த குட்டி அலுவலகத்தில், தன்னுடைய வேலை தொடர்பான காகிதக் குவியல்களுக்குள் தன்னைப் புதைத்துக் கொண்டார்.

மறுபுறம், என்னுடைய பணக்காரத் தந்தையின் வெற்றி வளர வளர, மேன்மேலும் அதிகமான ஓய்வு நேரம் அவருக்குக் கிடைத்தது. பணம், நிதி, தொழில், வாழ்க்கை ஆகியவற்றைப் பற்றிய ஏராளமான விஷயங்களை நான் கற்றுக் கொண்டதற்கான காரணங்களில் ஒன்று, தன்னுடைய குழந்தைகளுடனும் என்னுடனும் செலவிடுவதற்கு என்னுடைய பணக்காரத் தந்தையிடம் ஏராளமான ஓய்வு நேரம் இருந்தது என்பதுதான்.

இன்னோர் எடுத்துக்காட்டு என்னவென்றால், என்னுடைய இரண்டு தந்தையரும் மேன்மேலும் வெற்றி பெற்றுக் கொண்டே போனபோது, அவர்களுடைய பணமும் வேகமாக வளர்ந்தது; ஆனால் ஒரு கல்விமானான என்னுடைய சொந்தத் தந்தை, அதிகமாக வரி செலுத்த வேண்டியவர்களின் பட்டியலில் மாட்டிக் கொண்டார். வரிச் சலுகைகள் பெறுவதற்காக அவர் ஒரு பெரிய வீட்டை வாங்க வேண்டும் என்று அவருடைய வங்கியாளரும் கணக்காளரும் அவரிடம் வலியுறுத்தினர். அவர்களுடைய அறிவுரையின் பேரில் என்னுடைய தந்தை ஒரு பெரிய வீட்டை வாங்கினார். இதனால், விரைவில் அவர் மேலும் அதிகக் கடினமாக உழைக்க வேண்டிய நிலைக்குத் தள்ளப்பட்டார். ஏனெனில், அந்தப் பெரிய வீட்டிற்கான தவணைத் தொகையைச் செலுத்துவதற்கு அவருக்கு அதிகப் பணம் தேவைப்பட்டது. துரதிர்ஷ்டவசமாக, இது அவரை அவருடைய குடும்பத்தினரிடமிருந்து மேலும் விலக்கிக் கூட்டிச் சென்றது.

என்னுடைய பணக்காரத் தந்தை வேறுபட்டவராக இருந்தார். அவர் மேன்மேலும் அதிகப் பணம் சம்பாதித்தார், ஆனால் மேன்மேலும் குறைவான வரிகளைச் செலுத்தினார். அவருக்கும் வங்கியாளர்களும் கணக்காளர்களும் இருந்தனர், ஆனால் என்னுடைய கற்றறிந்த தந்தை பெற்றுக் கொண்டிருந்த அதே அறிவுரைகள் இவருக்குக் கொடுக்கப்பட்டுக் கொண்டிருக்கவில்லை.

முக்கியக் காரணம்

என்னுடைய ஏழைத் தந்தை தன்னுடைய தொழில்வாழ்க்கையின் உச்சத்தில் இருந்தபோது நிகழ்ந்த ஒரு விஷயம்தான், கேஷ்ஃபுளோ

கால்சதுரத்தின் இடப்பக்கம் நான் தங்கிவிடாதபடி என்னை உந்தித் தள்ளிய ஆற்றலாக உருவெடுத்தது.

1970களின் தொடக்கத்தில், நான் ஏற்கெனவே பட்டப்படிப்பை முடித்துவிட்டுக் கல்லூரியிலிருந்து வெளியேறியிருந்தேன். ஃபுளோரிடாவிலுள்ள பென்சகோலா நகரில், வியட்நாமுக்குப் போவதற்கு முன்பாக நான் அமெரிக்க மரீன் படைப்பிரிவில் விமானியாக ஆவதற்கான பயிற்சியில் ஈடுபட்டிருந்தேன். என்னுடைய கற்றறிந்த தந்தை இப்போது ஹவாய் மாநிலத்தின் கல்வித் துறைக் கண்காணிப்பாளராக ஆகியிருந்தார். ஹவாய் மாநில ஆளுநரின் பணிக்குழுவிலும் அவர் ஓர் உறுப்பினராக இடம் பெற்றிருந்தார். ஒரு நாள் மாலையில், அவர் சில சுவாரசியமான செய்திகளுடன் என்னைத் தொலைபேசியில் அழைத்தார்.

“ராபர்ட், நான் என் வேலையை இராஜினாமா செய்துவிட்டு, குடியரசுக் கட்சியின் சார்பில் ஹவாய் மாநிலத் துணை ஆளுநர் பதவிக்குப் போட்டியிடப் போகிறேன்,” என்று அவர் கூறினார்.

நான் என் திகைப்பை மறைத்துக் கொண்டு, “நீங்கள் உங்களுடைய மேலதிகாரிக்கு எதிராகப் போட்டியிடப் போகிறீர்களா?” என்று கேட்டேன்.

“ஆமாம்,” என்று அவர் பதிலளித்தார்.

“ஏன்? குடியரசுக் கட்சி ஹவாயில் வெற்றி பெறுவதற்கு வாய்ப்பே இல்லை. ஜனநாயகக் கட்சியும் தொழிற்சங்கங்களும் அங்கு மிகவும் வலிமையாக இருக்கின்றன, இல்லையா?”

“அது எனக்குத் தெரியும். நாங்கள் வெற்றி பெறுவதற்கு எந்த வாய்ப்பும் இல்லை என்பதை நான் அறிவேன். நீதிபதி சாமுவேல் கிங் ஆளுநர் பதவிக்குப் போட்டியிடுகிறார். நான் அவருடைய துணை ஆளுநராகப் போட்டியிடப் போகிறேன்.”

“ஏன்?” என்று நான் மீண்டும் கேட்டேன். “நீங்கள் தோற்கப் போகிறீர்கள் என்பது தெரிந்தும் ஏன் நீங்கள் உங்களுடைய மேலதிகாரிக்கு எதிராகப் போட்டியிடுகிறீர்கள்?”

“ஏனெனில், வேறு எதையும் செய்வதற்கு என் மனசாட்சி இடம் கொடுக்காது. இந்த அரசியல்வாதிகள் விளையாடிக் கொண்டிருக்கின்ற விளையாட்டுகளை என்னால் பொறுத்துக் கொள்ள முடியவில்லை.”

“அவர்கள் மோசடிப் பேர்வழிகள் என்று நீங்கள் கூறுகிறீர்களா?”

“நான் அப்படிச் சொல்ல விரும்பவில்லை,” என்று என் சொந்தத் தந்தை கூறினார். அவர் ஒரு நேர்மறையான மனிதர், அறநெறிப்படி நடப்பவர். அவர் யாரைப் பற்றியும் ஒருபோதும் மோசமாகப் பேசியதில்லை. ஆனால், அவர் மிகவும் கோபமாகவும் வருத்தமாகவும் இருந்ததை அவருடைய குரலிலிருந்து என்னால் உணர்ந்து கொள்ள முடிந்தது. “திரைக்குப் பின்னால் நிகழ்ந்து கொண்டிருக்கின்ற விஷயங்களைப் பார்க்கும்போது என் மனசாட்சி என்னைக் குத்திக் கிழிக்கிறது. நான் பாராமுகமாக இருந்து கொண்டு எந்த நடவடிக்கையும் எடுக்காமல் இருந்தால் என்னால் என்னை ஒருபோதும் மன்னிக்க முடியாது. என் மனசாட்சியோடு ஒப்பிடுகையில், என்னுடைய வேலையும் சம்பளக் காசோலையும் அவ்வளவு முக்கியமானவை அல்ல.”

ஒரு நீண்ட மௌனத்திற்குப் பிறகு, என் தந்தை ஒரு தீர்மானத்திற்கு வந்திருந்ததை நான் உணர்ந்து கொண்டேன். “அதிர்ஷ்டம் உங்கள்

பக்கம் இருக்கட்டும். உங்களுடைய துணிச்சலைக் கண்டு நான் பெருமிதம் கொள்கிறேன். உங்கள் மகனாக இருப்பது குறித்து நான் பெருமைப்படுகிறேன்,'' என்று நான் அமைதியாகக் கூறினேன்.

எதிர்பார்க்கப்பட்டதுபோலவே, என்னுடைய தந்தையும் நீதிபதி சாமுவேல் கிங்கும் மிக மோசமான தோல்வியைத் தழுவினர். மீண்டும் தேர்ந்தெடுக்கப்பட்டப் பழைய ஆளுநர், என் தந்தை ஹவாய் மாநில அரசுக்காக இனிமேல் வேலை செய்யக்கூடாது என்று அவருக்கு உத்தரவிட்டார். என் தந்தை அதற்கு உடன்பட வேண்டியதாயிற்று. அவருடைய 54 ஆவது வயதில், அவர் மீண்டும் ஒரு வேலை தேடிச் சென்றார். நான் வியட்நாமுக்குப் போய்க் கொண்டிருந்தேன்.

அவர் தீவிரமாக ஒரு வேலை தேடிக் கொண்டிருந்தார். பெரிய பதவிகள் மற்றும் குறைவான சம்பளத்துடன்கூடிய வேலைகள் பலவற்றை அவர் செய்து பார்த்தார். அவர் ஓர் உயரமான, அறிவார்ந்த, துடிப்பான மனிதர். ஆனால், அவருக்குத் தெரிந்த ஒரே உலகம் அரசு ஊழியர்களை உள்ளடக்கிய உலகம்தான். ஆனால் அவர் இனியும் அங்கே வரவேற்கப்படவில்லை. அவர் பல சிறிய தொழில்களைத் தொடங்கிப் பார்த்தார். சிறிது காலம் ஓர் ஆலோசகராகக்கூட அவர் வேலை செய்தார். ஒரு பிரபல கிளை உரிமத்தையும் அவர் வாங்கினார். ஆனால் அவருடைய முயற்சிகள் அனைத்தும் தோற்றுப் போயின.

அவருக்கு வயது கூடியபோது, அவருடைய உடல் தளர்ந்தது. மீண்டும் முதலிலிருந்து தொடங்குவதற்கான உற்சாகத்தையும் அவர் இழந்தார். அவருடைய வியாபார முயற்சிகள் ஒவ்வொன்றும் தோல்வியைத் தழுவியபோது, அவருடைய மன உறுதி தேய்ந்து கொண்டே போனது. ஒரு வெற்றிகரமான ஊழியரான (E) அவர், ஒரு சிறு தொழில் உரிமையாளராகத் (S) தாக்குப்பிடிக்க முயற்சித்துக் கொண்டிருந்தார். ஆனால் அந்தக் கால்சதுரத்தில் அவருக்கு எந்தப் பயிற்சியும் எந்த அனுபவமும் இருக்கவில்லை. அவருடைய இதயமும் அதில் இருக்கவில்லை. அரசுக் கல்வி உலகத்தை அவர் மிகவும் நேசித்தார், ஆனால் அதற்குள் மீண்டும் நுழைவதற்கான ஒரு வழியை அவரால் கண்டுபிடிக்க முடியவில்லை. மாநில அரசிற்காக அவர் வேலை செய்யக்கூடாது என்று விதிக்கப்பட்டத் தடை உறுதியாக நிலைபெற்றிருந்தது.

சமூகப் பாதுகாப்பு மற்றும் மெடிக்கேர் அனுகூலங்கள் மட்டும் இல்லாமல் போயிருந்தால், கடைசிக் காலத்தில் அவர் மிகவும் துன்புற்றிருப்பார். அவர் விரக்தியுடனும் சிறிது கோபத்துடனும் இறந்து போனார், ஆனால் அவர் ஒரு தெளிவான மனசாட்சியுடன் இறந்திருந்தார்.

என்னுடைய இருண்ட கணங்களில் எது என்னை உந்தித் தள்ளிக் கொண்டே இருந்தது? தொலைபேசி மணி ஒலிப்பதற்காகக் காத்துக் கொண்டு, தனக்கு எதுவும் தெரியாத வியாபார உலகத்தில் வெற்றி பெற முயற்சித்துக் கொண்டு, வீட்டில் ஓர் ஓரமாக உட்கார்ந்து கொண்டிருந்த என்னுடைய கற்றறிந்த தந்தையின் வேதனைகரமான நினைவுதான் என்னை உந்தித் தள்ளியது. மறுபுறம், ஆண்டுகள் செல்லச் செல்ல, என்னுடைய பணக்காரத் தந்தை அதிக மகிழ்ச்சியாகவும் அதிக வெற்றிகரமாகவும் ஆகிக் கொண்டிருந்ததை நான் பார்த்திருந்தேன். அந்த ஆனந்தமான நினைவும் எனக்கு உத்வேகமூட்டியது.

54 ஆவது வயதில் ஓய்ந்து போய் உட்கார்வதற்குப் பதிலாக என்னுடைய பணக்காரத் தந்தை கொழித்தார். அவர் அதற்குப் பல ஆண்டுகளுக்கு முன்பே ஒரு பணக்காரராக ஆகியிருந்தார், ஆனால் இப்போது அவர் ஒரு பெரும் பணக்காரராக ஆகிக் கொண்டிருந்தார். அவர் வாய்கீகி மற்றும் மாவீயில் பல இடங்களை வாங்கிப் போட்டுக் கொண்டிருந்தது பற்றிய செய்திகள் தொடர்ந்து செய்தித்தாள்களில் இடம் பெற்றன. அவர் பல ஆண்டுகளாகத் தன்னுடைய தொழில்களை உருவாக்கிக் கொண்டும் முதலீடுகளைச் செய்து கொண்டும் இருந்தது இப்போது ஒரு பெரிய அளவில் வெகுமதியளித்துக் கொண்டிருந்தது. அவர் வேகமாக ஹவாய் மாநிலத்தின் மாபெரும் பணக்காரர்களில் ஒருவராக ஆகிக் கொண்டிருந்தார்.

சிறிய வேறுபாடுகள் பெரிய வேறுபாடுகளாக ஆகின்றன

என்னுடைய பணக்காரத் தந்தை இந்தக் கால்சதுரங்களைப் பற்றி எனக்கு விளக்கியிருந்ததால், வேலை செய்வதில் ஒரு நபர் செலவிடுகின்ற ஆண்டுகளின் ஊடாக, சிறிய வேறுபாடுகள் எப்படிப் பெரிய வேறுபாடுகளாக வளர்கின்றன என்பதை என்னால் பார்க்க முடிந்தது. கேஷ்ஃபுளோ கால்சதுரத்தின் காரணமாக, நான் யாராக ஆக விரும்பினேன் என்பதைத் தீர்மானிப்பது (அதை நான் விரும்பவில்லை என்பது வேறு விஷயம்) சிறந்ததாக இருக்கும் என்பதை நான் அறிந்தேன். என் வாழ்வின் இருண்ட கணங்களில், இந்த ஆழமான அறிவும், சக்திவாய்ந்த தந்தையர் இருவரிடமிருந்தும் நான் கற்றுக் கொண்ட பாடங்களும்தாம் என்னைத் தொடர்ந்து உந்தித் தள்ளின.

இது கால்சதுரத்தையும் தாண்டிய ஒன்று

கேஷ்ஃபுளோ கால்சதுரம் வெறுமனே இரண்டு கோடுகளையும் சில எழுத்துகளையும் உள்ளடக்கிய ஒன்றல்ல. இந்த வரைபடத்தின் மேற்பரப்புக்குக் கீழே நீங்கள் பார்த்தால், முற்றிலும் வேறுபட்ட உலகங்களை நீங்கள் காண்பீர்கள். அதோடு, இவ்வுலகத்தைப் பார்ப்பதற்கான வெவ்வேறு வழிகளையும் நீங்கள் காண்பீர்கள். உலகத்தை இடப்பக்கத்திலிருந்தும் வலப்பக்கத்திலிருந்தும் பார்த்துள்ள ஒருவன் என்ற முறையில், நீங்கள் எந்தப் பக்கத்தில் இருக்கிறீர்கள் என்பதைப் பொறுத்து, உலகம் முற்றிலும் வித்தியாசமாகக் காட்சியளிக்கிறது என்பதை என்னால் நேர்மையாகக் கூற முடியும்.

எந்தவொரு கால்சதுரமும் இன்னொன்றைவிடச் சிறந்தது அல்ல. ஒவ்வொன்றும் தனக்குரிய வலிமைகளையும் பலவீனங்களையும் கொண்டுள்ளது. இந்த வெவ்வேறு கால்சதுரங்களையும், அவை ஒவ்வொன்றிலும் பொருளாதார வெற்றி பெறத் தேவையான தனிப்பட்ட வளர்ச்சியையும் பற்றிய உள்நோக்குகளை இப்புத்தகம் உங்களுக்குக் கொடுக்கும். உங்களுக்குப் பொருத்தமான பொருளாதார வாழ்க்கைப் பாதையைத் தேர்ந்தெடுப்பதற்கு தேவையான மேலும் அதிகமான உள்நோக்குகளையும் இதில் நீங்கள் பெறுவீர்கள் என்பது என்னுடைய நம்பிக்கை.

கால்சதுரத்தின் வலது பக்கத்தில் வெற்றிகரமாகத் திகழ்வதற்கு இன்றியமையாத திறமைகளில் பல, கல்லூரிகளில் கற்றுக் கொடுக்கப்படுவதில்லை. பில் கேட்ஸ், டெட் டர்னர், தாமஸ் எடிசன் ஆகியோர் கல்லூரிப் படிப்பைப் பாதியிலேயே நிறுத்திவிட்டப் பிறகும்கூட வெற்றிகரமான தொழிலதிபர்களாகவும் முதலீட்டாளர்களாகவும் இருக்கக் கற்றுக் கொண்டது எப்படி என்பதை இது விளக்கக்கூடும். B மற்றும் I கால்சதுரங்களில் வெற்றி பெறத் தேவையான திறமைகளையும் தனிப்பட்ட முக்கிய மனப்போக்கையும் இந்நூல் திரைவிலக்கிக் காட்டும். முதலில், கேஷ்ஃபுளோ கால்சதுரத்தின் நான்கு கால்சதுரங்களையும் பற்றிய ஒரு பரந்த கண்ணோட்டத்தை நான் வழங்கவிருக்கிறேன். பிறகு, B மற்றும் I இருக்கின்ற பகுதியின்மீது நான் ஆழமான கவனம் செலுத்தவிருக்கிறேன்.

இப்புத்தகத்தைப் படித்தப் பிறகு, உங்களில் சிலர், நீங்கள் உங்களுடைய வருவாயை ஈட்டும் விதத்தில் ஒரு மாற்றம் ஏற்படுத்த விரும்பக்கூடும். சிலர், இப்போது நீங்கள் எங்கே இருக்கிறீர்களோ, அங்கேயே தொடர்ந்து நீடிப்பதில் மகிழ்ச்சி கொள்ளக்கூடும். நீங்கள் ஒன்றுக்கு மேற்பட்டக் கால்சதுரங்களில் செயல்படுவதைத் தேர்ந்தெடுக்கக்கூடும், அல்லது நான்கு கால்சதுரங்களிலுமே செயல்படுவதைத் தேர்ந்தெடுக்கக்கூடும். நாம் எல்லோரும் வித்தியாசமானவர்கள். ஒரு கால்சதுரம் மற்றொன்றைவிட அதிக முக்கியமானதோ அல்லது அதிகச் சிறப்பானதோ அல்ல. இவ்வுலகிலுள்ள ஒவ்வொரு கிராமத்திலும், சிறு நகரத்திலும், பெருநகரத்திலும், நாட்டிலும், சமூகத்தின் பொருளாதார நிலைப்பை உறுதி செய்வதற்காக அனைத்துக் கால்சதுரங்களிலும் இயங்குவதற்கான ஒரு தேவை மக்களுக்கு இருக்கிறது.

மேலும், நமக்கு வயதாகும்போது, நாம் அதுவரை கைவசப்படுத்திய வெவ்வேறு அனுபவங்களின் காரணமாக நம்முடைய ஆர்வங்கள் மாறுகின்றன. எடுத்துக்காட்டாக, கல்லூரிப் படிப்பை முடித்துவிட்டு வெளியே வருகின்ற இளைஞர்கள் மற்றும் யுவதிகளில் பலர், ஒரு வேலையைத்

தேடிக் கொள்வதில் மகிழ்ச்சியாக இருப்பதை நான் காண்கிறேன். ஆனால் ஓரிரு ஆண்டுகளுக்குப் பிறகு, ஒரு சிலர், பெருநிறுவன ஏணியில் ஏறுவதில் தங்களுக்கு ஆர்வமில்லை என்று தீர்மானிக்கின்றனர் அல்லது தாங்கள் தேர்ந்தெடுத்துள்ள துறையில் ஆர்வம் இழக்கின்றனர். வயதிலும் அனுபவத்திலும் ஏற்படுகின்ற இந்த மாற்றங்கள், வளர்ச்சிக்கும், சவால்களுக்கும், பொருளாதார வெகுமதிகளுக்கும், தனிப்பட்ட மகிழ்ச்சிக்குமான புதிய வாய்ப்புகளை ஒருவர் தேடிச் செல்லும்படி செய்கின்றன. அந்த இலக்குகளை அடைவதற்குத் தேவையான சில புதிய யோசனைகளை இந்நூல் உங்களுக்கு வழங்கும் என்று நான் நம்புகிறேன்.

சுருக்கமாகக் கூறினால், இப்புத்தகம், வசிக்க வீடின்றி இருப்பதைப் பற்றியது அல்ல; மாறாக, ஒரு கால்சதுரத்திலோ அல்லது ஒன்றுக்கு மேற்பட்டக் கால்சதுரங்களிலோ ஒரு வீட்டைக் கண்டுபிடித்துக் கொள்வதைப் பற்றியதாகும்.

அத்தியாயம் 2

வெவ்வேறு கால்சதுரங்கள், வெவ்வேறு மக்கள்

கால்சதுரங்களை மாற்றிக் கொள்வது என்பது உள்ளூர நீங்கள் யார் என்பதில் ஏற்படுகின்ற ஒரு மாற்றமாகும்.

"ஒரு குறிப்பிட்ட விதத்தில் ஒன்றைச் செய்து பழகியவர்களுக்கு, குறிப்பாக, வயது முதிர்ந்த நபர்களுக்கு, ஒரு புதிய வழியை உன்னால் கற்றுக் கொடுக்க முடியாது. அதை அவர்கள் விரும்பாமலும் இருக்கக்கூடும்," என்று என்னுடைய கற்றறிந்த தந்தை அடிக்கடிக் கூறினார்.

பொருளாதாரரீதியாக அவருக்கு ஒரு புதிய திசையைக் காட்டுவதற்கான ஒரு முயற்சியில், கேஷ்ஃபுளோ கால்சதுரத்தைப் பற்றி அவருக்கு விளக்குவதற்கு, பல சமயங்களில், என்னால் முடிந்த அளவு சிறப்பாக நான் முயற்சித்திருந்தேன். அறுபது வயதை நெருங்கிக் கொண்டிருந்த அவர், தன்னுடைய பல கனவுகள் நிறைவேறப் போவதில்லை என்பதை உணர்ந்து கொண்டிருந்தார்.

"நான் முயற்சி செய்தேன், ஆனால் அது வேலை செய்யவில்லை," என்று அவர் கூறினார்.

சுய தொழில் புரிகின்ற ஓர் ஆலோசகராக S கால்சதுரத்தில் வெற்றிகரமாகத் திகழ்வதற்கும், பின்னர் தன்னுடைய வாழ்நாள் சேமிப்பின் பெரும்பகுதியை ஒரு ஐஸ்கிரீம் கிளை உரிம நிறுவனத்தில் கொட்டி B கால்சதுரத்தில் ஒரு வெற்றிகரமான தொழிலதிபராக ஆவதற்கும் தான் மேற்கொண்ட முயற்சிகளைப் பற்றி அவர் பேசிக் கொண்டிருந்தார். அந்தக் கிளை உரிமத் தொழில் தோல்வியில் முடிந்தது.

புத்திசாலியான என் தந்தை, நான்கு கால்சதுரங்களில் ஒவ்வொன்றிலும் தேவையான வெவ்வேறு தொழில்நுட்பத் திறமைகளைக் கோட்பாட்டுரீதியாகப் புரிந்து கொண்டார். தான் விரும்பினால் தன்னால் அவற்றைக் கற்றுக் கொள்ள முடியும் என்பதையும் அவர் அறிந்திருந்தார். ஆனால் ஏதோ ஒன்று அவரைப் இழுத்துப் பிடித்துக் கொண்டிருந்தது.

ஒரு நாள் மதியம், நான் ஓர் உணவகத்தில் என்னுடைய பணக்காரத்

தந்தையுடன் சேர்ந்து உணவருந்திக் கொண்டிருந்தபோது, என்னுடைய சொந்தத் தந்தையைப் பற்றி நான் அவரிடம் பேசினேன். அப்போது என்னுடைய பணக்காரத் தந்தை இவ்வாறு கூறினார்: "அகரீதியாக உன்னுடைய தந்தையும் நானும் வேறுபட்டவர்கள். எங்கள் இருவருக்கும் பயங்கள், சந்தேகங்கள், நம்பிக்கைகள், வலிமைகள் மற்றும் பலவீனங்கள் இருக்கின்றன என்றாலும், அந்த உள்ளார்ந்த ஒற்றுமைகளுக்கு நாங்கள் செயல்விடை அளிக்கும் விதமும் அவற்றைக் கையாளும் விதமும் வெகுவாக வேறுபட்டுள்ளன."

"அந்த வேறுபாடுகள் எவையென்று எனக்குக் கூற முடியுமா?" என்று நான் கேட்டேன்.

"ஒரே ஓர் உரையாடலில் அவற்றை எடுத்துரைக்க முடியாது. ஆனால், அந்த வேறுபாடுகளுக்கு நாம் செயல்விடை அளிக்கும் விதம்தான் நாம் ஒரு குறிப்பிட்டக் கால்சதுரத்தில் தொடர்ந்து நீடிக்கக் காரணமாக இருக்கிறது. உன் தந்தை E கால்சதுரத்திலிருந்து B கால்சதுரத்திற்கு மாற முயற்சித்தபோது, அச்செயல்முறையை அறிவுபூர்வமாக அவரால் புரிந்து கொள்ள முடிந்தது, ஆனால் உணர்ச்சிபூர்வமாக அவரால் அதைக் கையாள முடியவில்லை. விஷயங்கள் சரியாகப் போகாமல், அவர் பணத்தை இழக்கத் தொடங்கியபோது, பிரச்சனைகளைத் தீர்க்க என்ன செய்ய வேண்டும் என்பது அவருக்குத் தெரியவில்லை. எனவே, தான் எந்தக் கால்சதுரத்தில் இருப்பதை மிகவும் சௌகரியமானதாக உணர்ந்தாரோ, அவர் அதற்குத் திரும்பிச் சென்றுவிட்டார்."

"E கால்துசரம். சில சமயங்களில், S கால்சதுரம்," என்று நான் கூறினேன்.

பணக்காரத் தந்தை அதை ஆமோதித்துத் தலையசைத்தார். "பணத்தை இழப்பது மற்றும் தோற்பது குறித்த பயம் எங்கள் இருவருக்கும் இருக்கிறது. அது உள்ளூர மிகவும் வேதனையூட்டுவதாக மாறும்போது, உன் தந்தை பாதுகாப்பை நாடுவதைத் தேர்ந்தெடுக்கிறார், நான் சுதந்திரத்தை நாடுவதைத் தேர்ந்தெடுக்கிறேன்."

"அதுதான் மைய வேறுபாடு," என்று கூறிவிட்டு, பில்லைக் கொண்டுவரும்படி எங்களுக்கு உணவு பரிமாறியவருக்கு நான் சைகை காட்டினேன்.

என் பணக்காரத் தந்தை தன் விளக்கத்தைத் தொடர்ந்தார். "நாம் எல்லோரும் மனிதர்களாக இருந்தாலும்கூட, பணம் மற்றும் அதனோடு பிணைந்த உணர்ச்சிகள் என்று வரும்போது, நாம் எல்லோரும் வெவ்வேறு விதங்களில் செயல்விடை அளிக்கிறோம். பெரும்பாலும், அந்த உணர்ச்சிகளுக்கு நாம் செயல்விடை அளிக்கும் விதம்தான் எந்தக் கால்சதுரத்திலிருந்து நம்முடைய வருவாயை ஈட்டுவதை நாம் தேர்ந்தெடுக்கிறோம் என்பதைத் தீர்மானிக்கிறது."

"வெவ்வேறு மக்களுக்கு வெவ்வேறு கால்சதுரங்கள்," என்று நான் கூறினேன்.

"ஆமாம்," என்று கூறிக் கொண்டே என்னுடைய பணக்காரத் தந்தை எழுந்து கொண்டு, வாசலை நோக்கி நடக்கலானார். "நீ எந்தவொரு கால்சதுரத்தில் வெற்றிகரமாக விளங்க விரும்பினாலும் சரி, வெறும் தொழில்நுட்பத் திறமைகள் அதற்குப் போதாது. மக்கள் வெவ்வேறு

கால்சதுரங்களை நாடுவதற்குக் காரணமான மைய வேறுபாடுகளை நீ அறிந்திருக்க வேண்டும். அது உனக்குத் தெரிந்துவிட்டால், வாழ்க்கை அதிக சுலபமானதாக ஆகிவிடும்.''

நாங்கள் இருவரும் கைகுலுக்கிவிட்டு ஒருவரிடமிருந்து ஒருவர் விடைபெற்றுக் கொண்டோம். என்னுடைய பணக்காரத் தந்தையின் காரை அந்த ஓட்டலின் பணியாளர் ஓட்டிக் கொண்டுவந்தார்.

நான் அவசர அவசரமாக, ''கடைசியாக ஒரு விஷயம். என் தந்தையால் மாற முடியுமா?'' என்று கேட்டேன்.

''நிச்சயமாக மாற முடியும்,'' என்று என் பணக்காரத் தந்தை கூறினார். ''எவரொருவராலும் மாற முடியும். ஆனால், கால்சதுரங்களை மாற்றிக் கொள்வது வேலைகளையோ அல்லது தொழில்களையோ மாற்றிக் கொள்வதைப் போன்றது அல்ல. கால்சதுரங்களை மாற்றிக் கொள்வது என்பது உள்ளூர நீ யார் என்பதில் ஏற்படுகின்ற ஒரு மாற்றமாகும். நீ சிந்திக்கும் விதத்திலும் இவ்வுலகை நீ பார்க்கின்ற விதத்திலும் ஏற்படுகின்ற மாற்றம் அது. அது சிலருக்கு மற்றவர்களைவிட அதிக சுலபமானதாக இருக்கிறது. ஏனெனில், சிலர் மாற்றத்தை வரவேற்கின்றனர், மற்றவர்கள் அதை எதிர்க்கின்றனர். கால்சதுரங்களை மாற்றிக் கொள்வது பெரும்பாலும் வாழ்க்கையை மாற்றுகின்ற ஓர் அனுபவமாக இருக்கிறது. ஒரு கம்பளிப் புழு ஒரு வண்ணத்துப் பூச்சியாக உருமாற்றம் அடைவதைப் பற்றிய பழங்காலக் கதையைப்போல மிகவும் ஆழமான ஒரு மாற்றம் அது. நீ மாறுவதோடு மட்டுமல்லாமல், உன்னுடைய நண்பர்களும் மாறுவர். நீ உன்னுடைய பழைய நண்பர்களுடன் இன்னும் நட்புறவு கொண்டிருக்கக்கூடும், ஆனால் ஒரு வண்ணத்துப் பூச்சி செய்கின்ற அதே விஷயங்களைச் செய்வது கம்பளிப் புழுக்களுக்குக் கடினமானவையாக இருக்கும். எனவே, மாற்றங்கள் உண்மையில் பெரிய மாற்றங்களாகும். அதனால், அவற்றை வெகு சிலரே தேர்ந்தெடுக்கின்றனர்.''

என்னுடைய பணக்காரத் தந்தை புறப்பட்டுச் சென்ற பிறகு, மைய வேறுபாடுகளைப் பற்றி நான் நெடுநேரம் சிந்தித்தேன்.

மைய வேறுபாடுகள் எவை?

மக்களைப் பற்றி அவ்வளவாக எதுவும் தெரியாமல், அவர்கள் எந்தக் கால்சதுரத்தில் (E, S, B அல்லது I) இருக்கிறார்கள் என்பதை நான் எப்படிக் கண்டுபிடிப்பது? அவர்களுடைய வார்த்தைகளைக் காதுகொடுத்துக் கேட்பது அதற்கான ஒரு வழியாகும்.

மக்களைத் துல்லியமாகச் சீர்தூக்கிப் பார்ப்பதில் என்னுடைய பணக்காரத் தந்தை ஒரு பெரும் திறமைசாலியாக இருந்தார். ஆனால், ஒரு புத்தகத்தை அதன் அட்டையைக் கொண்டு எடைபோடக்கூடாது என்றும் அவர் நம்பினார். ஹென்ரி ஃபோர்டைப்போலவே, என்னுடைய பணக்காரத் தந்தையும் அவ்வளவாகப் படிக்காதவர். ஆனால், நன்றாகக் கற்றறிந்தவர்களை வேலைக்கு எடுத்துக் கொண்டு அவர்களோடு சேர்ந்து வேலை செய்வது எப்படி என்பதை அவ்விருவரும் நன்றாக அறிந்திருந்தனர். சாமர்த்தியசாலிகளை ஒன்றிணைத்து, அவர்களை ஒரு குழுவாக இயங்கச்

செய்வது தன்னுடைய முதன்மையான திறமைகளில் ஒன்று என்று என் பணக்காரத் தந்தை எப்போதும் விளக்கினார்.

எனக்கு ஒன்பது வயதாக இருந்தபோது, B மற்றும் I கால்சதுரங்களில் வெற்றிகரமாகத் திகழ்வதற்குத் தேவையான திறமைகளை அவர் எனக்குக் கற்றுக் கொடுக்கத் தொடங்கினர். ஒருவருடைய மேலோட்டமான தோற்றத்தைத் தாண்டி, அவருடைய மனத்தை ஊடுருவிப் பார்ப்பது அத்திறமைகளில் ஒன்று. "நான் ஒருவருடைய வார்த்தைகளைக் காதுகொடுத்துக் கேட்டால், அவருடைய ஆன்மாவை நான் பார்க்கவும் உணரவும் தொடங்குகிறேன்," என்று அவர் கூறுவதுண்டு.

எனவே, நான் ஒரு சிறுவனாக இருந்தபோதிலிருந்தே, என்னுடைய பணக்காரத் தந்தை ஆட்களை வேலைக்கு எடுப்பதற்காக அவர்களிடம் நேர்முகத் தேர்வு நடத்தியபோது நான் அவருடன் உட்காரத் தொடங்கினேன். வார்த்தைகளை அன்றி, மைய விழுமியங்களைக் காதுகொடுத்துக் கேட்க அந்த நேர்முகத் தேர்வுகளிலிருந்து நான் கற்றுக் கொண்டேன். விழுமியங்கள் ஒருவருடைய ஆன்மாவிலிருந்து வந்ததாக என்னுடைய பணக்காரத் தந்தை கூறினார்.

E கால்சதுர வார்த்தைகள்

E (ஊழியர்) கால்சதுரத்திலிருந்து வருகின்ற ஒருவர் இவ்வாறு கூறக்கூடும்: "நான் ஒரு நல்ல சம்பளத்துடனும் சிறந்த சலுகைகளுடனும்கூடிய ஒரு பாதுகாப்பான வேலையைத் தேடிக் கொண்டிருக்கிறேன்."

S கால்சதுர வார்த்தைகள்

S (சுய தொழில் புரிகின்றவர்) கால்சதுரத்திலிருந்து வருகின்ற ஒருவர் இவ்வாறு கூறக்கூடும்: "ஒரு மணிநேரத்திற்கு என்னுடைய கட்டணம் 75 டாலர்கள்." அல்லது, "என்னுடைய வழக்கமான கமிஷன் விகிதம், மொத்த விலையில் ஆறு சதவீதம்." அல்லது, "வேலை செய்யவும், அந்த வேலையைச் சரியாகச் செய்யவும் விரும்புகின்ற எவரையும் என்னால் கண்டுபிடிக்க முடியவில்லை."

B கால்சதுர வார்த்தைகள்

B (தொழிலதிபர்) கால்சதுரத்திலிருந்து இயங்கிக் கொண்டிருக்கின்ற ஒருவர் இவ்வாறு கூறக்கூடும்: "என்னுடைய நிறுவனத்தை நடத்துவதற்கு ஒரு புதிய தலைவரை நான் தேடிக் கொண்டிருக்கிறேன்."

I கால்சதுர வார்த்தைகள்

I (முதலீட்டாளர்) கால்சதுரத்திலிருந்து இயங்கிக் கொண்டிருக்கின்ற ஒருவர் இவ்வாறு கூறக்கூடும்: "என்னுடைய பணப் பெயர்ச்சி ஓர் உள்ளீட்டு விகிதத்தின் அடிப்படையில் அமைந்துள்ளதா அல்லது நிகர பதிலீட்டு விகிதத்தின் அடிப்படையில் அமைந்துள்ளதா?"

வார்த்தைகள்தாம் கருவிகள்

தான் நேர்முகத் தேர்வு செய்து கொண்டிருந்த நபர் அகரீதியாக உண்மையிலேயே யார் என்பதைத் துல்லியமாக அறிந்து கொண்டவுடன், அந்நபர் அந்த வேலையிலிருந்து உண்மையிலேயே எதை எதிர்பார்த்தார், தான் அவருக்கு எவ்வளவு சம்பளம் வழங்க முன்வர வேண்டும், அவரோடு பேசும்போது தான் என்ன வார்த்தைகளைப் பயன்படுத்த வேண்டும் போன்ற அனைத்தையும் என்னுடைய பணக்காரத் தந்தை அறிவார். "வார்த்தைகள் சக்திவாய்ந்த கருவிகள்," என்று அவர் எப்போதும் கூறினார்.

அவர் தன்னுடைய மகன் மைக்கிற்கும் எனக்கும் தொடர்ந்து ஒரு விஷயத்தை நினைவுபடுத்தினார்: "நீங்கள் மக்களை வழிநடத்துகின்ற தலைவர்களாக இருக்க விரும்பினால், வார்த்தைகளில் நீங்கள் வல்லவர்களாக இருக்க வேண்டும்."

எனவே, ஒரு சிறந்த தொழிலதிபராகத் திகழ்வதற்குத் தேவையான திறமைகளில் ஒன்று, வார்த்தைகளில் வல்லவராக இருப்பது. அதாவது, எந்த வகையான மக்களிடம் எந்த வகையான வார்த்தைகள் வேலை செய்யும் என்பதை அறிந்திருப்பது. ஒருவர் எத்தகைய வார்த்தைகளைப் பயன்படுத்தினார் என்பதைக் கவனமாகக் கேட்பதற்கு என்னுடைய பணக்காரத் தந்தை மைக்கிற்கும் எனக்கும் கற்றுக் கொடுத்தார். ஏனெனில், அது தெரிந்துவிட்டால், மிகவும் பயனுள்ள விதத்தில் அந்நபருக்குச் செயல்விடை அளிப்பதற்கு நாங்கள் எந்த வார்த்தைகளைப் பயன்படுத்த வேண்டும், அவற்றை எப்போது பயன்படுத்த வேண்டும் என்பதை நாங்கள் அறிவோம்.

"குறிப்பிட்ட ஒரு வார்த்தை ஒரு வகையான நபருக்கு உற்சாகமூட்டக்கூடும், ஆனால் அதே வார்த்தை இன்னொரு நபரை ஆர்வமிழக்கச் செய்யக்கூடும்," என்று என்னுடைய பணக்காரத் தந்தை விளக்கினார்.

எடுத்துக்காட்டாக, 'ஆபத்திற்கான சாத்தியம்' என்ற சொற்றொடர், I கால்சதுரத்தில் உள்ள ஒருவருக்கு உற்சாகமூட்டக்கூடும், ஆனால் E கால்சதுரத்திலுள்ள ஒருவரிடம் அது பெரும் பயத்தைத் தோற்றுவிக்கும்.

மாபெரும் தலைவர்களாக இருப்பதற்கு, காதுகொடுத்துக் கேட்பதில் நாங்கள் சிறந்தவர்களாக இருக்க வேண்டும் என்று பணக்காரத் தந்தை எங்களிடம் வலியுறுத்தினார். "ஒருவர் பயன்படுத்துகின்ற வார்த்தைகளை நீங்கள் காதுகொடுத்துக் கேட்கவில்லை என்றால், அவர்களுடைய ஆன்மாவை உங்களால் ஒருபோதும் உணர்ந்து கொள்ள முடியாது. அவர்களுடைய ஆன்மா கூறுவதை நீங்கள் கவனிக்காவிட்டால், நீங்கள் யாருடன் பேசிக் கொண்டிருக்கிறீர்கள் என்பதை நீங்கள் ஒருபோதும் அறிய மாட்டீர்கள்," என்று அவர் எங்களிடம் கூறினார்.

மைய வேறுபாடுகள்

"அவர்களுடைய வார்த்தைகளைக் கேளுங்கள்; அவர்களுடைய ஆன்மாக்களை உணருங்கள்," என்று அவர் கூறுவதற்கான காரணம்

என்னவென்றால், ஒரு நபர் தேர்ந்தெடுக்கின்ற வார்த்தைகளுக்குப் பின்னால் அந்தத் தனிநபரின் மைய விழுமியங்களும் மைய வேறுபாடுகளும் இருக்கின்றன என்பதுதான். ஒரு கால்சதுரத்தில் இருக்கின்ற மக்களை இன்னொரு கால்சதுரத்தில் இருக்கின்ற மக்களிடமிருந்து பிரிக்கின்ற சில பொதுவான விஷயங்களை இப்போது பார்க்கலாம்.

1. E (ஊழியர்)

'பாதுகாப்பு', 'சலுகைகள்' போன்ற வார்த்தைகளை நான் கேட்கும்போது, அதைப் பேசுபவர் தன் மனத்தின் அடியாழத்தில் எத்தகையவராக இருக்கக்கூடும் என்பது பற்றிய ஒரு யோசனை எனக்குக் கிடைக்கிறது. 'பாதுகாப்பு' என்ற வார்த்தை, பயம் என்ற உணர்ச்சிக்கான செயல்விடையாகத்தான் அடிக்கடிப் பயன்படுத்தப்படுகிறது.

ஒரு நபர் பய உணர்வை அனுபவிக்கும்போது, பாதுகாப்பிற்கான தேவை என்ற சொற்றொடர், பிரதானமாக E கால்சதுரத்திலிருந்து வருகின்ற ஒருவரால்தான் பொதுவாகப் பயன்படுத்தப்படுகிறது. பணம் மற்றும் வேலைகள் என்று வரும்போது, பொருளாதாரப் பாதுகாப்பின்மையுடன் வருகின்ற அந்த பய உணர்வை வெறுக்கின்ற பலர் இருக்கின்றனர். 'சலுகைகள்' என்ற வார்த்தை, உடல்நலக் காப்பீடு, ஓர் ஓய்வூதியத் திட்டம் போன்ற ஒரு திட்டவட்டமான, கூடுதல் வெகுமதியை மக்கள் விரும்புகின்றனர் என்பதை உணர்த்துகிறது.

அவர்கள் பாதுகாப்புணர்வை விரும்புகின்றனர், அதை அவர்கள் எழுத்தில் பார்க்க விரும்புகின்றனர். நிச்சயமின்மை அவர்களுக்கு மகிழ்ச்சியளிப்பதில்லை; உறுதிப்பாடுதான் அவர்களுக்கு மகிழ்ச்சியளிக்கிறது. "நான் உங்களுக்கு இதைக் கொடுக்கிறேன்; ஆனால் பதிலுக்கு நீங்கள் எனக்கு அதைக் கொடுக்க வேண்டும்," என்ற ரீதியில் அவர்கள் சிந்திக்கின்றனர்.

ஒரு குறிப்பிட்ட அளவு உறுதிப்பாடு இருப்பது அவர்களுடைய பயத்தைக் குறைக்கிறது. எனவே, ஒரு வேலை என்று வரும்போது, அவர்கள் பாதுகாப்பையும் வலிமையான உடன்பாடுகளையும் நாடுகின்றனர். "எனக்குப் பணத்தின்மீது அவ்வளவு ஆர்வமில்லை," என்று அவர்கள் கூறும்போது, அவர்கள் உண்மையைத்தான் கூறுகின்றனர். ஏனெனில், பாதுகாப்பு

என்ற யோசனை, அவர்களுக்குப் பணத்தைவிட அதிக முக்கியமானதாக இருக்கிறது.

ஊழியர்கள் என்போர் நிறுவனங்களின் தலைவர்களாக இருக்கலாம் அல்லது துப்புரவுப் பணியாளர்களாக இருக்கலாம். அவர்கள் என்ன வேலை செய்கிறார்கள் என்பது இங்கு முக்கியமல்ல, ஆனால், எந்தத் தனிநபர் அல்லது நிறுவனம் அவர்களை வேலைக்கு எடுக்கிறதோ அவர்களோடு அவர்கள் கொண்டுள்ள ஒப்பந்தம்தான் முக்கியம்.

2. S (சுய தொழில் புரிவோர்)

தாங்களே தங்களுடைய சொந்த முதலாளியாக இருக்கவும், தாங்கள் விரும்புகின்ற விஷயத்தைச் செய்யவும் விரும்புகின்றவர்கள் இவர்கள்.

பணம் என்று வரும்போது, சுய தொழில் புரிவதில் தீவிரமாக இருப்பவர்கள் தங்களுடைய வருவாய் மற்றவர்களைச் சார்ந்திருப்பதை விரும்புவதில்லை. வேறு வார்த்தைகளில் கூறினால், தாங்கள் கடினமாக உழைத்தால், தங்களுடைய உழைப்புக்குத் தங்களுக்குப் பணம் கொடுக்கப்பட வேண்டும் என்று அவர்கள் எதிர்பார்க்கின்றனர்.

சுய தொழில் புரிவோர், தாங்கள் எவ்வளவு பணம் ஈட்டுகிறோம் என்பதை, தங்கள் அளவுக்குக் கடினமாக உழைக்காத வேறொருவரோ அல்லது ஒரு சிலர் அடங்கிய ஒரு குழுவோ தீர்மானிப்பதை விரும்புவதில்லை. தாங்கள் கடினமாக உழைத்தால், தங்களுக்கு ஒரு பெரிய தொகை வழங்கப்பட வேண்டும் என்பது அவர்களுடைய எதிர்பார்ப்பாக இருக்கிறது.

அதே நேரத்தில், தாங்கள் கடினமாக உழைக்காவிட்டால், அதிகப் பணம் வழங்கப்படுவதற்குத் தாங்கள் தகுதியானவர்கள் அல்லர் என்பதையும் அவர்கள் புரிந்து கொண்டுள்ளனர். பண விஷயத்தில், அவர்கள் சுதந்திரமானவர்களாக இருக்க விரும்புகின்றனர்.

பய உணர்ச்சி

பணம் இல்லாமை குறித்த பயத்திற்கான செயல்விடையாக, ஊழியர்கள் (E) பெரும்பாலும் பாதுகாப்பை நாடுகின்றனர்; சுய தொழில் புரிவோர் (S)

வேறு விதமாகச் செயல்விடை அளிக்கின்றனர். அவர்கள் பாதுகாப்பை நாடுவதில்லை, மாறாக, சூழ்நிலையைத் தங்கள் கட்டுப்பாட்டில் எடுத்துக் கொண்டு, தங்கள் விருப்பம்போல அதைக் கையாள்கின்றனர். அதனால்தான் S குழுவினரை நான் சுய செயல்பாட்டுக் குழுவினர் என்று அழைக்கிறேன். பயம் மற்றும் பொருளாதாரரீதியான துணிகர முயற்சி என்று வரும்போது, அவர்கள் சூழ்நிலையை நேருக்கு நேர் எதிர்கொள்ள விரும்புகின்றனர்.

இக்குழுவில், மருத்துவர்கள், வழக்கறிஞர்கள், பல் மருத்துவர்கள் போன்ற, கல்லூரியில் பல ஆண்டுகளைச் செலவிட்ட, சிறப்பாகக் கற்றுத் தேர்ந்த தொழில்முறையாளர்களை நீங்கள் காண்பீர்கள். மேலும், பாரம்பரியப் படிப்பிலிருந்து வேறுபட்ட அல்லது அதோடு கூடவே, வேறு பிற கல்விப் பாதைகளைப் பின்பற்றிச் சென்ற மக்களையும் S குழுவில் நீங்கள் காணலாம். நேரடிக் கமிஷன் பெறும் விற்பனையாளர்கள் மற்றும் வீடுமனை முகவர்களும், சில்லறைக் கடை வியாபாரிகள், உணவக உரிமையாளர்கள், ஆலோசகர்கள், பிணிநீக்குநர்கள், பயண முகவர்கள், கார் மெக்கானிக்குகள், பிளம்பர்கள், தச்சர்கள், போதகர்கள், எலெக்ட்ரீஷன்கள், சிகையலங்கார நிபுணர்கள், கலைஞர்கள் ஆகியோரும்கூட இக்குழுவில் இடம் பெற்றுள்ளனர்.

சுய தொழில் புரிவோர், எல்லாவற்றிலும் கச்சிதத்தை எதிர்பார்ப்பவர்களாக இருக்கின்றனர். விஷயங்களை மிகச் சிறப்பாகச் செய்வதில் தீவிர நாட்டம் கொண்டவர்கள் அவர்கள். ஒரு விஷயத்தைத் தங்களைவிடச் சிறப்பாக வேறு யாராலும் செய்ய முடியாது என்று அவர்கள் நினைப்பதால், வேறு யாரையும் நம்பி அவர்கள் அவ்வேலையை ஒப்படைப்பதில்லை. பல விதங்களில், விஷயங்களைத் தங்கள் சொந்தப் பாணியிலும் தங்கள் சொந்த வழிகளிலும் செய்கின்ற உண்மையான கலைஞர்கள் அவர்கள்.

அதனால்தான் நாம் அவர்களுடைய நிபுணத்துவத்தை நாடுகிறோம். உங்களுக்குச் சிகிச்சையளிப்பதற்கு நீங்கள் ஒரு மூளை அறுவை சிகிச்சை நிபுணரைத் தேர்ந்தெடுத்தால், அவர் பல ஆண்டுகாலப் பயிற்சியும் அனுபவமும் பெற்றவராக இருக்க வேண்டும் என்று நீங்கள் விரும்புவீர்கள். ஆனால் மிக முக்கியமாக, அந்த அறுவை சிகிச்சை நிபுணர் மிகவும் கச்சிதமானவராக இருக்க வேண்டும் என்று நீங்கள் விரும்புவீர்கள். ஒரு வழக்கறிஞர், பல் மருத்துவர், பிளம்பர், சந்தை ஆலோசகர், சிகையலங்கார நிபுணர், ஒரு பெருநிறுவனப் பயிற்றுவிப்பாளர் போன்றோரின் விஷயத்திலும் நீங்கள் அதிகப் பயிற்சியையும் அனுபவத்தையும் கச்சிதத்தையும் எதிர்பார்ப்பீர்கள்.

இக்குழுவில் உள்ள மக்களுக்கு, தங்களுடைய வேலையைப் பொறுத்தவரை, பணம் மிக முக்கியமான விஷயம் அல்ல. அவர்களுடைய தனிப்பட்டச் சுதந்திரமும், விஷயங்களைத் தங்கள் விருப்பம்போலச் செய்வதற்கான சுதந்திரமும், தங்கள் துறையில் வல்லுநர்கள் என்று மதிக்கப்படுவதும் வெறும் பணத்தைவிட அவர்களுக்கு அதிக முக்கியமாக இருக்கின்றன. அவர்களை ஒரு வேலைக்கு நாம் தேர்ந்தெடுக்கும்போது, நீங்கள் அவர்களிடமிருந்து என்ன எதிர்பார்க்கிறீர்கள் என்பதை அவர்களிடம் சொல்லிவிட்டு, அவர்களை அவர்கள் போக்கில் விட்டுவிட வேண்டும். அவர்களுக்கு மேற்பார்வை தேவையில்லை, அவர்கள் அதை விரும்புவதுமில்லை. நீங்கள் அளவுக்கதிகமாக மூக்கை நுழைத்தால்,

உங்கள் வேலைக்கு வேறு யாரையேனும் நியமித்துக் கொள்ளும்படி உங்களிடம் கூறிவிட்டு, அவர்கள் அங்கிருந்து நடையைக் கட்டிவிடுவர். இந்தக் குழுவினரைப் பொறுத்தவரை, சுதந்திரத்திடம் பணம் தோற்றுப் போகிறது என்பதை நினைவில் கொள்ளுங்கள்.

தாங்கள் செய்கின்ற வேலையை இன்னொருவரிடம் விளக்கி, அதை அவர்களை நம்பி ஒப்படைப்பது இவர்களுக்குக் கடினமாக இருக்கிறது. ஏனெனில், வேறு யாராலும் அதைச் செய்ய முடியாது என்று அவர்கள் உறுதியாக நம்புகின்றனர். அப்படியே இவர்கள் யாருக்கேனும் பயிற்சியளித்து அவர்களிடம் அந்த வேலையைக் கொடுத்தால், புதிதாகப் பயிற்றுவிக்கப்பட்டுள்ள அந்த நபர், பெரும்பாலும், 'தன்னுடைய சொந்த மேலதிகாரியாக இருக்கவும்', 'தங்களுக்கு விருப்பமானதைச் செய்யவும்', 'தங்களுக்குப் பிடித்தமான வழியில் அதைச் செய்யவும்', 'தங்களுடைய தனித்தன்மையை வெளிப்படுத்துவதற்கான ஒரு வாய்ப்பைத் தேடியும்' அங்கிருந்து போய்விடுகின்றனர்.

S வகையினர் மற்றவர்களை நியமித்து அவர்களுக்குப் பயிற்சியளிக்கத் தயங்குவதற்கு முக்கியக் காரணம், அந்நபர்கள் இவர்களிடம் பயிற்சி பெற்றப் பிறகு இவர்களுடைய போட்டியாளர்களாக மாறிவிடுவதுதான். இதனால், S வகையினர் மேலும் அதிகக் கடினமாக உழைக்கின்றனர்.

3. B (தொழிலதிபர்)

இக்குழுவினர் S குழுவினருக்கு நேரெதிரானவர்கள் எனலாம். உண்மையான தொழிலதிபர்கள், E, S, B மற்றும் I கால்சதுரங்களிலிருந்து சாமர்த்தியமான மனிதர்களைத் தேர்ந்தெடுத்து, அவர்கள் தங்களைச் சூழ்ந்திருக்கும்படி பார்த்துக் கொள்கின்றனர். S வகையினரைப் போலன்றி, இவர்கள் மற்றவர்களிடம் வேலைகளைப் பகிர்ந்தளிக்க விரும்புகின்றனர். "ஒரு வேலையை உங்களுக்காக இன்னொருவரால் செய்ய முடியும் எனும்போது, அதை அவர்களால் உங்களைவிட அதிகச் சிறப்பாகவும் செய்ய முடியும் எனும்போது, நீங்கள் ஏன் அதைச் செய்ய வேண்டும்?" என்பது இவர்களுடைய தாரக மந்திரமாக இருக்கிறது.

ஹென்றி ஃபோர்டு இந்த வகையைச் சேர்ந்தவராக இருந்தார்.

அவரைப் பற்றிய ஒரு சுவையான சம்பவம் இப்படிச் சொல்லப்படுகிறது: 'அறிவுஜீவிகள் சிலர், ஹென்ரி ஃபோர்டு ஓர் அறிவிலி என்று கூறி அவரைக் கண்டித்தனர். அவருக்கு உண்மையிலேயே அவ்வளவாக எதுவும் தெரியாது என்று அவர்கள் அவரை வெளிப்படையாக விமர்சித்தனர். எனவே, ஃபோர்டு அவர்களைத் தன்னுடைய அலுவலகத்திற்கு வரவழைத்து, தன்னிடம் அவர்கள் எந்தக் கேள்வியை வேண்டுமானாலும் கேட்கலாம் என்றும், அதற்குத் தன்னால் விடையளிக்க முடியும் என்றும் கூறி, அவர்களிடம் சவால்விட்டார். அக்குழுவினர், அமெரிக்காவின் மிகவும் சக்திவாய்ந்த அந்தத் தொழிலதிபரைச் சுற்றி அமர்ந்து கொண்டு, அவரிடம் கேள்விகள் கேட்கத் தொடங்கினர். ஃபோர்டு அவர்களுடைய கேள்விகளைக் கவனமாகக் காதுகொடுத்துக் கேட்டார். அவர்கள் அனைத்துக் கேள்விகளையும் கேட்டு முடித்தவுடன், ஃபோர்டு தன்னுடைய அறிவார்ந்த உதவியாளர்களில் சிலரைத் தன்னுடைய அறைக்கு வரவழைத்து, அக்குழுவினர் கேட்ட அனைத்துக் கேள்விகளுக்குமான பதில்களைக் கொடுக்கும்படி அவர்களிடம் கூறினார்.

'இறுதியில், அவர் அக்குழுவினரைப் பார்த்து, "கல்லூரிப் படிப்பை முடித்துள்ள, அறிவார்ந்த, சாமர்த்தியமான நபர்களை நான் வேலைக்கு எடுக்கிறேன். எனக்குத் தேவையான பதில்களை நான் அவர்களிடமிருந்து பெற்றுக் கொள்கிறேன். இதனால் என் மனம் தெளிவாக இருக்கிறது. சிந்தித்தல் போன்ற மிக முக்கியமான வேலைகளைச் செய்வதற்கு இது எனக்கு உதவியாக இருக்கிறது," என்று கூறினார்.'

ஃபோர்டு கூறியதாக மேற்கோள் காட்டப்படுகின்ற ஒரு விஷயம் இது: "இருப்பதிலேயே மிகக் கடினமான வேலை சிந்தித்தல்தான். அதனால்தான் மிகச் சிலரே அதில் ஈடுபடுகின்றனர்."

மக்களிடம் உள்ள சிறந்தவற்றை வெளிக் கொணர்வதுதான் தலைமைத்துவம்

ஹென்ரி ஃபோர்டுதான் என்னுடைய பணக்காரத் தந்தையின் முன்மாதிரியாக இருந்தார். ஃபோர்டைப் பற்றியும், ஸ்டான்டர்டு எண்ணெய் நிறுவனத்தின் நிறுவனரான ஜான் டி ராக்கஃபெல்லரைப் பற்றியுமான புத்தகங்களை அவர் என்னைப் படிக்க வைத்தார். தலைமைத்துவத்தின் சாரத்தையும் வியாபாரத்தின் தொழில்நுட்பத் திறமைகளையும் கற்பதற்கு என்னையும் மைக்கையும் பணக்காரத் தந்தை எப்போதும் ஊக்குவித்தார். இப்போது நான் அதைப் பற்றிச் சிந்தித்துப் பார்க்கும்போது ஒரு விஷயம் எனக்குப் புரிகிறது: பலர் தலைமைத்துவப் பண்பையோ அல்லது தொழில்நுட்பத் திறமைகளையோ கொண்டிருக்கக்கூடும், ஆனால் ஒரு வெற்றிகரமான தொழிலதிபராகத் (B) திகழ்வதற்கு இரண்டும் உங்களிடம் இருக்க வேண்டும். அவ்விரண்டு திறமைகளும் கற்றுக் கொள்ளப்படக்கூடியவை என்பதை இப்போது நான் உணர்கிறேன். வணிகத்திற்கும் தலைமைத்துவத்திற்கும் ஓர் அறிவியலும் ஒரு கலையும் உள்ளன. என் விஷயத்தில், இரண்டுமே வாழ்நாள் முழுவதும் நீடிக்கின்ற கற்றலாகும்.

நான் ஒரு சிறுவனாக இருந்தபோது, 1947 இல் மார்சியா பிரவுன் எழுதிய 'ஸ்டோன் சூப்' என்ற சிறுவர் நூலை என் பணக்காரத் தந்தை எனக்குக் கொடுத்தார். அப்புத்தகம் இன்றும் அச்சில் உள்ளது. ஒரு தொழிற்தலைவராக ஆவதற்கான என்னுடைய பயிற்சியின் தொடக்கமாக அவர் என்னை அப்புத்தகத்தைப் படிக்க வைத்தார்.

"தலைமைத்துவம் என்பது மக்களிடத்தில் உள்ள சிறந்தவற்றை வெளிக் கொணர்வதற்கான திறன்," என்று என் பணக்காரத் தந்தை கூறினார். எனவே, தொழிலில் வெற்றி பெறுவதற்குத் தேவையான தொழில்நுட்பத் திறமைகளில் அவர் எனக்கும் மைக்கிற்கும் பயிற்சியளித்தார். நிதி அறிக்கைகளைப் படித்தல், சந்தைப்படுத்துதல், விற்பனை, கணக்குப் பதிவு, நிர்வாகம், உற்பத்தி, பேரப்பேச்சு போன்றவை அவற்றில் சில. ஒவ்வொரு பாடத்தின்போதும், நாங்கள் மக்களுடன் இணைந்து வேலை செய்ய வேண்டும் என்றும், அவர்களை வழிநடத்த வேண்டும் என்றும் அவர் வலியுறுத்தினார். "வியாபாரத்தின் தொழில்நுட்பத் திறமைகள் சுலபமானவை. மக்களுடன் இணைந்து செயல்படுவதுதான் கடினமானது," என்று அவர் எப்போதும் கூறினார். ஒரு நினைவூட்டலாக இன்றும் நான் 'ஸ்டோன் சூப்' நூலைப் படிக்கிறேன். ஏனெனில், விஷயங்கள் என் விருப்பப்படி போகாதபோது, நான் ஒரு தலைவராக நடந்து கொள்வதற்குப் பதிலாக ஒரு கொடுங்கோலனாக நடந்து கொள்ளும் போக்கைக் கொண்டிருக்கிறேன்.

தொழில்முனைவு முயற்சி

"நான் என்னுடைய சொந்தத் தொழிலைத் தொடங்கப் போகிறேன்," என்ற வசனத்தை நான் அடிக்கடிக் கேட்கிறேன். உங்கள் சொந்தத் தொழிலை நடத்துவதோ அல்லது வேறு யாரும் உருவாக்கியிராத ஒரு புதிய பொருளை உருவாக்குவதோதான் பொருளாதாரப் பாதுகாப்பிற்கும் மகிழ்ச்சிக்குமான வழி என்று பலர் நம்புகின்றனர். எனவே, அவர்கள் அவசர அவசரமாகத் தங்களுடைய சொந்தத் தொழிலைத் தொடங்குகின்றனர். பலர் தேர்ந்தெடுக்கும் பாதை பின்வருமாறு:

பலர் B வகை தொழிலைத் தொடங்குவதற்குப் பதிலாக S வகை தொழிலைத் தொடங்குகின்றனர். ஒன்று மற்றொன்றைவிடச் சிறந்தது என்று நான் சொல்ல வரவில்லை. இரண்டுமே தமக்குரிய வெவ்வேறு வலிமைகளையும் பலவீனங்களையும் ஆபத்துகளையும் வெகுமதிகளையும் கொண்டுள்ளன. ஆனால், ஒரு B வகை தொழிலைத் தொடங்க விரும்புகின்ற பலர், இறுதியில் S வகை தொழிலில் போய் நிற்கின்றனர். வலது பக்கத்திற்குப் போக முடியாமல் இடது பக்கத்திலேயே முடக்கப்பட்டுவிடுகின்றனர். பல புதிய தொழில்முனைவோர் பின்வருமாறு செய்ய விரும்புகின்றனர்:

ஆனால், பின்வருவதைச் செய்து, அங்கேயே தேங்கிவிடுகின்றனர்:

பலர் பின்வருமாறு செய்ய முயற்சிக்கின்றனர்:

ஆனால் ஒரு சிலர் மட்டுமே அம்முயற்சியில் வெற்றி பெறுகின்றனர். ஏன்? ஏனெனில், ஒவ்வொரு கால்சதுரத்திலும் வெற்றிகரமாக விளங்கத் தேவையான தொழில்நுட்பத் திறமைகளும் மனிதத் திறமைகளும் வெவ்வேறாக இருக்கின்றன. ஒரு குறிப்பிட்டக் கால்சதுரத்தில் நீங்கள் வெற்றி பெற விரும்பினால், அந்தக் கால்சதுரத்திற்குத் தேவையான திறமைகளையும் மனப்போக்கையும் முதலில் நீங்கள் கற்க வேண்டும்.

ஒரு S வகை தொழிலுக்கும் ஒரு B வகை தொழிலுக்கும் இடையேயான வேறுபாடு

உண்மையான தொழிலதிபர்கள் (B) ஓராண்டோ அல்லது அதற்கு மேற்பட்டக் காலமோ ஒரு நீண்ட இடைவேளை எடுத்துக் கொண்டுவிட்டுத் திரும்பி வரும்போது, அவர்களுடைய தொழில் அதிக இலாபகரமாகவும் அதிகச் சிறப்பாகவும் இயங்கிக் கொண்டிருப்பதை அவர்களால் காண முடியும். அப்படி ஒரு நீண்ட இடைவேளை அவர்களுக்குக் கட்டுப்படியாகும். ஆனால் ஓர் உண்மையான S வகையான தொழிலில், சுய தொழில் செய்யும் ஒருவர் அப்படி ஒரு நீண்ட இடைவேளைக்குப் பிறகு திரும்பி வரும்போது, அவர் நடத்துவதற்கு எந்தத் தொழிலும் இருக்காது.

இந்த வேறுபாட்டிற்குக் காரணம் எது? எளிமையாகக் கூறினால், சுய தொழில் செய்யும் ஒருவர் (S) தனக்குச் சொந்தமாக ஒரு வேலையைத்தான் வைத்திருக்கிறார், ஆனால் ஒரு தொழிலதிபர் (B) தனக்குச் சொந்தமாக ஓர் அமைப்புமுறையை வைத்திருக்கிறார். அந்த அமைப்புமுறையை இயக்கத் தகுதி வாய்ந்த நபர்களை அவர் வேலைக்கு எடுத்துக் கொள்கிறார். சுருக்கமாகச் சொன்னால், சுய தொழில் புரிபவரின் விஷயத்தில், அவர்தான் அமைப்புமுறையே. எனவேதான், அவரால் தன் தொழிலை விட்டுவிட்டு

எங்கும் போக முடியாது.

எடுத்துக்காட்டாக, ஒரு பல் மருத்துவரை எடுத்துக் கொள்ளலாம். தனித்து இயங்குகின்ற ஓர் அமைப்புமுறையாக உருவாவதற்கு அவர் பல ஆண்டுகளைக் கல்லூரியில் செலவிடுகிறார். உங்களுக்குப் பல் வலி என்று வைத்துக் கொள்வோம். நீங்கள் உங்களுடைய பல் மருத்துவரிடம் போகிறீர்கள். அவர் உங்கள் பல்லைச் சரி செய்கிறார். நீங்கள் அவருக்குரிய கட்டணத்தைக் கொடுத்துவிட்டு வீடு திரும்புகிறீர்கள். அவர் உங்களுக்குக் கொடுத்தச் சிகிச்சை உங்களுக்குத் திருப்தியளிக்கிறது. நீங்கள் அந்தச் சிறந்த பல் மருத்துவரைப் பற்றி உங்கள் நண்பர்களிடம் கூறுகிறீர்கள். பெரும்பாலான நோயாளிகளின் விஷயத்தில், ஒரு பல் மருத்துவரால் தனியொருவராகவே ஒட்டுமொத்தச் சிகிச்சையும் வழங்க முடியும். ஆனால் பிரச்சனை என்னவென்றால், அவர் ஒரு விடுமுறையில் சென்றால், அவருடைய வருவாயும் விடுமுறையில் போய்விடும்.

தொழிலதிபர்களால் (B) நிரந்தரமாகக்கூட விடுமுறையில் போய்விட முடியும். ஏனெனில், அவர்கள் ஓர் அமைப்புமுறையைச் சொந்தமாக வைத்திருக்கின்றனரே அன்றி, ஒரு வேலையை அல்ல. ஒரு தொழிலதிபர் விடுமுறையில் இருந்தால், பணம் தொடர்ந்து வந்து கொண்டே இருக்கிறது.

ஒரு தொழிலதிபராக வெற்றிகரமாகத் திகழ்வதற்கு இரண்டு விஷயங்கள் தேவை:

1. அமைப்புமுறைகளும் அவற்றின்மீதான கட்டுப்பாடும்
2. மக்களை வழிநடத்துவதற்கான திறன்

சுய தொழில் புரிவோர் தொழிலதிபர்களாக ஆவதற்கு, அவர்கள் தங்களையும் தங்களுக்குத் தெரிந்தவற்றையும் ஓர் அமைப்புமுறையாக மாற்ற வேண்டும். பலரால் அதைச் செய்ய முடிவதில்லை. அல்லது, அவர்கள் அந்த அமைப்புமுறையின்மீது அதீதப் பற்றுக் கொண்டிருக்கின்றனர், அதனால் மற்றவர்களை உள்ளே அனுமதிக்க அவர்கள் விரும்புவதில்லை.

மெக்டொனால்ட்ஸ் தயாரிப்பதைவிட அதிகச் சிறப்பான ஒரு ஹேம்பர்கரை உங்களால் தயாரிக்க முடியுமா?

ஒரு நிறுவனத்தை எவ்வாறு தொடங்குவது, ஒரு புதிய பொருளை உருவாக்குவதற்கு அல்லது ஒரு புதிய யோசனைக்கு வடிவம் கொடுப்பதற்கு எவ்வாறு பணம் திரட்டுவது போன்ற கேள்விகளுடன் மக்கள் என்னை அணுகி என்னுடைய அறிவுரையை நாடுகின்றனர்.

நான் சுமார் பத்து நிமிடங்கள் அவர்களுடைய பேச்சைக் கேட்கிறேன். அந்த நேரத்திற்குள், அவர்களுடைய கவனம் எதன்மீது இருக்கிறது என்பதை என்னால் கூறிவிட முடியும். அவர்களுடைய கவனம் பொருளின்மீது இருக்கிறதா அல்லது தொழில் அமைப்புமுறையின்மீது இருக்கிறதா? பெரும்பாலும் இந்த வார்த்தைகள்தாம் என் காதில் விழுகின்றன: (அடுத்தவர் கூறுவதைக் கவனமாகக் காதுகொடுத்துக் கேட்டு, அவர்களுடைய வார்த்தைகள் அவருடைய ஆன்மாவின் மைய விழுமியங்களை உங்களுக்கு

வெளிப்படுத்த அனுமதிப்பதன் முக்கியத்துவம் உங்களுக்கு நினைவிருக்கும் என்று நான் நினைக்கிறேன்.)

- "அந்த நிறுவனத்தின் தயாரிப்பைவிட இந்தத் தயாரிப்பு அதிகச் சிறப்பானதாக இருக்கிறது."
- "நான் எல்லா இடங்களிலும் பார்த்துவிட்டேன். இந்தப் பொருள் யாரிடமும் இல்லை."
- "நான் இந்தப் பொருளுக்கு ஒரு யோசனையைக் கொடுக்கிறேன்; ஆனால் இலாபத்தில் எனக்கு 25 சதவீதம் வேண்டும்."
- "நான் பல ஆண்டுகளாக இதன் உருவாக்கத்தில் (பொருள், புத்தகம், பாடல், கண்டுபிடிப்பு) ஈடுபட்டு வந்துள்ளேன்."

இவ்வார்த்தைகள், பொதுவாக E-S பகுதியிலிருந்து இயங்கிக் கொண்டிருக்கின்ற ஒருவருடையவையாகும்.

நான் இந்த நேரத்தில் மென்மையாக நடந்து கொள்ள வேண்டியிருக்கிறது. ஏனெனில், நான் பல ஆண்டுகளாக அவருக்குள் வேர்விட்டு வந்துள்ள மைய விழுமியங்களையும் யோசனைகளையும் கையாண்டு கொண்டிருக்கிறேன். அவை பல தலைமுறைகளாகக் கடத்தப்பட்டு அவரை வந்தடைந்திருக்கக்கூடும். நான் மென்மையாகவும் பொறுமையாகவும் நடந்து கொள்ளாவிட்டால், ஒரு பிஞ்சு யோசனைக்கு நான் சேதம் விளைவித்துவிடக்கூடும். மிக முக்கியமாக, இன்னொரு கால்சதுரத்திற்கு இடம் பெயரத் தயாராக இருக்கின்ற ஒரு மனிதருக்கு நான் சேதம் விளைவித்துவிடக்கூடும்.

ஹேம்பர்கரும் வியாபாரமும்

நான் மிக மென்மையாக நடந்து கொள்ள வேண்டும் என்பதால், எங்கள் உரையாடலின் இக்கட்டத்தில், என்னிடம் அறிவுரை கேட்டு வந்துள்ளவருக்கு ஒரு தெளிவைக் கொடுப்பதற்காக, நான் அடிக்கடி 'மெக்டொனால்ட்ஸ் ஹேம்பர்கர்' எடுத்துக்காட்டைப் பயன்படுத்துகிறேன். நான் அவர்களுடைய பேச்சைக் காதுகொடுத்துக் கேட்டப் பிறகு, மெதுவாக, "மெக்டொனால்ட்ஸ் தயாரிப்பதைவிடச் சிறப்பான ஒரு ஹேம்பர்கரைத் தனிப்பட்ட முறையில் உங்களால் தயாரிக்க முடியுமா?" என்று நான் அவர்களிடம் கேட்கிறேன்.

இதுவரை, தங்களுடைய புதிய யோசனை அல்லது பொருளைப் பற்றி என்னிடம் பேசியுள்ளவர்களில் 100 சதவீதத்தினர், மேற்குறிப்பிடப்பட்டக் கேள்விக்கு 'ஆமாம்' என்று பதிலளித்துள்ளனர். மெக்டொனால்ட்ஸில் பரிமாறப்படுகின்ற ஹேம்பர்கரைவிட அதிகத் தரம் வாய்ந்த ஒரு ஹேம்பர்கரை அவர்கள் அனைவராலும் தயாரிக்கவும் பரிமாறவும் முடியும்.

அடுத்து நான் அவர்களிடம், "மெக்டொனால்ட்ஸின் தொழில் அமைப்புமுறையைவிட அதிகச் சிறப்பான ஒரு தொழில் அமைப்புமுறையைத் தனிப்பட்ட முறையில் உங்களால் உருவாக்க முடியுமா?" என்று கேட்கிறேன்.

அந்த வேறுபாட்டைச் சிலரால் உடனடியாகப் பார்க்க முடிகிறது, சிலருக்கு அது முடிவதில்லை. ஒருவர் கேஷ்ஃப்ளோ கால்சதுரத்தின் இடது பக்கத்தின்மீது (பர்கர் குறித்த யோசனையின்மீது கவனம் கொண்டுள்ள

பகுதி) தன் கவனத்தைக் குவித்துள்ளாரா அல்லது வலது பக்கத்தின்மீது (தொழில் அமைப்புமுறையின்மீது கவனத்தைக் குவித்துள்ள பகுதி) தன் கவனத்தைக் குவித்துள்ளாரா என்பதுதான் வேறுபாடு என்று நான் அவர்களுக்குச் சுட்டிக்காட்டுகிறேன்.

மெக்டொனால்ட்ஸைவிட அதிகச் சிறப்பான ஒரு பர்கரைத் தயாரிக்கக்கூடிய திறன் வாய்ந்த இலட்சக்கணக்கானோர் இருப்பதைப்போல, பெரும் கோடீஸ்வரப் பெருநிறுவனங்கள் வழங்குகின்ற உயர்தரப் பொருட்களை அல்லது சேவைகளை வழங்கிக் கொண்டிருக்கின்ற ஏராளமான தொழில்முனைவோர் இருக்கின்றனர் என்பதை என்னால் முடிந்த அளவு சிறப்பாக நான் விளக்க முயற்சிக்கிறேன். ஆனால் மெக்டொனால்ட்ஸ் மட்டுமே, கோடிக்கணக்கான பர்கர்களைத் தயாரித்து விநியோகிக்கின்ற அமைப்புமுறையை உருவாக்கியுள்ளது.

மறுபக்கத்தைப் பாருங்கள்

மக்களால் இந்த உண்மையைப் பார்க்கத் தொடங்க முடியும் என்றால், அவர்கள் நேராக ஒரு மெக்டொனால்ட்ஸ் உணவகத்திற்குச் சென்று, ஒரு பர்கரை வாங்கி, அங்கு உட்கார்ந்து கொண்டு, அந்த பர்கரை விநியோகித்த அமைப்புமுறையைக் கூர்ந்து கவனிக்கும்படி நான் அவர்களுக்குப் பரிந்துரைக்கிறேன். சமைக்கப்படாத பர்கரை விநியோகித்துவிட்டுச் சென்ற லாரிகள், மாட்டிறைச்சியைத் தயாரித்தப் பண்ணை உரிமையாளர்கள், அந்த இறைச்சியை வாங்கிய வியாபாரிகள், அந்த இறைச்சியை விற்க உதவிய தொலைக்காட்சி விளம்பரங்கள் ஆகியவற்றைக் கவனியுங்கள். “ஹலோ, மெக்டொனால்ட்ஸுக்கு உங்களை வரவேற்கிறேன்,” என்ற வார்த்தைகளைக் கூறுவதற்கு மக்களுக்கு வழங்கப்படுகின்ற பயிற்சியைக் கவனியுங்கள். கூடவே, அந்தக் கிளை உரிம உணவகத்தின் உள்வடிவமைப்பு, பிராந்திய அலுவலகங்கள், பர்கருக்கான பன்களைத் தயாரிக்கின்ற பேக்கரிகள், உலகம் நெடுகிலும் ஒரே சுவையில் அமைந்துள்ள கோடிக்கணக்கான கிலோ பிரெஞ்சு ஃபிரைஸ் ஆகியவற்றைக் கவனியுங்கள். வால் ஸ்டிரீட்டில் மெக்டொனால்ட்ஸுக்காகப் பணம் திரட்டுகின்ற பங்குத் தரகர்களையும் சேர்த்துக் கொள்ளுங்கள். மக்களால் இந்த ஒட்டுமொத்தப் படத்தைப் புரிந்து கொள்ளத் தொடங்க முடிந்தால், அவர்கள் B-I பக்கத்திற்குப் போவதற்கு ஒரு வாய்ப்பு இருக்கிறது.

எதார்த்தம் என்னவென்றால், அளப்பரிய புதிய யோசனைகளும், சேவைகளையும் பொருட்களையும் வழங்குகின்ற கோடிக்கணக்கான மக்களும், இலட்சக்கணக்கான பொருட்களும் இருக்கின்றன, ஆனால் அற்புதமான தொழில் அமைப்புமுறைகளை உருவாக்கத் தெரிந்தவர்கள் ஒரு சிலர் மட்டுமே உள்ளனர்.

பில் கேட்ஸ் ஒரு சிறந்த பொருளை உருவாக்கவில்லை. வேறொருவருடைய பொருளை வாங்கி, அதைச் சுற்றி ஒரு சக்திவாய்ந்த உலகளாவிய அமைப்புமுறையை அவர் கட்டியெழுப்பினார்.

4. I (முதலீட்டாளர்)

முதலீட்டாளர்கள் பணத்தைக் கொண்டு பணம் பண்ணுகின்றனர். அவர்கள் வேலை செய்ய வேண்டியதில்லை. ஏனெனில், பணம் அவர்களுக்காக வேலை செய்து கொண்டிருக்கிறது.

I கால்சதுரம் பணக்காரர்களின் விளையாட்டு மைதானமாகும். மக்கள் எந்தக் கால்சதுரத்திலிருந்து பணம் சம்பாதிக்கின்றனர் என்பது ஒரு பொருட்டல்ல, ஆனால் அவர்கள் என்றேனும் பணக்காரர்களாக ஆவதற்குத் திட்டமிட்டிருந்தால், அவர்கள் இறுதியில் I கால்சதுரத்திற்கு வந்தாக வேண்டும். இந்தக் கால்சதுரத்தில்தான் பணம் செல்வமாக உருமாற்றம் பெறுகிறது.

கேஷ்ஃப்ளோ கால்சதுரம்

கேஷ்ஃப்ளோ கால்சதுரம், ஓர் ஊழியராகவோ (E), சுய தொழில் புரிகின்ற ஒருவராகவோ (S), ஒரு தொழிலதிபராகவோ, (B) அல்லது ஒரு முதலீட்டாளராகவோ (I) வருவாய் எவ்வாறு ஈட்டப்படுகிறது என்பதை வெறுமனே வேறுபடுத்திக் காட்டுகிறது.

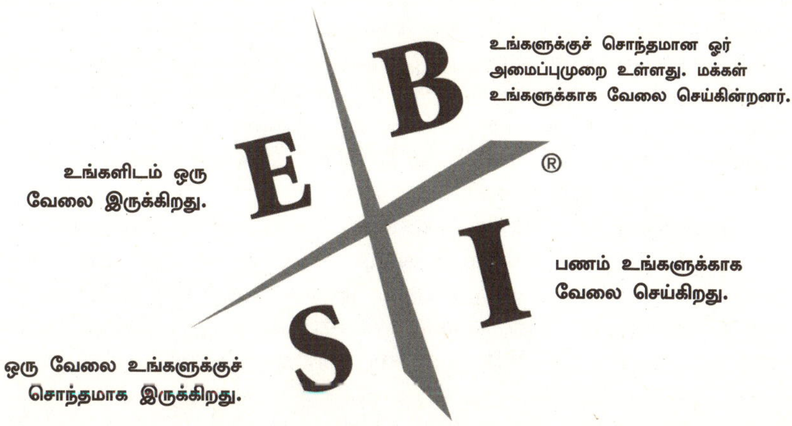

அடுத்தவர்களுடைய நேரமும் அடுத்தவர்களுடைய பணமும்

பெரும் பணத்திற்கும் செல்வத்திற்குமான இரகசியங்கள் எவை தெரியுமா?

- அடுத்தவர்களுடைய நேரம்
- அடுத்தவர்களுடைய பணம்

இவை இரண்டும் B மற்றும் I கால்சதுரங்களில் காணப்படுகின்றன. E மற்றும் S கால்சதுரங்களில் வேலை செய்கின்றவர்கள்தாம் அந்த 'அடுத்தவர்கள்'. அவர்களுடைய நேரமும் பணமும்தாம் பயன்படுத்தப்படுகின்றன.

ஒரு S வகை தொழிலை உருவாக்குவதற்குப் பதிலாக ஒரு B வகை தொழிலைக் கட்டியெழுப்புவதற்குக் கிம்மும் நானும் நேரம் எடுத்துக் கொண்டதற்கான ஒரு முக்கியக் காரணம், அடுத்தவர்களுடைய பணத்தைப் பயன்படுத்துவதிலுள்ள நீண்டகால நன்மைகளை நாங்கள் உணர்ந்திருந்ததுதான். ஒரு வெற்றிகரமான சுய தொழில் புரிபவராக (S) இருப்பதிலுள்ள குறைபாடுகளில் ஒன்று என்னவென்றால், இந்தக் கால்சதுரத்தில், வெற்றி என்றால் மேலும் அதிகமான கடின உழைப்பு என்று அர்த்தம். வேறு வார்த்தைகளில் கூறினால், சிறப்பான விளைவுகள் மேலும் அதிகக் கடினமான உழைப்புக்கும் நீண்ட வேலைநேரத்திற்கும் வழி வகுக்கின்றன.

ஒரு B வகை தொழிலை வடிவமைப்பதில், வெற்றி என்பது அமைப்புமுறையை அதிகரிப்பது என்றும், அதிகமான ஆட்களை வேலை எடுப்பது என்றும் அர்த்தமாகும். வேறு விதமாகக் கூறினால், இந்தக் கால்சதுரத்தில் நீங்கள் குறைவான நேரம் வேலை செய்து, அதிகப் பணம் ஈட்டுகிறீர்கள், அதிக ஓய்வு நேரத்தை அனுபவிக்கிறீர்கள்.

இப்புத்தகத்தில் இனி வரும் பகுதிகள் அனைத்தும், கேஷ்ஃபுளோ கால்சதுரத்தின் வலது பக்கத்தில் வெற்றி பெறத் தேவையான திறமைகளையும் மனப்போக்கையும் பற்றிப் பேசவிருக்கின்றன. என்னுடைய அனுபவத்தில், வலது பக்கத்தில் வெற்றிகரமாகத் திகழ்வதற்கு ஒரு வேறுபட்ட மனப்போக்கும் வேறுபட்டத் தொழில்நுட்பத் திறமைகளும் தேவை. மக்கள் இந்த மாற்றங்களைத் திறந்த மனத்துடன் மேற்கொண்டால், பொருளாதாரப் பாதுகாப்பை அல்லது பொருளாதாரச் சுதந்திரத்தை அடைவது எளிதாக இருப்பதைக் காண்பர். மற்றவர்களுக்கு இச்செயல்முறை கடினமானதாக இருக்கும். ஏனெனில், பலர் ஒரே ஒரு கால்சதுரத்திலும் ஒரே ஒரு மனப்போக்கிலும் உறைந்துவிடுகின்றனர்.

குறைந்தபட்சம், சிலர் ஏன் மற்றவர்களைவிடக் குறைவான நேரம் வேலை செய்து, அதிகமாகப் பணம் ஈட்டி, குறைவாக வரி செலுத்தி, அதிகப் பொருளாதாரப் பாதுகாப்பை அனுபவிக்கின்றனர் என்பதை நீங்கள் கண்டுகொள்வீர்கள். இது, எந்தக் கால்சதுரத்திலிருந்து இயங்க வேண்டும், எப்போது இயங்க வேண்டும் என்பதை அறிந்திருப்பதைப் பற்றியதாகும்.

சுதந்திரத்திற்கான ஒரு வழிகாட்டி

கேஷ்ஃபுளோ கால்சதுரம் குறிப்பிட்டச் சில விதிமுறைகளை உள்ளடக்கிய ஒன்றல்ல. இதைப் பயன்படுத்த விரும்புகின்றவர்களுக்கான ஒரு வழிகாட்டி மட்டுமே இது. பொருளாதாரரீதியாகப் போராடிக் கொண்டிருந்த கிம்மையும் என்னையும் இது பொருளாதாரப் பாதுகாப்பை நோக்கியும், இறுதியில் பொருளாதாரச் சுதந்திரத்தை நோக்கியும் வழிநடத்தியது.

பணக்காரர்களுக்கும் மற்ற அனைவருக்கும் இடையேயான வேறுபாடு

ஒரு சில ஆண்டுகளுக்கு முன்பு நான் படித்த ஒரு கட்டுரையில் பின்வருமாறு குறிப்பிடப்பட்டிருந்தது: “பெரும்பாலான பணக்காரர்கள் தங்களுடைய 70 சதவீத வருவாயை முதலீடுகளிலிருந்தும் (I கால்சதுரம்), 30 சதவீத வருவாயை ஊதியத்திலிருந்தும் (E கால்சதுரம்) பெறுகின்றனர்.” அவர்கள் ஓர் ஊழியர் என்றால், அவர்கள் தங்களுடைய சொந்த நிறுவனத்தின் ஊழியர்களாக இருப்பதற்கான வாய்ப்புகள் அதிகம். அவர்களுடைய வருவாய் இப்படிக் காட்சியளித்தது:

மற்ற அனைவருக்கும், அதாவது, ஏழைகள் மற்றும் நடுத்தர வர்க்கத்தினருக்கு, குறைந்தபட்சம் 80 சதவீத வருவாய் E அல்லது S கால்சதுரங்களிலிருந்து வருகின்ற ஊதியங்களிலிருந்து வருகிறது. 20 சதவீதத்திற்கும் குறைவான வருவாயே I கால்சதுரத்திலுள்ள முதலீடுகளிலிருந்து வருகிறது.

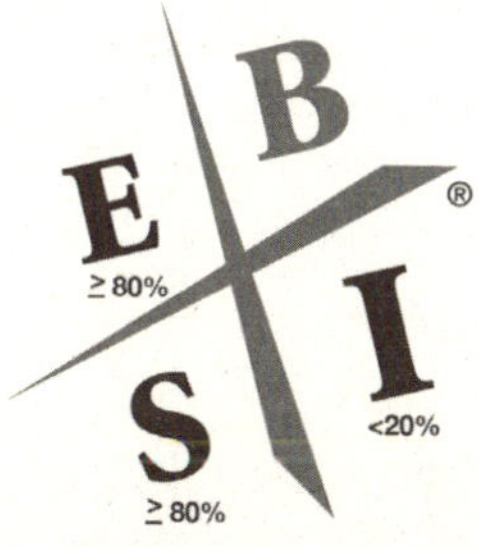

பணக்காரராக இருப்பதற்கும் செல்வந்தராக இருப்பதற்கும் இடையேயான வேறுபாடு

முதல் அத்தியாயத்தில், 1989 ஆம் ஆண்டுக்குள் கிம்மும் நானும் கோடீஸ்வரர்களாக ஆகியிருந்தோம், ஆனால் 1994 ஆம் ஆண்டுவரை நாங்கள் பொருளாதாரச் சுதந்திரத்தைப் பெறவில்லை என்று நான் குறிப்பிட்டிருந்தேன். பணக்காரராக இருப்பதற்கும் செல்வந்தராக இருப்பதற்கும் இடையே ஒரு வேறுபாடு இருக்கிறது. 1989 ஆம் ஆண்டுவாக்கில், எங்களுடைய தொழில் எங்களுக்கு ஏராளமான பணத்தை ஈட்டிக் கொடுத்துக் கொண்டிருந்தது. நாங்கள் குறைவாக வேலை செய்து அதிகமாகச் சம்பாதித்துக் கொண்டிருந்தோம். ஏனெனில், எங்களுடைய உடலுழைப்பிற்கான தேவை இல்லாமலேயே எங்களுடைய தொழில் அமைப்புமுறை வளர்ந்து கொண்டிருந்தது. நாங்கள் பொருளாதார வெற்றியை அடைந்திருந்தோம்.

ஆனாலும், எங்களுடைய தொழிலிலிருந்து வந்து கொண்டிருந்த பணத்தை, கூடுதலான பணப் பெயர்ச்சியை உற்பத்தி செய்யக்கூடிய, தொட்டுணரப்படக்கூடிய சொத்துகளாக நாங்கள் மாற்ற வேண்டியிருந்தது. எங்களுடைய தொழிலை நாங்கள் ஒரு வெற்றிகரமான தொழிலாக வளர்த்தெடுத்திருந்தோம். இப்போது, எங்களுடைய அனைத்துச் சொத்துகளிலிருந்தும் வந்தப் பணம், எங்களுடைய வாழ்க்கைச் செலவைவிட மிக அதிகமானதாக இருக்கும்படியாக எங்களுடைய சொத்துகளை வளர்த்தெடுப்பதன்மீது நாங்கள் கவனம் செலுத்த வேண்டிய நேரம் வந்துவிட்டிருந்தது.

1994 ஆண்டுவாக்கில், எங்களுடைய அனைத்துச் சொத்துகளிலும் இருந்து வந்த வருவாய் எங்களுடைய செலவுகளைவிட மிக அதிகமாக இருந்தது. அக்கட்டத்தில், நாங்கள் செல்வந்தர்களாக ஆகியிருந்தோம்.

எங்களுடைய தொழில் ஒரு சொத்தாகக் கருதப்படுகிறது. ஏனெனில், அது வருவாயை உற்பத்தி செய்து கொடுத்தது, அதிக உடலுழைப்பின் தேவை இல்லாமலேயே இயங்கியது. ஆனாலும், நாங்கள் செல்வந்தர்கள் என்று முழங்குவதற்கு முன், எங்களுடைய உழைப்பு இல்லாமலேயே கூடுதல் வருவாயை உருவாக்கிக் கொடுத்த, வீடுமனைகள், பங்குகள் போன்ற தொட்டுணரப்படக்கூடிய சொத்துகளும் எங்களுக்கு இருந்ததை நாங்கள் உறுதி செய்து கொள்ள விரும்பினோம். எங்களுடைய தொழிலிலிருந்து வந்த வருவாயைவிட, எங்களுடைய சொத்துகளிலிருந்து அதிக வருவாய் வரத் தொடங்கியவுடன், எங்களுடைய தொழிலை நாங்கள் எங்களுடைய கூட்டாளிக்கு விற்றுவிட்டோம். இப்போது நாங்கள் செல்வந்தர்களாக ஆனோம்.

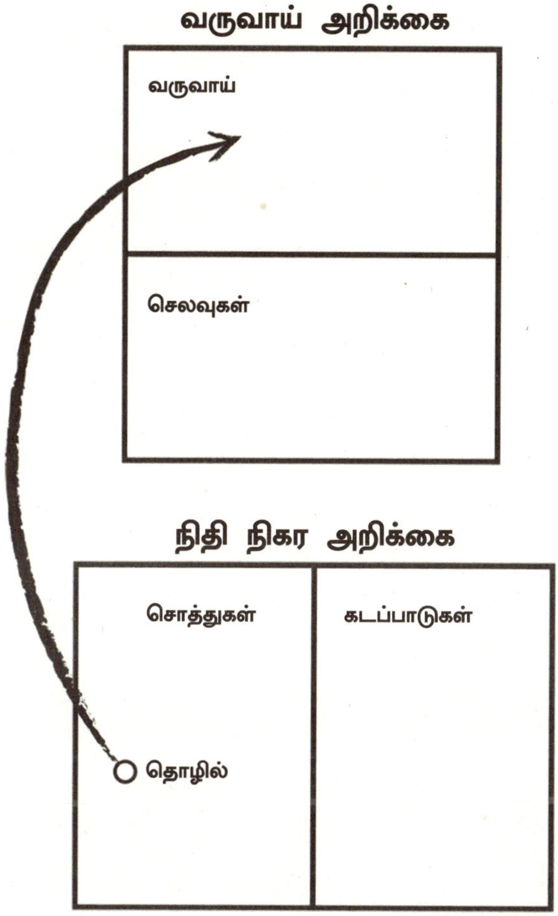

செல்வத்தின் வரையறை

வேலை செய்யாமலும், அதே நேரத்தில் உங்களுடைய வாழ்க்கைத் தரத்தைப் பராமரித்துக் கொண்டும் எத்தனை நாட்கள் உங்களால் தாக்குப்பிடிக்க முடியும் என்பதுதான் செல்வத்தின் வரையறையாகும்.

எடுத்துக்காட்டாக, உங்களுடைய மாதாந்திரச் செலவுகள் 5,000 டாலர்களாக இருந்து, உங்களுடைய சேமிப்பில் 20,000 டாலர்கள் இருந்தால், உங்களுடைய செல்வம் சுமார் நான்கு மாதங்கள் அல்லது 120 நாட்கள் மட்டுமே. செல்வம் நேரத்தில் அளவிடப்படுகிறதே அன்றி, டாலர்களில் அல்ல.

1994 ஆம் ஆண்டுவாக்கில், கிம்மும் நானும் அளவிடப்பட முடியாத அளவு மாபெரும் செல்வந்தர்களாக ஆகியிருந்தோம். ஏனெனில், எங்களுடைய முதலீடுகளிலிருந்து வந்து கொண்டிருந்த வருவாய் எங்களுடைய மாதாந்திரச் செலவுகளைவிட மிக அதிகமாக இருந்தது.

இறுதியில், நீங்கள் எவ்வளவு பணம் சம்பாதிக்கிறீர்கள் என்பது முக்கியமல்ல. மாறாக, எவ்வளவு பணத்தைச் சேமிக்கிறீர்கள் என்பதும், அந்தப் பணம் எவ்வளவு காலம் உங்களுக்காக வேலை செய்கிறது என்பதும்தான் முக்கியம். ஏராளமான பணம் சம்பாதிக்கின்ற, ஆனால் அவர்களுடைய அத்தனைப் பணமும் செலவுப் பகுதிக்குப் போய்விடுகின்ற ஏராளமான மக்களை தினமும் நான் சந்திக்கிறேன்.

அவர்கள் சிறிது கூடுதல் பணம் சம்பாதிக்கின்ற ஒவ்வொரு முறையும், கடைகளுக்குச் சென்று பொருட்களை வாங்குவதில் அவர்கள் அதைச் செலவிட்டுவிடுகின்றனர். அவர்களை நீண்டகாலக் கடனுக்குள் தள்ளுகின்ற ஒரு பெரிய வீட்டையோ அல்லது புதிய காரையோ அவர்கள் வாங்குகின்றனர். இதனால் அவர்கள் மேலும் அதிகக் கடினமாக உழைக்க வேண்டியிருக்கிறது. சொத்துகள் பகுதிக்குள் போவதற்கு அவர்களிடம் எதுவும் எஞ்சுவதில்லை. பணம் அவர்களிடமிருந்து வேகமாகக் கரைந்துவிடுகிறது. அவர்களுடைய பணப் பெயர்ச்சிப் போக்கு இப்படித் தோன்றுகிறது:

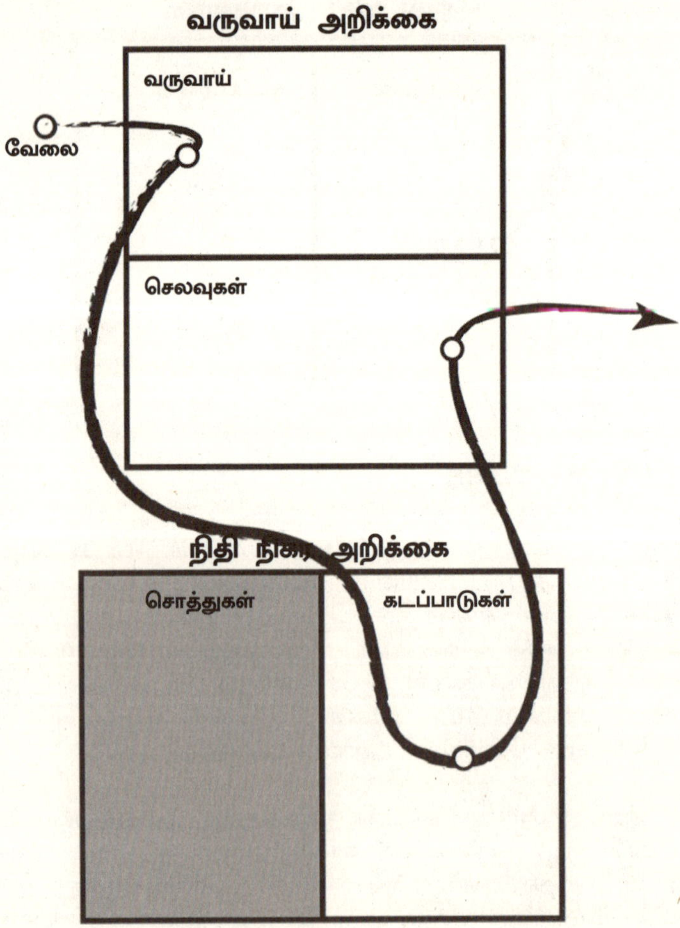

'சிவப்புக் கோடு' பொருளாதாரம்

கார்களின் உலகில், "எஞ்சின்களைச் சிவப்புக் கோட்டில் வைத்தல்" என்ற ஒரு கூற்று நிலவுகிறது. 'சிவப்புக் கோடு' என்றால், எஞ்சினைக் கிட்டத்தட்ட அதன் உச்சபட்சச் சுழற்சி வேகத்தில் இயக்குவது என்று அர்த்தம். அதற்கு மேல் வேகம் கூட்டினால், எஞ்சின் வெடித்துவிடும்.

பணக்காரர்கள் மற்றும் ஏழைகளில் பலர், தங்களுடைய தனிப்பட்ட நிதியின் பொருளாதாரச் சிவப்புக் கோட்டிலேயே எப்போதும் இயங்கிக் கொண்டிருக்கின்றனர். அவர்கள் எவ்வளவு பணம் சம்பாதித்தாலும் சரி, அது வரும் வேகத்தில் அவர்கள் அதைச் செலவழித்துவிடுகின்றனர். உங்களுடைய காரின் எஞ்சினைச் சிவப்புக் கோட்டில் இயக்குவதில் உள்ள பிரச்சனை என்னவென்றால், எஞ்சினின் ஆயுட்காலம் குறுக்கப்பட்டுவிடுகிறது. உங்களுடைய நிதியைச் சிவப்புக் கோட்டில் இயக்குவதிலும் இதேதான் நிகழ்கிறது.

மக்கள் எவ்வளவு கடினமாக வேலை செய்தாலும், போதிய பணம் அவர்களிடம் இல்லாததால் ஏற்படுகின்ற மன அழுத்தம் இன்று தாங்கள் பார்க்கின்ற முக்கியப் பிரச்சனைகளில் ஒன்று என்னுடைய மருத்துவ நண்பர்களில் பலர் என்னிடம் கூறுகின்றனர். உடல்நலக் கோளாறுகளுக்கான மிகப் பெரிய காரணி 'பர்ஸின் புற்றுநோய்' என்று ஒரு நண்பர் கூறுகிறார்.

பணம் பணத்தை உற்பத்தி செய்கிறது

மக்கள் எவ்வளவு பணம் சம்பாதித்தாலும் சரி, இறுதியில் அவர்கள் அதில் சிறிதளவை I கால்சதுரத்தில் போட்டு வைக்க வேண்டும். இங்கேதான் உங்கள் பணம் அதிகப் பணத்தை உற்பத்தி செய்கிறது. நீங்கள் வேலை செய்ய வேண்டிய தேவை இல்லாத விதத்தில் உங்கள் பணம் கடினமாக உழைக்கிறது என்ற யோசனையின் அடிப்படையில் இது அமைந்துள்ளது. உங்களுடைய பொருளாதார ஆரோக்கியத்திற்கு I கால்சதுரம் மிகவும் முக்கியம் என்றாலும், பயனுள்ள பிற முதலீட்டு வடிவங்களும் இருக்கின்றன என்பதை நீங்கள் நினைவில் கொள்ள வேண்டும்.

பிற முதலீட்டு வடிவங்கள்

மக்கள் தங்களுடைய கல்வியில் முதலீடு செய்கின்றனர். பாரம்பரியக் கல்வி முக்கியமானது. நீங்கள் எவ்வளவு அதிகக் கல்வித் தகுதி படைத்தவராக ஆகிறீர்களோ, நீங்கள் தேர்ந்தெடுக்கும் தொழில்முறை வேலையைப் பொறுத்து, அதிகப் பணம் சம்பாதிப்பதற்கான உங்களுடைய வாய்ப்புகள் அவ்வளவு அதிகரிக்கின்றன. ஒரு சராசரி நபர் ஏறத்தாழ 40 ஆண்டுகள் வேலை செய்வதாகக் கணக்கிட்டால், கல்லூரிப் படிப்போ அல்லது அதைவிட உயர்ந்த ஏதோ ஒரு வகையான படிப்போ ஒரு நல்ல முதலீடாக அமையக்கூடும்.

நீங்கள் வேலை செய்கின்ற நிறுவனத்திற்கு உங்கள் விசுவாசத்தையும்

சிறந்த முயற்சிகளையும் வழங்குவது இன்னொரு வகையான முதலீடாகும். அதற்குப் பதிலீடாக, ஒப்பந்தப்படி, ஊழியருக்கு வாழ்நாள் முழுவதற்குமான ஓர் ஓய்வூதியம் வழங்கப்படுகிறது. தொழில் யுகத்தில் இந்த வகையான முதலீடுதான் பிரபலமாக இருந்தது. தகவல் யுகத்தில் அது வழக்கொழிந்து போய்விட்டது.

சிலர், பெரிய குடும்பங்களை உருவாக்குவதில் முதலீடு செய்கின்றனர். பதிலுக்கு, அவர்களுடைய முதுமையில் அவர்களுடைய குழந்தைகள் அவர்களைக் கவனித்துக் கொள்கின்றனர். அந்த வகையான முதலீடுதான் கடந்தகாலத்தில் வழக்கமானதாக இருந்தது. ஆனால் தற்போதைய பொருளாதாரப் பிரச்சனைகளின் காரணமாக, தங்கள் பெற்றோருடைய வாழ்க்கைச் செலவுகளையும் மருத்துவச் செலவுகளையும் கையாள்வது மக்களுக்கு அதிகக் கடினமானதாக ஆகியுள்ளது.

சமூகப் பாதுகாப்புத் திட்டம், மெடிக்கேர் திட்டம் போன்ற அரசு ஓய்வூதியத் திட்டங்கள், சட்டத்தால் கட்டாயப்படுத்தப்படுகின்ற இன்னொரு வகையான முதலீடாகும். இத்திட்டங்களுக்கான பணம் பொதுவாக ஒருவர் வேலை செய்கின்ற காலத்தில் அவருடைய சம்பளத்திலிருந்து பிடிக்கப்பட்டுவிடுகிறது. மக்கட்தொகையிலும் விலைகளிலும் ஏற்பட்டுள்ள மாபெரும் மாற்றங்களின் காரணமாக, இந்த முதலீட்டு வடிவத்தால், தான் வழங்கியுள்ள வாக்குறுதிகளில் பலவற்றைக் காப்பாற்ற முடியாமல் போகக்கூடும்.

ஓய்வுக் காலத்திற்கான பிற தனிப்பட்ட முதலீட்டு வடிவங்களும் இருக்கின்றன. அவை தனிநபர் ஓய்வூதியத் திட்டங்கள் என்று அழைக்கப்படுகின்றன. இத்தகைய திட்டங்களில் பங்கு கொள்வதற்கு, ஊழியர்களுக்கும் அவர்களுடைய நிறுவனங்களுக்கும் ஒன்றிய அரசாங்கம் பெரும்பாலும் வரிச் சலுகைகள் வழங்கும். அமெரிக்காவில், *401* [கே] ஓய்வூதியத் திட்டம் மிகப் பிரபலமான ஒரு திட்டமாகும். ஆஸ்திரேலியா போன்ற நாடுகளில், அவை ஓய்வூதியத் திட்டங்கள் என்று அழைக்கப்படுகின்றன.

முதலீடுகளிலிருந்து பெறப்படுகின்ற வருவாய்

மேற்குறிப்பிடப்பட்ட அனைத்தும் பல்வேறு வகையான முதலீடுகளாக இருந்தாலும், I கால்சதுரம், உங்களுடைய பணிக்காலத்தின்போது தொடர்ந்து வருவாய் ஈட்டித் தருகின்ற முதலீடுகள்மீது கவனம் செலுத்துகிறது. எனவே, ஒரு முதலீட்டாளராகச் (I) செயல்படுகின்ற ஒருவராகத் தகுதி பெறுவதற்கு, மற்ற அனைத்துக் கால்சதுரங்களிலும் பயன்படுத்தப்படுகின்ற அதே அளவைகளைப் பயன்படுத்துங்கள். உங்களுடைய தற்போதைய வருவாயை நீங்கள் I கால்சதுரத்திலிருந்து ஈட்டிக் கொண்டிருக்கிறீர்களா? இதை வேறு விதமாகக் கேட்டால், உங்கள் பணம் உங்களுக்காக வேலை செய்து உங்களுடைய தற்போதைய வருவாயை உருவாக்கிக் கொடுத்துக் கொண்டிருக்கிறதா?

முதலீட்டு நோக்கில் ஒரு வீட்டை வாங்கி அதை வாடகைக்கு விடுகின்ற ஒரு நபரை இப்போது பார்க்கலாம். அந்த வீட்டிலிருந்து கிடைக்கின்ற வாடகை, அந்தச் சொத்தை நிர்வகிக்க ஆகின்ற செலவுகளைவிட அதிகமாக

இருந்தால், அந்த வருவாய் I கால்சதுரத்திலிருந்து வந்து கொண்டிருக்கிறது. சேமிப்புகளிலிருந்து வருகின்ற வட்டி, பங்குகளிலிருந்து கிடைக்கின்ற ஆதாயங்கள் போன்றவற்றைப் பெறுகின்ற மக்களின் விஷயத்திலும் இது உண்மை. எனவே, I கால்சதுரத்திற்கான தகுதிக் காரணி, நீங்கள் அந்தக் கால்சதுரத்தில் வேலை செய்யாமலேயே அதிலிருந்து எவ்வளவு வருவாய் ஈட்டுகிறீர்கள் என்பதாகும்.

என்னுடைய ஓய்வூதியக் கணக்கு ஒரு வகையான முதலீடா?

ஓர் ஓய்வூதியக் கணக்கில் தொடர்ந்து பணம் செலுத்தி வருவது, E கால்சதுரத்திலுள்ள மக்களிடம் வலியுறுத்தப்படுகின்ற ஒரு வகையான முதலீடாகும். இந்த ஓய்வூதியத் திட்டங்களில் ஆபத்து இல்லாமல் இல்லை. அவை பலனளிக்கும்போதுகூட, பதிலீட்டு விகிதம் ஒருபோதும் உங்களுக்குப் பொருளாதாரச் சுதந்திரத்தைப் பெற்றுக் கொடுக்காது. நம்மில் பெரும்பாலானோர், நம்முடைய பணிக் காலம் முடிந்த பிறகு முதலீட்டாளர்களாக இருக்க விரும்புகிறோம். ஆனால் இந்தப் புத்தகத்தைப் பொறுத்தவரை, I கால்சதுரம், தன்னுடைய பணிக் காலத்தின்போது தன்னுடைய முதலீடுகளிலிருந்து வருவாய் ஈட்டுகின்ற ஒருவரைக் குறிக்கிறது. எதார்த்தத்தில், பெரும்பாலான மக்கள் ஓர் ஓய்வூதியக் கணக்கில் முதலீடு செய்வதில்லை. மாறாக, அவர்கள் தங்களுடைய ஓய்வூதியக் கணக்கில் பணம் சேமித்துக் கொண்டிருக்கின்றனர். தாங்கள் ஓய்வு பெறும்போது, தாங்கள் இப்போது அக்கணக்கில் செலுத்திக் கொண்டிருக்கின்ற தொகையைவிட மிக அதிகமான பணம் அதிலிருந்து தங்களுக்குக் கிடைக்கும் என்ற நம்பிக்கையில் அவர்கள் அவ்வாறு செய்கின்றனர்.

தங்களுடைய ஓய்வூதியக் கணக்குகளில் பணம் சேமிப்பவர்களுக்கும், முதலீட்டின் மூலமாக மேலும் அதிகப் பணத்தை உருவாக்குவதற்குத் தங்களுடைய பணத்தைப் பயன்படுத்துவோருக்கும் இடையே ஒரு வேறுபாடு உள்ளது.

பங்குத் தரகர்கள் முதலீட்டாளர்களா?

முதலீட்டு உலகில் உள்ள பொருளாதார ஆலோசகர்கள் பலர், வரையறைப்படி, I கால்சதுரத்திலிருந்து தங்களுடைய வருவாயை ஈட்டிக் கொண்டிருக்கின்ற மக்கள் அல்லர்.

எடுத்துக்காட்டாக, பெரும்பாலான பங்குத் தரகர்கள், வீடுமனை முகவர்கள், பொருளாதார ஆலோசகர்கள், வங்கியாளர்கள், கணக்காளர்கள் ஆகியோர் முக்கியமாக ஊழியர்களாகவோ (E) அல்லது சுய தொழில் புரிவோராகவோ (S) இருக்கின்றனர். அதாவது, அவர்களுடைய வருவாய் அவர்களுடைய தொழில்முறை வேலையிலிருந்து வருகிறது, அவர்களிடம் உள்ள சொத்துகளிலிருந்து அல்ல.

என்னுடைய நண்பர்களில் சிலர் பங்கு வணிகர்களாவர். குறைந்த விலையில் பங்குகளை வாங்கி அதிக விலைக்கு அவற்றை விற்கலாம் என்ற நம்பிக்கையில் பங்குகளை வாங்குகின்றவர்கள் அவர்கள். எதார்த்தத்தில்,

வணிகம்தான் அவர்களுடைய தொழில். மொத்த விற்பனைச் சந்தையில் பொருட்களை வாங்கி அவற்றைச் சில்லறையாக விற்கின்ற ஒரு சில்லறைக் கடை உரிமையாளரைப் போன்றவர்கள் அவர்கள். பணத்தை ஈட்டுவதற்கு இங்கு ஓரளவு உழைப்பு அவசியமாக இருக்கிறது. எனவே, அவர்கள் I கால்சதுரத்தைவிட S கால்சதுரத்திற்குள் அதிகமாகப் பொருந்துவர்.

இவர்கள் அனைவரும் முதலீட்டாளர்களாக இருக்க முடியுமா? முடியும் என்பது அதற்கான பதில். ஆனால், கமிஷன் மூலம் பணம் ஈட்டுகின்றவர்கள், மணிக்கணக்கில் ஆலோசனைகளை விற்பவர்கள், குறைந்த விலைக்கு வாங்கி அதிக விலைக்கு விற்க முயற்சிப்பவர்கள் ஆகியோருக்கும், நல்ல முதலீடுகளை அடையாளம் காண்பதன் மூலமோ அல்லது உருவாக்குவதன் மூலமோ பணம் சம்பாதிப்பவர்களுக்கும் இடையேயான வேறுபாட்டை அவர்கள் அறிந்திருக்க வேண்டியது முக்கியம்.

உங்களுடைய ஆலோசகர்கள் எவ்வளவு சிறப்பானவர்கள் என்பதைக் கண்டுபிடிக்க ஒரு வழி இருக்கிறது: அவர்களுடைய வருவாயின் எவ்வளவு சதவீதம் கமிஷன்களிலிருந்தோ அல்லது கட்டணங்களிலிருந்தோ வருகிறது என்று அவர்களிடம் கேளுங்கள். அதேபோல, அவர்கள் உழைக்க வேண்டிய தேவையின்றி அவர்களுடைய முதலீடுகளிலிருந்தோ அல்லது அவர்களுக்குச் சொந்தமான தொழில்களிலிருந்தோ அவர்களுக்கு எவ்வளவு சதவீத வருவாய் வருகிறது என்றும் அவர்களிடம் கேளுங்கள்.

என்னுடைய நண்பர்களில் பலர், சான்றளிக்கப்பட்டப் பொதுக் கணக்கர்களாவர். தொழில்முறை முதலீட்டு ஆலோசகர்கள் பலர், முதலீடுகளிலிருந்து எந்த வருவாயும் ஈட்டாதவர்களாக இருக்கின்றனர் என்று அவர்கள் என்னிடம் கூறுகின்றனர். வேறு விதமாகச் சொன்னால், அந்த ஆலோசகர்கள் 'தாங்கள் போதிப்பதைத் தங்களுடைய வாழ்வில் கடைபிடிப்பதில்லை.'

I கால்சதுரத்திலிருந்து வருகின்ற வருவாயின் அனுகூலங்கள்

I கால்சதுரத்திலிருந்து தங்கள் பணத்தைச் சம்பாதிக்கின்ற மக்களுக்கான முதன்மையான வேறுபாடு, அவர்கள் தங்களுடைய பணம் அதிகப் பணத்தை ஈட்டும்படி செய்வதன்மீது தங்கள் கவனத்தைக் குவிக்கின்றனர் என்பதுதான். அவர்கள் அதில் திறமைசாலிகளாக இருந்தால், அவர்களுடைய பணம் அவர்களுக்கும் அவர்களுடைய குடும்பத்திற்கும் ஏழேழு தலைமுறைக்கும் வேலை செய்வதை அவர்களால் உறுதி செய்ய முடியும்.

காலையில் எழுந்து அவசர அவசரமாக வேலைக்கு ஓட வேண்டிய தேவை இல்லாமலேயே, பணத்தைக் கொண்டு மேலும் அதிகப் பணத்தை ஈட்டுவது எப்படி என்பதை அறிந்திருப்பதிலுள்ள வெளிப்படையான அனுகூலங்கள் தவிர, பணத்திற்காக உழைக்க வேண்டியிருக்கின்ற மக்களுக்கு இல்லாத பல வரிச் சலுகைகளும் முதலீட்டாளர்களுக்கு இருக்கின்றன.

பணக்காரர்கள் மேலும் பணக்காரர்களாக ஆவதற்கான காரணங்களில் ஒன்று, அவர்களால் கோடிக்கணக்கில் சம்பாதிக்க முடியும் என்பதோடு, சட்டபூர்வமாகவே அந்தப் பணத்திற்குக் கிட்டத்தட்ட எந்த வரியும் செலுத்தாமல் இருக்க முடியும் என்பதுதான். ஏனெனில், அவர்கள் தங்களுடைய பணத்தைச்

சொத்துகள் பகுதியில் ஈட்டுகின்றனரே அன்றி, வருவாய்ப் பகுதியில் அல்ல. அவர்கள் முதலீட்டாளர்கள் என்ற முறையில் சம்பாதிக்கின்றனரே அன்றி, ஊழியர்களாக அல்ல.

மேலும், பணத்திற்காக வேலை செய்கின்ற மக்கள்மீது விதிக்கப்படுகின்ற வரி விகிதம், முதலீட்டாளர்கள்மீது விதிக்கப்படுவதைவிட மிக உயர்வாக இருக்கிறது. அதோடு, அவர்களுடைய வரிகள் அவர்களுடைய சம்பளங்களிலிருந்து பிடித்துக் கொள்ளப்படுகின்றன. அவர்கள் தங்களுடைய வருவாயின் அந்தப் பகுதியை ஒருபோதும் பார்ப்பதே இல்லை.

அதிகமான மக்கள் ஏன் முதலீட்டாளர்களாக இல்லை?

குறைவாக வேலை பார்ப்பதற்கும், அதிகமாகச் சம்பாதிப்பதற்கும், குறைவாக வரி செலுத்துவதற்குமான கால்சதுரம்தான் I கால்சதுரம். அப்படியானால், ஏன் அதிகமான மக்கள் முதலீட்டாளர்களாக இல்லை? மக்கள் எந்தக் காரணத்திற்காகத் தங்களுடைய சொந்தத் தொழில்களைத் தொடங்குவதில்லையோ, அதே காரணம்தான். அதை ஒற்றை வார்த்தையில் தொகுத்துக் கூறிவிடலாம்: ஆபத்து.

தாங்கள் கஷ்டப்பட்டுச் சம்பாதித்தப் பணத்தைத் தூக்கிக் கொடுப்பது குறித்த யோசனையைப் பலர் விரும்புவதில்லை. அப்பணம் தங்களிடம் திரும்பி வராமல் போய்விடுமோ என்ற பயம் அவர்களுக்கு இருக்கிறது. இழப்புக் குறித்த பயத்தால், முதலீடு செய்யாமல் இருப்பதைப் பலர் தேர்ந்தெடுக்கின்றனர். அந்த முதலீட்டிலிருந்து அவர்களுக்கு எவ்வளவு பணம் கிடைக்கக்கூடும் என்பது அவர்களுக்கு ஒரு பொருட்டாக இருப்பதில்லை.

ஒரு பிரபல ஹாலிவுட் நட்சத்திரம் ஒரு முறை இவ்வாறு கூறினார்: "முதலீட்டின்மீதான பதிலீட்டைப் பற்றி நான் கவலைப்படவில்லை. என்னுடைய கவலையெல்லாம், அந்த முதலீடு திரும்பி வராமல் போய்விடுமோ என்பது பற்றித்தான்."

பணத்தை இழப்பது குறித்த பயம், முதலீட்டாளர்களை நான்கு முக்கிய வகைகளாகப் பிரிக்கிறது:

1. ஆபத்தை எதிர்கொள்ள விரும்பாதவர்கள்; எப்போதும் பாதுகாப்பை நாடுபவர்கள். எனவே, இவர்கள் தங்களுடைய பணத்தை வங்கியில் சேமிக்கின்றனர்.
2. முதலீடு செய்வது தொடர்பான வேலையை, ஒரு பொருளாதார ஆலோசகர், ஒரு பரஸ்பர நிதி மேலாளர் போன்ற வேறொருவரின் பொறுப்பில் விடுகின்றவர்கள்.
3. சூதாடிகள்
4. முதலீட்டாளர்கள்

ஒரு சூதாடிக்கும் ஒரு முதலீட்டாளருக்கும் இடையேயான வேறுபாடு எளியது. ஒரு சூதாடிக்கு, முதலீடு செய்வது என்பது ஒரு சூதாட்ட விளையாட்டு. ஒரு முதலீட்டாளருக்கு, முதலீடு செய்வது என்பது ஒரு திறமை விளையாட்டு. பணத்தை முதலீடு செய்யும் வேலையை இன்னொருவரிடம்

ஒப்படைக்கின்றவர்களுக்கு, முதலீடு செய்தல் என்பது அவர்கள் கற்றுக் கொள்ள விரும்பாத ஒரு விளையாட்டு. இத்தகைய தனிநபர்கள் செய்ய வேண்டிய மிக முக்கியமான விஷயம் ஒரு பொருளாதார ஆலோசகரை கவனமாகத் தேர்ந்தெடுப்பதுதான்.

இப்புத்தகத்தின் பிற்பகுதியில், முதலீட்டாளர்களின் ஐந்து நிலைகளை நான் விளக்கவிருக்கிறேன். அது இவ்விஷயம் குறித்து அதிகத் தெளிவைக் கொடுக்கும்.

ஆபத்தைக் களைந்துவிட முடியும்

முதலீடு செய்வது பற்றிய நல்ல செய்தி என்னவென்றால், ஆபத்தை வெகுவாகக் குறைத்துவிடவோ அல்லது முற்றிலுமாகக் களைந்துவிடவோ முடியும்; அதன் பிறகும்கூட, உங்கள் பணத்தின்மீது மிக அதிகமான பதிலீட்டைப் பெற முடியும் - அந்த ஆட்டத்தை நீங்கள் அறிந்திருக்கும் பட்சத்தில்!

ஓர் உண்மையான முதலீட்டாளர் தன்னுடைய பணத்தை விரைவாகத் திரும்பப் பெற விரும்புவார். ஓர் ஓய்வூதியக் கணக்கு வைத்திருக்கும் மக்கள், தங்களுடைய பணத்தைத் தாங்கள் திரும்பப் பெறுவோமா என்பதைத் தெரிந்து கொள்வதற்குப் பல ஆண்டுகள் காத்திருக்க வேண்டும். இதுதான் ஒரு தொழில்முறை முதலீட்டாளருக்கும் ஓய்வுக் காலத்திற்காகப் பணத்தைச் சேமிக்கின்ற ஒருவருக்கும் இடையேயான மிக முக்கியமான வேறுபாடாகும்.

பணத்தை இழப்பது குறித்த பயம்தான் பெரும்பாலான மக்கள் பாதுகாப்பை நாடும்படி செய்கிறது. ஆனால், பலர் நினைப்பதைப் போலன்றி, I கால்சதுரம் அவ்வளவு ஆபத்தானது அல்ல. I கால்சதுரம் மற்ற எந்தவொரு கால்சதுரத்தையும் போன்றதுதான். அது தனக்கென்று சொந்தத் திறமைகளையும் மனப்போக்கையும் கொண்டுள்ளது. I கால்சதுரத்தில் வெற்றிகரமாகத் திகழத் தேவையான திறமைகளை உங்களால் கற்றுக் கொள்ள முடியும் - நீங்கள் அதற்கு நேரம் ஒதுக்க விரும்பும் பட்சத்தில்!

ஒரு புதிய யுகம் தொடங்குகிறது

1989 இல் பெர்லின் சுவர் தகர்க்கப்பட்டது. கம்யூனிசமும்கூடத்தான்! என்னுடைய அபிப்பிராயத்தின்படி, அது தொழில் யுகத்தின் அஸ்தமனத்தையும் தகவல் யுகத்தின் உதயத்தையும் உணர்த்தியது.

தொழில் யுகத்தின் ஓய்வூதியத் திட்டங்களுக்கும் தகவல் யுகத்தின் ஓய்வூதியத் திட்டங்களுக்கும் இடையேயான வேறுபாடு

1492 இல் கொலம்பஸ் மேற்கொண்ட கடற்பயணமும், தொழில் யுகத்தின் உதயமும் கிட்டத்தட்ட ஒரே நேரத்தில் நிகழ்ந்தன. 1989 இல்

பெர்லின் சுவரின் வீழ்ச்சி, தொழில் யுகத்தின் முடிவைக் குறித்தது. காரணம் என்னவென்று தெரியவில்லை, ஆனால் நவீன வரலாற்றில் ஒவ்வோர் 500 ஆண்டுகளுக்குப் பிறகு, தலைகீழாகப் புரட்டிப் போடுகின்ற ஒரு மாபெரும் மாற்றம் நிகழ்வதுபோலத் தெரிகிறது. நாம் இப்போது அத்தகைய ஒரு காலகட்டத்தில் இருக்கிறோம்.

அந்த மாற்றம் ஏற்கெனவே பல இலட்சக்கணக்கான மக்களின் பொருளாதாரப் பாதுகாப்பை அச்சுறுத்தியுள்ளது. அந்த மாற்றத்தின் பொருளாதாரத் தாக்கம் குறித்துப் பெரும்பாலான மக்கள் எதுவும் தெரியாதவர்களாக இருக்கின்றனர். பெரும்பாலான மக்களுக்கு அந்த மாற்றம் கட்டுப்படியாகாது. அந்த மாற்றம், ஒரு தொழில் யுக ஓய்வூதியத் திட்டத்திற்கும் ஒரு தகவல் யுக ஓய்வூதியத் திட்டத்திற்கும் இடையேயான வேறுபாட்டில் காணப்படுகிறது.

நான் ஒரு சிறுவனாக இருந்தபோது, என்னுடைய பணத்தைக் கொண்டு துணிகர முயற்சிகளை மேற்கொண்டு, முதலீடு செய்யக் கற்றுக் கொள்ளும்படி என்னுடைய பணக்காரத் தந்தை என்னை எப்போதும் ஊக்குவித்தார். "நீ ஒரு பணக்காரனாக ஆக விரும்பினால், துணிகர முயற்சிகளில் எப்படி ஈடுபட வேண்டும் என்பதை நீ கற்றுக் கொண்டாக வேண்டும். ஒரு முதலீட்டாளராக இருக்கக் கற்றுக் கொள்," என்று அவர் எப்போதும் கூறினார்.

அவருடைய பரிந்துரையைப் பற்றி நான் என்னுடைய வீட்டில் என்னுடைய தந்தையிடம் கூறினேன். அதற்கு என்னுடைய தந்தை பின்வருமாறு பதிலளித்தார்: "எப்படி முதலீடு செய்ய வேண்டும் என்பதை நான் கற்றுக் கொள்ள வேண்டிய தேவையில்லை. எனக்கு அரசு ஓய்வூதியத் திட்டம் ஒன்று இருக்கிறது. அது தவிர, ஆசிரியர்கள் தொழிற்சங்கத்திலிருந்து வரும் ஓய்வூதியமும், உத்தரவாதமான சமூகப் பாதுகாப்புச் சலுகைகளும் எனக்கு இருக்கின்றன. நான் ஏன் என்னுடைய பணத்தை ஆபத்தான முயற்சிகளில் செலவிட வேண்டும்?"

கற்றறிந்தவரான என்னுடைய தந்தை, அரசு ஓய்வூதியத் திட்டம், சமூகப் பாதுகாப்புத் திட்டம் போன்ற தொழில் யுக ஓய்வூதியத் திட்டங்களில் நம்பிக்கை கொண்டிருந்தார். நான் அமெரிக்க மரீன் படையில் சேர்ந்தபோது அவர் பெரிதும் மகிழ்ந்தார். வியட்நாமில் நான் என் உயிரை இழக்கக்கூடும் என்று கவலைப்படுவதற்குப் பதிலாக, அவர் வெறுமனே, "நீ மரீன் படையில் இருபது ஆண்டுகள் செலவிட்டால், உன் வாழ்நாள் முழுவதற்கும் உனக்கு ஓர் ஓய்வூதியமும் மருத்துவச் சலுகைகளும் கிடைக்கும்," என்று என்னிடம் கூறினார்.

அத்தகைய திட்டங்கள் இன்றும் பயன்பாட்டில் இருந்து வருகின்றன என்றாலும், அவை வழக்கொழிந்து போய்க் கொண்டிருக்கின்றன. உங்களுடைய ஓய்வுக் காலத்திற்கு ஒரு நிறுவனம் பொருளாதாரரீதியாகப் பொறுப்பேற்க வேண்டும், உங்களுடைய ஓய்வுக் காலத்திற்கான பிற தேவைகளுக்கு ஓய்வூதியம் போன்ற திட்டங்களின் மூலமாக அரசாங்கம் பொறுப்பேற்க வேண்டும் என்ற யோசனை ஒரு பழைய, காலாவதியான யோசனையாகும்.

மக்கள் முதலீட்டாளர்களாக ஆக வேண்டும்

திட்டவட்டமாக வரையறுக்கப்பட்ட, சலுகை சார்ந்த ஓய்வூதியத் திட்டங்களிலிருந்து (தொழில் யுக ஓய்வூதியத் திட்டங்கள்) விலகி, திட்டவட்டமாக வரையறுக்கப்பட்ட, பங்களிப்புச் சார்ந்த ஓய்வூதியத் திட்டங்களுக்கு (தகவல் யுக ஓய்வூதியத் திட்டங்கள்) நாம் மாறிக் கொண்டிருக்கின்ற இந்நேரத்தில், ஒரு தனிநபர் என்ற முறையில் நீங்கள்தான் பொருளாதாரரீதியாக உங்களுக்குப் பொறுப்பேற்றாக வேண்டும். ஆனால் வெகு சிலரே இந்த மாற்றத்தைக் கவனித்துள்ளனர், வெகு சிலரே அதன் தாக்கங்களைப் புரிந்துள்ளனர்.

தொழில் யுக ஓய்வூதியத் திட்டங்கள்

தொழில் யுகத்தில், திட்டவட்டமாக வரையறுக்கப்பட்ட, சலுகை சார்ந்த ஓய்வூதியத் திட்டம் என்பது, ஓர் ஊழியருக்கு, அவர் உயிரோடு இருந்த காலம்வரை, அவருடைய நிறுவனம் மாதாமாதம் ஒரு குறிப்பிட்டத் தொகையை வழங்கியது. இத்திட்டம் ஒரு நிலையான வருவாய்க்கு உத்தரவாதம் வழங்கியதால் மக்கள் பாதுகாப்பாக உணர்ந்தனர்.

தகவல் யுக ஓய்வூதியத் திட்டங்கள்

1974 இல், ஊழியர் ஓய்வூதியப் பாதுகாப்புச் சட்டம் அமலுக்கு வந்தபோது விதிமுறைகள் மாறின. திடீரென்று, உங்களுடைய ஓய்வுக் காலத்திற்கான பொருளாதாரப் பாதுகாப்பிற்கு இனியும் நிறுவனங்கள் பங்களிக்கவில்லை. மாறாக, திட்டவட்டமாக வரையறுக்கப்பட்ட, பங்களிப்புச் சார்ந்த ஓய்வூதியத் திட்டங்களை நிறுவனங்கள் வழங்கத் தொடங்கின. அத்திட்டங்களின்படி, நீங்கள் வேலை செய்து கொண்டிருக்கும் காலத்தில், நீங்களும் உங்களுடைய நிறுவனமும் பங்களிக்கின்ற தொகை மட்டுமே உங்களுக்குக் கிடைக்கும். அதாவது, உங்களுடைய ஓய்வூதியம், பங்களிக்கப்பட்டுள்ள தொகையால் மட்டுமே தீர்மானிக்கப்படுகிறது. நீங்களும் உங்கள் நிறுவனமும் பணம் எதுவும் போட்டு வைக்கவில்லை என்றால், உங்கள் பணிக் காலத்தின் முடிவில் உங்களுக்கு நயா பைசாகூடக் கிடைக்காது.

தகவல் யுகத்தில் மக்களின் ஆயுட்காலம் அதிகரித்துள்ளது நல்ல செய்தியாகும். ஆனால் அவர்கள் அவர்களுடைய ஓய்வூதியத் தொகை முழுவதும் காலியான பிறகும் உயிர் வாழ்வர் என்பது மோசமான செய்தி - ஓய்வூதியம் என்ற ஒன்று உங்களுக்கு இருக்கும் பட்சத்தில்!

ஆபத்தான ஓய்வூதியத் திட்டங்கள்

நீங்கள் அந்தப் பங்களிப்புத் திட்டத்திலிருந்து விலகிக் கொள்வதென்று தீர்மானிக்கும்போது, நீங்களும் உங்கள் நிறுவனமும் அதில் போட்டு

வைத்தப் பணம் அதில் இருக்கும் என்பதற்கு எந்த உத்தரவாதமும் இல்லை என்பது பலருக்குப் புரிவதில்லை. 401 [கே] போன்ற திட்டங்கள் சந்தை ஆற்றல்களைப் பொறுத்து மாறுபடும். வேறு வார்த்தைகளில் கூறினால், ஒரு நாள் உங்கள் வங்கிக் கணக்கில் ஒரு இலட்சம் டாலர்கள் இருக்கக்கூடும்; ஆனால் திடீரென்று ஒரு பங்குச் சந்தை வீழ்ச்சி ஏற்பட்டால் (எல்லாச் சந்தைகளும் எப்போதேனும் சரியத்தான் செய்யும்), உங்களுடைய ஒரு இலட்சம் டாலர்கள் பாதியாகக் குறைந்துவிடும் அல்லது முற்றிலுமாகக் காணாமல் போய்விடும். திட்டவட்டமாக வரையறுக்கப்பட்டப் பங்களிப்புத் திட்டங்களைப் பொறுத்தவரை, வாழ்நாள் நெடுகிலுமான வருவாய் என்பதற்கான உத்தரவாதம் இல்லை.

இன்று 65 வயதில் வேலையிலிருந்து ஓய்வு பெறுகின்ற மக்கள் தங்களுடைய பங்களிப்புத் திட்டத்தைச் சார்ந்து வாழத் தொடங்கும்போது, அவர்களுடைய 75 ஆவது வயதில் அவர்களுடைய அத்தனைப் பணமும் கரைந்துவிடக்கூடும். அப்போது அவர்கள் என்ன செய்வார்கள்? மீண்டும் வேலை தேடுவார்களா?

அரசாங்கத்தின் சலுகைசார் ஓய்வூதியத் திட்டம் எப்படிப் பலனளிக்கிறது? அமெரிக்காவில், 2037 ஆம் ஆண்டுவாக்கில் சமூகப் பாதுகாப்பு திவாலாக இருப்பதாக எதிர்பார்க்கப்படுகிறது. அதேபோல, 2017 ஆம் ஆண்டுவாக்கில் மெடிக்கேர் திட்டம் திவாலாகப் போவதாக எதிர்பார்க்கப்படுகிறது. இன்றுகூட, சமூகப் பாதுகாப்பு, பெரிதாக வருவாய் எதையும் வழங்குவதில்லை. இரண்டாம் உலகப் போருக்குப் பிந்தைய இருபது ஆண்டுகளில் பிறந்த 77 மில்லியன் மக்களும் தாங்கள் செலுத்திய பணத்தைத் திரும்பப் பெற விரும்பும்போது, அது அங்கே இல்லாமல் போனால் என்னவாகும்?

1998 இல், 'சமூகப் பாதுகாப்புத் திட்டத்தைக் காப்பாற்றுங்கள்' என்ற அதிபர் கிளிண்டனின் முழக்கம் நல்ல வரவேற்பைப் பெற்றது. ஆனால், ஜனநாயகக் கட்சியின் செனட்டரான எர்னெஸ்ட் ஹாலிங்ஸ், "சமூகப் பாதுகாப்புத் திட்டத்தைச் சுரண்டுவதை நிறுத்துவதுதான் அதற்கான முதல் படி," என்று சுட்டிக்காட்டினார். பற்பல ஆண்டுகளாக, ஒன்றிய அரசு தன்னுடைய செலவுகளுக்காக மக்களுடைய ஓய்வூதியப் பணத்தைக் 'கடன் வாங்கி' வந்துள்ளது. இது அரசாங்கமே செய்கின்ற ஒரு மோசடியாகும்.

சமூகப் பாதுகாப்புத் திட்டத்தின் கீழ் உள்ள பணம் பத்திரமாகப் பாதுகாக்கப்பட வேண்டிய சொத்து என்பதை உணர்வதற்குப் பதிலாக, பல அரசியல்வாதிகள், அது செலவு செய்யப்படக்கூடிய வருவாய் என்று கருதுவதுபோலத் தெரிகிறது.

ஏராளமான மக்கள் அரசாங்கத்தைச் சார்ந்திருக்கின்றனர்

நான் என்னுடைய புத்தகங்களை எழுதுவதற்கும், கேஷ்ஃபுளோ விளையாட்டு போன்ற கல்விசார் பொருட்களை உருவாக்குவதற்கும் காரணம், தொழில் யுகம் முடிந்துவிட்டது, இனி நாம் தகவல் யுகம் வழங்கவிருக்கின்ற வாய்ப்புகளுக்கு நம்மைத் தயார்படுத்திக் கொள்ள வேண்டும் என்பதுதான்.

ஒரு தனிப்பட்டக் குடிமகன் என்ற முறையில் என்னுடைய கவலையெல்லாம், என்னுடைய தலைமுறையில் தொடங்கி அதற்குப் பிந்தைய தலைமுறையினர்,

தொழில் யுகத்திற்கும் தகவல் யுகத்திற்கும் இடையேயான வேறுபாடுகளைக் கையாள்வதற்குத் தங்களைத் தயார்படுத்திக் கொள்ளவில்லை என்பதுதான். எடுத்துக்காட்டாக, நம்முடைய ஓய்வுக் காலத்திற்குப் பொருளாதாரரீதியாக நம்மை நாம் தயார்படுத்தியிருக்கவில்லை. 'கல்லூரிக்குச் சென்று படித்து, ஒரு பாதுகாப்பான வேலையைத் தேடிக் கொள்வது' என்ற யோசனை, 1930 ஆம் ஆண்டுக்கு முன்பு பிறந்தவர்களுக்கு ஒரு நல்ல யோசனையாக இருந்தது. இன்று, எல்லோரும் ஒரு வேலை தேடிக் கொள்வதற்காகக் கல்லூரிக்குப் போயாக வேண்டும் என்பதோடு, எவ்வாறு முதலீடு செய்ய வேண்டும் என்பதையும் நாம் கற்றுக் கொள்ள வேண்டியிருக்கிறது. முதலீடு செய்வது பற்றிய பாடம் எதுவும் கல்லூரிகளில் கற்றுக் கொடுக்கப்படுவதில்லை.

ஏராளமானோர் தங்களுடைய தனிப்பட்டப் பிரச்சனைகளைத் தீர்ப்பதற்கு அரசாங்கத்தைச் சார்ந்துள்ளது தொழில் யுகம் உருவாக்கிய பிரச்சனைகளில் ஒன்றாகும். இன்று நாம் அதைவிடப் பெரிய பிரச்சனைகளை எதிர்கொண்டுள்ளோம். ஏனெனில், நம்முடைய தனிப்பட்டப் பொருளாதாரப் பொறுப்பை நாம் அரசாங்கத்திடம் ஒப்படைத்துவிட்டோம்.

2020 ஆம் ஆண்டுக்குள், அமெரிக்க மக்கட்தொகை 27.50 கோடிக்கும் அதிகமாக இருக்கும் என்றும், அவர்களில் 10 கோடி மக்கள் ஏதோ ஒரு விதத்தில் அரசாங்கத்தின் உதவியை எதிர்பார்த்திருப்பர் என்றும் கணிக்கப்பட்டுள்ளது. ஒன்றிய அரசு ஊழியர்கள், இராணுவத்திலிருந்து ஓய்வு பெற்றவர்கள், அஞ்சல் துறை ஊழியர்கள், ஆசிரியர்கள், பிற அரசு ஊழியர்கள், சமூகப் பாதுகாப்பையும் மெடிக்கேர் சலுகையையும் எதிர்பார்க்கின்ற, பணியிலிருந்து ஓய்வு பெறவிருப்பவர்கள் ஆகியோர் அந்தப் பத்துக் கோடி நபர்களில் அடங்குவர். ஒப்பந்தரீதியாக அரசின் ஆதரவை அவர்கள் நாடுவது சரிதான். ஏனெனில், ஏதோ ஒரு விதத்தில், பெரும்பாலானோர் தங்கள் பணிக் காலம் நெடுகிலும் அந்த வாக்குறுதியில் முதலீடு செய்து வந்துள்ளனர். துரதிர்ஷ்டவசமாக, பற்பல ஆண்டுகளாகப் பற்பல வாக்குறுதிகள் வழங்கப்பட்டு வந்துள்ளன. இப்போது அவற்றை நிறைவேற்ற வேண்டிய வேளை நெருங்கிக் கொண்டிருக்கிறது.

அந்தப் பொருளாதார வாக்குறுதிகளைக் காப்பாற்ற முடியும் என்று எனக்குத் தோன்றவில்லை. அவற்றைக் காப்பாற்றுவதற்காக நம்முடைய அரசாங்கம் வரிகளை உயர்த்தினால்கூட, தப்பிக்க முடிந்தவர்கள், குறைவான வரிகள் கொண்ட நாடுகளுக்குத் தப்பிச் சென்றுவிடுவர். தகவல் யுகத்தில், 'வெளிநாடு' என்பது உண்மையில் குறைவான வரி விதிக்கின்ற வேறொரு நாடாக இருக்க வேண்டியதில்லை. அது சைபர்வெளியைக்கூடக் குறிக்கக்கூடும்.

ஒரு மாபெரும் மாற்றம் நிகழவிருக்கிறது

அதிபர் ஜான் எஃப் கென்னடி, "ஒரு மாபெரும் மாற்றம் நிகழவிருக்கிறது," என்று விடுத்த எச்சரிக்கை என் நினைவுக்கு வருகிறது. அந்த மாற்றம் இப்போது நிகழ்ந்து கொண்டிருக்கிறது.

முதலீட்டாளர்களாக இல்லாமலேயே முதலீடு செய்தல்

சலுகை சார்ந்த ஓய்வூதியத் திட்டத்திலிருந்து பங்களிப்புச் சார்ந்த ஓய்வூதியத் திட்டத்திற்கான மாற்றம், உலகம் நெடுகிலும் இலட்சக்கணக்கான மக்கள் முதலீட்டாளர்களாக ஆக அவர்களைக் கட்டாயப்படுத்திக் கொண்டிருக்கிறது. ஆனால் முதலீடு குறித்தக் கல்வியை அவர்கள் பெற்றிருக்கவில்லை. பொருளாதாரரீதியாக ஆபத்தான முயற்சிகளில் இறங்குவதைத் தங்கள் வாழ்நாள் நெடுகிலும் தவிர்த்து வந்துள்ள பலர், இப்போது அந்த ஆபத்தான முயற்சிகளை மேற்கொள்ளும் கட்டாயத்திற்கு ஆளாக்கப்பட்டுக் கொண்டிருக்கின்றனர். தாங்கள் அறிவார்ந்த முதலீட்டாளர்களாக இருந்தோமா அல்லது கவனக்குறைவான சூதாடிகளாக இருந்தோமா என்பதை வேலையிலிருந்து தாங்கள் ஓய்வு பெறுவதற்கான நேரம் வரும்போது பெரும்பாலானோர் கண்டுகொள்வர்.

இன்று, பங்குச் சந்தையைப் பல விஷயங்கள் தூண்டுகின்றன. முதலீடு செய்து பழக்கமில்லாதவர்கள் முதலீட்டாளர்களாக ஆக முயற்சித்துக் கொண்டிருப்பது அவற்றில் ஒன்று. அவர்களுடைய பொருளாதாரப் பாதை இப்படித் தோன்றுகிறது:

இவர்களில் ஒரு பெரும் பகுதியினர், இயல்பாகப் பாதுகாப்பை நாடுகின்ற ஊழியர்களும் (E) சுய தொழில் புரிவோரும் (S) ஆவர். அதனால்தான், அவர்கள் பாதுகாப்பான வேலைகளைத் தேடுகின்றனர் அல்லது தங்களால் கட்டுப்படுத்தப்படக்கூடிய சிறு தொழில்களைத் தொடங்க முயற்சிக்கின்றனர். பங்களிப்புச் சார்ந்த ஓய்வூதியத் திட்டங்களின் காரணமாக, அவர்கள் இன்று I கால்சதுரத்திற்கு இடம்பெயர்ந்து கொண்டிருக்கின்றனர். தங்களுடைய பணிக் காலம் முடிந்ததும் அங்கே தங்களுக்குப் பாதுகாப்புக் கிடைக்கும் என்ற நம்பிக்கையில் அவர்கள் அவ்வாறு இடம்பெயர்கின்றனர். துரதிர்ஷ்டவசமாக, I கால்சதுரம் பாதுகாப்பிற்குப் பெயர் பெற்றது அல்ல. அது ஆபத்திற்கான கால்சதுரமாகும்.

கேஷ்ஃபுளோ கால்சதுரத்தின் இடது பக்கத்தில் ஏராளமானோர் பாதுகாப்பைத் தேடி வருவதால், பங்குச் சந்தை அதே விதத்தில் அவர்களுக்குச் செயல்விடை அளிக்கிறது. அதனால்தான், பின்வரும் வார்த்தைகளை நீங்கள் அடிக்கடிக் கேட்க நேரிடுகிறது:

1. பல்வகைப்படுத்துதல்

பாதுகாப்பை நாடுகின்ற மக்கள் 'பல்வகைப்படுத்துதல்' என்ற வார்த்தையை அடிக்கடிப் பயன்படுத்துகின்றனர். ஏன்? ஏனெனில், பல்வகைப்படுத்துதல் உத்தி, 'இழப்பைத் தவிர்ப்பதற்கான' ஒரு முதலீட்டு உத்தியாகும். அது வெற்றிக்கான முதலீட்டு உத்தி அல்ல. வெற்றிகரமான அல்லது பணக்கார முதலீட்டாளர்கள் பல்வகைப்படுத்துவதில்லை. அவர்கள் தங்களுடைய முயற்சிகளை ஒருமுகப்படுத்துகின்றனர்.

பலதரப்பட்ட முதலீடுகளைச் செய்வதற்குப் பதிலாக ஒரு சில முதலீடுகள்மீது கவனம் செலுத்துவது ஒரு சிறந்த உத்தி என்று வாரன் பஃபே கூறுகிறார். பல்வகைப்படுத்துவதைவிட ஒருமுகப்படுத்துவதற்கு நீங்கள் அதிக சாமர்த்தியமானவராகவும், உங்கள் சிந்தனையிலும் செயலிலும் அதிகத் தீவிரமானவராகவும் ஆக வேண்டியது இன்றியமையாதது என்பது அவருடைய எண்ணமாகும்.

கிம்மும் நானும் பொருளாதாரரீதியான போராட்டத்திலிருந்து தப்பித்துப் பொருளாதாரச் சுதந்திரத்தை நோக்கிப் போய்க் கொண்டிருந்தபோது, நாங்கள் பல்வகைப்படுத்துதல் உத்தியைப் பின்பற்றவில்லை. மாறாக, நாங்கள் எங்களுடைய முதலீடுகளை ஒருங்கிணைத்தோம்.

2. தேசிய அளவில் புகழ் பெற்றப் பெருநிறுவனங்களின் பங்குகள்

பாதுகாப்பை விரும்புகின்ற முதலீட்டாளர்கள், பொதுவாக, புளூ சிப் நிறுவனங்கள் என்று அழைக்கப்படுகின்ற, தேசிய அளவில் புகழ் பெற்றப் பெருநிறுவனங்களின் பங்குகளையே வாங்குவர். ஏன்? ஏனெனில், அவை பாதுகாப்பானவை என்று அவர்கள் நினைக்கின்றனர். அத்தகைய நிறுவனங்கள் பாதுகாப்பானவையாக இருந்தாலும், பங்குச் சந்தை பாதுகாப்பானது அல்ல. பங்குச் சந்தை சரியும்போது, இந்தப் பங்குகள் உங்களுடைய பணத்தைப் பாதுகாக்காது.

3. பரஸ்பர நிதி

முதலீடு செய்வதைப் பற்றி அவ்வளவாகத் தெரியாத மக்கள், தங்களுடைய பணத்தை ஒரு நிதி மேலாளரிடம் ஒப்படைப்பதில் அதிகப் பாதுகாப்பை உணர்கின்றனர். தங்களைவிட அந்த மேலாளர்களால் அதிகச் சிறப்பாகச் செயல்பட முடியும் என்று அவர்கள் எதிர்பார்க்கின்றனர். தொழில்முறை முதலீட்டாளர்களாக ஆகும் நோக்கம் இல்லாதவர்களுக்கு இது ஓர் அறிவார்ந்த உத்தியாகும். ஆனால் பிரச்சனை என்னவென்றால், இந்த உத்தி அறிவார்ந்ததாக இருந்தாலும்கூட, பரஸ்பர நிதியில் ஆபத்து இல்லை என்று அர்த்தமாகாது.

இன்று, இயல்பாகவே பாதுகாப்பு மனப்போக்கைக் கொண்ட இலட்சக்கணக்கான மக்களால் சந்தை நிரம்பியுள்ளது. ஆனால், மாறிக் கொண்டிருக்கின்ற பொருளாதாரத்தின் காரணமாக, அவர்கள் கேஷ்ஃபுளோ கால்சதுரத்தின் இடப்பக்கத்திலிருந்து வலப்பக்கத்திற்கு இடம் பெயரும் கட்டாயத்திற்கு உட்படுத்தப்பட்டுக் கொண்டிருக்கின்றனர். அவர்கள் விரும்புகின்ற வகையான பாதுகாப்பு இல்லாத பகுதி அது. இது எனக்குக் கவலையளிக்கிறது.

பெரும் பொருளாதார மாற்றங்கள் வந்து கொண்டிருக்கின்றன

ஒரு பெரும் பொருளாதார மாற்றத்திற்கான களம் அமைக்கப்பட்டுள்ளது. அத்தகைய மாற்றங்கள் எப்போதும் ஒரு பழைய யுகத்தின் முடிவையும் ஒரு புதிய யுகத்தின் தொடக்கத்தையும் குறித்துள்ளன. ஒவ்வொரு யுகத்தின் முடிவிலும், முன்னோக்கி நகர்கின்ற மக்களும் இருக்கின்றனர், கடந்தகால யோசனைகளை உடும்புபோலப் பற்றிக் கொண்டிருக்கின்ற மக்களும் இருக்கின்றனர். தங்களுடைய பொருளாதாரப் பாதுகாப்பிற்கு ஒரு பெரிய நிறுவனமோ அல்லது அரசாங்கமோதான் பொறுப்பு என்று இன்னும் நம்புகின்ற மக்கள், இனி வரும் ஆண்டுகளில் ஏமாற்றமடைவர். அவை தொழில் யுகத்தின் யோசனைகளே அன்றி, தகவல் யுகத்தினுடையவை அல்ல.

யாரிடமும் ஒரு மாயக் கண்ணாடி இல்லை. முதலீடுகள் பற்றிய பல்வேறு செய்திச் சேவைகளுக்கு நான் சந்தா செலுத்தி வருகிறேன். அவை ஒவ்வொன்றும் வெவ்வேறு விஷயங்களைக் கூறுகின்றன. அவற்றில் சில, எதிர்காலம் பிரகாசமாக இருப்பதாகக் கூறுகின்றன. சில, எந்நேரத்திலும் ஒரு பங்குச் சந்தை சரிவும் ஒரு மாபெரும் பொருளாதார வீழ்ச்சியும் நிகழவிருப்பதாகக் கூறுகின்றன. நான் இரண்டு தரப்புச் செய்திகளையும் காதுகொடுத்துக் கேட்கிறேன். ஏனெனில், அவை இரண்டும் சில முக்கியமான விஷயங்களை எடுத்துரைக்கின்றன. நான் எதிர்காலத்தைப் பற்றிக் குறி சொல்வதில்லை, அதைக் கணிக்க முற்படுவதில்லை. மாறாக, நான் B மற்றும் I கால்சதுரங்களில் தொடர்ந்து தங்கி, தேவையானவற்றைக் கற்றுக் கொண்டு, என்ன நிகழ்ந்தாலும் அதை எதிர்கொள்ள என்னைத் தயார்படுத்திக் கொள்கிறேன். பொருளாதாரம் எந்தத் திசையில் போனாலும் சரி, அது எப்போது தடம் புரண்டாலும் சரி, தன்னைத் தயார்படுத்தியுள்ள ஒருவர் நிச்சயமாகச் செழிப்புறுவார்.

வரலாற்றை நாம் திரும்பிப் பார்த்தால் ஒரு விஷயம் நமக்குப் புலப்படும். 75 வயதுவரை வாழ்கின்ற ஒருவர், தன்னுடைய வாழ்நாளில் குறைந்தபட்சம் ஒரு பொருளாதார வீழ்ச்சியையும் இரண்டு முக்கியமான பொருளாதாரத் தேக்கங்களையும் எதிர்கொள்வதை எதிர்பார்க்கலாம். என்னுடைய பெற்றோர்கள் பொருளாதார வீழ்ச்சியை எதிர்கொண்டனர், ஆனால் இரண்டாம் உலகப் போருக்குப் பிந்தைய இருபது ஆண்டுகளில் பிறந்தவர்கள் இன்னும் அதை அனுபவித்திருக்கவில்லை.

இன்று, நாம் வெறும் வேலைப் பாதுகாப்புக் குறித்து மட்டும் அக்கறை கொண்டிருப்பது போதாது. நம்முடைய சொந்த நீண்டகாலப் பொருளாதாரப் பாதுகாப்பின்மீதும் நாம் கவனம் செலுத்தியாக வேண்டும். அதற்கான பொறுப்பை ஒரு நிறுவனத்திடமோ அல்லது அரசாங்கத்திடமோ நம்மால் விட்டுவிட முடியாது. உங்களுடைய ஓய்வுக் காலப் பொருளாதாரப் பாதுகாப்பிற்குத் தாங்கள் இனியும் பொறுப்பாளிகள் அல்ல என்று பெருநிறுவனங்கள் கூறியபோது, காலம் அதிகாரபூர்வமாக மாறிவிட்டது. அவர்கள் பங்களிப்புச் சார்ந்த ஓய்வூதியத் திட்டத்திற்கு மாறியபோது, உங்களுடைய சொந்த ஓய்வுக் காலத்திற்கு இனி நீங்கள்தான் பொறுப்பு என்ற செய்தியை அவர்கள் உங்களிடம் சொல்லாமல் சொல்லிவிட்டனர். ஒன்று, நாம் அதிக அறிவார்ந்த முதலீட்டாளர்களாக ஆக வேண்டிய தேவை இருக்கிறது. பொருளாதாரச் சந்தைகளின் ஏற்ற இறக்கங்கள் குறித்த விழிப்புணர்வு நமக்கு எப்போதும் இருந்தாக வேண்டும். உங்களுடைய பணத்தை இன்னொருவரிடமும் கொடுத்து அதை உங்களுக்காக முதலீடு செய்யும்படி அவரிடம் கூறுவதற்குப் பதிலாக, ஒரு முதலீட்டாளராக ஆவது எப்படி என்பதை நீங்கள் கற்றுக் கொள்ள வேண்டும் என்பது என்னுடைய பரிந்துரையாகும். உங்களுடைய பணத்தை ஒரு பரஸ்பர நிதி நிறுவனத்திடமோ அல்லது ஓர் ஆலோசகரிடமோ நீங்கள் ஒப்படைத்தால், அவர்கள் அதைக் கொண்டு சிறப்பாக முதலீடு செய்துள்ளனரா என்பதைக் கண்டுபிடிக்க நீங்கள் உங்களுடைய 65 ஆவது வயதுவரை காத்திருக்க வேண்டியிருக்கலாம். அவர்கள் அதைப் புத்திசாலித்தனமாக முதலீடு செய்திருக்காவிட்டால், உங்களுடைய எஞ்சிய வாழ்நாள் முழுவதும் நீங்கள் வேலை செய்ய வேண்டியிருக்கும். இலட்சக்கணக்கான மக்கள் அதைத்தான் செய்ய வேண்டியிருக்கும். ஏனெனில், முதலீடு செய்வதற்கோ அல்லது முதலீடு செய்யக் கற்றுக் கொள்வதற்கோ அவர்களுக்கு அப்போது காலம் கடந்திருக்கும்.

ஆபத்தைக் கையாளக் கற்றுக் கொள்ளுங்கள்

குறைவான ஆபத்தை உள்ளடக்கிய, ஆனால் உயர்ந்த பதிலீட்டைக் கொடுக்கக்கூடிய விதத்தில் உங்களால் முதலீடு செய்ய முடியும். அது எப்படி என்பதை நீங்கள் கற்றுக் கொள்ள வேண்டும், அவ்வளவுதான். அது கடினமானதல்ல. உண்மையில், ஒரு சைக்கிள் ஓட்டக் கற்றுக் கொள்வதைப் போன்றதுதான் அது. தொடக்கத்தில் நீங்கள் கீழே விழக்கூடும், ஆனால் சிறிது காலத்திற்குப் பிறகு, விழுவது நின்றுவிடும், முதலீடு செய்வது உங்களுடைய இரண்டாம் இயல்பாக ஆகிவிடும்.

கேஷ்ஃபுளோ கால்சதுரத்தின் இடப்பக்கத்துடனான பிரச்சனை என்னவென்றால், பொருளாதாரரீதியான ஆபத்தைத் தவிர்ப்பதற்காகப் பெரும்பாலான மக்கள் அங்கே போவதுதான். ஆபத்தைத் தவிர்ப்பதற்குப் பதிலாக, பொருளாதார ஆபத்தைக் கையாள்வது எப்படி என்பதைக் கற்றுக் கொள்வது நல்லது.

துணிகர முயற்சிகளில் இறங்குங்கள்

துணிகர முயற்சிகளை மேற்கொள்கின்ற மக்கள்தாம் உலகத்தை மாற்றுகின்றனர். ஆபத்து இருப்பது தெரிந்தும் துணிந்து அம்முயற்சியில் இறங்காமல் பணக்காரர்களாக ஆனவர்களை விரல்விட்டு எண்ணிவிடலாம். வாழ்விலுள்ள ஆபத்துகளைக் களைவதற்கு ஏராளமானோர் அரசாங்கத்தைச் சார்ந்திருக்கின்றனர். தகவல் யுகத்தின் எழுச்சி ஒரு சிறிய அரசாங்கத்திற்கான ஒரு யுகத்தையும் உடனழைத்து வந்திருக்க வேண்டும். ஏனெனில், ஒரு பெரிய அரசாங்கத்தைப் பராமரிப்பது மிகவும் செலவு வைப்பதாக இருக்கிறது. ஆனால், முதலீடு செய்வதைப் பற்றிக் கற்றுத் தேர்ந்து திறமையான முதலீட்டாளர்களாகத் திகழ்வதற்குப் பதிலாக, உலகம் நெடுகிலும் இலட்சக்கணக்கான மக்கள் தங்கள் வாழ்நாள் முழுவதற்கும் சலுகைகளையும் ஓய்வூதியங்களையும் எதிர்பார்ப்பவர்களாக ஆகியுள்ளனர். அவர்களுடைய எதிர்பார்ப்பு நடைமுறையில் சாத்தியமில்லை. தகவல் யுகம் என்றால், நாம் எல்லோரும் அதிகத் தற்சார்பு கொண்டவர்களாக ஆக வேண்டும் என்றும், நம்முடைய ஓய்வுக் காலத்திற்கான தனிப்பட்டப் பொறுப்பை நாமே ஏற்றுக் கொள்ள வேண்டும் என்றும் அர்த்தமாகும்.

‘கஷ்டப்பட்டுப் படித்து, ஒரு பாதுகாப்பான வேலையைத் தேடிக் கொள்’ என்ற யோசனை தொழில் யுகத்தில் பிறந்த ஒன்று. நாம் இனியும் அந்த யுகத்தில் இல்லை. காலங்கள் மாறிக் கொண்டிருக்கின்றன. ஆனால் பிரச்சனை என்னவென்றால், பெரும்பாலான மக்களின் யோசனைகள் மாறாமல் இருக்கின்றன. அவர்கள் இன்னும் தாங்கள் சில சலுகைகளுக்கு உரிமையுடையவர்கள் என்று நினைக்கின்றனர். | கால்சதுரம் தங்களுடைய பொறுப்பு அல்ல என்று பலர் நினைக்கின்றனர். தாங்கள் தங்களுடைய வேலையிலிருந்து ஓய்வு பெற்றவுடன், அரசாங்கமோ, பெருநிறுவனமோ, தொழிற்சங்கமோ, தங்களுடைய பரஸ்பர நிதியோ அல்லது தங்களுடைய குடும்பத்தினரோ தங்களைக் கவனித்துக் கொள்வர் என்று அவர்கள் தொடர்ந்து நினைத்துக் கொண்டிருக்கின்றனர். அவர்களுடைய நம்பிக்கை மெய்யானால் நல்லதுதான். ஆனால் இப்படிப்பட்டவர்கள் இப்புத்தகத்தை இனி தொடர்ந்து படிக்க வேண்டியதில்லை.

கேஷ்ஃபுளோ கால்சதுரத்தின் இடது பக்கத்திலிருந்து வலது பக்கத்திற்கு இடம்பெயர விரும்புகின்ற, ஆனால் எங்கிருந்து தொடங்குவது என்பது தெரியாமல் இருக்கின்ற தனிநபர்களுக்கு உதவுவதற்காக எழுதப்பட்டப் புத்தகம்தான் இப்புத்தகம். சரியான திறமைகளும் மன உறுதியும் இருந்தால் எவரொருவராலும் இடம்பெயர முடியும்.

நீங்கள் ஏற்கெனவே உங்களுடைய சொந்தப் பொருளாதாரச் சுதந்திரத்தைக் கண்டுகொண்டீர்கள் என்றால், வாழ்த்துகள்! நீங்கள் பின்பற்றிய பாதையை மற்றவர்களிடம் எடுத்துரைத்து, அவர்கள் விரும்பினால் அவர்களை வழிநடத்துங்கள். அவர்களுக்குக் கற்றுக் கொடுங்கள், ஆனால் அவர்கள் தங்களுடைய சொந்தப் பாதையைக் கண்டுபிடிக்க அனுமதியுங்கள். ஏனெனில், பொருளாதாரச் சுதந்திரத்தை அடைவதற்குப் பல பாதைகள் இருக்கின்றன.

உங்கள் தீர்மானம் என்னவாக இருந்தாலும் சரி, பின்வரும் விஷயத்தை நினைவில் கொள்ளுங்கள்: 'பொருளாதாரச் சுதந்திரம் சுதந்திரமானதாக இருக்கக்கூடும், ஆனால் அது மலிவாக வருவதில்லை.' சுதந்திரத்திற்கு ஒரு விலை உண்டு. என்னைப் பொறுத்தவரை அந்த விலை நியாயமானதுதான். மாபெரும் இரகசியம் இதுதான்: 'பொருளாதாரச் சுதந்திரத்தைப் பெறுவதற்குப் பணமோ அல்லது ஒரு நல்ல முறைசார் கல்வியோ தேவையில்லை.' அது ஆபத்து நிறைந்ததாகவும் இருக்க வேண்டியதில்லை. மாறாக, சுதந்திரத்தின் விலை, கனவுகளிலும், விருப்பங்களிலும், வழியில் ஏற்படக்கூடிய ஏமாற்றங்களிலும் அளவிடப்படுகிறது. அந்த விலையைக் கொடுக்க நீங்கள் தயாராக இருக்கிறீர்களா?

என்னுடைய தந்தையரில் ஒருவர் அந்த விலையைக் கொடுத்தார், மற்றொருவர் கொடுக்கவில்லை. ஆனால் அவர் வேறொரு விதமான விலையைக் கொடுத்தார்.

B கால்சதுரக் கேள்வி

நீங்கள் ஓர் உண்மையான தொழில் உரிமையாளரா?

பின்வரும் கேள்விக்கு 'ஆமாம்' என்று உங்களால் பதிலளிக்க முடிந்தால், நீங்கள் ஓர் உண்மையான தொழில் உரிமையாளர்தான்.

நீங்கள் ஓராண்டோ அல்லது அதற்கு மேற்பட்டக் காலமோ ஒரு நீண்ட இடைவேளை எடுத்துக் கொண்டுவிட்டுத் திரும்பி வரும்போது, உங்களுடைய தொழில் அதிக இலாபகரமாகவும் அதிகச் சிறப்பாகவும் இயங்கிக் கொண்டிருப்பதை உங்களால் காண முடியுமா?

☐ ஆமாம்

☐ இல்லை

அத்தியாயம் 3

மக்கள் ஏன் சுதந்திரத்தை விடுத்துப் பாதுகாப்பைத் தேர்ந்தெடுக்கின்றனர்?

பலர் வேலைப் பாதுகாப்பை நாடுவதற்குக் காரணம், கல்லூரியிலும் சரி, வீட்டிலும் சரி, அவர்களுக்கு அதுதான் கற்றுக் கொடுக்கப்படுகிறது.

நான் கல்லூரிக்குச் சென்று படித்து ஒரு பட்டம் பெற வேண்டும் என்று என்னுடைய இரண்டு தந்தையரும் பரிந்துரைத்தனர். ஆனால் நான் பட்டம் பெற்றப் பிறகு அவர்களுடைய அறிவுரை வெவ்வேறு திசைகளில் சென்றது. உயர்வாகக் கற்றறிந்த என் சொந்தத் தந்தை என்னிடம் எப்போதும், "கல்லூரிக்குச் சென்று படித்து, நல்ல மதிப்பெண்கள் பெற்றுத் தேர்ந்து, ஒரு பாதுகாப்பான வேலையைத் தேடிக் கொள்," என்று கூறினார்.

அவர் பரிந்துரைத்துக் கொண்டிருந்த வாழ்க்கைப் பாதை, கேஷ்ஃப்ளோ கால்சதுரத்தின் இடது பக்கத்தின்மீது கவனம் செலுத்தியது. அப்பாதை இப்படிக் காட்சியளித்தது:

அவர்களுடைய அறிவுரைகள் வேறுபட்டிருந்தன. ஏனெனில், ஒரு தந்தை, வேலைப் பாதுகாப்பின்மீது அக்கறை கொண்டிருந்தார்; மற்றொருவர், பொருளாதாரச் சுதந்திரத்தின்மீது கவனம் செலுத்தினார்.

மக்கள் ஏன் வேலைப் பாதுகாப்பை நாடுகின்றனர்

பலர் வேலைப் பாதுகாப்பை நாடுவதற்கான முதன்மையான காரணம், கல்லூரியிலும் சரி, வீட்டிலும் சரி, அவர்களுக்கு அதுதான் கற்றுக் கொடுக்கப்படுகிறது.

இலட்சக்கணக்கான மக்கள் இன்னும் அந்த அறிவுரையைப் பின்பற்றுகின்றனர். பொருளாதாரப் பாதுகாப்பு மற்றும் பொருளாதாரச் சுதந்திரத்தைப் பற்றிச் சிந்திப்பதற்குப் பதிலாக, வேலைப் பாதுகாப்பைப் பற்றிச் சிந்திப்பதற்கு நம்மில் பலர் நம்முடைய சிறு வயதிலிருந்தே பயிற்றுவிக்கப்பட்டுள்ளோம். நம்மில் பெரும்பாலானோர், வீட்டிலும் கல்லூரியிலும் பணத்தைப் பற்றி அவ்வளவாக எதுவுமே கற்றுக் கொள்வதில்லை என்பதால், நாம் பொருளாதாரச் சுதந்திரத்தை நோக்கிச் செயல்படுவதற்குப் பதிலாக வேலைப் பாதுகாப்புக் குறித்த யோசனையை இறுகப் பற்றிக் கொண்டிருப்பதில் வியப்பில்லை.

நீங்கள் கேஷ்ஃபுளோ கால்சதுரத்தைப் பார்த்தீர்களேயானால், அதன் இடது பக்கம் வேலைப் பாதுகாப்பால் தூண்டப்படுவதையும், அதன் வலது பக்கம் சுதந்திரத்தால் தூண்டப்படுவதையும் நீங்கள் காண்பீர்கள்.

கடனால் முடக்கப்படுபவர்கள்

90 சதவீத மக்கள் இடது பக்கத்தில் செயல்பட்டுக் கொண்டிருப்பதற்கான முக்கியக் காரணம், கல்லூரியில் அவர்கள் அந்தப் பக்கத்தைப் பற்றி மட்டுமே படித்தனர் என்பதுதான். அவர்கள் கல்லூரிப் படிப்பை முடித்துவிட்டு வெளியே வரும்போது, அவர்கள் ஏகப்பட்டச் செலவுகளை எதிர்கொள்கின்றனர். விரைவில் அவர்கள் கடன் எனும் படுகுழிக்குள் விழக்கூடும். எனவே, அவர்கள் தங்களுடைய வாழ்க்கைச் செலவுகளைச் சமாளிப்பதற்காக ஒரு வேலையை எப்படியாவது தக்கவைத்துக் கொண்டாக வேண்டியுள்ளது. வேலைப் பாதுகாப்பு இங்கு அவர்களுக்கு அவசியமாகிறது.

கல்லூரிப் பட்டம் பெற்றக் கையோடு, தங்களுடைய படிப்புக்காக வாங்கிய கடன்களுக்குரிய பில்லையும் பெறுகின்ற பல இளைஞர்களை நான் சந்தித்துள்ளேன். தாங்கள் ஆயிரக்கணக்கான டாலர்கள் கடனில் இருப்பதைப் பார்க்கும்போது அது தங்களுக்கு மனச்சோர்வை ஏற்படுத்துவதாக அவர்களில் பலர் என்னிடம் கூறியுள்ளனர். அவர்களுடைய படிப்புச் செலவை அவர்களுடைய பெற்றோர்கள் ஏற்றுக் கொண்டால், அது அந்தப் பெற்றோரைப் பல ஆண்டுகளுக்குப் பொருளாதாரரீதியாக முடக்கிப் போட்டுவிடுகிறது.

இன்று பெரும்பாலான அமெரிக்கர்கள் கல்லூரியில் இருக்கும்போதே ஒரு கடனட்டையைப் பெற்றுவிடுகின்றனர். அவர்கள் தங்களுடைய எஞ்சிய வாழ்நாள் முழுவதும் கடனிலேயே இருப்பர். ஏனெனில், தொழில் யுகத்தில் பிரபலமடைந்த ஒரு திரைக்கதையை அவர்கள் பின்பற்றிக் கொண்டிருக்கின்றனர்.

திரைக்கதையை இம்மி பிசகாமல் பின்பற்றுதல்

ஒரு சராசரிக் கல்வித் தகுதி பெற்ற ஒருவருடைய வாழ்க்கையை நீங்கள் கவனமாகப் பின்தொடர்ந்தால், அவருடைய பொருளாதாரத் திரைக்கதை பெரும்பாலும் பின்வருமாறு அமைந்திருப்பதை நீங்கள் காண்பீர்கள்:

ஒரு குழந்தை முதலில் ஒரு பள்ளிக்குச் செல்கிறான், பிறகு ஒரு கல்லூரிக்குச் சென்று படித்துப் பட்டம் பெற்று ஒரு வேலையைத் தேடிக் கொள்கிறான். விரைவில், அவன் கையில் சிறிது பணம் புரள்கிறது. அந்த இளைஞன் இப்போது ஒரு சிறிய வீட்டை வாடகைக்கு எடுக்கிறான்; எலெக்ட்ரானிக் பொருட்கள், புதிய ஆடைகள், சில அறைகலன்கள், மற்றும் ஒரு காரை அவன் வாங்குகிறான். விரைவில், அவன் செலுத்த வேண்டிய கட்டணங்களுக்கான பில்கள் வரத் தொடங்குகின்றன.

ஒரு நாள், அவன் ஓர் இளம்பெண்ணைச் சந்திக்கிறான். இருவரும் காதல் வயப்பட்டு, பிறகு திருமணம் செய்து கொள்கின்றனர். சிறிது காலத்திற்கு வாழ்க்கை ஆனந்தமாகப் போகிறது. ஏனெனில், இருவர் சேர்ந்து வாழ்வதால் செலவுகள் குறைகின்றன. அவர்கள் ஒரே ஒரு வாடகைதான் கொடுக்க வேண்டியிருக்கிறது என்பதால், எல்லா இளம் தம்பதியரையும்போலவே, சொந்தமாக ஒரு வீட்டை வாங்க வேண்டும் என்ற கனவில், அவர்கள் சிறிது பணத்தை மிச்சப்படுத்துகின்றனர்.

பிறகு அவர்கள் ஒரு வீட்டைக் கண்டுபிடித்து, தங்களுடைய சேமிப்பு முழுவதையும் அதற்கு முன்பணமாகக் கொடுக்கின்றனர். இப்போது அவர்கள் அந்த வீட்டுக்கான தவணைத் தொகையைச் செலுத்த வேண்டியுள்ளது. அவர்கள் ஒரு புதிய வீட்டை வாங்கியிருப்பதால், இப்போது அவர்களுக்குப் புதிய அறைகலன்கள் தேவை. எனவே, "முன்பணம் கொடுக்கத் தேவையில்லை. சுலபமான மாதாந்திரத் தவணையில் வாங்கிக் கொள்ளுங்கள்!" என்ற மாயாஜால வார்த்தைகளால் விளம்பரப்படுத்துகின்ற, அறைகலன்களை விற்கின்ற ஒரு கடையை அவர்கள் தேடிக் கண்டுபிடிக்கின்றனர்.

வாழ்க்கை அற்புதமாக இருக்கிறது. தங்களுடைய புதிய வீட்டையும், புதிய காரையும், புதிய அறைகலன்களையும், புதிய எலெக்ட்ரானிக் கருவிகளையும் தங்களுடைய நண்பர்களுக்குக் காட்டுவதற்காக அவர்கள் அவர்களை ஒரு விருந்துக்கு அழைக்கின்றனர். விரைவில், அந்த இளம் தம்பதியர் பெரும் கடனில் மூழ்குகின்றனர். பிறகு, முதல் குழந்தை வருகிறது.

அக்குழந்தையை மழலையர் பள்ளியில் விட்டப் பிறகு, இந்த சராசரித் தம்பதியர் இப்போது கடினமாக உழைக்க வேண்டியிருக்கிறது. வேலைப் பாதுகாப்பிற்கான தேவை எனும் கிடுக்கிப்பிடிக்குள் அவர்கள் சிக்கிவிடுகின்றனர். ஏனெனில், சராசரியாக, அவர்கள் இன்னும் மூன்று மாதங்களில் பொருளாதாரரீதியாக திவாலாக இருக்கின்றனர். இவர்கள் அடிக்கடி, "வேலையைவிட்டு விலகுவது எனக்குக் கட்டுப்படியாகாது. நான் என் வாழ்க்கைச் செலவுகளைச் சமாளிக்க வேண்டுமல்லவா?" என்று கேட்பர்.

வெற்றி எனும் கிடுக்கிப்பிடி

என்னுடைய பணக்காரத் தந்தையிடமிருந்து ஏராளமான விஷயங்களை என்னால் கற்றுக் கொள்ள முடிந்ததற்கான காரணங்களில் ஒன்று, எனக்குக் கற்றுக் கொடுப்பதற்கு அவரிடம் ஓய்வு நேரம் இருந்ததுதான். அவர் அதிக வெற்றிகரமானவராக வளர்ந்தபோது, அவரிடம் அதிக ஓய்வு நேரமும் அதிகப் பணமும் இருந்தன. அவருடைய தொழில் கொழித்தது, ஆனால் அவர் அதற்காகக் கடினமாக உழைக்க வேண்டியிருக்கவில்லை. தன்னுடைய நிறுவனத்தின் அமைப்புமுறையை விரிவுபடுத்தி, அதிகமான ஆட்களை வேலைக்கு எடுக்கும்படி அவர் தன்னுடைய நிறுவனத் தலைவருக்கு உத்தரவிட்டார். அவருடைய முதலீடுகள் நல்ல இலாபங்களைப் பெற்றுக் கொடுத்தபோது, அவர் அந்தப் பணத்தை மீண்டும் முதலீடு செய்து மேலும் அதிகப் பணம் ஈட்டினார். வேலை செய்வதற்குப் பதிலாக, தன்னுடைய தொழிலில் தான் செய்து கொண்டிருந்த அத்தனை விஷயங்களைப் பற்றியும் முதலீடு செய்வதைப் பற்றியும் தன்னுடைய மகனுக்கும் எனக்கும் விளக்குவதில் அவர் தன்னுடைய நேரத்தைச் செலவிட்டார். கல்லூரியில் நான் கற்றுக் கொண்டிருந்ததைவிட அவரிடமிருந்து நான் அதிகமாகக் கற்றுக் கொண்டிருந்தேன். நீங்கள் கேஷ்ஃபுளோவின் வலது பக்கத்தில் (B மற்றும் I கால்சதுரங்கள்) வேலை செய்யும்போது இதுதான் நிகழ்கிறது.

உயர்வாகக் கற்றறிந்த என் சொந்தத் தந்தையும் கடினமாக உழைத்தார், ஆனால் அவர் கேஷ்ஃபுளோ கால்சதுரத்தின் இடது பக்கத்தில் கடினமாக உழைத்தார். கடினமாக உழைத்து, பதவி உயர்வு பெற்று, அதன் விளைவாக

அதிகப் பொறுப்பேற்றுக் கொண்டதன் மூலம், தன்னுடைய குழந்தைகளுடன் செலவிடுவதற்கு அவருக்கு நேரம் இல்லாமல் போயிற்று. அவர் தினமும் காலையில் ஏழு மணிக்கு வேலைக்குப் போய்விடுவார். இரவு பெரும்பாலும் நாங்கள் தூங்கிய பிறகுதான் அவர் வீடு திரும்புவார். எனவே, நாங்கள் பல நாட்கள் அவரைப் பார்க்க முடியாமல் போகும். நீங்கள் E மற்றும் S கால்சதுரங்களில் கடினமாக உழைத்து வெற்றிகரமானவராக ஆகும்போது இதுதான் நிகழ்கிறது. வெற்றி உங்களுக்கு அதிகப் பணத்தைப் பெற்றுக் கொடுத்தாலும்கூட, அது உங்களிடமிருந்து உங்களுடைய நேரத்தை மேன்மேலும் பறித்துக் கொண்டே போகிறது.

பணம் எனும் கிடுக்கிப்பிடி

B மற்றும் I கால்சதுரங்களில் வெற்றி பெறுவதற்கு, பணத்தைப் பற்றிய ஒரு குறிப்பிட்ட வகையான அறிவு தேவை. அது 'பொருளாதார அறிவு' என்று அழைக்கப்படுகிறது. பொருளாதார அறிவு, நீங்கள் எவ்வளவு பணம் சம்பாதிக்கிறீர்கள் என்பதை விடுத்து, நீங்கள் எவ்வளவு பணத்தைத் தக்கவைத்துக் கொள்கிறீர்கள், அந்தப் பணம் உங்களுக்காக எவ்வளவு கடுமையாக உழைக்கிறது, அதை எத்தனைத் தலைமுறைகளுக்கு உங்களால் தக்கவைத்துக் கொள்ள முடியும் ஆகியவற்றைத் தீர்மானிக்கிறது என்று என்னுடைய பணக்காரத் தந்தை கூறினார்.

வலது பக்கத்தில் வெற்றி பெறுவதற்குப் பொருளாதார அறிவு தேவை. மக்களிடம் அடிப்படைப் பொருளாதார அறிவு இல்லாவிட்டால், கேஷ்ஃபுளோ கால்சதுரத்தில் வலது பக்கத்தில் பிழைத்திருப்பது அவர்களுக்குக் கடினமாக இருக்கும்.

தன்னுடைய தொழிலில் பணத்தையும் மக்களையும் கையாள்வதில் என் பணக்காரத் தந்தை கைதேர்ந்தவராக இருந்தார். அவர் அப்படி இருந்தாக வேண்டியிருந்தது. பணத்தை உருவாக்குதல், முடிந்த அளவு வெகு சில மக்களைக் கையாளுதல், செலவுகளைக் குறைவாக வைத்திருத்தல், இலாபங்களை அதிகரித்தல் ஆகியவற்றுக்கு அவர் பொறுப்பாளியாக இருந்தார். இவைதாம் வலது பக்கத்தில் வெற்றி பெறத் தேவையான திறமைகளாகும்.

உங்கள் வீடு ஒரு சொத்து அல்ல, மாறாக, அது ஒரு செலவு என்று வலியுறுத்தியவர் என்னுடைய பணக்காரத் தந்தைதான். வெறுமனே நிதி அறிக்கைகளைப் பார்த்துவிட்டு அவரால் அதை நிரூபிக்க முடிந்தது.

தன்னுடைய வேலையில் பணத்தையும் மக்களையும் கையாள்வதில் என்னுடைய கற்றறிந்த தந்தை அவ்வளவு திறமைசாலியாக இருக்கவில்லை. ஆனால் அவர் தன்னைத் திறமைசாலியாக நினைத்துக் கொண்டார். மாநிலக் கல்வித் துறைக் கண்காணிப்பாளர் என்ற முறையில், இலட்சக்கணக்கான டாலர்கள் பட்ஜெட்டையும் ஆயிரக்கணக்கான ஊழியர்களையும் கொண்ட ஓர் அரசு அதிகாரியாக அவர் இருந்தார். ஆனால், அவர் பணத்தை உருவாக்கவில்லை. மக்களுடைய வரிப் பணம் அது. அதைச் செலவழிப்பதுதான் அவருடைய வேலை. அவர் அதைச் செலவு செய்யாவிட்டால், மறு ஆண்டில் அரசாங்கம் அவருக்குக் குறைவான பணம்

கொடுக்கும். எனவே, ஒவ்வொரு நிதியாண்டின் முடிவிலும், தன்னுடைய துறைக்கு ஒதுக்கப்பட்டப் பணம் முழுவதையும் காலி செய்வதுதான் அவருடைய இலக்காக இருந்தது. அதனால், அடுத்த ஆண்டுக்கான பட்ஜெட்டை நியாயப்படுத்துவதற்காக அவர் அதிகமான மக்களை வேலைக்கு எடுத்தார். இதில் வேடிக்கை என்னவென்றால், அவர் எத்தனை அதிகமான மக்களை வேலைக்கு எடுத்தாரோ, அத்தனை அதிகமான பிரச்சனைகள் அவருக்கு ஏற்பட்டன.

நான் என்னுடைய இரண்டு தந்தையரையும் அவதானித்து வளர்ந்ததால், நான் எந்த வகையான வாழ்க்கையை வாழ விரும்பினேன் என்பது பற்றி நான் என்னுடைய மனத்தில் குறிப்புகள் எடுத்துக் கொள்ளத் தொடங்கினேன்.

என்னுடைய கற்றறிந்த தந்தை ஒரு புத்தகப் புழுவாக இருந்ததால், அவருக்கு ஏட்டறிவு இருந்தது, ஆனால் பொருளாதார அறிவு இருக்கவில்லை. ஒரு நிதி அறிக்கையில் உள்ள எண்களை அவரால் புரிந்து கொள்ள முடியவில்லை என்பதால், அவர் தன்னுடைய வங்கியாளர் மற்றும் கணக்காளரின் அறிவுரையை நாட வேண்டியிருந்தது. அவருடைய வீடு ஒரு சொத்து என்றும், அதுதான் அவருடைய மிகப் பெரிய முதலீடாக இருக்க வேண்டும் என்றும் அவர்கள் இருவருமே அவருக்கு அறிவுறுத்தினர்.

இந்தப் பொருளாதார அறிவுரையின் காரணமாக, என் தந்தை அதிகக் கடினமாக உழைத்ததோடு மட்டுமல்லாமல், மேலும் அதிகக் கடன்களுக்கும் ஆளானார். அவருடைய கடுமையான உழைப்புக்காக அவருக்கு ஒரு பதவி உயர்வு கிடைத்த ஒவ்வொரு முறையும், அவருக்கு ஓர் ஊதிய உயர்வும் கிடைத்தது. ஒவ்வொரு ஊதிய உயர்வுடன், அவர் ஓர் உயர்ந்த வரிப் பிரிவுக்குள் நுழைந்தார். அதாவது, அவர் செலுத்த வேண்டிய வரி தொடர்ந்து அதிகரித்தது. 1960களிலும் 1970களிலும், உயர்ந்த வருவாய் ஈட்டிய ஊழியர்களுக்கான வரிகள் மிகவும் அதிகமாக இருந்ததால், அவர் இன்னும் பெரியதொரு வீட்டை வாங்க வேண்டும் என்றும், வீட்டுக்கடனுக்கு விதிக்கப்படுகின்ற வட்டிக்கு வரிவிலக்குக் கிடைக்கும் என்றும் அவருடைய கணக்காளரும் வங்கியாளரும் அவரிடம் கூறினர். என் தந்தை அதிகப் பணம் சம்பாதித்தார், ஆனால் கூடவே அவருடைய வரிகள் அதிகரித்தன, அதனால் அவருடைய கடன்களும் அதிகரித்தன. அவர் எவ்வளவு அதிக வெற்றிகரமானவராக ஆனாரோ, அவ்வளவு அதிகக் கடினமாக அவர் வேலை செய்ய வேண்டியிருந்தது. அதனால், தான் நேசித்த மக்களுடன் செலவிடுவதற்கு அவரிடம் மிகக் குறைவான நேரமே இருந்தது. விரைவில், அவருடைய குழந்தைகள் எல்லோரும் சிறகு முளைத்துப் போய்விட்டனர். அவர் தன்னுடைய வாழ்க்கைச் செலவுகளைக் கையாள்வதற்குத் தொடர்ந்து கடினமாக வேலை செய்து கொண்டிருந்தார்.

அடுத்தப் பதவி உயர்வும் ஊதிய உயர்வும் தன்னுடைய பிரச்சனையைத் தீர்த்துவிடும் என்று அவர் எப்போதும் நினைத்தார். ஆனால், அவர் எவ்வளவு அதிகப் பணம் ஈட்டினாரோ, அவ்வளவு அதிகமாக அதே விஷயங்கள் நிகழ்ந்தன. அவர் மேன்மேலும் பெரிய கடனாளியாக ஆனார், அதிகமான வரிகள் செலுத்தினார்.

வீட்டிலும் வேலையிலும் அவர் எவ்வளவு ஓடாய்த் தேய்ந்தாரோ, அவ்வளவு அதிகமாக அவர் வேலைப் பாதுகாப்பைச் சார்ந்திருந்தார். அவர்

தன்னுடைய வேலையிடத்திலும் தன்னுடைய சம்பளக் காசோலையிடத்திலும் எவ்வளவு அதிகமான உணர்ச்சிசார் பிணைப்பை வளர்த்துக் கொண்டாரோ, ஒரு பாதுகாப்பான வேலையைத் தேடிக் கொள்ளும்படி அவர் தன்னுடைய குழந்தைகளை அவ்வளவு அதிகமாக ஊக்குவித்தார்.

அவர் எவ்வளவு அதிகமாகப் பாதுகாப்பின்மை உணர்வை உணர்ந்தாரோ, அவ்வளவு அதிகமாக அவர் பாதுகாப்பை நாடினார்.

உங்களுடைய இரண்டு மாபெரும் செலவுகள்

என்னுடைய தந்தையால் நிதி அறிக்கைகளைப் படித்துப் புரிந்து கொள்ள முடியாததால், தான் மேன்மேலும் அதிகமாக வெற்றி பெற்றுக் கொண்டிருந்தபோது, தான் ஒரு பணக் கிடுக்கிப்பிடிக்குள் இழுக்கப்பட்டுக் கொண்டிருந்ததை அவர் பார்க்கத் தவறினார். இதே பணக் கிடுக்கிப்பிடிக்குள்தான், கடினமாக உழைக்கின்ற, இலட்சக்கணக்கான வெற்றியாளர்கள் சிக்கிக் கொள்கின்றனர்.

பலர் பொருளாதாரரீதியாகப் போராடிக் கொண்டிருப்பதற்கான காரணம், அவர்கள் அதிகப் பணம் ஈட்டுகின்ற ஒவ்வொரு முறையும், அவர்கள் தங்களுடைய இரண்டு மிகப் பெரிய செலவுகளையும் அதிகரிக்கின்றனர். வரிகளும் கடன்மீதான வட்டியும்தான் அவை.

இது போதாதென்று, உங்களை மேலும் அதிகக் கடனுக்குள் தள்ளுவதற்கு, அரசாங்கம் அடிக்கடி உங்களுக்கு வரிச் சலுகைகளை வழங்குகிறது. இது உங்களுக்கு ஏதேனும் சந்தேகத்தை எழுப்புகிறதா?

என்னுடைய கற்றறிந்த தந்தை, தன் வாழ்நாள் முழுவதும் கடினமாக உழைத்து, தன்னுடைய குழந்தைகளுக்குச் சீதனமாகக் கொடுப்பதற்காக மிச்சப்படுத்தியிருந்த கொஞ்சநஞ்சப் பணத்தை, மரபுவழிச் சொத்து வரி என்ற பெயரில் அரசாங்கம் அவரிடமிருந்து எடுத்துக் கொண்டது.

சுதந்திரத்திற்கான தேடல்

பலர் சுதந்திரத்தையும் மகிழ்ச்சியையும் தேடுவதை நான் அறிவேன். பிரச்சனை என்னவென்றால், பெரும்பாலான மக்கள், B மற்றும் I கால்சதுரங்களிலிருந்து வேலை செய்யப் பயிற்றுவிக்கப்படவில்லை. மாறாக, வேலைப் பாதுகாப்பைத் தேடுவதற்குத்தான் அவர்களுக்குப் பயிற்சியளிக்கப்பட்டுள்ளது. இந்தப் பயிற்சி மற்றும் அதிகரித்துக் கொண்டிருக்கும் கடன் காரணமாக, பெரும்பாலான மக்கள், பொருளாதாரச் சுதந்திரத்திற்கான தங்களுடைய தேடலைக் கேஷ்ஃபுளோ கால்சதுரத்தின் இடப்பக்கத்திற்கு மட்டுப்படுத்திக் கொள்கின்றனர். துரதிர்ஷ்டவசமாக, பொருளாதாரப் பாதுகாப்பும் பொருளாதாரச் சுதந்திரமும் E மற்றும் S கால்சதுரங்களில் அரிதாகவே காணப்படுகின்றன. உண்மையான பாதுகாப்பையும் சுதந்திரத்தையும் வலப்பக்கத்தில் மட்டுமே கண்டுகொள்ள முடியும்.

சுதந்திரத்திற்கான தேடலில் வேலைக்கு வேலை தாவுதல்

ஒரு நபரின் வாழ்க்கைப் போக்கைக் கண்டுகொள்வதற்குக் கேஷ்ஃபுளோ கால்சதுரம் உதவுகிறது. புலர் பாதுகாப்பையோ அல்லது சுதந்திரத்தையோ தேடுவதில் தங்கள் வாழ்க்கையைச் செலவிடுகின்றனர், ஆனால் இறுதியில் அவர்கள் தொடர்ந்து ஒரு வேலையிலிருந்து இன்னொரு வேலைக்குத் தாவுவதில் போய் நிற்கின்றனர்.

எடுத்துக்காட்டாக, என்னுடன் உயர்நிலைப் பள்ளியில் படித்த என் நண்பன் ஒருவன் ஐந்தாண்டுகளுக்கு ஒரு முறை என்னைத் தொலைபேசியில் தொடர்பு கொள்வான். அவன் எப்போதும் உற்சாகமாக இருப்பான். ஏனெனில், அவன் தனக்கு விருப்பமான வேலையையும் நிறுவனத்தையும் கண்டுகொண்டுள்ளான். அவன் தன் நிறுவனத்தை நேசிக்கிறான். அது உற்சாகமூட்டும் பல விஷயங்களைச் செய்கிறது. அவன் தன் வேலையை நேசிக்கிறான். அவன் ஒரு முக்கியப் பதவி வகிக்கிறான், ஓர் உயர்ந்த சம்பளம் வாங்குகிறான், அற்புதமான மனிதர்கள் அவனுடன் வேலை செய்கின்றனர், அவனுடைய நிறுவனம் அவனுக்குப் பல சலுகைகளை வழங்கியுள்ளது, பதவி உயர்வுக்கான வாய்ப்புகள் சிறப்பாக இருக்கின்றன.

சுமார் நான்கரை ஆண்டுகளுக்குப் பிறகு அவன் மீண்டும் என்னைத் தொடர்பு கொண்டான். இம்முறை அவன் அதிருப்தியாக இருந்தான். அவன் வேலை செய்கின்ற நிறுவனம் இப்போது நேர்மையற்றதாக இருக்கிறது. அவனுடைய அபிப்பிராயத்தின்படி, அந்நிறுவனம் தன்னுடைய ஊழியர்களை மரியாதையோடு நடத்துவதில்லை. அவன் தன் மேலதிகாரியை வெறுக்கிறான். அவனை ஒதுக்கிவிட்டு வேறொருவருக்குப் பதவி உயர்வு வழங்கப்பட்டது. அவனுக்குப் போதிய சம்பளம் வழங்கப்படவில்லை. ஆறு மாதங்கள் கழித்து அவன் என்னைத் தொடர்பு கொண்டபோது, அவன் மீண்டும் மகிழ்ச்சியாக இருந்தான், ஏனெனில், அவன் ஒரு புதிய வேலையைத் தேடிக் கொண்டான். அச்சுழற்சி இன்னும் ஒரு முறை புதிதாகத் தொடங்குகிறது.

அவனுடைய வாழ்க்கைப் பாதை, ஒரு நாய் தன்னுடைய வாலைத் துரத்திக் கொண்டிருப்பதைப்போல இருக்கிறது. அது இப்படிக் காணப்படுகிறது:

தொடர்ந்து ஒரு வேலையிலிருந்து மற்றொரு வேலைக்குத் தாவுவதுதான் அவனுடைய வாழ்வின் போக்காக இருக்கிறது. இதுவரை அவன் சிறப்பாக வாழ்ந்து கொண்டிருக்கிறான். ஏனெனில், அவன் சாமர்த்தியமானவன்,

வசீகரமானவன், மற்றும் இனிமையாகவும் இங்கிதத்துடனும் பழகுபவன். ஆனால் அவனுக்கு வயது கூடிக் கொண்டே போனதால், முன்பு அவனுக்குக் கிடைத்த வேலைகள் இப்போது அவனைவிட மிகவும் இளையவர்களுக்குக் கிடைத்துக் கொண்டிருந்தன. அவனுடைய சேமிப்பில் ஒரு சில ஆயிரம் டாலர்கள் இருந்தன, ஆனால் ஓய்வுக் காலத்திற்கென்று அவனிடம் எதுவும் இருக்கவில்லை. அவனுடைய கடைசிக் குழந்தைக்கு எட்டு வயது. அக்குழந்தை அவனுடைய முன்னாள் மனைவியுடன் வாழ்ந்து கொண்டிருக்கிறாள். அவனுடைய மூத்தக் குழந்தைக்குப் பதினான்கு வயது. அக்குழந்தை அவனுடன் வாழ்ந்து கொண்டிருக்கிறான்.

"நான் எதற்கும் கவலைப்பட வேண்டியதில்லை. நான் இன்னும் இளமையாகத்தான் இருக்கிறேன். எனக்கு நிறைய நேரம் இருக்கிறது," என்று அவன் எப்போதும் என்னிடம் கூறினான்.

அவன் இப்போதும் அப்படிக் கூறிக் கொண்டிருக்கிறானா என்பது எனக்குத் தெரியாது.

என்னுடைய அபிப்பிராயத்தில், அவன் வேகமாக B அல்லது I கால்சதுரத்திற்கு இடம்பெயர்வதற்குத் தீவிர முயற்சி மேற்கொண்டாக வேண்டும். ஒரு புதிய மனப்போக்கும் ஒரு புதிய கல்விச் செயல்முறையும் தொடங்கியாக வேண்டும். அவனுக்கு அதிர்ஷ்டம் வாய்த்து லாட்டரியில் ஒரு பெரிய பரிசு விழுந்தாலோ அல்லது ஒரு பணக்காரப் பெண்ணை அவன் திருமணம் செய்து கொண்டாலோ ஒழிய, அவன் தன்னுடைய எஞ்சிய வாழ்நாள் முழுவதும் கடினமாக உழைப்பதைத் தவிர அவனுக்கு வேறு வழியில்லை.

உங்களுடைய சொந்தத் தொழிலைச் செய்வது

மக்கள் E கால்சதுரத்திலிருந்து S கால்சதுரத்திற்கு நகர்வது இன்னொரு பொதுவான போக்கு. நிறுவனங்கள் ஒரு பெரிய அளவில் ஆட்குறைப்பு நடவடிக்கைகளை மேற்கொள்ளும்போது, சிலர் தங்களுடைய நிலையைப் புரிந்து கொள்கின்றனர். இன்னொரு வேலையைத் தேடுவதற்குப் பதிலாக, அவர்கள் தங்களுடைய சொந்தத் தொழிலைத் தொடங்கத் தீர்மானிக்கின்றனர். அவர்கள் தங்களுடைய சொந்த மேலதிகாரியாக இருப்பதென்று தீர்மானிக்கின்றனர்.

அவர்களுடைய தொழில்வாழ்க்கைப் பாதை இப்படித் தோன்றுகிறது:

அனைத்துப் பாதைகளிலும், பெரும்பாலான மக்கள் இந்தப் பாதையைத்தான் தேர்ந்தெடுக்கின்றனர். ஒரு சுய தொழில் புரிகின்ற ஒருவராக இருப்பது பெரும் வெகுமதிகளைக் கொண்டுவரும், ஆனால் அதில் அதிக ஆபத்தும் இருக்கிறது. இருப்பதிலேயே மிகக் கடினமான கால்சதுரம் இதுதான். இங்கே தோல்வி விகிதங்கள் மிகவும் அதிகம். நீங்கள் எப்படியோ இதைச் சமாளித்துவிட்டால், தோற்பதைவிட வெற்றி பெற்றிருப்பது அதிக மோசமானதாக இருக்கும். ஏனெனில், ஒரு சுய தொழில் புரிகின்ற ஒருவராக நீங்கள் வெற்றிகரமாகத் திகழும்போது, நீங்கள் மற்றக் கால்சதுரங்களில் இருந்தால் எவ்வளவு உழைக்க வேண்டியிருக்குமோ அதைவிட அதிகக் கடினமாக இங்கே நீங்கள் உழைப்பீர்கள். அது மட்டுமல்லாமல், நீங்கள் மிக நீண்டகாலம் அப்படிக் கடினமாக உழைக்க வேண்டியிருக்கும்.

S கால்சதுரத்தில் வேலை செய்வது கடினமானதாக இருப்பதற்குக் காரணம் என்னவென்றால், ஒரு பெருநிறுவனத்தில் பல மேலாளர்களும் ஊழியர்களும் செய்கின்ற அனைத்து வேலைகளையும் இங்கு நீங்கள் ஒருவரே செய்தாக வேண்டும். புதிதாக இதற்குள் அடியெடுத்து வைத்துள்ள ஒருவர், தன்னுடைய தொலைபேசி அழைப்புகளுக்குத் தானே பதிலளிக்கிறார், கட்டணங்களைச் செலுத்துகிறார், விற்பனை அழைப்புகள் விடுக்கிறார், ஒரு சிறிய பட்ஜெட்டில் விளம்பரம் செய்ய முயற்சிக்கிறார், வாடிக்கையாளர்களைக் கையாள்கிறார், ஊழியர்களை வேலைக்கு எடுக்கிறார், ஊழியர்களைப் பணிநீக்கம் செய்கிறார், ஊழியர்கள் விடுப்பு எடுக்கும்போது அவர்களுடைய வேலைகளை இவர் பார்த்துக் கொள்கிறார், வரி அதிகாரிகளிடம் பேச்சுவார்த்தை நடத்துகிறார், அரசு அதிகாரிகளைக் கையாள்கிறார். இன்னும் இப்படி அடுக்கிக் கொண்டே போகலாம்.

தாங்கள் தங்களுடைய சொந்தத் தொழிலைத் தொடங்கப் போவதாக யாரேனும் கூறுவதை நான் கேட்க நேர்கின்ற ஒவ்வொரு முறையும், தனிப்பட்ட முறையில் நான் அச்சம் கொள்கிறேன். அவர்கள் தங்கள் தொழிலில் சிறப்பாகத் திகழ வேண்டும் என்று நான் வாழ்த்துகிறேன், ஆனால் நான் அவர்களைக் குறித்து மிகவும் கவலை கொள்கிறேன். பல ஊழியர்கள் (E) தங்களுடைய சேமிப்புகள் அனைத்தையும் எடுத்தோ அல்லது நண்பர்கள் மற்றும் உறவினர்களிடம் கடன் வாங்கியோ தங்களுடைய சொந்தத் தொழிலைத் தொடங்குகின்றனர். சுமார் ஒரு மூன்று ஆண்டுகாலப் போராட்டத்திற்கும் கடின உழைப்புக்கும் பிறகு, அவர்களுடைய தொழில் சுருங்குகிறது. இப்போது சேமிப்புக்குப் பதிலாக, அவர்களுக்கு மலையளவு கடன்கள் குவிந்துள்ளன.

தேசிய அளவில், இந்த வகையான தொழில்களில் பத்தில் ஒன்பது தொழில்கள் ஐந்து ஆண்டுகளில் தோல்வியில் முடிகின்றன. மீதமிருக்கின்ற அந்த ஒன்றில், பத்தில் ஒன்பது அடுத்த ஐந்து ஆண்டுகளில் தோற்கின்றன. வேறு வார்த்தைகளில் கூறினால், நூற்றில் தொண்ணூற்று ஒன்பது சிறு தொழில்கள் பத்து ஆண்டுகளில் காணாமல் போய்விடுகின்றன.

பெரும்பாலான தொழில்கள் முதல் ஐந்து ஆண்டுகளில் தோற்பதற்குக் காரணம் அனுபவமின்மையும் மூலதமின்மையும்தான் என்று நான் நினைக்கிறேன். தப்பிப் பிழைக்கின்ற அந்த ஒரு தொழில், இரண்டாவது ஐந்து ஆண்டுகளில் தோற்பதற்குக் காரணம் மூலதனமின்மை அல்ல,

மாறாக, ஆற்றலின்மையே. நீண்டகாலக் கடின உழைப்பால் அந்நபர் உடலளவில் மிகவும் தளர்ந்துவிடுகிறார். சுய தொழில் புரிகின்றவர்களில் பலர் உடல்ரீதியாக மிகவும் நலிந்துவிடுகின்றனர்.

இவற்றிலிருந்து தப்பிப் பிழைத்தவர்கள், தினமும் காலையில் எழுந்து வேலைக்குச் சென்று, என்றென்றும் கடினமாக உழைப்பதற்குப் பழக்கப்பட்டுவிடுகின்றனர். இதைத் தவிர அவர்களுக்கு வேறு எதுவும் தெரிவதில்லை. எனவே, அவர்கள் இதை மட்டுமே தொடர்ந்து செய்கின்றனர்.

என்னுடைய நண்பர் ஒருவரின் பெற்றோர், கடந்த 45 ஆண்டுகளாகத் தங்களுடைய சொந்த மதுக் கடையில் நீண்டநேரம் வேலை பார்த்து வந்துள்ளனர். அக்கடை இருந்த பகுதியில் குற்றங்கள் அதிகரித்ததால், அவர்கள் தங்களுடைய கடையின் வாசற்கதவுக்கு முன்னாலும் அனைத்துச் சன்னல்களுக்கு முன்னாலும் எஃகுக் கம்பிகளை நிறுவ வேண்டியிருந்தது. நான் எப்போதேனும் அவர்களைப் பார்க்கப் போவதுண்டு. அவர்கள் அற்புதமானவர்கள், இனிமையானவர்கள். ஆனால், தங்களுடைய சொந்தத் தொழிலில் தினமும் காலை 10 மணியிலிருந்து மறுநாள் காலை 2 மணிவரை அந்த எஃகுக் கம்பிகளுக்குப் பின்னால் சிறைக் கைதிகளைப்போல நிற்பதைக் காணும்போது என் மனம் வருந்துகிறது.

சுய தொழில் புரிவோரில் சாமர்த்தியசாலிகள் பலர், தங்களுடைய தொழில் உச்சத்தில் இருக்கும்போது அதை விற்றுவிடுகின்றனர். பிறகு அவர்கள் ஒரு சிறு இடைவேளை எடுத்துக் கொண்டு, புதிதாக எதையேனும் தொடங்குகின்றனர். அவர்கள் தொடர்ந்து சொந்தமாக எதையேனும் செய்கின்றனர், அதை அவர்கள் பெரிதும் நேசிக்கின்றனர். எப்போது வெளியேற வேண்டும் என்பதைத் தெரிந்திருப்பதில்தான் சூட்சுமம் அடங்கியுள்ளது.

உங்கள் குழந்தைகளுக்கு நீங்கள் கொடுக்கக்கூடிய மிக மோசமான அறிவுரை

நீங்கள் 1930க்கு முன்பு பிறந்திருந்தால், 'கல்லூரிக்குச் சென்று படித்து ஒரு பாதுகாப்பான வேலையைத் தேடிக் கொள்' என்பது ஒரு நல்ல அறிவுரையாக இருந்தது. ஆனால் உங்களில் பெரும்பாலானோருக்கு அது மோசமான அறிவுரையாகும்.

ஏன்? அதற்கான பதில், வரிகள் மற்றும் கடனில் அடங்கியுள்ளது.

E கால்சதுரத்திலிருந்து தங்களுடைய வருவாயை ஈட்டுபவர்களுக்கு எந்த வரிச் சலுகையும் இல்லை. இன்றைய அமெரிக்காவில், ஓர் ஊழியராக இருப்பது என்பதற்கு நீங்கள் அரசாங்கத்துடன் ஒரு 50/50 கூட்டாளி என்று அர்த்தம். அதாவது, ஓர் ஊழியரின் சம்பாத்தியத்தில் 50 சதவீதத்தை அல்லது அதற்குக் கூடுதலானதை அரசாங்கம் இறுதியில் அவரிடமிருந்து பிடுங்கிக் கொள்ளும் என்று அர்த்தம். அதில் பெரும்பான்மைத் தொகையை, அந்த ஊழியர் தன்னுடைய சம்பளக் காசோலையைப் பார்ப்பதற்கு முன்பாகவே அரசாங்கம் அவரிடமிருந்து எடுத்துக் கொண்டுவிடும்.

நீங்கள் மேலும் கடனாளியாக ஆகும்போது அரசாங்கம் உங்களுக்கு வரிச் சலுகை அளிக்கிறது என்பதை நீங்கள் கருத்தில் கொள்ளும்போது,

E மற்றும் S கால்சதுரங்களில் உள்ளவர்களில் பெரும்பாலானோருக்கு, பொருளாதாரச் சுதந்திரத்திற்கான பாதை முற்றிலுமாகச் சாத்தியமற்றுப் போய்விடுகிறது. E கால்சதுரத்திலிருந்து அதிக வருவாய் ஈட்டுகின்ற தங்களுடைய வாடிக்கையாளர்களிடம், ஒரு பெரிய வீட்டை வாங்கிக் கொண்டால் அதிக வரிச் சலுகை கிடைக்கும் என்று கணக்காளர்கள் கூறுவதை நான் கேட்டிருக்கிறேன். கேஷ்ஃபுளோ கால்சதுரத்தின் இடது பக்கத்தில் உள்ள ஒருவருக்கு அது அர்த்தம் வாய்ந்ததாக இருக்கக்கூடும், ஆனால் வலது பக்கத்தில் இருப்பவர்களுக்கு அது ஓர் அபத்தமான யோசனையாகும்.

யார் பெரும்பாலான வரிகளைக் கட்டுகின்றனர்?

பணக்காரர்கள் அதிகமாக வருமான வரி கட்டுவதில்லை. ஏன்? ஏனெனில், அவர்கள் தங்களுடைய பணத்தை ஊழியர்களாகச் சம்பாதிப்பதில்லை. B மற்றும் I கால்சதுரங்களிலிருந்து வருவாய் உற்பத்தி செய்வதுதான் வரிகளைத் தவிர்ப்பதற்கான சிறந்த வழி என்பதைப் பெரும் பணக்காரர்கள் அறிவர்.

மக்கள் E கால்சதுரத்தில் பணம் சம்பாதிக்கின்றனர் என்றால், ஒரு பெரிய வீட்டை வாங்கி மேலும் கடனாளியாக ஆவதற்கு மட்டுமே அவர்களுக்கு வரிச் சலுக்கை அளிக்கப்படுகிறது. கேஷ்ஃபுளோ கால்சதுரத்தின் வலது பக்கத்திலிருந்து பார்க்கும்போது, அது பொருளாதாரரீதியாக அறிவார்ந்த யோசனையல்ல. வலது பக்கத்தில் இருப்பவர்களுக்கு, அது, "எனக்கு 1 டாலர் கொடுங்கள், நான் உங்களுக்கு 50 சென்ட் திருப்பித் தருகிறேன்," என்று கூறுவதைப் போன்றதாகும்.

வரிகள் நியாயமற்றவை

"ஓர் உண்மையான அமெரிக்கன் வரி செலுத்தத் தவற மாட்டான்," என்று மக்கள் கூறி நான் அடிக்கடிக் கேட்கிறேன். இப்படிச் சொல்கின்ற அமெரிக்கர்கள் தங்களுடைய வரலாற்றை மறந்துவிட்டிருப்பதுபோலத் தெரிகிறார்கள். வரி எதிர்ப்பிலிருந்து தோற்றுவிக்கப்பட்ட நாடுதான் அமெரிக்கா. 1773 இல் நடைபெற்ற 'பாஸ்டன் தேநீர் விருந்து' என்ற பிரபலமான எதிர்ப்புப் போராட்டம் அவர்களுக்கு மறந்துவிட்டதா? இந்த எதிர்ப்புதான் புரட்சிப் போரைத் தூண்டியது. இதெல்லாமே வரி விதிப்பைப் பற்றியதுதான். பிரதிநிதித்துவம் இல்லாத வரி விதிப்பைப் பற்றியது அது.

இந்த எதிர்ப்பைத் தொடர்ந்து, ஷேயின் எதிர்ப்பு, விஸ்கி எதிர்ப்பு, ஃபிரைஸ் எதிர்ப்பு, வணிகப் போர்கள் உட்பட இன்னும் பல கிளர்ச்சிகள் அமெரிக்க வரலாறு நெடுகிலும் நடைபெற்றன.

பிரபலமான இன்னும் இரண்டு வரிக் கிளர்ச்சிகள் இருக்கின்றன. ஆனால் அவற்றை அரங்கேற்றியது அமெரிக்கர்கள் அல்லர், ஆனால் மக்கள் எவ்வளவு தீவிரமாக வரிகளை எதிர்க்கின்றனர் என்பதை அவை வெளிக்காட்டுகின்றன.

வில்லியம் டெல்லின் கதை வரி எதிர்ப்பைப் பற்றிய ஒரு கதையாகும். அதனால்தான் அவர் தன்னுடைய மகனின் தலையின்மீது ஓர் ஆப்பிளை வைத்து, அதைத் தன்னுடைய அம்பால் துளைக்கும் கட்டாயத்திற்கு ஆளானார். வரிகள் குறித்து அவர் மிகுந்த கோபம் கொண்டதால், வரி வசூலிப்பவருக்குத் தலைவணங்க அவர் மறுத்துவிட்டார். அதற்குத் தண்டனையாகத்தான், அவருடைய மகனின் உயிர் பணயம் வைக்கப்பட்டது.

லேடி கோடிவாவின் கதையும் வரி எதிர்ப்பைப் பற்றியதுதான். தன்னுடைய நகரத்தில் வரிகளைக் குறைக்கும்படி அவர் தன் கணவரான மெர்சியா பிரபுவிடம் மன்றாடினார். கோடிவா அந்நகரின் ஊடாக நிர்வாணமாக ஒரு குதிரையின்மீது அமர்ந்து வலம் வந்தால், வரிகளைத் தான் குறைப்பதாக மெர்சியா பிரபு கூறினார். கோடிவா அந்த நிபந்தனையை ஏற்றுக் கொண்டார்.

வரி அனுகூலங்கள்

வரிகள் நவீன நாகரிகத்தின் ஒரு தேவையாக இருக்கக்கூடும், ஆனால் அவை மக்களைத் துன்பத்திற்கு ஆளாக்கும்போதும் தவறாக நிர்வகிக்கப்படும்போதும் பிரச்சனைகள் எழுகின்றன. இரண்டாம் உலகப் போருக்குப் பிந்தைய இருபது ஆண்டுகளில் பிறந்தவர்கள் பணி ஓய்வு பெறத் தொடங்கும்போது, அவர்கள் வரி செலுத்துபவர்கள் பாத்திரத்திலிருந்து விலகி, ஓய்வு பெற்றவர்களாகவும் சமூகப் பாதுகாப்புத் திட்ட உதவி பெறுபவர்களாகவும் ஆவர். இந்த மாற்றத்தைக் கையாள்வதற்கு அதிகமான வரிகள் வசூலிக்கப்பட வேண்டிய ஒரு தேவை இருக்கும். அமெரிக்காவும் பிற மாபெரும் தேசங்களும் பொருளாதாரரீதியாக நலிவுறும். பணம் படைத்தத் தனிநபர்கள், தங்களுடைய பணத்திற்காகத் தங்களைத் தண்டிப்பதற்குப் பதிலாகத் தங்களுடைய பணத்திற்காகத் தங்களை வரவேற்கின்ற நாடுகளைத் தேடிச் செல்லத் தொடங்குவர்.

ஒரு பெரிய தவறு

ஒரு முறை, ஒரு செய்திப் பத்திரிகை நிருபர் என்னிடம், “சென்ற ஆண்டு நீங்கள் எவ்வளவு பணம் சம்பாதித்தீர்கள்?” என்று கேட்டார். “சுமார் பத்து இலட்சம் டாலர்கள்,” என்று நான் பதிலளித்தேன்.

“நீங்கள் எவ்வளவு வரி செலுத்தினீர்கள்?” என்று அவர் கேட்டார்.

“வரி எதுவும் செலுத்தவில்லை,” என்று நான் கூறினேன். “ஏனெனில், அப்பணத்தை நான் மூலதன ஆதாயத்திலிருந்து பெற்றிருந்தேன். அதனால் அதற்கு வரி செலுத்துவதைக் கால வரையறையின்றி என்னால் தள்ளிப்போட முடிந்தது. அமெரிக்க வருமான வரிச் சட்டப் பிரிவு 1031 இல் நான் அந்த விலக்கைப் பெற்றேன். நான் அந்தப் பணத்தை ஒருபோதும் தொடவில்லை. இன்னும் பெரிய சொத்து ஒன்றில் அதை நான் மீண்டும் முதலீடு செய்தேன்.” ஒரு சில நாட்களுக்குப் பிறகு, இக்கதையை அந்தச் செய்திப் பத்திரிகை வெளியிட்டது.

“பணக்காரர் 10 இலட்சம் டாலர்கள் சம்பாதித்துள்ளார். வரி எதுவும் செலுத்தவில்லை என்பதை அவரே ஒப்புக் கொள்கிறார்.”

நான் கிட்டத்தட்ட அப்படித்தான் சொல்லியிருந்தேன், ஆனால் அக்கதையில் சில முக்கியமான வார்த்தைகள் விடுபட்டுப் போயிருந்ததால், அது அச்செய்தியைத் திரித்திருந்தது. அந்த நிருபர் உண்மையிலேயே கெடுநோக்குடன் நடந்து கொண்டாரா அல்லது சட்டப் பிரிவு 1031 என்றால் என்ன என்பதை அவர் புரிந்து கொள்ளவில்லையா என்பது எனக்குத் தெரியாது. காரணம் எதுவாக இருந்தாலும் சரி, வெவ்வேறு கால்சதுரங்களிலிருந்து வருகின்ற வெவ்வேறு கண்ணோட்டங்களுக்கான ஒரு கச்சிதமான எடுத்துக்காட்டு இது. நான் முன்பே சொன்னதுபோல, எல்லா வருவாயும் சமமானதல்ல. சில வருவாய்கள்மீது மற்ற வருவாய்களைவிடக் குறைவான வரிகள் விதிக்கப்படுகின்றன.

பெரும்பாலான மக்கள் வருவாய்மீது கவனம் செலுத்துகின்றனர், சொத்துகள்மீது அல்ல

வருவாய் அறிக்கை

அந்தப் பத்திரிகை நிருபர் தன்னுடைய பணத்தை இந்தப் பகுதியிலிருந்து சம்பாதிக்கிறார்.

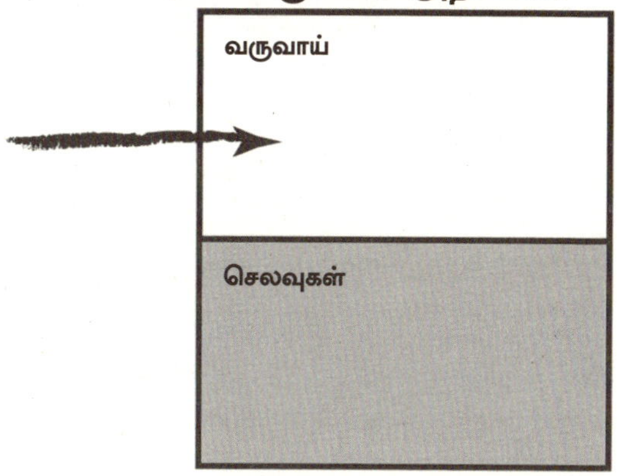

நிதி நிகர அறிக்கை

நான் என்னுடைய பணத்தை இந்தப் பகுதியிலிருந்து சம்பாதிக்கிறேன்.

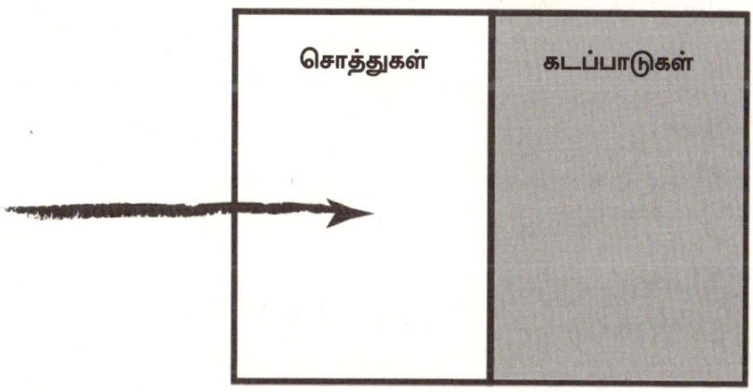

அந்தப் பத்திரிகை நிருபர் தன்னுடைய பணத்தை இந்தக் கால்சதுரத்தில் சம்பாதிக்கிறார்.

நான் என்னுடைய இலட்சங்களை இந்தக் கால்சதுரத்தில் சம்பாதித்தேன்.

இன்றும், "நான் ஓர் ஊதிய உயர்வு பெறுவதற்காக மீண்டும் கல்லூரியில் சேர்ந்து பயிலப் போகிறேன்," அல்லது "நான் ஒரு பதவி உயர்வுக்காகக் கடினமாக உழைத்துக் கொண்டிருக்கிறேன்," என்று மக்கள் கூறுவதை நான் கேட்கிறேன்.

இந்த வார்த்தைகள் அல்லது யோசனைகள், நிதி நிகர அறிக்கையின் வருவாய் பகுதியின்மீதோ அல்லது E கால்சதுரத்தின்மீதோ கவனம் செலுத்திக் கொண்டிருக்கின்ற ஒரு நபருடையவையாகும். தன்னுடைய ஊதிய உயர்வில் பாதியை அரசாங்கத்திற்குக் கொடுத்துவிட்டு, மேலும் கடினமாகவும் நீண்டகாலமும் உழைக்கின்ற ஒருவருடைய வார்த்தைகள் அவை.

அடுத்து வரவிருக்கின்ற ஓர் அத்தியாயத்தில், கேஷ்ஃபுளோ கால்சதுரத்தின் வலது பக்கத்தில் உள்ளவர்கள் வரிகளை எப்படி ஒரு சொத்தாகப் பயன்படுத்துகின்றனர் என்பதை நான் விளக்கவிருக்கிறேன். இடது பக்கத்தில் உள்ளோரில் பெரும்பாலானோருக்கு வரிகள் கடப்பாடுகளாக இருக்கின்றன. வரி செலுத்தாமல் இருப்பது நாட்டுப் பற்றின்மை பற்றிய விஷயமல்ல. நீங்கள் சம்பாதிக்கும் பணத்தில், உங்களால் தக்கவைத்துக் கொள்ள முடிந்த அளவு பணத்தைத் தக்கவைத்துக் கொள்வதற்கான உரிமையைச் சட்டப்படி தற்காத்துக் கொள்வதற்குப் போராடுவதைப் பற்றியது அது. தங்களுடைய வரிகளை எதிர்க்காத மக்களைக் கொண்ட நாடுகளின் பொருளாதாரங்கள் மோசமாக இருக்கின்றன.

விரைவாகப் பணக்காரராக ஆகுங்கள்

கிம்மும் நானும் வீடில்லாத நிலைமையிலிருந்து விடுபட்டு விரைவாகப் பொருளாதாரச் சுதந்திரத்தை அடைவதற்கு, B மற்றும் I கால்சதுரங்களில் நாங்கள் எங்கள் பணத்தைச் சம்பாதிக்க வேண்டியிருந்தது. இந்தக் கால்சதுரங்களில் உங்களால் வேகமாகப் பணக்காரராக ஆக முடியும். ஏனெனில், வரிகள் செலுத்துவதை உங்களால் சட்டபூர்வமாகத் தவிர்க்க

முடியும். அதிகப் பணத்தை உங்கள் வசம் வைத்துக் கொள்ள முடிவதன் மூலமும், அந்தப் பணம் உங்களுக்காக வேலை செய்யும் விதத்தில் அதை முதலீடு செய்வதன் மூலமும், உங்களால் வேகமாகப் பொருளாதாரச் சுதந்திரத்தை அடைய முடியும். கிம்மும் நானும் அதைத்தான் செய்தோம்.

எவ்வாறு விடுபடுவது

பெரும்பாலான மக்கள் ஒருபோதும் பொருளாதாரப் பாதுகாப்பை அல்லது பொருளாதாரச் சுதந்திரத்தை அடையாமல் இருப்பதற்கான முக்கியக் காரணங்கள் கடனும் வரிகளும்தாம். பாதுகாப்பு மற்றும் சுதந்திரத்திற்கான பாதை, கேஷ்ஃபுளோ கால்சதுரத்தின் வலது பக்கத்தில் காணப்படுகிறது. நீங்கள் வேலைப் பாதுகாப்பைத் தாண்டிச் சென்று, பொருளாதாரப் பாதுகாப்பிற்கும் பொருளாதாரச் சுதந்திரத்திற்கும் இடையேயான வேறுபாட்டை அறிந்து கொள்ள வேண்டும்.

என்னுடைய கற்றறிந்த தந்தை, வேலைப் பாதுகாப்பின்மீது குறியாக இருந்தார். அவருடைய தலைமுறையைச் சேர்ந்த பெரும்பாலானோர் அப்படித்தான் இருந்தனர். வேலைப் பாதுகாப்பு என்றால் பொருளாதாரப் பாதுகாப்பு என்று அவர் அனுமானித்தார் - அவர் தன்னுடைய வேலையை இழந்து, இன்னொரு வேலையைத் தேடிக் கொள்ள முடியாமல் போகும்வரை! என்னுடைய பணக்காரத் தந்தை ஒருபோதும் வேலைப் பாதுகாப்பைப் பற்றிப் பேசவில்லை. மாறாக, அவர் பொருளாதாரச் சுதந்திரத்தைப் பற்றிப் பேசினார்.

நீங்கள் விரும்புகின்ற வகையான பாதுகாப்பை அல்லது சுதந்திரத்தைக் கண்டுகொள்வதற்கான வழியை, கேஷ்ஃபுளோ கால்சதுரத்தில் நிலவும் போக்குகளை அவதானிப்பதிலிருந்து நீங்கள் கண்டுகொள்ளலாம்.

வேலை பாதுகாப்பிற்கான போக்கு

இந்தப் போக்கைப் பின்பற்றுகின்ற மக்கள், தங்களுடைய வேலையைச் சிறப்பாகச் செய்வதில் வல்லவர்கள். கல்லூரியில் அவர்கள் செலவிட்டக் காலமும், பல ஆண்டுகால வேலை அனுபவமும் அவர்களுக்கு உதவுகின்றன. ஆனால் பிரச்சனை என்னவென்றால், அவர்கள் தங்களுடைய பணி ஓய்வுக் காலத்திற்கு ஒரு திட்டம் வைத்திருந்தால்கூட, B மற்றும் I கால்சதுரங்களைப் பற்றி அவர்களுக்கு அவ்வளவாக எதுவும் தெரிந்திருப்பதில்லை. அவர்கள் வேலைப் பாதுகாப்பிற்காக மட்டுமே பயிற்றுவிக்கப்பட்டு வந்துள்ளதால், அவர்கள் பொருளாதாரப் பாதுகாப்பின்மையை உணர்கின்றனர்.

அறிவே சக்தி

அதிகப் பொருளாதாரப் பாதுகாப்பை அடைவதற்கு, மக்கள் E அல்லது S கால்சதுரங்களில் தங்களுடைய வேலைகளைச் செய்வதோடு கூடவே, B மற்றும் I கால்சதுரங்களைப் பற்றியும் விபரமாகத் தெரிந்து கொள்ள வேண்டும். கேஷ்ஃப்ளோ கால்சதுரத்தின் இரண்டு பக்கங்களிலும் தங்களால் திறமையாகச் செயல்பட முடியும் என்ற நம்பிக்கை அவர்கள் வசமாகும்போது, அவர்களிடம் சிறிதளவு பணம் மட்டுமே இருந்தாலும்கூட அவர்கள் இயல்பாக அதிகப் பாதுகாப்பாக உணர்வர். அறிவே சக்தி. ஒரு வாய்ப்பு அவர்கள் முன் தன்னை வெளிப்படுத்திக் கொள்ளும்போது, தன்னம்பிக்கையோடு செயலில் இறங்க அவர்கள் தயாராக இருப்பர்.

அதனால் கடவுள் நமக்கு இரண்டு கால்களைக் கொடுத்துள்ளார். நமக்கு ஒரே ஒரு கால் மட்டும் இருந்திருந்தால், நாம் எப்போதும் தடுமாறிக் கொண்டும் பாதுகாப்பின்மை உணர்வுடனும் இருப்போம். இரண்டு கால்சதுரங்கள் (வலப்புறம் ஒன்று, இடப்புறம் ஒன்று) பற்றிய அறிவைப் பெற்றிருப்பதன் மூலம், நாம் அதிகப் பாதுகாப்பாக உணர்வோம். தங்களுடைய வேலையைப் பற்றி மட்டுமே அறிந்துள்ள மக்கள் ஒற்றைக் கால் உடையவர்கள் ஆவர். பொருளாதாரக் காற்று வீசுகின்ற ஒவ்வொரு முறையும், இரண்டு கால்களைக் கொண்ட மக்களைவிட அவர்கள் அதிகமாகத் தடுமாறுவர்.

பொருளாதாரப் பாதுகாப்பிற்கான போக்கு

இதுதான் ஓர் ஊழியருக்கான (E) பொருளாதாரப் பாதுகாப்பிற்கான போக்கு:

உங்களுடைய ஓய்வுக் காலத்திற்காக ஒரு வங்கிக் கணக்கில் பணத்தைப் போட்டுவிட்டு, நல்லது நடக்கும் என்ற நம்பிக்கையோடு காத்திருப்பதற்குப் பதிலாக, ஒரு முதலீட்டாளராகவும் ஓர் ஊழியராகவும் தங்களுக்கு இருக்கின்ற அறிவு குறித்து மக்கள் தன்னம்பிக்கையுடன் இருக்கின்றனர் என்பதை இப்படம் விளக்குகிறது. ஒரு வேலையைக் கற்றுக் கொள்வதற்காக நாம் ஒரு கல்லூரியில் படிப்பதைப்போல, ஒரு தொழில்முறை முதலீட்டாளராக ஆவதற்கு நீங்கள் கற்க வேண்டும் என்று நான் பரிந்துரைக்கிறேன்.

நான் என்னுடைய சொத்துகள் பகுதியில் பத்து இலட்சம் டாலர்கள் பணம் சம்பாதித்ததோடு மட்டுமல்லாமல், வரி எதுவும் செலுத்தாமல் இருந்தது குறித்து விரக்தியடைந்த அந்தப் பத்திரிகை நிருபர், "அந்தப் பத்து இலட்சம் டாலர்களை நீங்கள் எப்படிச் சம்பாதித்தீர்கள்?" என்ற கேள்வியை என்னிடம் ஒருபோதும் கேட்கவில்லை.

என்னைப் பொறுத்தவரை, அதுதான் உண்மையான கேள்வி. சட்டபூர்வமாக வரிகளைத் தவிர்ப்பது சுலபமானது. ஆனால் பத்து இலட்சம் டாலர்கள் சம்பாதிப்பது அவ்வளவு சுலபமானதாக இருக்கவில்லை.

பொருளாதாரப் பாதுகாப்பிற்கான ஓர் இரண்டாவது வழி இதுவாக இருக்கக்கூடும்:

ஓர் ஊழியருக்குப் பொருளாதாரப் பாதுகாப்பு இப்படித் தெரிகிறது:

ஒரு சராசரி அமெரிக்கக் கோடீஸ்வரர், சுய தொழில் செய்பவராகவும், சிக்கனமாக வாழ்க்கை நடத்துபவராகவும், நீண்ட கால முதலீடுகள் செய்பவராகவும் இருக்கிறார். மேற்குறிப்பிடப்பட்டுள்ள போக்கு, பொருளாதார வாழ்க்கைப் பாதையைப் பிரதிபலிக்கிறது.

S கால்சதுரத்திலிருந்து B கால்சதுரத்திற்கான பாதைதான், பில் கேட்ஸ் போன்ற மாபெரும் தொழிலதிபர்கள் பலர் அடிக்கடி எடுக்கின்ற பாதையாகும். இது சுலபமானது அல்ல, ஆனால் என்னைப் பொறுத்தவரை, மிகச் சிறந்த பாதைகளில் ஒன்று இது.

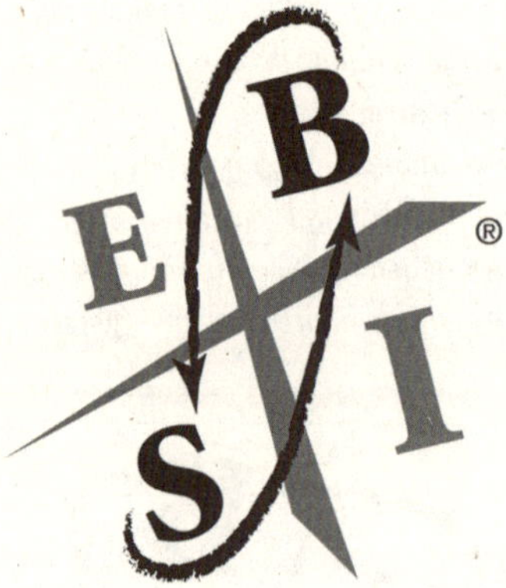

ஒன்றைவிட இரண்டு சிறந்தது

ஒரு சராசரிப் பணக்காரர் எவ்வாறு தன்னுடைய 70 சதவீத வருவாயை வலப்புறத்தில் இருந்தும், 30 சதவீதத்திற்கும் குறைவான வருவாயை இடப்புறத்தில் இருந்தும் ஈட்டுகிறார் என்பதை நான் இரண்டாம் அத்தியாயத்தில் விளக்கினேன். மக்கள் எவ்வளவு பணம் சம்பாதித்தாலும் சரி, அவர்கள் ஒன்றுக்கு மேற்பட்டக் கால்சதுரங்களிலிருந்து இயங்கினால் மட்டுமே பாதுகாப்பாக உணர்வர். பொருளாதாரப் பாதுகாப்பு என்பது கேஷ்ஃபுளோ கால்சதுரத்தின் இரண்டு பக்கங்களிலும் ஒரு பாதுகாப்பான அடித்தளத்தைக் கொண்டிருப்பதாகும்.

கோடீஸ்வரத் தீயணைப்பு வீரர்கள்

கேஷ்ஃபுளோ கால்சதுரத்தின் இரண்டு பக்கங்களிலும் வெற்றி பெற்றுள்ளவர்களுக்கான எடுத்துக்காட்டுகளாக என்னுடைய இரண்டு நண்பர்கள் இருக்கின்றனர். அவர்களுக்கு வேலைப் பாதுகாப்பும் பிற சலுகைகளும் அபரிமிதமாக உள்ளன. வலப்புறத்தில் அவர்கள் பெரும் செல்வத்தைக் குவித்துள்ளனர். இருவருமே, நகர அரசுக்காக வேலை செய்கின்ற தீயணைப்பு வீரர்களாவர். நல்ல, நிரந்தர வருமானம், சிறந்த

பொருளாதார நன்மைகள், ஓய்வூதியத் திட்டங்கள் ஆகியவை வாய்க்கப் பெற்றுள்ள அவர்கள், வாரத்திற்கு இரண்டு நாட்கள் மட்டுமே வேலை செய்கின்றனர். வாரத்திற்கு மூன்று நாட்கள் அவர்கள் தொழில்முறை முதலீட்டாளர்களாக வேலை செய்கின்றனர். மீதி இரண்டு நாட்கள், அவர்கள் ஆசுவாசமாகத் தங்களுடைய குடும்பத்தாருடன் நேரம் செலவிடுகின்றனர்.

அவர்கள் இருவரில் ஒருவர் பழைய வீடுகளை வாங்கி, அவற்றிலுள்ள பழுதுகளை நீக்கி, அவற்றை வாடகைக்கு விட்டுப் பணம் சம்பாதிக்கிறார். வரிகள், பராமரிப்புச் செலவுகள், நிர்வாகச் செலவுகள், காப்பீடு ஆகியவை போக ஒவ்வொரு மாதமும் மொத்தம் பத்தாயிரம் டாலர்கள் ஈட்டித் தருகின்ற 45 வீடுகள் அவருக்குச் சொந்தமாக இருக்கின்றன. அவர் ஒரு தீயணைப்பு வீரராக ஒவ்வொரு மாதமும் 3,500 டாலர்கள் சம்பாதிக்கிறார். இதன் மூலம் அவர் ஒவ்வொரு மாதமும் 13,000 டாலர்களுக்கும் அதிகமாக ஈட்டுகிறார். அவருடைய வருடாந்திர வருவாய் சுமார் 1,50,000 டாலர்கள். இது மேன்மேலும் கூடிக் கொண்டே இருக்கிறது. அவர் பணியிலிருந்து ஓய்வு பெறுவதற்கு இன்னும் ஐந்து ஆண்டுகள் உள்ளன. தன்னுடைய 56 ஆவது வயதில் தன்னுடைய வருடாந்திர வருமானம் 2,00,000 டாலர்களாக இருக்க வேண்டும் என்பது அவருடைய இலக்கு. நான்கு குழந்தைகளைக் கொண்ட ஓர் அரசு ஊழியருக்கு இது மோசமானதல்ல.

என்னுடைய மற்றொரு நண்பர், நிறுவனங்களை ஆய்வு செய்து, நீண்டகால நோக்கில் அவற்றின் பங்குகளில் முதலீடு செய்கிறார். அவருடைய சொத்து மதிப்பு இப்போது 30 இலட்சம் டாலர்கள். அவர் அந்தப் பங்குகளை விற்றுக் காசாக்கி, ஆண்டொன்றுக்குப் பத்து சதவீதம் வட்டியைப் பெற்றுத் தரக்கூடிய ஒரு முதலீட்டில் அப்பணத்தை முதலீடு செய்தால், அவருடைய எஞ்சிய வாழ்நாள் முழுவதும் அவருக்கு ஒவ்வோர் ஆண்டும் சுமார் 3,00,000 இலட்சம் டாலர்கள் வருமானம் கிடைத்துக் கொண்டே இருக்கும் (சந்தையின் சராசரி ஏற்ற இறக்கங்களைக் கணக்கில் எடுத்துக் கொண்டாலும்கூட). இரண்டு குழந்தைகளுடன்கூடிய ஓர் அரசு ஊழியருக்கு இது மோசமானதல்ல.

இரண்டு நண்பர்களுமே இருபது ஆண்டுகளாகச் செய்து வந்துள்ள முதலீடுகளால், தங்களுடைய நாற்பதாவது வயதில் ஓய்வு பெற்றுவிடக்கூடிய நிலையில் இருக்கின்றனர். ஏனெனில், அந்த முதலீடுகள் அவர்கள் வேலை செய்ய வேண்டிய அவசியம் இல்லாமலேயே அவர்களுக்கு வருவாய் ஈட்டிக் கொடுத்துக் கொண்டிருக்கின்றன. ஆனால் அவர்கள் தங்கள் வேலையை மிகவும் விரும்புவதால், தங்களுடைய பணிக்காலம் முழுவதும் வேலை செய்துவிட்டு, அனைத்துச் சலுகைகள் மற்றும் பொருளாதார நன்மைகளுடன் ஓய்வு பெற விரும்புகின்றனர். இதன் மூலம், கேஷ்ஃபுளோ கால்சதுரத்தின் இரண்டு பக்கங்களிலும் கிடைத்துள்ள வெற்றியின் பலன்களை அனுபவிக்க அவர்கள் திட்டமிட்டுள்ளனர்.

பணம் மட்டுமே பாதுகாப்பைக் கொண்டுவருவதில்லை

தங்களுடைய ஓய்வுக்காலக் கணக்கில் இலட்சக்கணக்கான டாலர்கள் பணம் இருந்தும் பாதுகாப்பற்றவர்களாக உணர்கின்ற பலரை நான் சந்தித்துள்ளேன். அவர்கள் ஏன் அவ்வாறு உணர்கின்றனர்? ஏனெனில், அப்பணம்

அவர்களுடைய வேலையில் அல்லது தொழிலில் இருந்து வருகிறது. அவர்கள் ஓர் ஓய்வூதியக் கணக்கில் பணம் போட்டு வைத்துள்ளனர், ஆனால் முதலீடுகளைப் பற்றி அவர்களுக்கு எதுவும் தெரியவில்லை. அந்த ஓய்வூதியக் கணக்கில் உள்ள பணம் காணாமல் போய், அவர்களுடைய பணிக்காலமும் முடிந்துவிட்டால், பிறகு அவர்கள் என்ன செய்வார்கள்?

பெரும் பொருளாதார மாற்றம் நிகழும்போது, செல்வமும் எப்போதும் இடம் மாறும். உங்களிடம் அதிகப் பணம் இல்லாவிட்டால்கூட, உங்களுடைய கல்வியில் முதலீடு செய்ய வேண்டியது முக்கியம். ஏனெனில், மாற்றங்கள் வரும்போது, அவற்றைக் கையாள நீங்கள் தயாராக இருப்பது நல்லது. என்ன நிகழும் என்பதை யாராலும் முன்கூட்டியே கணிக்க முடியாது. எனவே, என்ன நிகழ்ந்தாலும் அதற்குத் தயாராக இருப்பது நல்லது. அதாவது, இப்போதே முதலீடு செய்வதைப் பற்றிக் கற்றுக் கொள்ளுங்கள்.

பொருளாதாரச் சுதந்திரத்திற்கான போக்கு

இப்போக்கைத்தான் என்னுடைய பணக்காரத் தந்தை பரிந்துரைத்தார். இதுதான் பொருளாதாரச் சுதந்திரத்திற்கான பாதை. இதுதான் உண்மையான பொருளாதாரச் சுதந்திரம். ஏனெனில், B கால்சதுரத்தில், மக்கள் உங்களுக்காக வேலை செய்து கொண்டிருக்கின்றனர்; I கால்சதுரத்தில், பணம் உங்களுக்காக வேலை செய்து கொண்டிருக்கிறது. நீங்கள் விரும்பினால் வேலை செய்யலாம் அல்லது செய்யாமல் இருக்கலாம். இந்த இரண்டு கால்சதுரங்கள் குறித்த உங்களுடைய அறிவு, நீங்கள் வேலை செய்ய வேண்டிய தேவை இல்லாமல் செய்துவிடுகிறது.

பெரும் பணக்காரர்கள் இந்தப் போக்கைத்தான் கடைபிடிக்கின்றனர். B மற்றும் I கால்சதுரங்களைச் சுற்றி இருக்கின்ற வளையம், பில் கேட்ஸ், ரூபர்ட் மர்டாக், வாரன் பஃபே போன்றோரின் வருவாய்ப் போக்கை உணர்த்துகிறது.

உங்களுக்கு ஓர் எச்சரிக்கை: B கால்சதுரம் I கால்சதுரத்திலிருந்து பெருமளவு வேறுபட்டது. வெற்றிகரமான தொழிலதிபர்கள் பலர் தங்களுடைய தொழில்களைக் கோடிக்கணக்கான டாலர்களுக்கு விற்றுவிட்டு, தங்களுக்கு எல்லாம் தெரியும் என்ற மிதப்பில், I கால்சதுரத்தில் தங்கள்

பணம் முழுவதையும் இழந்துவிடுகின்றனர். ஆட்டமும் விதிமுறைகளும் நான்கு கால்சதுரங்களிலும் வேறுபட்டுள்ளன. அதனால்தான், உங்களுடைய அகங்காரத்தை ஓர் ஓரமாகத் தள்ளி வைத்துவிட்டு, அவ்விரு கால்சதுரங்களைப் பற்றித் தெரிந்து கொள்ளும்படி நான் உங்களுக்குப் பரிந்துரைக்கிறேன்.

பொருளாதாரப் பாதுகாப்பில் நிகழ்வதைப்போலவே, பொருளாதாரச் சுதந்திர உலகிலும் இரண்டு கால்சதுரங்களில் இயங்குவது உங்களுக்கு மாபெரும் நிலைப்பைப் பெற்றுக் கொடுக்கும்.

பாதைகளைத் தேர்ந்தெடுத்தல்

இதுவரை நாம் பார்த்தப் போக்குகள், மக்கள் தேர்ந்தெடுக்கக்கூடிய வெவ்வேறு பொருளாதாரப் பாதைகளாகும். துரதிர்ஷ்டவசமாக, வேலைப் பாதுகாப்புப் பாதையை மக்கள் தேர்ந்தெடுக்கின்றனர். பொருளாதாரம் தள்ளாடத் தொடங்கும்போது, வேலைப் பாதுகாப்பை அவர்கள் இன்னும் இறுக்கமாகப் பற்றிக் கொள்கின்றனர், தங்கள் வாழ்நாள் முழுவதும் அந்த வேலையிலேயே தொடர்ந்து நீடிக்கின்றனர்.

குறைந்தபட்சம், பொருளாதாரப் பாதுகாப்புப் பற்றியாவது நீங்கள் முழுவதுமாகக் கற்றுக் கொள்ள வேண்டும். அதாவது, உங்களுடைய வேலையைக் குறித்தும், நல்ல நேரங்களிலும் மோசமான நேரங்களிலும் முதலீடு செய்வதற்கான உங்கள் திறன் குறித்தும் உங்களுக்குத் தன்னம்பிக்கை இருக்க வேண்டும் என்று அர்த்தம். ஒரு பெரிய இரகசியத்தை நான் உங்களுடன் பகிர்ந்து கொள்கிறேன். 'உண்மையான முதலீட்டாளர்கள், மோசமான சந்தைகளில் அதிகப் பணம் சம்பாதிக்கின்றனர்' என்பதுதான் அது. அவர்கள் பணம் ஈட்டுவதற்குக் காரணம், முதலீட்டாளர்கள் அல்லாதோர் பீதியடைந்து எல்லாவற்றையும் விற்றுக் கொண்டிருக்கின்றனர் என்பதுதான். வரக்கூடிய சாத்தியமுள்ள எந்தவொரு பொருளாதார மாற்றம் குறித்தும் எனக்கு எந்தப் பயமும் இல்லை. ஏனெனில், மாற்றம் என்றால், சொத்து இடமாற்றம் அடைகிறது என்று அர்த்தமாகும்.

உங்களுடைய மேலதிகாரியால் உங்களைப் பணக்காரராக ஆக்க முடியாது

என்னுடைய நண்பர் ஒருவர் தன்னுடைய நிறுவனத்தை விற்றுவிட்டு, அதே நாளன்று 1.5 கோடி டாலர்களைத் தன்னுடைய வங்கிக் கணக்கில் போட்டு வைத்தார். மறுபுறம், அவருடைய முன்னாள் ஊழியர்கள் புதிய வேலைகளைத் தேடிக் கொள்ள வேண்டியிருந்தது.

பிரிவுபசார விழாவில், எல்லோருடைய கண்களிலும் கண்ணீர் தேங்கி நின்றது. அதே நேரத்தில், கடும் கோபமும் வெறுப்பும் காற்றில் கலந்திருந்தன. என்னுடைய நண்பர் அவர்கள் எல்லோருக்கும் பல ஆண்டுகளாக நல்ல சம்பளம் கொடுத்து வந்திருந்தபோதிலும், பெரும்பாலானோர், தாங்கள் வேலையில் சேர்ந்த நாளன்று பொருளாதாரரீதியாக எந்த நிலையில் இருந்தார்களோ, இன்று இந்நிறுவனத்தில் தங்களுடைய கடைசி நாளன்றும் அதே நிலையில் இருந்தனர். தங்களுடைய நிறுவனத்தின் உரிமையாளர்

பணக்காரராக ஆகியிருந்தார், ஆனால் தாங்கள் அத்தனை ஆண்டுகளையும் வெறுமனே சம்பளக் காசோலைகளை வாங்கிக் கொள்வதிலும் தங்களுடைய வாழ்க்கைச் செலவுகளைச் சமாளிப்பதிலும் செலவிட்டு வந்திருந்தோம் என்பதைப் பலர் உணர்ந்தனர்.

எதார்த்தம் என்னவென்றால், உங்களைப் பணக்காரராக ஆக்குவது உங்கள் மேலதிகாரியின் அல்லது நிறுவனத்தின் வேலை அல்ல. உங்களுக்கு ஒழுங்காகச் சம்பளம் வழங்கப்படுவதை உறுதி செய்வதுதான் உங்களுடைய மேலதிகாரியின் வேலை. நீங்கள் பணக்காரராக ஆக விரும்பினால், அது உங்கள் வேலையாகும். நீங்கள் உங்களுடைய சம்பளக் காசோலையைப் பெற்றுக் கொள்கின்ற கணத்தில் அந்த வேலை தொடங்குகிறது. பணத்தைக் கையாள்வதற்கான திறன் உங்களுக்கு இல்லை என்றால், பிறகு உங்களிடம் எவ்வளவு பணம் வந்தாலும் அதனால் உங்களைக் காப்பாற்ற முடியாது. நீங்கள் உங்களுடைய பணத்தைச் சிக்கனமாகச் செலவழித்து, B அல்லது I கால்சதுரத்தைப் பற்றி நீங்கள் கற்றுக் கொள்ளும்போது, பெரும் சொத்துகளைக் குவிப்பதற்கான பாதையில் நீங்கள் அடியெடுத்து வைக்கிறீர்கள். மிக முக்கியமாக, சுதந்திரத்தை நோக்கிய உங்களுடைய சொந்தப் பாதையில் நீங்கள் நுழைகிறீர்கள்.

ஒரு பணக்காரருக்கும் ஓர் ஏழைக்கும் இடையேயான ஒரே வேறுபாடு, தங்களுடைய ஓய்வு நேரத்தைக் கொண்டு அவர்கள் என்ன செய்கிறார்கள் என்பதுதான் என்று என் பணக்காரத் தந்தை தன் மகனிடமும் என்னிடம் அடிக்கடிக் கூறினார்.

நான் அவருடைய கூற்றுடன் உடன்படுகிறேன். மக்கள் முன்பு எப்போதையும்விட இப்போது வேலைகளில் மும்முரமாக இருக்கின்றனர். ஓய்வு நேரம் என்பது மேன்மேலும் அரிதாகிக் கொண்டே போகிறது. ஆனாலும், நீங்கள் எதிலாவது மும்முரமாக இருக்கப் போகிறீர்கள் என்றால், கேஷ்ஃபுளோ கால்சதுரத்தின் இரண்டு பக்கங்களிலும் மும்முரமாக இருங்கள். நீங்கள் அதைச் செய்தால், அதிக ஓய்வு நேரத்தையும் அதிகப் பொருளாதாரச் சுதந்திரத்தையும் கைவசப்படுத்துவதற்கான உங்கள் வாய்ப்பு மேம்படும். ஆனால், உங்களுடைய சம்பளப் பணத்தையும் ஓய்வு நேரத்தையும் கொண்டு நீங்கள் என்ன செய்கிறீர்கள் என்பது உங்கள் எதிர்காலத்தைத் தீர்மானிக்கும் என்பதை மறந்துவிடாதீர்கள். நீங்கள் இடப்பக்கத்தில் கடுமையாக உழைத்தால், நீங்கள் என்றென்றும் கடுமையாக உழைத்துக் கொண்டே இருப்பீர்கள். நீங்கள் வலப்பக்கத்தில் கடுமையாக உழைத்தால், பொருளாதாரச் சுதந்திரத்தைக் கைவசப்படுத்துவதற்கு உங்களுக்கு ஒரு வாய்ப்பு இருக்கிறது.

நான் பரிந்துரைக்கின்ற பாதை

E மற்றும் S கால்சதுரங்களிலுள்ள மக்கள் என்னிடம் அடிக்கடிக் கேட்கும் கேள்வி, “நீங்கள் எந்தப் பாதையைப் பரிந்துரைப்பீர்கள்?” என்பதுதான். என்னுடைய பணக்காரத் தந்தை எனக்குப் பரிந்துரைத்த, பில் கேட்ஸ் போன்றோர் பின்பற்றிய அதே பாதையைத்தான் நான் பரிந்துரைக்கிறேன். அப்பாதை இப்படிக் காட்சியளிக்கிறது:

சில சமயங்களில், "நான் ஒரு முதலீட்டாளராக இருப்பதை விரும்புவேன்," என்று மக்கள் கூறி நான் கேட்டிருக்கிறேன்.

அதற்கு நான், "அப்படியானால் I கால்சதுரத்திற்குச் செல்லுங்கள். உங்களிடம் ஏராளமான பணமும் ஏகப்பட்ட ஓய்வு நேரமும் இருந்தால், நேராக I கால்சதுரத்திற்குப் போய்விடுங்கள். ஆனால் உங்களிடம் அபரிமிதமான நேரமும் பணமும் இல்லாவிட்டால், என்னுடைய பணக்காரத் தந்தை பரிந்துரைக்கின்ற பாதைதான் அதிகப் பாதுகாப்பானது," என்று பதிலளிக்கிறேன்.

முதலீட்டாளர்கள் (I) தொழில்களில் (B) முதலீடு செய்கின்றனர்

பெரும்பாலான சமயங்களில், மக்களிடம் அபரிமிதமான நேரமோ அல்லது பணமோ இருப்பதில்லை. எனவே, அவர்கள் இன்னொரு கேள்வி கேட்கினறனர். "நீங்கள் ஏன் B கால்சதுரத்தை முதலில் பரிந்துரைக்கிறீர்கள்?"

இந்த விவாதம் வழக்கமாக ஒரு மணிநேரம் நீடிக்கும், ஆனால் நான் அடுத்த ஒரு சில வரிகளில் என்னுடைய காரணங்களைத் தொகுத்துரைக்கிறேன்.

1. அனுபவமும் கல்வியும்

நீங்கள் முதலில் ஒரு தொழிலதிபராக (B) வெற்றி பெற்றால், சக்திவாய்ந்த ஒரு முதலீட்டாளராக (I) ஆவதற்கான உங்கள் வாய்ப்பு மேம்படுகிறது. நீங்கள் முதலில் தொழில் குறித்த ஒரு சிறப்பான புரிதலை வளர்த்துக் கொண்டால், உங்களால் ஒரு சிறந்த முதலீட்டாளராக ஆக முடியும். மற்ற நல்ல தொழில்களை உங்களால் அடையாளம் காண முடியும். நிலையான தொழில் அமைப்புமுறைகளைக் கொண்ட வெற்றிகரமான தொழிலதிபர்களிடத்தில்தான் உண்மையான முதலீட்டாளர்கள் முதலீடு செய்கின்றனர். ஓர் அமைப்புமுறைக்கும் ஒரு விற்பனைப் பொருளுக்கும் இடையேயான வேறுபாட்டை அறியாத, அல்லது சிறந்த தலைமைத்துவத் திறமைகள் இல்லாத, ஓர் ஊழியரிடத்தில் அல்லது ஒரு சுய தொழில் புரிகின்ற ஒருவரிடத்தில் முதலீடு செய்வது ஆபத்தானது.

2. பணப் பெயர்ச்சி

உங்களுடைய தொழில் ஒழுங்காக இயங்கிக் கொண்டிருக்கிறது என்றால், I கால்சதுரத்தின் ஏற்ற இறக்கங்களைச் சமாளிப்பதற்குத் தேவையான ஓய்வு நேரமும் பணப் பெயர்ச்சியும் உங்களுக்குத் தேவை.

பொருளாதாரரீதியான எந்த இழப்பையும் ஏற்றுக் கொள்வது கட்டுப்படியாகாத அளவுக்குப் பண இறுக்கத்தை அனுபவிக்கின்ற, E மற்றும் S கால்சதுரவாசிகளை நான் பல சமயங்களில் சந்திக்கிறேன். சந்தை ஒரு முறை ஊசலாடினால், அவர்கள் திவாலாகிவிடுகின்றனர். ஏனெனில், அவர்கள் பொருளாதாரச் சிவப்புக் கோட்டில் இயங்கிக் கொண்டிருக்கின்றனர்.

எதார்த்தம் என்னவென்றால், முதலீடு செய்வதற்குப் பெரும் மூலதனமும் ஆழமான அறிவும் தேவை. சில சமயங்களில், தேவையான அறிவைக் கைவசப்படுத்துவதற்கே ஏராளமான மூலதனமும் ஏகப்பட்ட நேரமும் தேவைப்படுகின்றன. வெற்றிகரமான முதலீட்டாளர்கள் பலர், வெற்றி பெறுவதற்கு முன் பல முறை தோற்றுள்ளனர். வெற்றி ஒரு மோசமான ஆசான் என்பதை வெற்றியாளர்கள் அறிவர். தவறுகள் செய்வதிலிருந்துதான் கற்றல் வருகிறது. I கால்சதுரத்தில், தவறுகள் உங்களுக்குப் பண இழப்பை ஏற்படுத்துகின்றன. உங்களிடம் முதலீட்டு அறிவும் மூலதனமும் இல்லாவிட்டால், ஒரு முதலீட்டாளராக ஆக முயற்சிப்பது ஒரு பொருளாதாரத் தற்கொலையாகும்.

முதலில் ஒரு நல்ல தொழிலதிபராக (B) ஆவதற்கான திறமையை வளர்த்துக் கொள்வதன் மூலம், ஒரு நல்ல முதலீட்டாளராக ஆக உங்களுக்கு உதவத் தேவையான பணப் பெயர்ச்சியையும் நீங்கள் உருவாக்கிக் கொள்கிறீர்கள். ஒரு தொழிலதிபர் என்ற முறையில் நீங்கள் உருவாக்குகின்ற தொழில், ஒரு நல்ல முதலீட்டாளராக ஆவதற்குத் தேவையான கல்வியை நீங்கள் பெற உங்களுக்கு ஆதரவளிக்கக்கூடிய பணத்தை உங்களுக்கு வழங்கும். ஒரு வெற்றிகரமான முதலீட்டாளராக ஆவதற்கான அறிவை நீங்கள் கைவசப்படுத்தியவுடன், "பணம் பண்ணுவதற்கு எப்போதும் பணம் தேவைப்படுவதில்லை," என்று நான் ஏன் கூறுகிறேன் என்பதை நீங்கள் புரிந்து கொள்வீர்கள்.

நல்ல செய்தி

தொழில்நுட்பத்தின் காரணமாக, B கால்சதுரத்தில் வெற்றிகரமாகத் திகழ்வது முன்பு எப்போதையும்விட இப்போது அதிக சுலபமானதாக ஆகியுள்ளது. ஒரு குறைந்தபட்ச ஊதியத்துடன்கூடிய ஒரு வேலையைப் பெறுவதைப்போல எளிதானதல்ல இது என்றாலும், அதிக எண்ணிக்கையான மக்கள் தொழிலதிபர்களாகப் பொருளாதார வெற்றியை அடைவதற்கான அமைப்புமுறைகள் இப்போது நடைமுறையில் இருக்கின்றன.

அத்தியாயம் 4

மூன்று வகையான வியாபார அமைப்புமுறைகள்

சொந்தமாக ஓர் அமைப்புமுறையையும், உங்களுக்காக அந்த அமைப்புமுறையை இயக்கக்கூடிய மக்களையும் பெற்றிருப்பதுதான் உங்களுடைய இலக்கு.

நீங்கள் B கால்சதுரத்திற்கு இடம்பெயரும்போது, சொந்தமாக ஓர் அமைப்புமுறையையும், உங்களுக்காக அந்த அமைப்புமுறையை இயக்கக்கூடிய மக்களையும் பெற்றிருப்பதுதான் உங்களுடைய இலக்கு. தொழில் அமைப்புமுறையை நீங்களாகவே உருவாக்கிக் கொள்ளலாம். அல்லது, உங்களுக்குத் தேவையான அமைப்புமுறையை நீங்கள் ஒரு விலை கொடுத்து வாங்கிக் கொள்ளலாம். கேஷ்ஃபுளோ கால்சதுரத்தின் இடப்புறத்திலிருந்து வலப்புறத்திற்கு நீங்கள் பாதுகாப்பாக இடம்பெயர்வதற்கு உங்களுக்கு உதவக்கூடிய ஒரு பாலமாக அந்த அமைப்புமுறையை நினைத்துக் கொள்ளுங்கள். பொருளாதாரச் சுதந்திரத்திற்கான உங்களுடைய பாலம் அது.

இன்று பொதுவாகப் பயன்பாட்டில் உள்ள மூன்று வகையான தொழில் அமைப்புமுறைகள் உள்ளன. அவை:

1. பாரம்பரிய C பெருநிறுவனங்கள்: இங்கே நீங்கள் உங்கள் சொந்த அமைப்புமுறையை உருவாக்குகிறீர்கள்
2. உரிமக் கிளைகள்: இங்கே, ஏற்கெனவே இருக்கின்ற ஓர் அமைப்புமுறையை நீங்கள் வாங்குகிறீர்கள்
3. நெட்வொர்க் மார்க்கெட்டிங்: இங்கே நீங்கள் ஏற்கெனவே இருக்கின்ற ஓர் அமைப்புமுறையின் ஒரு பகுதியாக ஆகிறீர்கள்

ஒவ்வொரு தொழில் அமைப்புமுறையும் தன்னுடைய சொந்த வலிமைகளையும் பலவீனங்களையும் கொண்டுள்ளது, ஆனால் இறுதியில் அவை ஒவ்வொன்றும் ஒரே விஷயத்தைத்தான் செய்கின்றன. முறையாக இயக்கப்பட்டால், ஒவ்வோர் அமைப்புமுறையும், அதன் உரிமையாளருடைய உடலுழைப்பின் தேவை அவ்வளவாக இன்றி ஒரு நிலையான வருவாயைக் கொடுக்கும். ஆனால் அத்தொழிலைத் துவக்கி அதை இயங்கச் செய்வதுதான் பிரச்சனையே.

1985 இல், நாங்கள் ஏன் வீடற்றவர்களாக இருந்தோம் என்று மக்கள் கிம்மிடமும் என்னிடமும் கேட்டபோது, நாங்கள் வெறுமனே, "நாங்கள் ஒரு தொழில் அமைப்புமுறையை உருவாக்கிக் கொண்டிருக்கிறோம்," என்று கூறினோம்.

அந்தத் தொழில் அமைப்புமுறை, பாரம்பரிய C பெருநிறுவனம் மற்றும் ஓர் உரிமக் கிளையின் கலவையாகும். நான் முன்பே குறிப்பிட்டதுபோல, B கால்சதுரத்திற்கு, அமைப்புமுறைகளையும் மக்களையும் பற்றிய அறிவு தேவை.

எங்களுடைய சொந்த அமைப்புமுறையை உருவாக்குவது குறித்து நாங்கள் மேற்கொண்ட தீர்மானம், எங்களிடமிருந்து கடின உழைப்பை எதிர்பார்த்தது. நான் அந்தப் பாதையில் ஏற்கெனவே பயணித்திருந்தேன், என்னுடைய நிறுவனம் தோற்றுப் போயிருந்தது. அந்நிறுவனம் ஒரு சில ஆண்டுகள் வெற்றிகரமாக நடைபெற்று வந்திருந்தபோதிலும், ஐந்தாவது ஆண்டில் அது திடீரென்று திவாலாகியது. வெற்றி எங்களைத் தேடி வந்தபோது, ஒரு போதுமான அமைப்புமுறை எங்களிடம் இருக்கவில்லை. எங்களிடம் கடின உழைப்பாளிகள் இருந்தபோதிலும், எங்களுடைய அமைப்புமுறை நிலைகுலையத் தொடங்கியது. ஓட்டை எங்கே இருந்தது என்பதை எங்களால் தீர்மானிக்க முடியாத ஒரு பெரிய கப்பலில் நடுக்கடலில் நாங்கள் தத்தளித்துக் கொண்டிருந்ததுபோல நாங்கள் உணர்ந்தோம்.

நீங்கள் இரண்டு அல்லது மூன்று நிறுவனங்களை இழக்கக்கூடும்

நான் உயர்நிலைப் பள்ளியில் படித்துக் கொண்டிருந்தபோது, தன்னுடைய இருபதுகளில் தான் தன்னுடைய நிறுவனத்தைக் கிட்டத்தட்ட இழந்திருந்ததாக என்னுடைய பணக்காரத் தந்தை என்னிடமும் தன் மகன் மைக்கிடமும் கூறினார். "அதுதான் என் வாழ்வின் மிகச் சிறந்த அனுபவமாகும்; என் வாழ்வின் மிக மோசமான அனுபவமும் அதுதான். நான் அதை வெறுத்தபோதிலும், அதைச் சரி செய்ததன் மூலமும், இறுதியில் அதை ஒரு மாபெரும் வெற்றியாக மாற்றியதன் மூலமும் நான் அதிகமான விஷயங்களைக் கற்றுக் கொண்டேன்," என்று அவர் கூறினார்.

என்னுடைய சொந்த நிறுவனத்தைத் தொடங்குவதைப் பற்றி நான் யோசித்துக் கொண்டிருந்ததை அறிந்த அவர், "நீ இறுதியில் ஒரு வெற்றிகரமான நிறுவனத்தை உருவாக்குவதற்கு முன், இரண்டு அல்லது மூன்று நிறுவனங்களை நீ இழக்கக்கூடும்," என்று கூறினார்.

தன்னுடைய தொழில் சாம்ராஜ்யத்திற்கு மைக் தலைமையேற்றுக் கொள்வதற்கு அவர் அவனுக்குப் பயிற்சியளித்துக் கொண்டிருந்தார். என்னுடைய உண்மையான தந்தை ஓர் அரசு ஊழியராக இருந்ததால், நான் சுவீகரிப்பதற்கு எந்த சாம்ராஜ்யமும் இருக்கவில்லை. எனவே, நான் என்னுடைய சொந்த சாம்ராஜ்யத்தைக் கட்டியெழுப்ப வேண்டியிருந்தது.

வெற்றி ஒரு மோசமான ஆசான்

"வெற்றி ஒரு மோசமான ஆசான்," என்று என்னுடைய பணக்காரத் தந்தை எப்போதும் கூறினார். "நாம் தோற்கும்போதுதான் நம்மைப் பற்றி நாம் அதிகமாகத் தெரிந்து கொள்கிறோம். எனவே, தோற்பதற்குப் பயப்படாதே. விழுதல் என்பது வெற்றிச் செயல்முறையின் ஒரு பகுதியாகும். தோல்வி இல்லாமல் உன்னால் வெற்றிக் கனியைப் பறிக்க முடியாது."

அவர் கூறியது ஒரு தீர்க்கதரிசனமாக ஆகிவிட்டது. 1984 இல், என்னுடைய மூன்றாவது நிறுவனம் திவாலாகியது. நான் பல கோடிகளைச் சம்பாதித்திருந்தேன், பல கோடிகளை இழந்திருந்தேன். நான் கிம்மைச் சந்தித்தபோது, நான் மீண்டும் முதலிலிருந்து தொடங்கிக் கொண்டிருந்தேன். கிம் என்னுடைய பணத்திற்காக என்னைத் திருமணம் செய்து கொள்ளவில்லை என்பதை நான் அறிவேன். அதற்கு ஒரு காரணம் இருந்தது. என்னிடம் பணம் எதுவும் இருக்கவில்லை என்பதுதான் அக்காரணம். நான் என்ன செய்யத் திட்டமிட்டிருந்தேன் என்பதை, அதாவது, நான் என்னுடைய நான்காவது நிறுவனத்தைத் தொடங்கவிருந்தேன் என்பதை, நான் அவளிடம் கூறியபோது, அவள் பின்வாங்கவில்லை.

"நானும் உங்களுடன் சேர்ந்து அதைக் கட்டியெழுப்புகிறேன், " என்று அவள் கூறினாள். அவள் தன் வாக்கைக் காப்பாற்றினாள். இன்னொரு கூட்டாளியுடன் சேர்ந்து நாங்கள் ஒரு தொழில் அமைப்புமுறையை உருவாக்கினோம். உலகம் நெடுகிலும் அது 11 அலுவலகங்களைக் கொண்டிருந்தது. நாங்கள் வேலை செய்தோமோ இல்லையோ, அது எங்களுக்குத் தொடர்ந்து வருவாயை உற்பத்தி செய்து கொடுத்தது. கையில் சல்லிக்காசு இன்றித் தொடங்கி, 11 அலுவலகங்களைக் கட்டியெழுப்புவதற்கு ஐந்தாண்டுகால உழைப்பும் வியர்வையும் கண்ணீரும் உள்ளீடுகளாகத் தேவைப்பட்டன, ஆனால் எங்கள் திட்டம் வேலை செய்தது. என்னைக் குறித்து என்னுடைய இரண்டு தந்தையரும் மகிழ்ந்தனர், எனக்கு உண்மையிலேயே வாழ்த்துத் தெரிவித்தனர்.

கடினமான பகுதி

மைக் அடிக்கடி என்னிடம் இப்படிக் கூறினான்: "நீயும் என் அப்பாவும் செய்ததை என்னால் செய்ய முடியுமா என்பது எனக்கு ஒருபோதும் தெரியப் போவதில்லை. அமைப்புமுறை எனக்கு ஒரு தங்கத் தாம்பாளத்தில் வைத்து வழங்கப்பட்டது. அதை எப்படி இயக்கி நிர்வகிக்க வேண்டும் என்பதை மட்டுமே நான் கற்றுக் கொள்ள வேண்டியிருந்தது."

மைக்கால் தன்னுடைய சொந்த, வெற்றிகரமான அமைப்புமுறையை உருவாக்கியிருக்க முடியும் என்பதில் எனக்கு எந்த சந்தேகமும் இல்லை. ஏனெனில், அவன் தன்னுடைய தந்தையிடமிருந்து சிறப்பாகக் கற்றிருந்தான். ஆனால் அவனுடைய சந்தேகம் எனக்குப் புரிந்தது. ஒரு நிறுவனத்தை அடித்தளத்திலிருந்து கட்டியெழுப்புவதில், மாறும் தன்மை கொண்ட இரண்டு மாபெரும் காரணிகள் இருக்கின்றன: அமைப்புமுறையும், அந்த அமைப்புமுறையை உருவாக்குகின்ற மக்களும்தாம். மக்களிடத்திலும் அமைப்புமுறையிலும் ஓட்டைகள் இருந்தால், தோல்விக்கான வாய்ப்புகள் அதிகமாக இருக்கும். சில சமயங்களில், பிரச்சனை ஒரு நபரா அல்லது தோற்றுக் கொண்டிருக்கின்ற அமைப்புமுறையா என்பதைத் தெரிந்து கொள்வது கடினமானதாக இருக்கிறது.

உரிமக் கிளைகளுக்கு முன்

ஒரு தொழிலதிபராக (B) ஆவதைப் பற்றி என்னுடைய பணக்காரத் தந்தை எனக்குக் கற்றுக் கொடுக்கத் தொடங்கியபோது, ஒரே ஒரு வகையான தொழில் மட்டுமே இருந்தது. அப்பெரிய தொழில், அப்பெருநிறுவனம், ஒட்டுமொத்த நகரத்தின்மீதும் ஆதிக்கம் செலுத்தியது. ஹவாய் தீவில் எங்களுடைய சிறுநகரத்தில், சர்க்கரைத் தோட்டம்தான், மற்றப் பெரிய தொழில்கள் உட்பட, கிட்டத்தட்ட எல்லாவற்றையும் கட்டுப்படுத்தியது. எனவே, பெரிய தொழில்களும் சிறு தொழில்களும் இயங்கின.

அப்பெரிய சர்க்கரை நிறுவனங்களின் உயர்மட்ட நிலைகளில் வேலை செய்வது என்னுடைய பணக்காரத் தந்தையையும் என்னையும் போன்றோருக்கு ஒரு எதார்த்தமான இலக்காக இருக்கவில்லை. ஜப்பானியர்கள், சீனர்கள், ஹவாய்வாசிகள் போன்ற சிறுபான்மையினர் வயல்களில் வேலை செய்தனர்; ஆனால் அவர்கள் சந்திப்புக்கூட்ட அறைகளில் ஒருபோதும் அனுமதிக்கப்படவில்லை. எனவே, என்னுடைய பணக்காரத் தந்தை, எல்லாவற்றையும் தானே சொந்தமாக முயற்சித்துப் பார்த்துத் தன்னுடைய தவறுகளிலிருந்து கற்றுக் கொண்டார்.

நான் உயர்நிலைப் பள்ளிப் படிப்பைத் தொடங்கியபோது, 'உரிமக் கிளைகள்' என்ற ஒரு விஷயத்தைப் பற்றி நாங்கள் கேள்விப்படத் தொடங்கினோம், ஆனால் எங்களுடைய சிறுநகரத்திற்கு அப்படி எதுவும் வந்திருக்கவில்லை. மெக்டொனால்ட்ஸ், கென்டக்கி ஃபிரைடு சிக்கன், டாக்கோ பெல் போன்றவற்றைப் பற்றி அப்போது நாங்கள் இன்னும் கேள்விப்பட்டிருக்கவில்லை. பணக்காரத் தந்தையிடம் நான் கற்றுக் கொண்டிருந்தபோது, அவ்வார்த்தைகள் எங்கள் அகராதியில் இடம்பெற்றிருக்கவில்லை. நாங்கள் அவற்றைப் பற்றிய வதந்திகளைக் கேள்விப்பட்டபோது, அவை சட்டத்திற்குப் புறம்பானவை என்றும், மோசடித் திட்டங்கள் என்றும், ஆபத்தானவை என்றும் நாங்கள் கேள்விப்பட்டோம். அந்த வதந்திகளை நம்புவதற்குப் பதிலாக, பணக்காரத் தந்தை நேராகக் கலிஃபோர்னியாவுக்குச் சென்று கிளை உரிமங்களைப் பற்றி எல்லாவற்றையும் தெரிந்து கொண்டுவிட்டுத் திரும்பி வந்து, "உரிமக் கிளைகள்தாம் எதிர்காலத்தின் அலை," என்று கூறினார். அவர் இரண்டு

கிளைகளுக்கான உரிமைகளை வாங்கினார். உரிமக் கிளைகள் பற்றிய யோசனை பிரபலமடையத் தொடங்கியவுடன், அவருடைய செல்வம் விண்ணளவு அதிகரித்தது. அவர் தன்னுடைய உரிமைகளை மற்றவர்களுக்கு விற்கத் தொடங்கினார். அதைக் கொண்டு அவர்கள் தங்களுடைய சொந்தத் தொழில்களைத் தொடங்குவதற்கு அவர் அவர்களுக்கு ஒரு வாய்ப்பளித்தார்.

நான் ஒரு கிளையை அவரிடமிருந்து வாங்கிக் கொள்ளலாமா என்று நான் அவரிடம் கேட்டபோது, "இல்லை. உன்னுடைய சொந்தத் தொழில் அமைப்புமுறையை எவ்வாறு கட்டியெழுப்புவது என்பதைக் கற்றுக் கொள்வதில் நீ இவ்வளவு தூரம் வந்துவிட்டாய். இப்போது அதை நிறுத்தாதே. தங்களுடைய சொந்த அமைப்புமுறைகளை உருவாக்க விரும்பாத அல்லது உருவாக்கத் தெரியாத மக்களுக்கானவைதான் உரிமக் கிளைகள். மேலும், என்னிடமிருந்து ஓர் உரிமக் கிளையை வாங்கத் தேவையான 2,50,000 டாலர்கள் பணம் உன்னிடம் இல்லை," என்று அவர் பதிலளித்தார்.

ஒவ்வொரு மூலையிலும் ஒரு மெக்டொனால்ட்ஸ், ஒரு பர்கர் கிங், அல்லது ஒரு பீட்சா ஹட் இல்லாத ஒரு நகரத்தை இன்று கற்பனை செய்வது கடினமாகும். ஆனால் சில ஆண்டுகளுக்கு முன்புவரை இவை எதுவும் இருக்கவில்லை.

ஒரு தொழிலதிபராக (B) ஆவதற்கு எவ்வாறு கற்றுக் கொள்வது

என்னுடைய பணக்காரத் தந்தையிடம் ஒரு கற்றுக்குட்டியாக வேலைக்குச் சேர்ந்து, ஒரு தொழிலதிபராக ஆவது எப்படி என்பதை நான் கற்றுக் கொண்டேன். ஊழியர்களாக இருந்த அவருடைய மகனும் நானும் தொழிலதிபர்களாக ஆகக் கற்றுக் கொண்டிருந்தோம். குடும்பத் தொழில் சாம்ராஜ்யங்கள் இப்படித்தான் ஒரு தலைமுறையிடமிருந்து அடுத்தத் தலைமுறைக்குக் கடத்தப்படுகின்றன.

பிரச்சனை என்னவென்றால், ஒரு தொழிலதிபராக ஆவதற்குப் பின்னால் உள்ள அம்சங்களைக் கற்றுக் கொள்வதற்கான அதிர்ஷ்டமோ அல்லது சிறப்பு உரிமையோ எல்லோருக்கும் வாய்ப்பதில்லை. பெரும்பாலான பெருநிறுவன மேலாண்மைப் பயிற்சித் திட்டங்கள், ஒரு மேலாளராக ஆவதற்கு மட்டுமே உங்களைத் தயார்படுத்துகின்றன. ஒரு தொழிலதிபராக ஆவது எப்படி என்பதை வெகு சில பயிற்சித் திட்டங்கள் மட்டுமே கற்றுக் கொடுக்கின்றன.

B கால்சதுரத்திற்குப் போவதற்கான பயணத்தில் மக்கள் அடிக்கடி S கால்சதுரத்தில் சிக்கிக் கொள்கின்றனர். இதற்கான முக்கியக் காரணம், அவர்கள் போதிய அளவு வலிமையான ஓர் அமைப்புமுறையை உருவாக்காமல் இருப்பதுதான். மாறாக, இறுதியில் அவர்கள் அந்த அமைப்புமுறையில் ஓர் இன்றியமையாத பகுதியாக ஆகிவிடுகின்றனர். வெற்றிகரமான தொழிலதிபர்கள், தங்களுடைய தலையீடு இல்லாமல் இயங்கக்கூடிய ஓர் அமைப்புமுறையை உருவாக்குகின்றனர்.

B கால்சதுரத்திற்கு வேகமாக இடம்பெயர்வதற்கு மூன்று வழிகள் உள்ளன. அவை:

1. ஒரு வழிகாட்டியைக் கண்டுபிடியுங்கள்

என்னுடைய பணக்காரத் தந்தை என்னுடைய வழிகாட்டியாக இருந்தார். நீங்கள் செய்ய விரும்புவதை ஏற்கெனவே செய்துள்ள, அதை வெற்றிகரமாகச் செய்து கொண்டிருக்கின்ற ஒருவர்தான் ஒரு வழிகாட்டியாவார். ஓர் ஆலோசகரைத் தேடாதீர்கள். ஓர் ஆலோசகர் என்பவர், ஒரு விஷயத்தைத் தனிப்பட்ட முறையில் செய்திருக்காத, ஆனால் அதை எப்படிச் செய்ய வேண்டும் என்று உங்களிடம் கூறுகின்ற ஒருவராவார். பெரும்பாலான ஆலோசகர்கள் S கால்சதுரத்தில் உள்ளனர். ஒரு தொழிலதிபராகவோ அல்லது முதலீட்டாளராகவோ ஆவது எப்படி என்பதைச் சொல்கின்ற, சுய தொழில் புரிகின்ற நபர்களால் இவ்வுலகம் நிரம்பியுள்ளது. என்னுடைய பணக்காரத் தந்தை ஒரு வழிகாட்டியாக இருந்தாரே அன்றி, ஓர் ஆலோசகராக அல்ல. அவர் எனக்குக் கற்றுக் கொடுத்த மிகப் பெரிய விஷயங்களில் ஒன்று இது: "நீ ஏற்றுக் கொள்கின்ற அறிவுரை குறித்து எச்சரிக்கையாக இரு. நீ உன்னுடைய மனத்தைத் திறந்து வைத்திருக்க வேண்டும் என்றாலும், எந்தக் கால்சதுரத்திலிருந்து அறிவுரை வருகிறது என்பது குறித்து நீ எப்போதும் விழிப்பாக இருக்க வேண்டும்."

அமைப்புமுறைகளைப் பற்றியும், மக்களை நிர்வகிக்கின்ற ஒரு மேலாளராக அல்லாமல் அவர்களை வழிநடத்துகின்ற ஒரு தலைவராக இருப்பது எப்படி என்பதைப் பற்றியும் என் பணக்காரத் தந்தை எனக்குக் கற்றுக் கொடுத்தார். மேலாளர்கள் தங்களின்கீழ் பணியாற்றுபவர்களை எப்போதும் தங்களைவிடத் தாழ்ந்தவர்களாகவே பார்க்கின்றனர். தலைவர்கள், பல சமயங்களில், தங்களைவிட அதிக சாமர்த்தியமானவர்களை வழிநடத்துகின்றனர்.

அமைப்புமுறைகளைப் பற்றிக் கற்றுக் கொள்வதற்கான ஒரு பாரம்பரியமான வழி, மிகவும் மதிக்கப்படுகின்ற ஒரு பல்கலைக்கழகத்திலிருந்து ஒரு எம்பிஏ பட்டம் பெற்று, பெருநிறுவன ஏணியில் உங்களை உயரே எடுத்துச் செல்கின்ற ஒரு வேலையைத் தேடிக் கொள்வதாகும். ஒரு எம்பிஏ பட்டம் முக்கியமானது. ஏனெனில், கணக்குப் பதிவுகளின் அடிப்படைகளையும், ஒரு தொழிலின் அமைப்புமுறைகளுக்கும் நிதி நிலை அறிக்கையில் உள்ள எண்களுக்கும் இடையேயான தொடர்பைப் பற்றியும் நீங்கள் எம்பிஏ படிப்பில் கற்றுக் கொள்கிறீர்கள். ஆனாலும், ஒரு எம்பிஏ பட்டம் பெற்றிருப்பது, ஒரு முழுமையான தொழில் அமைப்புமுறையின் அங்கங்களான அனைத்து அமைப்புமுறைகளையும் இயக்குவதற்கு நீங்கள் தகுதியானவர் என்று அர்த்தமாகாது.

ஒரு பெரிய நிறுவனத்தில் தேவைப்படுகின்ற அனைத்து அமைப்புமுறைகளையும் பற்றிக் கற்றுக் கொள்வதற்கு, நீங்கள் அங்கே 10-15 ஆண்டுகளைச் செலவிட்டு, தொழிலின் பல்வேறு அம்சங்கள் அனைத்தையும் நீங்கள் தெரிந்து கொள்ள வேண்டும். பிறகு நீங்கள் அந்நிறுவனத்தைவிட்டு விலகி, உங்களுடைய சொந்த நிறுவனத்தைத் தொடங்கத் தயாராக இருக்க வேண்டும். ஒரு பெரிய, வெற்றிகரமான நிறுவனத்திற்காக வேலை செய்வது, உங்களுடைய வழிகாட்டி உங்களுக்குக் கட்டணம் செலுத்துவதைப்

போன்றதாகும்.

ஒரு வழிகாட்டியின் துணையும் பல ஆண்டுகால அனுபவமும் கிடைத்தாலும்கூட, இந்த முதல் வழி, கடினமான உழைப்பை உள்ளடக்கியதாகும். உங்களுடைய சொந்த அமைப்புமுறையை உருவாக்குவதற்கு, நீங்கள் தடுக்கி விழுந்து கற்றுக் கொள்ள வேண்டியிருக்கும், முதலிலேயே செலுத்தப்பட வேண்டிய பல சட்டச் செலவுகள் இருக்கும், பல ஆவணங்களைத் தயாரிக்க வேண்டியிருக்கும். நீங்கள் மக்களை வேலைக்கு எடுத்து அவர்களைத் தயார்படுத்திக் கொண்டிருக்கின்ற அதே நேரத்தில் மேற்குறிப்பிடப்பட்ட அனைத்தையும் நீங்கள் செய்ய வேண்டியிருக்கும்.

2. ஓர் உரிமக் கிளையை வாங்குங்கள்

உரிமக் கிளைகளை வாங்குவது அமைப்புமுறைகளைப் பற்றிக் கற்றுக் கொள்வதற்கான இன்னொரு வழியாகும். நீங்கள் ஓர் உரிமக் கிளையை வாங்கும்போது, வெற்றிகரமானது என்று நிரூபிக்கப்பட்ட ஓர் அமைப்புமுறையை நீங்கள் வாங்குகிறீர்கள்.

அந்த உரிமக் கிளையை வாங்குவதன் மூலம், நீங்கள் உங்களுடைய சொந்த அமைப்புமுறையை உருவாக்க முயற்சிப்பதற்குப் பதிலாக, உங்களுடைய மக்களை வளர்த்தெடுப்பதன்மீது நீங்கள் கவனம் செலுத்தலாம். ஒரு தொழிலதிபராக இருப்பது எப்படி என்பதை நீங்கள் கற்றுக் கொண்டிருக்கும்போது, ஓர் அமைப்புமுறையை உருவாக்குவது, மாறக்கூடிய ஒரு பெரிய காரணியைக் களைகிறது. ஓர் உரிமக் கிளையை வாங்குவதற்குப் பல வங்கிகள் உங்களுக்குக் கடன் கொடுக்கும், ஆனால் ஒரு சிறிய தொழிலைத் தொடங்குவதற்கு அவை பணம் தர மாட்டா. ஏனெனில், அமைப்புமுறையின் முக்கியத்துவத்தையும், ஒரு நல்ல அமைப்புமுறையைக் கொண்டிருப்பது அவர்களுடைய பணத்திறகு ஏற்படக்கூடிய ஆபத்தைக் குறைக்கிறது என்பதையும் அவர்கள் அறிவர்.

உங்களுக்கு ஓர் எச்சரிக்கை: தங்களுடைய சொந்தத் தொழிலை நடத்த விரும்புகின்ற, S கால்சதுர மனப்போக்கைக் கொண்டவர்களுக்கு உரிமக் கிளைகள் கடினமானவையாக இருக்கும். நீங்கள் ஓர் உரிமக் கிளை அமைப்புமுறையை வாங்கினால், ஓர் ஊழியராக (E) இருங்கள். உங்களுக்குக் கிளை உரிமத்தை வழங்குகின்றவர்கள், அந்த உரிமக் கிளை எப்படி நடத்தப்பட வேண்டும் என்று கூறுகிறார்களோ, துல்லியமாக அப்படியே அதை நடத்துங்கள். கிளை உரிமத்தைக் கொடுத்தவர்களுக்கும் உரிமக் கிளை உரிமையாளர்களுக்கும் இடையே நீதிமன்றத்தில் நிகழ்கின்ற மோதல்களைவிட அதிக மோசமானது வேறு எதுவும் இல்லை. அந்த மோதல்களுக்குக் காரணம் என்னவென்றால், அமைப்புமுறையை வாங்குகின்ற மக்கள் அதைத் தங்கள் வழியில் நடத்த விரும்புகின்றனரே அன்றி, அந்த அமைப்புமுறையை உருவாக்கியவர்கள் அது எவ்வாறு நடத்தப்பட வேண்டும் என்று கூறுகிறார்களோ அந்த வழியில் அல்ல. நீங்கள் உங்கள் சொந்தத் தொழிலைச் செய்ய விரும்பினால், அமைப்புமுறைகளையும் மக்களையும் கையாள்வதில் நீங்கள் நிபுணத்துவம் பெற்றப் பிறகு அதைச் செய்யுங்கள்.

என்னுடைய கற்றறிந்த தந்தை ஒரு பிரபல ஐஸ்கிரீம் உரிமக் கிளையை

வாங்கியபோதிலும், அவர் தோற்றுப் போனார். அந்த அமைப்புமுறை அற்புதமானதாக இருந்தபோதிலும், தொழில் தோல்வியைத் தழுவியது. அத்தோல்விக்குக் காரணம், என் தந்தையின் கூட்டாளிகள் அனைவரும் ஊழியர்களாகவும் (E) சுய தொழில் செய்பவர்களாகவும் (S) இருந்ததுதான். விஷயங்கள் மோசமாகப் போகத் தொடங்கியபோது, என்ன செய்ய வேண்டும் என்பது அவர்களுக்குத் தெரியவில்லை. அவர்கள் மூல நிறுவனத்திடமிருந்து ஆதரவு கேட்கவும் இல்லை. இறுதியில், என் தந்தையின் கூட்டாளிகளுக்கு இடையே மோதல் வெடித்தது. அதன் விளைவாக, தொழில் தோற்றுப் போனது. ஓர் அமைப்புமுறையைவிட ஓர் உண்மையான தொழிலதிபர் அதிக முக்கியமானவர் என்பதை அவர்கள் மறந்துவிட்டனர். மேலும், அமைப்புமுறையைச் செயல்படுத்துவதற்கு நல்ல மக்களும் தேவை.

அமைப்புமுறைகள் இல்லாதோருக்கு வங்கிகள் கடன் கொடுப்பதில்லை

ஓர் அமைப்புமுறை இல்லாத ஒரு சிறு தொழிலுக்கு ஒரு வங்கி கடன் கொடுக்காது என்றால், நீங்கள் ஏன் கடன் கொடுக்க வேண்டும்? தங்களுடைய யோசனைக்கு அல்லது பணித்திட்டத்திற்கு நிதி திரட்டும் நம்பிக்கையில் தங்களுடைய தொழிற்திட்டங்களுடன் கிட்டத்தட்டத் தினமும் என்னிடம் பலர் வருகின்றனர்.

பெரும்பாலான நேரம் நான் அவர்களுக்குக் கடன் கொடுக்க மறுத்துவிடுகிறேன். அதற்கான ஒரு முக்கியக் காரணம், பணம் திரட்டுகின்ற மக்கள், ஒரு பொருளுக்கும் ஓர் அமைப்புமுறைக்கும் இடையேயான வேறுபாட்டை அறியாதவர்களாக இருப்பதுதான். ஒரு புதிய இசைத்தட்டை உருவாக்குவதில் பணம் முதலீடு செய்யும்படி என்னிடம் கேட்ட நண்பர்கள் உண்டு. உலகத்தை மாற்றுவதற்கு, இலாபநோக்கற்ற ஒரு புதிய நிறுவனத்தைத் தொடங்குவதற்கு என்னுடைய உதவியை நாடி வந்தவர்களும் உண்டு. எனக்கு அவர்களுடைய பணித்திட்டமோ, விற்பனைப் பொருளோ, அல்லது அந்நபர்களோ பிடித்திருந்தாலும்கூட, தொழில் அமைப்புமுறைகளை உருவாக்கி நடத்துவதில் அவர்களுக்குப் போதிய அனுபவம் இல்லை என்றால், நான் அவர்களுடைய கோரிக்கைகளை நிராகரித்துவிடுவேன்.

உங்களால் பாட முடியும் என்ற ஒரே காரணத்திற்காக, மார்க்கெட்டிங், நிதி, கணக்குப் பதிவு, விற்பனை, மனிதவளம் போன்ற அமைப்புமுறைகளும், ஒரு தொழில் சீராக நடைபெறுவதற்கும் வெற்றி பெறுவதற்கும் தேவையான பிற அமைப்புமுறைகளும் உங்களுக்குப் புரியும் என்று அர்த்தமாகாது.

ஒரு தொழில் பிழைத்திருக்கவும் தழைக்கவும் வேண்டும் என்றால், அனைத்து அமைப்புமுறைகளும் 100 சதவீதம் சரியாக இயங்க வேண்டும். எடுத்துக்காட்டாக, ஒரு விமானம் என்பது பல்வேறு அமைப்புமுறைகளை உள்ளடக்கிய ஓர் அமைப்புமுறையாகும். விமானம் மேலெழும்பியவுடன், எரிபொருள் அமைப்புமுறை வேலை செய்யாவிட்டால், விமானம் எங்கேனும் மோதி வெடித்துவிடும். மனித உடலும் பல்வேறு அமைப்புமுறைகளை உள்ளடக்கிய ஓர் அமைப்புமுறைதான். அவற்றில் ஏதேனும் ஓர் அமைப்புமுறை

செயலிழந்தால், அந்நபர் உயிரிழக்க நேரிடுகிறது. தொழிலிலும் இதேதான் நிகழ்கிறது.

அதனால்தான், வெற்றி பெறக்கூடிய ஒரு தொழில் அமைப்புமுறையை உருவாக்குவது அவ்வளவு எளிதான காரியமாக இல்லை. நீங்கள் எந்த அமைப்புமுறைகளை மறந்துவிடுகிறீர்களோ, அல்லது எவற்றின்மீது நீங்கள் கவனம் செலுத்தத் தவறுகிறீர்களோ, அவற்றின் காரணமாகத்தான் நீங்கள் எங்கோ போய் மோதிவிடுகிறீர்கள். அதனால்தான், ஒரு புதிய பொருளை அல்லது ஒரு யோசனையைக் கொண்ட ஓர் ஊழியரின் விஷயத்திலோ அல்லது சுய தொழில் செய்யும் ஒருவரின் விஷயத்திலோ நான் அவ்வளவாக முதலீடு செய்வதில்லை. நம்பகமான அமைப்புமுறைகளைக் கொண்ட, அவற்றை எப்படி இயக்குவது என்பதை அறிந்த மக்களுடைய பணித்திட்டங்களில்தான் தொழில்முறை முதலீட்டாளர்கள் முதலீடு செய்கின்றனர்.'

வெற்றிகரமான அமைப்புமுறைகளின் அடிப்படையிலும், அவற்றை நடத்தவிருக்கின்ற நபர்களின் நம்பகத்தன்மையின் அடிப்படையிலும் மட்டுமே வங்கிகள் கடன் கொடுத்தால், நீங்கள் ஒரு புத்திசாலித்தனமான முதலீட்டாளராக இருக்க விரும்பினால், நீங்களும் அந்த வங்கிகள் செய்வதைத்தான் செய்ய வேண்டும்.

3. நெட்வொர்க் மார்க்கெட்டிங் தொழிலில் ஈடுபடுங்கள்

நெட்வொர்க் மார்க்கெட்டிங் தொழில், அடுக்கு-நிலை மார்க்கெட்டிங் அல்லது நேரடி விநியோக அமைப்புமுறை என்றும் அழைக்கப்படுகிறது. உரிமக் கிளைகளைப்போலவே, அமெரிக்கச் சட்ட அமைப்புமுறை, தொடக்கத்தில் நெட்வொர்க் மார்க்கெட்டிங் தொழிலையும் சட்டத்திற்குப் புறம்பானதாக அறிவிக்க முயற்சித்தது. சில நாடுகளில் அத்தொழில் தடை செய்யப்பட்டுள்ளது, வேறு சில நாடுகளில் அது மட்டுப்படுத்தப்பட்டுள்ளது. எந்தவொரு புதிய அமைப்புமுறையும் அல்லது யோசனையும், தொடக்கத்தில் சந்தேகத்திற்குரிய ஒன்றாகவே பார்க்கப்படும். அந்தச் சந்தேகம் ஒரு குறிப்பிட்டக் காலம் நீடிக்கும். நான்கூட முதலில், நெட்வொர்க் மார்க்கெட்டிங் ஒரு மோசடித் திட்டம் என்றுதான் நினைத்தேன். ஆனால் காலப்போக்கில், நெட்வொர்க் மார்க்கெட்டிங் மூலம் நான் பல்வேறு அமைப்புமுறைகளை ஆய்வு செய்து, பல நண்பர்கள் இந்த வகையான தொழிலில் வெற்றி பெற்றதைப் பார்த்தேன். பிறகு நான் என் மனத்தை மாற்றிக் கொண்டேன்.

நான் என்னுடைய பாரபட்சங்களையெல்லாம் விட்டுவிட்டு நெட்வொர்க் மார்க்கெட்டிங் பற்றி ஆய்வு செய்யத் தொடங்கியபோது, பலர் வெற்றிகரமான நெட்வொர்க் மார்க்கெட்டிங் தொழில்களை நேர்மையாகவும் கடின உழைப்பினாலும் கட்டியெழுப்பிக் கொண்டிருந்ததை நான் பார்த்தேன். நான் அவர்களைச் சந்தித்தபோது, அவர்களுடைய தொழில் மற்றவர்களுடைய வாழ்வின்மீதும் அவர்களுடைய பொருளாதார எதிர்காலத்தின்மீதும் ஏற்படுத்திய தாக்கத்தை நான் கண்டேன். அதைத் தொடர்ந்து, நெட்வொர்க் மார்க்கெட்டிங் அமைப்புமுறையின் மதிப்பை நான் உண்மையிலேயே மெச்சத் தொடங்கினேன். மக்கள் ஒரு நியாயமான நுழைவுக் கட்டணம் செலுத்தி, ஏற்கெனவே இருக்கின்ற ஓர் அமைப்புமுறையை வாங்கி, உடனடியாகத்

தங்களுடைய தொழிலை உருவாக்கத் தொடங்கிவிடலாம். கணினித் துறையில் ஏற்பட்டுள்ள தொழில்நுட்ப முன்னேற்றங்களினால், இந்த நிறுவனங்கள் முழுமையாகத் தன்னியக்கமாக்கப்பட்டுள்ளன. ஆர்டர்களைப் பரிசீலித்தல், விநியோகம், கணக்குப் பதிவு உட்பட, அனைத்து வேலைகளையும் நெட்வொர்க் மார்க்கெட்டிங் மென்பொருள் அமைப்புமுறைகள் பார்த்துக் கொள்கின்றன. புதிய விநியோகிப்பாளர்கள், ஒரு சிறிய தொழிலில் உள்ள தொடக்கக் காலத் தலைவலிகளைப் பற்றிக் கவலைப்படுவதற்குப் பதிலாக, தங்களுடைய தொழிலை வளர்த்தெடுப்பதன்மீது தங்களுடைய முழுக் கவனத்தையும் செலுத்த முடிகிறது.

என்னுடைய பழைய நண்பர்களில் ஒருவர், ஒரே ஆண்டில் வீடுமனை வாங்கல் மற்றும் விற்றல் தொழில் மூலம் கோடிக்கணக்கான டாலர்கள் ஈட்டினார். அவர் சமீபத்தில் நெட்வொர்க் மார்க்கெட்டிங் விநியோகிப்பாளராக ஆகி, தன்னுடைய தொழிலைக் கட்டியெழுப்பத் தொடங்கினார். அத்தொழிலிலிருந்து கிடைக்கக்கூடிய பணம் அவருக்குத் தேவையில்லை என்றபோதிலும் அவர் அத்தொழிலை இவ்வளவு அர்ப்பணிப்போடு வளர்த்தெடுத்துக் கொண்டிருந்ததைக் கண்டு நான் வியந்தேன். அவரிடம் அதற்கான காரணத்தை நான் கேட்டபோது, பின்வரும் விளக்கத்தை அவர் எனக்குக் கொடுத்தார்: "நான் கல்லூரிக்குச் சென்று ஒரு சிபிஏ பட்டமும், நிதித் துறையில் எம்பிஏ பட்டமும் பெற்றேன். நான் எப்படி ஒரு பெரும் பணக்காரனாக ஆனேன் என்று மக்கள் என்னிடம் கேட்கும்போது, நான் மேற்கொள்கின்ற கோடிக்கணக்கான டாலர்கள் பெறுமானமுள்ள வீடுமனை பரிவர்த்தனைகளைப் பற்றியும், அவற்றிலிருந்து ஒவ்வோர் ஆண்டும் எனக்குக் கிடைக்கின்ற ஆயிரக்கணக்கான டாலர்கள் வருவாயைப் (நான் அதற்காக வேலை செய்ய வேண்டிய தேவை இல்லாமலேயே) பற்றியும் நான் அவர்களிடம் கூறுகிறேன். அப்போது சிலர் சங்கடத்தில் நெளிந்தபடி அங்கிருந்து நகர்ந்துவிடுவதை நான் கவனிக்கிறேன். அவர்கள் என்னைப்போலக் கோடிக்கணக்கான டாலர்கள் பெறுமானமுள்ள வீடுமனை முதலீடுகளைச் செய்வதற்கான வாய்ப்புகள் இல்லவே இல்லை என்பதை நாங்கள் இருவருமே அறிவோம். எனவே, மீண்டும் கல்லூரிக்குச் சென்று ஆறு ஆண்டுகள் படித்து ஒரு பட்டம் பெற்று, பிறகு வீடுமனையில் முதலீடு செய்வதில் பன்னிரண்டு ஆண்டுகளைச் செலவழிக்காமலேயே அவர்கள் என் அளவுக்கு வருமானம் ஈட்ட என்னால் அவர்களுக்கு எந்த வழியில் உதவ முடியும் என்று நான் ஆய்வு செய்யத் தொடங்கினேன். மக்கள் தொழில்முறை முதலீட்டாளர்களாக ஆகக் கற்றுக் கொண்டிருக்கும்போது அவர்களுக்குத் தேவையான வருவாயை உருவாக்கிக் கொள்வதற்கான வாய்ப்பை நெட்வொர்க் மார்க்கெட்டிங் தொழில் அவர்களுக்குக் கொடுக்கிறது என்று நான் நம்புகிறேன். அதனால்தான், நெட்வொர்க் மார்க்கெட்டிங் தொழிலை நான் அவர்களுக்குப் பரிந்துரைக்கிறேன். அவர்களிடம் கொஞ்சம் பணம் இருந்தால்கூட, அவர்கள் ஐந்தாண்டுகள் முதலீடு செய்து, போதிய அளவு வருவாய் (வேலை செய்யாமலேயே) ஈட்ட முடியும். அவர்கள் தங்களுடைய சொந்தத் தொழிலை உருவாக்கிக் கொள்வதன் மூலம், கற்பதற்குத் தேவையான ஓய்வு நேரமும், என்னுடைய பெரிய பரிவர்த்தனைகளில் என்னிடம் முதலீடு செய்யத் தேவையான மூலதனமும் அவர்களுக்குக்

கிடைக்கிறது.''

என் நண்பர் பல்வேறு வாய்ப்புகளை ஆய்வு செய்த பிறகு, ஒரு நெட்வொர்க் மார்க்கெட்டிங் நிறுவனத்தில் ஒரு விநியோகிப்பாளராகச் சேர்ந்து ஒரு நெட்வொர்க் மார்க்கெட்டிங் தொழிலைத் தொடங்கினார். என்றேனும் அவரிடம் முதலீடு செய்ய விரும்பக்கூடிய சிலருடன் சேர்ந்து அவர் அத்தொழிலைத் தொடங்கினார். அவர் இப்போது அதில் சிறப்பாகச் செயல்பட்டுக் கொண்டிருக்கிறார். அவருடைய முதலீட்டுத் தொழிலும் அமோகமாக நடந்து கொண்டிருக்கிறது. "நான் முதலில் இத்தொழிலைத் தொடங்கியதற்குக் காரணம், முதலீடு செய்வதற்கான பணத்தை உருவாக்குவதற்கு மக்களுக்கு நான் உதவ விரும்பியதுதான். இப்போது, முற்றிலும் புதியதொரு தொழில் மூலம் நான் மேலும் பெரும் பணம் ஈட்டிக் கொண்டிருக்கிறேன்,'' என்று அவர் கூறினார்.

மாதத்திற்கு இரண்டு முறை, சனிக்கிழமைகள் அவர் வகுப்புகள் நடத்துகிறார். முதல் சந்திப்புக்கூட்டத்தில், தொழில் அமைப்புமுறைகளையும் மக்களையும் பற்றி அவர் கற்றுக் கொடுக்கிறார். அல்லது, ஒரு வெற்றிகரமான தொழிலதிபராக (B) ஆவது எப்படி என்பதை அவர் கற்றுக் கொடுக்கிறார். அம்மாதத்தின் இரண்டாவது சந்திப்புக்கூட்டத்தில், அவர்கள் வெற்றிகரமான முதலீட்டாளர்களாக ஆகத் தேவையான நிதிசார் கல்வியையும் நிதிசார் அறிவையும் பற்றி அவர் அவர்களுக்குக் கற்றுக் கொடுக்கிறார். அவருடைய வகுப்புகளில் கலந்து கொள்வோரின் எண்ணிக்கை தொடர்ந்து அதிகரித்துக் கொண்டிருக்கிறது.

அவர் பரிந்துரைக்கின்ற போக்கு, நான் பரிந்துரைக்கின்ற அதே போக்குத்தான்:

ஒரு தனிப்பட்ட உரிமக் கிளை

அதனால்தான், நெட்வொர்க் மார்க்கெட்டிங் தொழிலை மக்கள் கருத்தில் கொள்ள வேண்டும் என்று இன்று நான் பரிந்துரைக்கிறேன். பல பிரபலமான உரிமக் கிளைகளை வாங்குவதற்குப் பல இலட்சக்கணக்கான டாலர்கள் செலவாகும். நெட்வொர்க் மார்க்கெட்டிங் என்பது ஒரு தனிப்பட்ட

உரிமக் கிளையை வாங்குவதைப் போன்றது. பல சமயங்களில், வெறும் 200 டாலர்களுக்கும் குறைவான விலையில் அதை வாங்கிவிடலாம்.

நெட்வொர்க் மார்க்கெட்டிங் தொழிலின் பெரும்பகுதி கடின உழைப்பை உள்ளடக்கியது என்பதை நான் அறிவேன். ஆனால் எந்தவொரு கால்சதுரத்திலும் வெற்றி பெறுவதற்குக் கடின உழைப்பு இன்றியமையாதது. பல நெட்வொர்க் மார்க்கெட்டிங் நிறுவனங்களையும் அவற்றின் வருவாய்த் திட்டங்களையும் நான் ஆய்வு செய்தேன். அந்த ஆய்வின்போது, நான் பல நிறுவனங்களில் சேர்ந்தேன். ஏனெனில், அவர்களுடைய பொருட்கள் சிறப்பாக இருந்தன. ஒரு நுகர்வாளர் என்ற முறையில் நான் அவற்றைப் பயன்படுத்துகிறேன்.

நீங்கள் கேஷ்ஃபுளோ கால்சதுரத்தின் வலது பக்கத்திற்கு இடம்பெயர உங்களுக்கு உதவுவதற்கு ஒரு நல்ல நெட்வொர்க் மார்க்கெட்டிங் நிறுவனத்தைக் கண்டுபிடிப்பதற்கான என்னுடைய ஒரு பரிந்துரை இது: 'பொருட்கள்மீது கவனத்தைக் குவிக்காதீர்கள், மாறாக, அந்நிறுவனம் வழங்குகின்ற கல்வியின்மீது கவனத்தைக் குவியுங்கள்.' தங்களுடைய அமைப்புமுறையை நீங்கள் உங்களுடைய நண்பர்களிடம் விற்பதற்கு உங்களைத் தயார்படுத்துவதில் மட்டுமே ஆர்வம் கொண்ட பல நெட்வொர்க் மார்க்கெட்டிங் நிறுவனங்கள் இருக்கின்றன. அதேபோல, உங்களைப் பயிற்றுவித்து, நீங்கள் வெற்றி பெற உங்களுக்கு உதவுவதை முதன்மை நோக்கமாகக் கொண்ட பல நிறுவனங்களும் இருக்கின்றன.

ஒரு வெற்றிகரமான தொழிலதிபராக ஆவதற்கு (B) இன்றியமையாத இரண்டு விஷயங்களை நெட்வொர்க் மார்க்கெட்டிங் நிறுவனங்களுடைய திட்டங்களிலிருந்து நீங்கள் கற்றுக் கொள்ளலாம் என்பதை நெட்வொர்க் மார்க்கெட்டிங் பற்றிய ஆராய்ச்சியிலிருந்து நான் கண்டறிந்தேன்.

1. நீங்கள் வெற்றிகரமாகத் திகழ்வதற்கு, நிராகரிப்புக் குறித்த பயத்திலிருந்து மீள நீங்கள் கற்றுக் கொள்ள வேண்டும்; மற்றவர்கள் உங்களைப் பற்றி என்ன சொல்வார்களோ, என்ன நினைப்பார்களோ என்பதைப் பற்றிக் கவலைப்படுவதையும் நீங்கள் நிறுத்த வேண்டும். தாங்கள் வித்தியாசமான எதையேனும் செய்தால் தங்களுடைய நண்பர்கள் என்ன கூறுவார்களோ என்ற பயத்தில் எந்த முயற்சியும் மேற்கொள்ளாத பலரை நான் சந்தித்துள்ளேன். நானும் அவர்களில் ஒருவனாக இருந்தவன் என்பதால் இதை நான் அறிவேன். நான் ஒரு சிறுநகரத்தைச் சேர்ந்தவன். அங்கு எல்லோருக்கும் எல்லோரைப் பற்றியும் தெரியும். எனவே, நீங்கள் செய்து கொண்டிருக்கின்ற ஒன்று யாரோ ஒருவருக்குப் பிடிக்கவில்லை என்றால், என்னைப் பற்றிய அச்செய்தி அந்த ஒட்டுமொத்த ஊருக்கும் தெரிந்துவிடும்.

   எனவே, பின்வரும் ஒரு விஷயத்தை மீண்டும் மீண்டும் என்னிடம் நான் கூறிக் கொண்டேன்: "நீங்கள் என்னைப் பற்றி என்ன நினைக்கிறீர்கள் என்பது பற்றி எனக்குக் கவலையில்லை. என்னைப் பற்றி நான் என்ன நினைக்கிறேன் என்பதுதான் மிகவும் முக்கியம்."

   ஜெராக்ஸ் நிறுவனத்தில் நான்கு ஆண்டுகள் விற்பனைத் துறையில் வேலை செய்ய என்னுடைய பணக்காரத் தந்தை என்னை

ஊக்குவித்தக் காரணங்களில் ஒன்று, நகலெடுக்கும் இயந்திரங்கள் அவருக்குப் பிடித்திருந்தன என்பது அல்ல; மாறாக, நான் என்னுடைய கூச்ச சுபாவத்திலிருந்தும் நிராகரிப்புக் குறித்த பயத்திலிருந்தும் மீள வேண்டும் என்று அவர் விரும்பியதுதான்.

2. வெற்றிகரமாகத் திகழ்வதற்கு, மக்களை முன்னின்று வழிநடத்தவும் நீங்கள் கற்றுக் கொள்ள வேண்டும். வெவ்வேறு வகையான மக்களுடன் சேர்ந்து வேலை செய்வதுதான் எந்தவொரு தொழிலிலும் மிகக் கடினமான விஷயமாகும். நான் சந்தித்துள்ள வெற்றிகரமான தொழிலதிபர்கள் இயல்பான தலைவர்களாவர். மக்களுடன் சிறப்பாக உறவாடி, அவர்களுக்கு உத்வேகமூட்டக்கூடிய திறன் விலை மதிக்கப்பட முடியாத ஒரு திறமையாகும். கற்றுக் கொள்ளப்படக்கூடிய ஒரு திறமை அது.

நான் முன்பே கூறியதுபோல, கேஷ்ஃபுளோ கால்சதுரத்தின் இடப்புறத்திலிருந்து வலப்புறத்திற்கு இடம்பெயர்வது என்பது, நீங்கள் என்ன செய்கிறீர்கள் என்பதைப் பற்றியது அல்ல; மாறாக, நீங்கள் யாராக ஆகியுள்ளீர்கள் என்பதைப் பற்றியதாகும். நிராகரிப்பைக் கையாளவும், மற்றவர்கள் உங்களைப் பற்றி என்ன நினைக்கிறார்களோ அது உங்களைப் பாதிக்காதபடி பார்த்துக் கொள்ளவும், மக்களை வழிநடத்தவும் நீங்கள் கற்றுக் கொண்டால், நீங்கள் செழிப்பைக் கண்டுகொள்வீர்கள். எனவே, ஒரு மனிதராக உங்களை வளர்த்தெடுப்பதற்கு முன்னுரிமை கொடுக்கின்ற எந்தவொரு நெட்வொர்க் மார்க்கெட்டிங் நிறுவனத்தையும் நான் ஆதரிக்கிறேன். நான் ஆதரிக்கக்கூடிய நிறுவனங்கள்:

1. ஒரு விநியோக அமைப்புமுறையையும் ஒரு நல்ல வருவாய்த் திட்டத்தையும் கொண்ட, சாதனைகள் படைத்துள்ளவையாக இருக்க வேண்டும்.
2. நீங்கள் வெற்றி பெற உதவக்கூடிய, நீங்கள் நம்பிக்கை கொள்ளக்கூடிய, நம்பிக்கையோடு பிறருக்குப் பரிந்துரைக்கக்கூடிய ஒரு தொழில் வாய்ப்பை உள்ளடக்கியவையாக இருக்க வேண்டும்.
3. உங்களை ஒரு மனிதராக வளர்த்தெடுப்பதற்கான தொடர்ச்சியான, நீண்டகாலப் பயிற்சித் திட்டங்களைக் கொண்டவையாக இருக்க வேண்டும்.
4. ஒரு நல்ல வழிகாட்டி அமைப்புமுறையைக் கொண்டவையாக இருக்க வேண்டும். நீங்கள் தலைவர்களிடமிருந்து கற்றுக் கொள்ள வேண்டுமே அன்றி, ஆலோசகர்களிடமிருந்து அல்ல. கேஷ்ஃபுளோ கால்சதுரத்தின் வலப்பக்கத்தில் ஏற்கெனவே தலைவர்களாக இருக்கின்ற, நீங்கள் வெற்றி பெற வேண்டும் என்று விரும்புகின்ற மக்களிடமிருந்து நீங்கள் கற்றுக் கொள்ள வேண்டும்.
5. நீங்கள் மதிக்கின்ற நபர்களைக் கொண்டவையாக இருக்க வேண்டும். அம்மக்களோடு இருப்பதை நீங்கள் விரும்புகின்ற வகையான நிறுவனங்களாக அவை இருக்க வேண்டும்.

மேற்குறிப்பிடப்பட்ட ஐந்து அம்சங்களை உள்ளடக்கியதாக ஒரு நிறுவனம் இருந்தால் மட்டுமே, அந்நிறுவனத்தின் விற்பனைப் பொருளைப் பாருங்கள். பலர், தொழில் அமைப்புமுறையையும் அந்தப் பொருளுக்குப் பின்னால் இருக்கின்ற நிறுவனத்தையும் பார்ப்பதற்குப் பதிலாக, அந்தப் பொருளை மட்டுமே பார்க்கின்றனர். நான் ஆய்வு செய்த பல நிறுவனங்கள், "பொருள் தானாக விற்பனையாகும். அது சுலபமானது," என்று முழங்கின. நீங்கள் ஒரு விற்பனையாளராக (S) ஆக முயற்சித்துக் கொண்டிருந்தால், விற்பனைப் பொருள்தான் மிகவும் முக்கியமானது. ஆனால், நீங்கள் ஒரு நீண்டகாலத் தொழிலதிபராக (B) உருவாகிக் கொண்டிருந்தால், அமைப்புமுறையும் ஆயுட்காலம் நெடுகிலுமான கல்வியும் மக்களும் அதிக முக்கியமான அம்சங்களாகும்.

நெட்வொர்க் மார்க்கெட்டிங் துறை குறித்த அறிவு நிரம்பப் பெற்ற என்னுடைய நண்பரும் சகாவுமான ஒருவர், நம்முடைய விலைமதிக்கப்பட முடியாத சொத்துகளில் ஒன்றான நேரத்தின் மதிப்பைப் பற்றி எனக்கு நினைவூட்டினார்.

ஒரு நெட்வொர்க் மார்க்கெட்டிங் நிறுவனத்தில் ஓர் உண்மையான வெற்றிக் கதை எப்போது உருவாகிறது தெரியுமா? குறுகிய காலத்தில் நீங்கள் உங்கள் நேரத்தைக் கையாளும் விதமும் நீங்கள் மேற்கொள்ளும் கடின உழைப்பும், நீண்டகால நோக்கில், நீங்கள் வேலை செய்யாமலேயே உங்களுக்குப் பெரும் வருவாய் ஈட்டிக் கொடுக்கும்போது ஓர் உண்மையான வெற்றிக் கதை உருவாகிறது. நீங்கள் உங்களுக்குக் கீழே ஒரு வலிமையான நிறுவனத்தை உருவாக்கியவுடன், நீங்கள் வேலை செய்வதை நிறுத்திவிடலாம். நீங்கள் உருவாக்கியுள்ள நிறுவனத்திலிருந்து தொடர்ந்து வருவாய் வந்து கொண்டே இருக்கும். ஒரு நெட்வொர்க் மார்க்கெட்டிங் நிறுவனத்துடன் இணைந்து வெற்றி பெறுவதற்கு, நீங்கள் ஒரு நீண்டகால அர்ப்பணிப்புடன் நேரம் செலவிட வேண்டியது இன்றியமையாதது. நீங்கள் எத்தகைய தொழிற்தலைவராக ஆக விரும்புகிறீர்களோ, அத்தகையவராக உங்களை வளர்த்தெடுப்பதற்கு அந்நிறுவனமும் அதற்குத் தன்னை அர்ப்பணித்துக் கொள்ள வேண்டும்.

ஓர் அமைப்புமுறை, சுதந்திரத்திற்கான ஒரு பாலமாகும்

நான் மீண்டும் வீடற்றவனாக வாழ விரும்பவில்லை. ஆனாலும், கிம்முக்கும் எனக்கும் அந்த அனுபவம் விலை மதிப்பிடப்பட முடியாததாக இருந்தது. இன்று, சுதந்திரமும் பாதுகாப்பும் நம் வசம் இருப்பவற்றில் காணப்படுவதில்லை, மாறாக, தன்னம்பிக்கையுடன் நம்மால் எதை உருவாக்க முடியும் என்று நமக்குத் தெரியுமோ அதில்தான் காணப்படுகிறது.

அந்த நேரத்திலிருந்து, ஒரு வீடுமனை நிறுவனம், ஓர் எண்ணெய் நிறுவனம், ஒரு சுரங்க நிறுவனம், இரண்டு கல்வி நிறுவனங்கள் ஆகியவற்றை நாங்கள் உருவாக்கியுள்ளோம் அல்லது உருவாக்க உதவியுள்ளோம். எனவே, ஒரு வெற்றிகரமான அமைப்புமுறையை உருவாக்குவது எப்படி என்பதைக் கற்றுக் கொண்டது எங்கள் இருவருக்கும் நன்மை பயப்பதாக இருந்தது. ஆனாலும், உண்மையிலேயே அச்செயல்முறையை

அனுபவிக்க விரும்புகின்றவர்களைத் தவிர வேறு யாருக்கும் நான் அதைப் பரிந்துரைப்பதில்லை.

ஒரு சில ஆண்டுகளுக்கு முன்புவரை, ஒரு நபர் B கால்சதுரத்தில் வெற்றி பெறுவதற்கான சாத்தியக்கூறு, துணிச்சல்காரர்களுக்கும் பணக்காரர்களுக்கும் மட்டுமே இருந்தது. கிம்மும் நானும் துணிச்சல்காரர்களாக இருந்திருக்க வேண்டும் என்று நினைக்கிறேன். ஏனெனில், நாங்கள் இருவரும் நிச்சயமாகப் பணக்காரர்களாக இருக்கவில்லை. பலர் இடப்புறத்திலேயே தங்கிவிடுகின்றனர். ஏனெனில், தங்களுடைய சொந்த அமைப்புமுறையை உருவாக்குவதில் அதிக ஆபத்து இருப்பதாக அவர்கள் கருதுகின்றனர். அவர்களைப் பொறுத்தவரை, ஒரு வேலையில் பாதுகாப்பாக இருப்பதுதான் சாமர்த்தியமான செயலாகும்.

இன்று, முக்கியமாகத் தொழில்நுட்பத்தில் ஏற்பட்டுள்ள மாற்றங்களால், ஒரு வெற்றிகரமான தொழில் உரிமையாளராக ஆவதில் உள்ள ஆபத்து பெரிதும் குறைந்துள்ளது. உங்களுடைய சொந்தத் தொழிலைக் கட்டியெழுப்புவதோ அல்லது ஏற்கெனவே இருக்கின்ற ஒரு தொழில் அமைப்புமுறையைப் பயன்படுத்திக் கொள்வதோ கிட்டத்தட்ட எவரொருவருக்குமே சாத்தியமான விஷயமாக ஆகியுள்ளது.

உரிமக் கிளைகளும் நெட்வொர்க் மார்க்கெட்டிங் தொழிலும், உங்களுடைய சொந்த அமைப்புமுறையை உருவாக்குவது என்ற கடினமான வேலையைக் களைந்துவிட்டுள்ளன. ஏற்கெனவே வெற்றிகரமாகச் செயல்பட்டு வந்துள்ள ஓர் அமைப்புமுறைக்கான உரிமைகளை நீங்கள் வாங்கிக் கொள்ளலாம். பிறகு, உங்களுடைய மக்களை வளர்த்தெடுப்பது மட்டுமே உங்களுடைய ஒரே வேலையாகும்.

தொழில் அமைப்புமுறைகள் என்பவை, கேஷ்ஃபுளோ கால்சதுரத்தின் இடப்புறத்திலிருந்து வலப்புறத்திற்குப் பாதுகாப்பாக இடம்பெயர்வதற்கான ஒரு பாதை வழங்குகின்ற பாலங்களே என்று நினைத்துக் கொள்ளுங்கள்.

அத்தியாயம் 5

முதலீட்டாளர்களின் ஐந்து நிலைகள்

முதலீடு செய்வதுதான் பொருளாதாரச் சுதந்திரத்திற்கான திறவுகோலாகும்.

என்னுடைய ஏழைத் தந்தை அடிக்கடி, "முதலீடு செய்வது ஆபத்தானது," என்று கூறினார்.

என்னுடைய பணக்காரத் தந்தையோ, "பொருளாதார அறிவு இல்லாமல் இருப்பது ஆபத்தானது," என்று கூறினார்.

இன்று, தாங்கள் முதலீடு செய்ய வேண்டும் என்பதைப் பெரும்பாலான மக்கள் அறிவர். பிரச்சனை என்னவென்றால், என்னுடைய ஏழைத் தந்தையைப்போலவே, பெரும்பாலான மக்கள், முதலீடு செய்வது ஆபத்தானது என்று நம்புகின்றனர். நிதிசார் கல்வி, அனுபவம் மற்றும் வழிகாட்டுதல் இல்லாதபோது முதலீடு செய்வது ஆபத்தானதுதான்.

முதலீடு செய்யக் கற்றுக் கொள்வது முக்கியமானது. ஏனெனில், முதலீடு செய்வதுதான் பொருளாதாரச் சுதந்திரத்திற்கான திறவுகோலாகும். முதலீடு செய்யாத அல்லது மோசமாக முதலீடு செய்கின்ற மக்களுக்கு ஐந்து விஷயங்கள் நிகழ்கின்றன:

1. அவர்கள் தங்கள் வாழ்நாள் முழுவதும் கடுமையாக உழைக்கின்றனர்.
2. அவர்கள் தங்கள் வாழ்நாள் முழுவதும் பணத்தைப் பற்றிக் கவலைப்படுகின்றனர்.
3. அவர்கள் தங்களைக் கவனித்துக் கொள்வதற்கு, தங்களுடைய குடும்பத்தாரையோ, ஓர் ஓய்வூதியத்தையோ, அல்லது அரசாங்கத்தையோ சார்ந்திருக்கின்றனர்.
4. அவர்களுடைய வாழ்வின் எல்லைகள் பணத்தால் வரையறுக்கப்படுகின்றன.
5. உண்மையான சுதந்திரம் என்ன என்பதை அவர்கள் ஒருபோதும் அறிய மாட்டார்கள்.

"நீ பொருளாதாரச் சுதந்திரத்தை அடையாதவரை, உண்மையான சுதந்திரத்தை நீ ஒருபோதும் அறிய மாட்டாய்," என்று என்னுடைய பணக்காரத் தந்தை அடிக்கடிக் கூறினார். அதாவது, ஒரு தொழில்முறை வேலையைக் கற்றுக் கொள்வதைவிட முதலீடு செய்யக் கற்றுக் கொள்வது அதிக முக்கியமானது என்பது அவருடைய கூற்றின் அர்த்தம். "ஒரு மருத்துவராக ஆவது போன்ற ஒரு தொழில்முறை வேலையை நீ கற்றுக் கொள்ளும்போது, பணத்திற்காக எவ்வாறு வேலை செய்வது என்பதை நீ கற்றுக் கொள்கிறாய். முதலீடு செய்யக் கற்றுக் கொள்வது என்பது, பணத்தை உனக்காக வேலை செய்ய வைப்பது எப்படி என்பதை நீ கற்றுக் கொள்வதாகும். பணம் உனக்காக வேலை செய்யத் தொடங்கும் கணத்தில், சுதந்திரத்திற்கான உன்னுடைய திறவுகோல் உனக்குக் கிடைத்துவிடுகிறது. எவ்வளவு அதிகப் பணம் உனக்காக வேலை செய்கிறதோ, நீ அவ்வளவு குறைவான வரி செலுத்துவாய் - நீ ஓர் உண்மையான முதலீட்டாளராக இருந்தால்!" என்று அவர் கூறினார்.

முதலீடு செய்யக் கற்றுக் கொள்ளுதல்

எனக்கு ஒன்பது வயதாக இருந்தபோது, 'மொனாபொலி' என்ற விளையாட்டை, கற்பிப்பதற்கான ஒரு கருவியாகப் பயன்படுத்தி, என்னுடைய பணக்காரத் தந்தை | கால்சதுரத்திற்கு என்னைத் தயார்படுத்தத் தொடங்கினார். "செல்வத்திற்கான மாபெரும் சூத்திரங்களில் ஒன்று மொனாபொலி விளையாட்டில் காணப்படுகிறது. 'நான்கு பச்சை வீடுகள் மற்றும் ஒரு சிவப்பு ஓட்டல்' என்ற அச்சூத்திரத்தை எப்போதும் நினைவில் வைத்துக் கொள்," என்று அவர் மீண்டும் மீண்டும் கூறினார்.

மொனாபொலி விளையாட்டு ஒரு பணப் பெயர்ச்சி (கேஷ்ஃபுளோ) விளையாட்டாகும். எடுத்துக்காட்டாக, உங்களுக்குச் சொந்தமான ஒரு நிலத்தில் உங்களிடம் ஒரு பச்சை வீடு இருந்து, அதிலிருந்து மாதம் 10 டாலர்கள் உங்களுக்குக் கிடைத்தால், அது ஒரு மாதத்திற்குப் பத்து டாலர்கள் பணப் பெயர்ச்சியாகும். இரண்டு வீடுகள் இருந்தால், பணப் பெயர்ச்சி 20 டாலர்களாகும். மூன்று வீடுகள் இருந்தால், 30 டாலர்கள். ஒரு சிவப்பு ஓட்டல் இருந்தால், 50 டாலர்கள். அதிகமான பச்சை வீடுகளும் அதிகமான சிவப்பு ஓட்டல்களும் இருந்தால், அதிகமான பணப் பெயர்ச்சி, குறைவான வேலை, குறைவான வரிகள், அதிகச் சுதந்திரம் என்று அர்த்தம்.

ஓர் எளிய விளையாட்டு, ஆனால் ஒரு முக்கியமான பாடம்.

பணக்காரத் தந்தை நிஜ வாழ்வில் மொனாபொலி விளையாடினார். அவர் அடிக்கத் தன்னுடைய மகனையும் என்னையும் தன்னுடைய பச்சை வீடுகளைப் பார்க்கத் தன்னுடன் அழைத்துச் செல்வார். வாய்கீகி கடற்கரையின்மீது என்றோ ஒரு நாள் ஒரு பெரிய சிவப்பு ஓட்டலாக உருமாறவிருந்த பச்சை வீடுகள் அவை.

என்னுடைய பணக்காரத் தந்தை நிஜ வாழ்வில் மொனாபொலி விளையாடியதைக் கண்டு வளர்ந்த நான், முதலீடு செய்வதைப் பற்றிய பல முக்கியமான பாடங்களைக் கற்றேன். அவற்றில் சில பின்வருமாறு:

- முதலீடு செய்வது ஆபத்தானதல்ல.
- முதலீடு செய்வது ஒரு குதூகலமூட்டும் விஷயமாகும்.
- முதலீடு செய்வது உங்களைப் பெரும் பணக்காரராக ஆக்கும்.
- மிக முக்கியமாக, முதலீடு செய்வது உங்களை விடுவிக்கும். வாழ்க்கை நடத்துவதற்காகச் சம்பாதிப்பதற்கான போராட்டத்திலிருந்தும், பணத்தைப் பற்றிக் கவலைப்படுவதிலிருந்தும் அது உங்களை விடுவிக்கும்.

வேறு வார்த்தைகளில் கூறினால், நீங்கள் சாமர்த்தியமானவராக இருந்தால், உங்கள் வாழ்நாள் முழுவதும் தொடரக்கூடிய ஒரு பணப் பெயர்ச்சிப் பைப்லைனை உங்களால் உருவாக்க முடியும். நல்ல நேரங்களிலும் மோசமான நேரங்களிலும், சந்தை கொழிக்கின்ற நேரங்களிலும் நிலைகுலைகின்ற நேரங்களிலும், தொடர்ந்து பணத்தை உற்பத்தி செய்யக்கூடிய ஒரு பைப்லைன் அது. உங்கள் பணப் பெயர்ச்சியானது பணவீக்கத்தோடு தானாகவே அதிகரிக்கின்ற அதே நேரத்தில், நீங்கள் குறைவாக வரி செலுத்தவும் வழியமைத்துக் கொடுக்கும்.

வீடுமனைகள்தாம் முதலீடு செய்வதற்கான ஒரே வழி என்று நான் கூறவில்லை. பணக்காரர்கள் எப்படி மேன்மேலும் பெரிய பணக்காரர்களாக ஆகின்றனர் என்பதற்கான ஓர் எடுத்துக்காட்டாகத்தான் மொனாபொலி விளையாட்டை நான் பயன்படுத்துகின்றேன். பங்குகளிலிருந்து வருகின்ற ஆதாயங்கள், பத்திரங்களிலிருந்து வருகின்ற வட்டி, புத்தகங்கள் மற்றும் காப்புரிமைகளிலிருந்து வருகின்ற ராயல்டி தொகைகள் போன்றவற்றின் மூலம் ஒருவரால் வருவாய் ஈட்ட முடியும். வேறு வார்த்தைகளில் கூறினால், பொருளாதாரச் சுதந்திரத்திற்குப் பல வழிகள் இருக்கின்றன.

பொருளாதார 'வல்லுநர்கள்'

துரதிர்ஷ்டவசமாக, பள்ளிகளில் நிதிசார் கல்வி கற்றுக் கொடுக்கப்படுவதில்லை என்பதால், பெரும்பாலான மக்கள் தங்களுடைய பணத்தை, வங்கியாளர்கள், நிதித் திட்டமிடுபவர்கள், பங்குச் சந்தைத் தரகர்கள் போன்ற பொருளாதார 'வல்லுநர்களிடம்' ஒப்படைத்துவிடுகின்றனர். இவர்கள் எல்லோரும் பொருளாதார வல்லுநர்கள் என்று மக்கள் நம்புகின்றனர். துரதிர்ஷ்டவசமாக, இந்த 'வல்லுநர்களில்' பெரும்பாலானோர், உண்மையிலேயே I கால்சதுரத்தில் உள்ள முதலீட்டாளர்கள் அல்லர். மாறாக, அவர்கள் மாதச் சம்பளம் வாங்குகின்ற, E கால்சதுரத்திலுள்ள ஊழியர்களோ அல்லது கட்டணங்களுக்காகவும் கமிஷன்களுக்காகவும் S கால்சதுரத்தில் பொருளாதார ஆலோசகர்களாக சுயதொழில் புரிகின்றவர்களோதான். பெரும்பாலான 'வல்லுநர்களால்' தாங்கள் வேலை செய்வதை நிறுத்த முடியாது. ஏனெனில், அவர்களுக்காக வேலை செய்கின்ற முதலீடுகள் எதுவும் அவர்களிடம் இல்லை.

"பாதாள இரயிலில் பயணம் செய்பவர்களிடமிருந்து அறிவுரை கேட்பதற்காக மக்கள் ஒரு ரோல்ஸ் ராய்ஸ் காரில் வந்து இறங்குகின்ற ஒரே இடம் வால் ஸ்டிரீட்தான்," என்று வாரன் பஃபே கூறினார்.

மக்களுக்கு ஆழமான நிதிசார் கல்வி இல்லை என்றால், ஒரு நிதி ஆலோசகர் ஒரு விற்பனையாளரா அல்லது ஒரு மோசடிப் பேர்வழியா, ஒரு முட்டாளா அல்லது ஒரு மேதையா என்பதை அவர்களால் கண்டுபிடிக்க முடியாது. அனைத்து மோசடிப் பேர்வழிகளும் இனிமையான மக்கள்தாம். நீங்கள் எதைச் செவிமடுக்க விரும்புகிறீர்களோ அதைக் கூறுவதன் மூலம் அவர்கள் இனிமையானவர்களாக நடந்து கொள்ளாவிட்டால், நீங்கள் அவர்கள் பேச்சைக் காதுகொடுத்துக் கேட்க மாட்டீர்கள்.

ஒரு விற்பனையாளராக இருப்பதில் எந்தத் தவறும் இல்லை. நாம் எல்லோருமே ஏதோ ஒன்றை விற்கத்தான் முயற்சிக்கிறோம். ஆனால், வாரன் பஃபே கூறுவதுபோல, "உங்களுக்குக் காப்பீடு தேவையா என்று ஒரு காப்பீட்டு விற்பனையாளரிடம் கேட்காதீர்கள்." பணம் என்று வரும்போது, உங்களிடம் எதையேனும் சொல்லி எதையேனும் உங்கள் தலையில் கட்டுவதற்குப் பலர் காத்துக் கொண்டிருக்கின்றனர். உங்களுடைய பணம்தான் அவர்களுடைய இலக்கு.

இதில் சுவாரசியமான விஷயம் என்னவென்றால், முதலீட்டாளர்களில் பெரும் பகுதியினர், தங்களுடைய பணத்தை எடுத்துக் கொள்கின்ற நபரை ஒருபோதும் நேரில் சந்திப்பதே இல்லை. மேற்கத்திய உலகின் பெரும் பகுதியில், வரித் துறை எப்படி வரிகளை வசூலிக்கிறதோ, அதேபோல, முதலீட்டுக்காக ஊழியர்களின் சம்பளத்திலிருந்து பணம் தானாகவே பிடிக்கப்பட்டுவிடுகிறது. அமெரிக்காவிலுள்ள ஊழியர்களில் பலர், தங்களுடைய நிறுவனம் தானாகவே தங்கள் சம்பளத்திலிருந்து பணத்தைப் பிடித்துக் கொண்டு தங்களுடைய '401 [கே]' ஓய்வூதியத் திட்டத்தில் அதைப் போடுவதற்கு அனுமதிக்கின்றனர். ஓய்வுக் காலத்திற்காக முதலீடு செய்வதற்கான மிக மோசமான வழி இதுவாகத்தான் இருக்கும். (401 [கே] திட்டங்கள் பல்வேறு நாடுகளில் பல்வேறு பெயர்களில் அழைக்கப்படுகின்றன. ஆஸ்திரேலியாவில் அவை ஓய்வூதியத் திட்டங்கள் என்றும், ஜப்பானில் 401 [கே] என்றும், கனடாவில் [ஆர்ஆர்எஸ்பி] என்றும் அவை அழைக்கப்படுகின்றன.)

401 [கே] திட்டம் ஓய்வுக் காலத்திற்காக முதலீடு செய்வதற்கான மிக மோசமான வழி என்று நான் கூறுவதற்கான காரணங்கள் பின்வருமாறு:

1. 'டைம்' பத்திரிகை என்னுடைய கருத்துக்கு ஆதரவாக உள்ளது.

பலருடைய ஓய்வுக் கால வாழ்க்கையை ஆபத்திற்கு உள்ளாக்குவதற்குப் பின்னால் உள்ள அறிவு குறித்துக் கேள்வி கேட்டு, 'டைம்' பத்திரிகை பல ஆண்டுகளாக எண்ணற்றக் கட்டுரைகளை வெளியிட்டு வந்துள்ளது. மக்கள் தங்கள் பணிக்காலம் முழுவதும் உழைத்துத் தங்களுடைய பணத்தை அந்நியர்களிடம் ஒப்படைப்பதன் விளைவாக, அவர்கள் ஓய்வு பெறும்போது தங்களுடைய எஞ்சிய வாழ்க்கையை ஓட்டுவதற்குப் போதுமான பணம் அவர்களிடம் இருக்காது என்று அப்பத்திரிகை கணித்து வந்துள்ளது. இலட்சக்கணக்கான மக்களின் ஓய்வுக் கால வாழ்க்கை இதனால் கேள்விக்குறியாக ஆகும் என்று அது கணித்துள்ளது.

ஒரு வழக்கமான 401 [கே] திட்டம் 80 சதவீத இலாபங்களை எடுத்துக் கொள்கிறது. முதலீட்டாளருக்கு அதிர்ஷ்டம் இருந்தால், அவருக்கு 20

சதவீதம் கிடைக்கக்கூடும். அவர் 100 சதவீதப் பணத்தை முதலீடு செய்து, 100 சதவீத ஆபத்திற்குத் தன்னை உட்படுத்திக் கொள்கிறார். 401 [கே] திட்டம் 0 சதவீதப் பணத்தை முதலீடு செய்து, 0 சதவீத ஆபத்தை எதிர்கொள்கிறது. நீங்கள் உங்களுடைய பணத்தை இழந்தாலும், 401 [கே] நிறுவனம் பணம் ஈட்டுகிறது.

2. ஒரு 401 [கே] திட்டத்தில் வரிகள் உங்களுக்கு எதிராகச் செயல்படுகின்றன.

நீண்டகால மூலதன இலாபங்களுக்கு 15% வரி விதிக்கப்படுகிறது. ஆனால், 401 [கே] இலாபங்களுக்கு, சாதாரணமாக ஈட்டப்படுகின்ற வருவாய்க்கு விதிக்கப்படுகின்ற 35% வரி விதிக்கப்படுகிறது. மூன்று வகையான வருவாய் இருக்கின்றன:

- சாதாரணமாக ஈட்டப்படுகின்ற வருவாய்
- பங்குகள், பத்திரங்கள், பரஸ்பர நிதி போன்ற முதலீடுகளிலிருந்து கிடைக்கும் வருவாய்
- வேலை செய்யாமலேயே வருகின்ற நிலையான வருவாய் (வீட்டு வாடகை போன்றவை)

மேற்குறிப்பிடப்பட்ட மூன்றில், சாதாரணமாக ஈட்டப்படுகின்ற வருவாய்க்குத்தான் மிக உயர்ந்த வரி விதிக்கப்படுகிறது.

3. பங்குச் சந்தையில் ஒரு சரிவு ஏற்பட்டால், உங்களுக்கு எந்தக் காப்பீடும் இல்லை.

நான் ஒரு கார் ஓட்டுவதற்கு, நான் ஒரு காப்பீடு எடுத்திருக்க வேண்டும். ஒருவேளை அந்தக் கார் ஒரு விபத்துக்குள்ளானால், அந்த இழப்பைச் சமாளிப்பதற்கு அந்தக் காப்பீடு அவசியமாகிறது. நான் வீடுமனைகளில் முதலீடு செய்யும்போது, தீ விபத்து அல்லது வேறு பிற விபத்துகள் ஏற்பட்டால் அந்த இழப்பை ஈடுகட்டுவதற்கு நான் காப்பீடு எடுத்துக் கொள்கிறேன். ஆனால் 401 [கே] முதலீட்டாளருக்கு, பங்குச் சந்தை நிலைகுலைந்தால் ஏற்படக்கூடிய இழப்புகளிலிருந்து தன்னைத் தற்காத்துக் கொள்வதற்கு எந்தக் காப்பீடும் இல்லை.

4. தாங்கள் பணியிலிருந்து ஓய்வு பெறும்போது ஏழைகளாக இருக்கத் திட்டமிட்டுக் கொண்டிருப்பவர்களுக்கானதுதான் 401 [கே] திட்டம்.

அதனால்தான், "நீங்கள் பணியிலிருந்து ஓய்வு பெறும்போது, மிகக் குறைவான வரியே விதிக்கப்படும்," என்று நிதிசார் திட்டம் தீட்டுபவர்கள் கூறுகின்றனர். உங்கள் வருவாய், குறைவான வரி வசூலிக்கப்படும் அளவுக்குக் கீழே போய்விடும் என்று அவர்கள் அனுமானிக்கின்றனர். மறுபுறம், நீங்கள் ஓய்வு பெறும்போது உங்களிடம் பெரும் பணம் இருந்து, ஒரு 401 [கே] திட்டமும் இருந்தால், ஓய்வுக் காலத்தில் நீங்கள் முன்பு செலுத்தியதைவிடக் கூடுதல் வரி செலுத்துவீர்கள். சாமர்த்தியமான

முதலீட்டாளர்கள் தாங்கள் முதலீடு செய்வதற்கு முன்பு வரிகளைப் பற்றி நன்றாகப் புரிந்து கொள்கின்றனர்.

பெரும்பாலான நிதி ஆலோசகர்களும் ஓய்வுக்கால நிதி நிர்வாகிகளும் முதலீட்டாளர்கள் அல்லர் என்பது வருத்தத்திற்குரிய உண்மை. அவர்களில் பலர், E கால்சதுரத்தில் உள்ள ஊழியர்களே. பல அரசு ஓய்வூதியங்களும் தொழிற்சங்க ஓய்வூதியங்களும் பிரச்சனையில் இருப்பதற்கான காரணங்களில் ஒன்று, இந்த ஊழியர்கள் முதலீட்டாளர்களாக இருக்கப் பயிற்றுவிக்கப்படாமல் இருப்பதுதான். அவர்களில் பெரும்பாலானோர் உண்மையான நிதிசார் கல்வியைப் பெற்றிருக்கவில்லை.

இது போதாதென்று, பெரும்பாலான பொருளாதார 'வல்லுநர்கள்', பங்குகள், பத்திரங்கள், பரஸ்பர நிதி போன்ற நீண்டகால முதலீடுகளை மேற்கொள்ளும்படி, நிதிசார் கல்வியறிவு இல்லாத தங்களுடைய முதலீட்டாளர்களுக்கு அறிவுறுத்துகின்றனர்.

தங்களை I கால்சதுரத்தில் உள்ள முதலீட்டாளர்களாகக் காட்டிக் கொள்கின்ற, தங்களைப் பொருளாதார 'வல்லுநர்கள்' என்று அழைத்துக் கொள்கின்ற இந்த E கால்சதுர ஊழியர்களும் S கால்சதுர விற்பனையாளர்களும் ஏன் உங்களுக்கு அவ்வாறு அறிவுறுத்துகின்றனர்? ஏனெனில், அவர்கள் உங்களுக்கு எவ்வளவு பணம் ஈட்டித் தருகிறார்கள் என்பதன் அடிப்படையில் அன்றி, நீண்டகால முதலீட்டிற்காக நீங்கள் அவர்களிடம் எவ்வளவு பணத்தைக் கொடுக்கிறீர்கள் என்பதன் அடிப்படையிலேயே அவர்களுக்கு ஊதியம் வழங்கப்படுகிறது. உங்கள் பணம் அவர்களிடம் எவ்வளவு நீண்ட காலம் முடங்குகிறதோ, அவ்வளவு அதிக வருவாயை அவர்கள் ஈட்டுகின்றனர்.

எதார்த்தம் என்னவென்றால், உண்மையான முதலீட்டாளர்கள் தங்கள் பணத்தை ஓரிடத்தில் முடக்கிப் போடுவதில்லை. அவர்கள் தங்கள் பணத்தை நகர்த்துகின்றனர். 'பணத்தின் திசைவேகம்' என்று அழைக்கப்படுகின்ற ஓர் உத்தி அது. ஓர் உண்மையான முதலீட்டாளரின் பணம் எப்போதும் நகர்ந்து கொண்டும், புதிய சொத்துகளை வாங்கிக் கொண்டும், மேலும் நகர்ந்து மேலும் அதிகமான சொத்துகளை வாங்கிக் கொண்டும் இருக்கிறது. கற்றுக்குட்டிகள் மட்டுமே தங்களுடைய பணத்தை ஒரே இடத்தில் முடக்கிப் போடுவர்.

401 [கே] திட்டங்கள் மோசமானவை என்று நான் கூறவில்லை, ஆனால் நான் அத்தகைய ஒரு திட்டத்தில் சேர மாட்டேன். என்னைப் பொறுத்தவரை, அவை அதிகச் செலவு வைப்பவை, அதிக ஆபத்தானவை, அதிக வரியை எடுத்துக் கொள்பவை, முதலீட்டாளருக்கு நியாயமற்றவை.

நான் சொல்வதெல்லாம், முதலீடு செய்வதற்கு அதிகச் சிறப்பான வழிகள் இருக்கின்றன, ஆனால் அதற்கு நிதிசார் கல்வி இன்றியமையாதது என்பதுதான்.

எது சிறந்த முதலீடு?

பணப் பெயர்ச்சிக்காக முதலீடு செய்வதற்கும் மூலதன இலாபங்களுக்காக முதலீடு செய்வதற்கும் இடையேயான வேறுபாட்டை ஒரு

சராசரி முதலீட்டாளர் அறிந்திருப்பதில்லை. பெரும்பாலான முதலீட்டாளர்கள் மூலதன இலாபங்களுக்காக முதலீடு செய்கின்றனர். தங்களுடைய பங்குகளின் விலையோ அல்லது தங்களுடைய வீடுகளின் விலையோ அதிகரிக்க வேண்டும் என்று அவர்கள் பிரார்த்திக்கின்றனர். உங்களிடம் வருகின்ற பணம், உங்களிடமிருந்து வெளியேறுகின்ற பணத்தைவிட அதிகமாக இருக்கும்வரை, உங்கள் முதலீடு ஒரு நல்ல முதலீடுதான்.

ஒருவரைப் பணக்காரராகவோ அல்லது ஏழையாகவோ ஆக்குவது சொத்துப் பகுதி அல்ல என்பதை நினைவில் கொள்ளுங்கள். எடுத்துக்காட்டாக, "வீடுமனைகள் ஒரு நல்ல முதலீடா?" என்று யாரேனும் என்னிடம் கேட்கும்போது, பதிலுக்கு நான், "எனக்குத் தெரியாது. நீங்கள் ஒரு நல்ல முதலீட்டாளரா?" என்று அவர்களிடம் கேட்கிறேன். "பங்குகள் ஒரு நல்ல முதலீடா?" என்று அவர்கள் கேட்டால், என்னுடைய பதில் மீண்டும், "எனக்குத் தெரியாது. நீங்கள் ஒரு நல்ல முதலீட்டாளரா?" என்பதாகத்தான் இருக்கும்.

முதலீட்டுப் பகுதியோ அல்லது சொத்துப் பகுதியோ முக்கியமானதல்ல. வெற்றி அல்லது தோல்வி, செல்வம் அல்லது ஏழ்மை, ஒரு முதலீட்டாளர் எவ்வளவு சாமர்த்தியமானவராக இருக்கிறார் என்பதை மட்டுமே சார்ந்துள்ளது. ஒரு சாமர்த்தியமான முதலீட்டாளர், பங்குச் சந்தையில் பல இலட்சங்களைச் சம்பாதிப்பார். ஒரு கற்றுக்குட்டி பல இலட்சங்களை இழப்பார்.

முதலீடு செய்யக் கற்றுக் கொள்வது முக்கியம் என்று பெரும்பாலான மக்கள் நினைப்பதில்லை என்பது வருத்தத்திற்குரியது. அதனால்தான், முதலீடு செய்வது ஆபத்தானது என்று நம்பி, பெரும்பாலான மக்கள் தங்கள் பணத்தை 'வல்லுநர்களிடம்' ஒப்படைக்கின்றனர். ஆனால் அந்த 'வல்லுநர்களில்' பெரும்பாலானோர் உண்மையில் முதலீட்டாளர்களே அல்லர், மாறாக, அந்த முதலீட்டாளர்கள் பணம் ஈட்டினாலும் சரி அல்லது இழந்தாலும் சரி, அவர்களுடைய பணத்தைக் கொண்டு பணம் பண்ணுகின்ற விற்பனையாளர்கள்தாம் அந்த வல்லுநர்கள்.

முதலீட்டாளர்களின் ஐந்து வெவ்வேறு நிலைகள்

I கால்சதுரத்தில் ஐந்து வெவ்வேறு வகையான அல்லது நிலைகளிலான முதலீட்டாளர்கள் காணப்படுகின்றனர்.

நிலை 1: பெயரளவுக்குக்கூட நிதிசார் அறிவு இல்லாதவர்கள்

வருத்தத்திற்குரிய விஷயம் என்னவென்றால், ஒரு காலத்தில் உலகின் மிகப் பெரிய பணக்கார நாடாக இருந்த அமெரிக்காவில், இன்று 50 சதவீதத்திற்கும் அதிகமானோர் I கால்சதுரத்தின் அடிமட்டத்தில் இருக்கின்றனர். அதாவது, முதலீடு செய்வதற்கு அவர்களிடம் எதுவும் இல்லை.

ஏராளமான பணம் ஈட்டியும் இந்த நிலைக்குள் விழுகின்ற மக்கள் பலர் இருக்கின்றனர். அவர்கள் ஏராளமாகச் சம்பாதிக்கின்றனர், ஆனால் தாங்கள் சம்பாதிப்பதைவிட அதிகமாகச் செலவு செய்கின்றனர்.

எனக்கு ஒரு நண்பர் இருக்கிறார். பார்ப்பதற்கு அவர் ஒரு பெரும் பணக்காரர்போலத் தோன்றுவார். ஒரு வீடுமனை முகவராக அவர் ஒரு நல்ல வேலையில் இருக்கிறார். அவருக்கு ஓர் அழகான மனைவியும், ஒரு தனியார் பள்ளியில் படிக்கின்ற மூன்று குழந்தைகளும் இருக்கின்றனர். சான்டியாகோவில் பசிபிக் பெருங்கடலைப் பார்த்தபடி அமைந்துள்ள ஓர் அழகான வீட்டில் அவர்கள் வாழ்கின்றனர். அவரும் அவருடைய மனைவியும் விலையுயர்ந்த ஐரோப்பியக் கார்கள் வைத்திருக்கின்றனர். அவருடைய மகனும் மகளும்கூட, வளர்ந்த பிறகு விலையுயர்ந்த கார்களையே ஓட்டினர். பார்ப்பதற்கு அவர்கள் எல்லோரும் பணக்காரர்களாகத் தெரிந்தனர், ஆனால் அவர்கள் மிக மோசமான கடனில் இருந்தனர்; பெரும்பாலான ஏழைகளைவிட அதிக ஏழ்மையில் இருந்தனர்.

இப்போது அவர்கள் வீடுவாசலற்றவர்களாக இருக்கின்றனர். வீடுமனைச் சந்தை நிலைகுலைந்தபோது, அவர்களுடைய வாழ்க்கையும் நிலைகுலைந்தது. தாங்கள் சேகரித்திருந்த அனைத்துக் கடன்கள்மீதான வட்டியை இனியும் அவர்களால் செலுத்த முடியவில்லை.

நாங்கள் இளைஞர்களாக இருந்தபோது, இதே நண்பர் ஏராளமான பணம் சம்பாதித்தார். துரதிர்ஷ்டவசமாக, நிதிசார் அறிவு அவருக்கு இல்லாத காரணத்தால், காலப்போக்கில் அவர் ஓர் ஓட்டாண்டியாக ஆனார்.

பலரைப்போலவே, அவர் வாங்குகின்ற அனைத்தும் தன் மதிப்பை இழக்கிறது அல்லது அவருக்குக் கூடுதல் செலவு வைக்கிறது. அவர் வாங்குகின்ற எதுவும் அவரைப் பணக்காரராக ஆக்குவதில்லை.

நிலை 2: தோல்வியுறும் சேமிப்பாளர்கள்

பணத்தைச் சேமிப்பது ஒரு புத்திசாலித்தனமான செயல் என்று பலர் நம்புகின்றனர். பிரச்சனை என்னவென்றால், இன்று 'பணம்' என்பது இனியும் பணமாக இல்லை. இன்று, மின்னல் வேகத்தில் உருவாக்கப்படக்கூடிய பணத்தை, போலிப் பணத்தை மக்கள் சேமித்துக் கொண்டிருக்கின்றனர்.

1971 இல், அதிபர் நிக்சன், அச்சிடப்படுகின்ற அமெரிக்க டாலர்களுக்கு நிகரான தங்கம் இருப்பில் வைக்கப்பட வேண்டும் என்ற சட்டத்தை இரத்து செய்தார். பணம் அப்போது கடனாக ஆகியது. 1971 ஆம் ஆண்டிலிருந்து விலைவாசி உயர்ந்து கொண்டே வந்துள்ளதற்கான முதன்மையான காரணம், அமெரிக்கா இப்போது தன்னுடைய செலவுகளைச் சமாளிப்பதற்குப் பணத்தை அச்சடிப்பதற்கான அதிகாரத்தைப் பெற்றிருப்பதுதான்.

இன்று, சேமிப்பாளர்கள்தாம் மிகப் பெரிய தோல்வியாளர்களாக இருக்கின்றனர். 1971 ஆம் ஆண்டிலிருந்து, தங்கத்துடன் ஒப்பிடுகையில் அமெரிக்க டாலர் தன்னுடைய 95 சதவீத விலைமதிப்பை இழந்துள்ளது. மீதி 5 சதவீதத்தை இழப்பதற்கு இன்னும் 40 ஆண்டுகள் மட்டும் போதும்.

1971 இல், தங்கத்தின் விலை 28 கிராமுக்கு 35 டாலர்கள் என்று இருந்தது. நாற்பது ஆண்டுகளுக்குப் பிறகு, 28 கிராம் தங்கத்தின் விலை 1,400 டாலர்களாக உயர்ந்தது. டாலரின் வாங்கும் விலைக்கு இது ஒரு மாபெரும் இழப்பாகும். அமெரிக்காவின் தேசியக் கடன் டிரில்லியன் கணக்கில் அதிகரித்துக் கொண்டிருப்பதால் பிரச்சனை வளர்ந்து கொண்டே போகிறது. இதனால், அமெரிக்கா இன்னும் அதிகமான 'போலிப்' பணத்தைத்

தொடர்ந்து அச்சிட்டுக் கொண்டே இருக்கிறது.

அமெரிக்காவின் கூட்டரசு சேமிப்பு வங்கியும் உலகம் நெடுகிலுமுள்ள பிற மத்திய வங்கிகளும் அதிவேகத்தில் டிரில்லியன் கணக்கான டாலர்களை அச்சடிப்பதால், அச்சடிக்கப்படுகின்ற ஒவ்வொரு டாலரும், அதிக வரிகளுக்கும் அதிகப் பணவீக்கத்திற்கும் வித்திடுகிறது. ஆனாலும், பணத்தைச் சேமிப்பது ஒரு புத்திசாலித்தனமான செயல் என்று கோடிக்கணக்கான மக்கள் இன்னும் நம்பிக் கொண்டிருக்கின்றனர். பணம் உண்மையிலேயே பணமாக இருந்தபோது சேமிப்பது புத்திசாலித்தனமான செயலாக இருந்தது.

கடன் பத்திரச் சந்தைதான் உலகின் மாபெரும் சந்தையாகும். 'சேமிப்பின்' இன்னொரு பெயர்தான் 'கடன் பத்திரம்'. வெவ்வேறு வகையான சேமிப்பாளர்களுக்கு வெவ்வேறு வகையான கடன் பத்திரங்கள் இருக்கின்றன. அமெரிக்கக் கருவூலக் கடன் பத்திரங்கள், பெருநிறுவனக் கடன் பத்திரங்கள், நகராட்சிக் கடன் பத்திரங்கள் மற்றும் பல கடன் பத்திரங்கள் இருக்கின்றன.

பல ஆண்டுகளாக, அமெரிக்க அரசுக் கடன் பத்திரங்களும் அரசு நகராட்சிக் கடன் பத்திரங்களும் பாதுகாப்பானவை என்று அனுமானிக்கப்பட்டு வந்தது. பிறகு 2007 இல் பொருளாதார நெருக்கடி தொடங்கியது. அந்த நெருக்கடிக்குக் காரணம், அடமானப் பிணையங்கள் போன்ற அடமானக் கடன் பத்திரங்கள்தாம். இவ்வாறு கடன் வாங்கியவர்களில் சிலருக்கு எந்த வேலையும் இருக்கவில்லை, அதனால் எந்த வருமானமும் இருக்கவில்லை என்பது உங்களுக்கு நினைவிருக்கக்கூடும். ஆனாலும், தங்களால் ஒருபோதும் தவணைத் தொகையை முழுமையாகக் கட்ட முடியாது என்று தெரிந்து அவர்கள் வீடுகளை வாங்கிக் கொண்டிருந்தனர்.

வால் ஸ்டிரீட் வங்கியாளர்கள் இந்த இரண்டாம் நிலைக் கடன்களை எடுத்து, கடன் பத்திரங்களின் வடிவில் அவற்றை மாற்றி, இந்த இரண்டாம் நிலைக் கடன் பத்திரங்களுக்கு மாயாஜாலமாக முதன்மைக் கடன் பத்திரங்களாகப் பெயர் மாற்றம் செய்வித்து, அவற்றை நிறுவனங்களுக்கும், வங்கிகளுக்கும், அரசாங்கங்களுக்கும், தனிநபர் முதலீட்டாளர்களுக்கும் விற்றனர். என்னைப் பொறுத்தவரை, இது ஒரு மோசடி வேலை. ஆனால் இதுதான் வங்கி அமைப்புமுறையாக இருக்கிறது.

இரண்டாம் நிலைக் கடன்காரர்கள் தங்களுடைய அடமானத் தவணைத் தொகையின்மீதான வட்டியைச் செலுத்த முடியாமல் போனபோது, இந்த அடமானக் கடன் பத்திரங்கள் உலகம் நெடுகிலும் பூகம்பமாக வெடிக்கத் தொடங்கின.

ஆனால், இந்த இரண்டாம் நிலை அடமானங்களை முதன்மைக் கடன்கள் என்று ஆதரித்த, வாரன் பஃபேயின் நிறுவனமான 'மூடீஸ்', கடன் பத்திரங்களுக்கான மிகச் சிறந்த நிறுவனம் என்ற பெயரைப் பெற்றது.

இன்று பலர், கோல்டுமேன் சாக்ஸ், ஜே.பி.மோர்கன் போன்ற பெரிய வங்கிகள்தாம் அந்த நெருக்கடிக்குக் காரணம் என்று குறை கூறுகின்றனர். ஆனால் அந்த நெருக்கடிக்கு ஒருவரைக் குறை கூற வேண்டும் என்றால், அது வாரன் பஃபேயாகத்தான் இருக்க வேண்டும். அவர் ஒரு புத்திசாலி. தான் என்ன செய்து கொண்டிருந்தோம் என்பதை அவர் அறிந்திருந்தார். அது ஒரு குற்றமாகும்.

பிரச்சனை என்னவென்றால், இந்த இரண்டாம் நிலை அடமானப் பத்திரங்கள் இன்று உலகம் நெடுகிலும் பெரும் சலசலப்பை ஏற்படுத்திக் கொண்டிருக்கின்றன. இன்று, அயர்லாந்து, கிரீஸ் போன்ற நாடுகள் தீவிரப் பிரச்சனைக்கு உள்ளாகியிருக்கின்றன, தம்முடைய கடன் பத்திரங்கள்மீதான வட்டியைச் செலுத்த முடியாமல் இருக்கின்றன. அமெரிக்காவில், அரசாங்கங்களும் நகராட்சிகளும் திவாலாகிக் கொண்டிருக்கின்றன, தங்களுடைய கடன் பத்திரங்கள்மீதான வட்டியைச் செலுத்த முடியாத நிலையில் இருக்கின்றன.

2011 இல், கடன் பத்திரங்கள் எவ்வளவு பாதுகாப்பற்றவை என்பதைக் கடன் பத்திரச் சந்தை நிரூபித்துள்ள நிலையில், இலட்சக்கணக்கான தனிநபர்கள், வேலையிலிருந்து ஓய்வு பெற்றோர் பலர், ஓய்வூதிய நிதிகள், அரசுகள், வங்கிகள் ஆகியவை பிரச்சனையில் இருக்கின்றன.

மேலும், அதிகரித்துக் கொண்டிருக்கின்ற பணவீக்கமும் கடன் பத்திரங்களை அதிக ஆபத்தான முதலீடாக ஆக்குகிறது. அதனால்தான், சேமிக்க மட்டுமே தெரிந்தவர்கள் தோல்வியாளர்களாக இருக்கின்றனர். எடுத்துக்கட்டாக, ஒரு கடன் பத்திரம் 3 சதவீத வட்டியைக் கொடுத்துக் கொண்டிருந்து, பணவீக்கம் 5 சதவீதமாக இருந்தால், ஒரு 3 சதவீதக் கடன் பத்திரத்தின் மதிப்பு வெகுவாகக் குறைந்து, அந்த முதலீட்டாளரைப் பொருளாதாரரீதியாக மதிப்பற்றவராக ஆக்கிவிடுகிறது.

மற்ற அனைத்து நாடுகளையும்விட, சீனா மிகப் பெரிய தோல்வியாளராக ஆகக்கூடும். சீனா, அமெரிக்கக் கடன் பத்திரங்களில் பற்பல கோடிக்கணக்கான டாலர்களை முதலீடு செய்துள்ளது. அமெரிக்க அரசு அதிகப் பணத்தை அச்சிட்டு அதிகமான கடன் பத்திரங்களை விநியோகிப்பதன் மூலம் டாலரின் மதிப்பைக் குறைக்கின்ற ஒவ்வொரு முறையும், அமெரிக்காவில் சீனா செய்துள்ள பற்பல கோடிக்கணக்கான டாலர்கள் முதலீட்டின் மதிப்பு அதலபாதாளத்திற்குள் விழுந்துவிடுகிறது. சீனா அமெரிக்கக் கடன் பத்திரங்களை வாங்குவதை நிறுத்தினால், உலகப் பொருளாதாரம் ஸ்தம்பித்து, பிறகு நிலைகுலைந்து விழுந்துவிடும்.

பணியிலிருந்து ஓய்வு பெற்றுள்ள இலட்சக்கணக்கான மக்கள் சீனாவைப்போல இருக்கின்றனர். பணி ஓய்வுக் காலத்தில் ஒரு நிரந்தர வருவாய் தேவைப்பட்டவர்கள், அரசுக் கடன் பத்திரங்கள் பாதுகாப்பானவை என்று நம்பினர். இன்று, பெரிய மற்றும் சிறிய அரசாங்கங்கள் நிலைகுலைந்து, அதனால் பணவீக்கம் அதிகரிக்கும்போது, கடன் பத்திரங்களில் பணம் சேமித்தவர்கள் தோல்வியாளர்களாக ஆகியிருப்பது பணியிலிருந்து ஓய்வு பெற்றவர்களுக்குத் தெரிய வந்து கொண்டிருக்கிறது.

நகராட்சிக் கடன் பத்திரங்கள் என்பவை, மாநிலங்கள், நகரங்கள், மருத்துவமனைகள், பள்ளிக்கூடங்கள் மற்றும் பிற பொது நிறுவனங்கள் விநியோகிக்கின்ற கடன் உறுதிப் பத்திரங்களாகும். அவற்றில் பல, வரி விலக்கு அளிக்கப்பட்டவை என்பது நகராட்சிக் கடன் பத்திரங்களின் ஓர் அனுகூலமாகும். ஆனால் நகராட்சிக் கடன் பத்திரங்களில் ஆபத்து இருக்கிறது என்பது அவற்றிலுள்ள பிரச்சனையாகும்.

நகராட்சிக் கடன் பத்திரங்களில் முதலீடு செய்துள்ள இலட்சக்கணக்கானவர்கள், தாங்கள் முதலீடு செய்துள்ள நகராட்சிக் கடன்

பத்திரங்கள் இப்போது தீவிரப் பிரச்சனையில் இருக்கின்றன என்பதை இப்போது கண்டுபிடித்துக் கொண்டிருக்கின்றனர். அமெரிக்காவில், மூன்று இலட்சம் கோடி டாலர்களுக்கும் அதிகமான பணம் நகராட்சிக் கடன் பத்திரங்களில் முதலீடு செய்யப்பட்டுள்ளது. அப்பத்திரங்களில் மூன்றில் இரண்டு பங்கு இப்போது ஆபத்தில் இருக்கிறது. ஏனெனில், இந்தப் பொது அமைப்புகள் இப்போது முற்றிலுமாக நொடிந்து போயுள்ளன. அதிகப் பணம் உட்செலுத்தப்படாவிட்டால், மாநிலங்கள், நகரங்கள், மருத்துவமனைகள், பள்ளிக்கூடங்கள் ஆகியவை தாம் செலுத்த வேண்டிய தொகையைச் செலுத்தத் தவறும்போது, அமெரிக்கா, உள்ளிருந்து வெடிக்கக்கூடும்.

கடன் பத்திரச் சந்தைதான் உலகின் மிகப் பெரிய சந்தையாகும். அது பங்குச் சந்தையையும் வீடுமனைச் சந்தையையும்விட மிகவும் பெரியது. அது மிகப் பெரிய சந்தையாக இருப்பதற்கான முக்கியக் காரணம், பெரும்பாலான மக்கள் சேமிப்பாளர்களாக இருப்பதுதான், அதாவது, இரண்டாம் வகையைச் சேர்ந்த முதலீட்டாளர்களாக இருப்பதுதான். துரதிர்ஷ்டவசமாக, 1971 ஆம் ஆண்டுக்குப் பிறகு பணத்தின் விதிமுறைகள் மாறியபோது, சேமிப்பாளர்கள் மிகப் பெரிய தோல்வியாளர்களாக ஆனார்கள் - அவர்கள் கடன் பத்திரங்களில் முதலீடு செய்ததன் மூலம் தங்கள் பணத்தைச் சேமித்திருந்தபோதிலும்!

சேமிப்பாளர்கள், கடன் பத்திரங்களில் முதலீடு செய்பவர்கள், ஓர் ஓய்வூதியத் திட்டத்தில் தங்கள் பணத்தைச் சேமிப்பவர்கள் ஆகிய அனைவரும், தங்களுடைய பணத்தை நீண்டகாலத்திற்காக முதலீடு செய்து அதை ஓரிடத்தில் முடக்கிப் போட்டுவிடுகின்றனர், ஆனால் தொழில்முறை முதலீட்டாளர்கள் தங்கள் பணத்தை இடம் பெயர்த்துக் கொண்டே இருப்பர் என்பதை நீங்கள் நினைவில் கொள்ள வேண்டும். அதனால்தான், தங்களுடைய பணத்தை முடக்கிப் போடுகின்ற சேமிப்பாளர்கள் தோல்வியாளர்களாக ஆகின்றனர்.

நிலை 3: 'எனக்கு மூச்சுவிடக்கூட நேரமில்லை' வகையினர்

முதலீட்டைப் பற்றிக் கற்றுக் கொள்ள முடியாத அளவுக்குப் பல வேலைகளில் மும்முரமாக இருக்கின்ற முதலீட்டாளர் இவர். இந்த வகையைச் சேர்ந்த பல முதலீட்டாளர்கள், உயர்ந்த கல்வித் தகுதி படைத்தவர்களாக இருக்கின்ற அதே நேரத்தில், தங்களுடைய தொழில்வாழ்க்கை, குடும்பம், பிற ஆர்வங்கள் மற்றும் விடுமுறைகளில் மும்முரமாக இருக்கின்றனர். எனவே, அவர்கள் பொருளாதாரரீதியாக எதுவும் அறியாதவர்களாக இருப்பதில் அவர்களுக்கு எந்தப் பிரச்சனையும் இல்லை. தங்களுடைய பணத்தை நிர்வகிப்பதற்கான பொறுப்பை அவர்கள் வேறு யாரோ ஒருவரிடம் விட்டுவிடுகின்றனர்.

401 [கே], தனிநபர் ஓய்வூதியக் கணக்கு போன்றவற்றில் முதலீடு செய்துள்ளவர்கள், மிகப் பெரிய பணக்கார முதலீட்டாளர்கள் போன்றோரில் பெரும்பாலானோர் இந்த நிலையில்தான் இருக்கின்றனர். அவர்கள் தங்களுடைய பணத்தை ஒரு 'வல்லுநரிடம்' கொடுத்துவிட்டு, தங்களுடைய வல்லுநர் உண்மையிலேயே ஒரு வல்லுநராக இருக்க வேண்டும் என்று பிரார்த்தனை செய்து கொண்டிருக்கின்றனர்.

2007 இல் பொருளாதார நெருக்கடி ஏற்பட்டு வெகு விரைவில், செல்வந்தர்கள் பலர், தங்களுடைய நம்பிக்கைக்குரிய வல்லுநர் உண்மையில் ஒரு வல்லுநரே அல்லர் என்பதைக் கண்டறிந்தனர். இதைவிட மோசமான விஷயம் என்னவென்றால், அந்நபர்கள் நம்பத்தக்கவர்களே அல்லர் என்பதை அச்செல்வந்தர்கள் கண்டறிந்தனர்.

ஒரு சில மாதங்களில், வீடுமனைச் சந்தையும் பங்குச் சந்தையும் சரியத் தொடங்கியதால், பல இலட்சம் கோடி டாலர்கள் சொத்துகள் ஆவியாயின. இதைக் கண்டு பீதியுற்ற இந்த முதலீட்டாளர்கள், தங்கள் நம்பிக்கைக்குரிய ஆலோசகர்களை அழைத்து, தங்களைக் காப்பாற்றும்படி கெஞ்சினர்.

தங்களுடைய நம்பிக்கைக்குரிய ஆலோசகர்கள், மிக விரிவான 'பொன்சி' திட்டங்களை நடத்திக் கொண்டிருந்த மிக நூதனமான மோசடிப் பேர்வழிகள் என்பதை ஒரு சில பணக்கார முதலீட்டாளர்கள் கண்டுபிடித்தனர். ஒரு பொன்சி திட்டத்தில், முதலில் முதலீடு செய்தவர்களுக்கு, பின்னர் முதலீடு செய்கின்றவர்களுடைய பணத்தைக் கொண்டு அவர்களுக்குரிய தொகை வழங்கப்படும். தொடர்ந்து புதிய முதலீட்டாளர்கள் சேர்ந்து கொண்டே இருக்கும்வரை இத்திட்டம் சிறப்பாக வேலை செய்யும். அதாவது, பணம் தொடர்ந்து வந்து கொண்டே இருக்க வேண்டும். அமெரிக்காவில், பெர்னி மேடாஃப் என்பவர், முதலீடு என்ற பெயரில் பெரும் பணக்காரர்களிடம் கோடிக்கணக்கான டாலர்களை வாங்கிக் கொண்டு அவர்களை ஏமாற்றியதில் பிரபலமானார்.

சட்டபூர்வமான மற்றும் சட்டத்திற்குப் புறம்பான பொன்சி திட்டங்கள் இருக்கின்றன. சமூகப் பாதுகாப்புத் திட்டம் ஒரு சட்டபூர்வமான பொன்சி திட்டமாகும். பங்குச் சந்தையும் அதே போன்றதுதான். புதிய பணம் தொடர்ந்து உள்ளே வந்து கொண்டிருக்கும்வரை இவ்விரு திட்டங்களும் சிறப்பாக வேலை செய்கின்றன. புதிய பணத்தின் வரவு நின்றுவிட்டால், அத்திட்டங்கள் தவிடுபொடியாகிவிடும் - அவை மேடாஃபின் திட்டங்களாக இருந்தாலும் சரி அல்லது வால் ஸ்டிரீட்டின் திட்டங்களாக இருந்தாலும் சரி!

மூன்றாம் நிலை முதலீட்டாளரிடம் உள்ள பிரச்சனை என்னவென்றால், அவர் தன்னுடைய பணத்தை இழந்தால், அவர் அதிலிருந்து எதுவும் கற்றுக் கொள்வதில்லை. ஒரு மோசமான அனுபவத்தைத் தவிர அவர்களுக்கு வேறு எந்த அனுபவமும் இல்லை. அவர்களால் தங்களுடைய ஆலோசகரையோ, சந்தையையோ, அல்லது அரசாங்கத்தையோ குறை கூற மட்டுமே முடியும். தான் என்ன தவறுகள் செய்துள்ளோம் என்பதே ஒருவருக்குத் தெரியவில்லை என்றால், அவரால் அத்தவறுகளிலிருந்து எதுவும் கற்றுக் கொள்ள முடியாது.

நிலை 4: 'நான் ஒரு தொழில்முறையாளன்'

சுயமாக முயற்சிக்கின்ற இந்த முதலீட்டாளர் S கால்சதுரத்தைச் சேர்ந்தவர். பலர் தங்களுடைய வேலையிலிருந்து ஓய்வு பெற்றவுடன், இந்த நான்காம் நிலை முதலீட்டாளராக ஆகிவிடுகின்றனர்.

இந்த நிலை முதலீட்டாளர் ஒரு சில பங்குகளை வாங்கவும் விற்கவும்கூடும் - பெரும்பாலும், ஒரு தள்ளுபடித் தரகரிடமிருந்து! அவர்கள் தாங்களாகவே ஆராய்ச்சி செய்து, தங்களுடைய சொந்தத் தீர்மானங்களை மேற்கொள்வதற்குப் பதிலாக, அவர்கள் ஏன் ஒரு பங்குத் தரகருக்கு மிக உயர்ந்த கமிஷன் கொடுக்க வேண்டும்?

இந்த முதலீட்டாளர்கள் வீடுமனைகளில் முதலீடு செய்தால், அவர்கள் தாங்களாகவே அவற்றைப் பராமரித்து நிர்வகிப்பார்கள். இவர்கள் தங்கத்தின்மீது மோகம் கொண்டவர்கள் என்றால், அவர்கள் தங்கத்தையும் வெள்ளியையும் வாங்கிக் குவிப்பர்.

இந்த நிலை முதலீட்டாளர்களில் பெரும்பாலானோர், நிதிசார் கல்வியறிவு பெறாதவர்களாகவோ அல்லது அது பற்றி மிகக் குறைவாக அறிந்தவர்களாகவோ இருக்கின்றனர். எல்லாவற்றையும் தாங்களாகவே செய்து கொள்ளும்போது, தாங்கள் ஏன் எதையும் கற்றுக் கொள்ள வேண்டும் என்று அவர்கள் நினைக்கின்றனரோ?

அவர்கள் ஓரிரு பயிற்சி வகுப்புகளில் கலந்து கொண்டாலும், முழுமையான நிதிசார் கல்வியைப் பெறுவதற்குப் பதிலாக, ஏதேனும் ஒரு குறிப்பிட்ட விஷயத்தின்மீது மட்டுமே அவர்கள் கவனம் செலுத்துகின்றனர். எடுத்துக்காட்டாக, அவர்களுக்குப் பங்கு வர்த்தகம் பிடித்திருந்தால், பங்கு வர்த்தகத்தின்மீது மட்டுமே அவர்கள் கவனம் செலுத்துவர். வீடுமனை வர்த்தகம் ஒருவருக்குப் பிடித்திருந்தால், அவர் அதன்மீது மட்டுமே கவனம் செலுத்துவார்.

என்னுடைய ஒன்பதாவது வயதில், என்னுடைய பணக்காரத் தந்தை, மொனாபொலி விளையாட்டின் மூலம் நிதிசார் கல்வியை எனக்குக் கற்றுக் கொடுக்கத் தொடங்கியபோது, முதலீட்டு உலகத்தைப் பற்றிய ஓர் ஒட்டுமொத்த அறிவை நான் பெற வேண்டும் என்று அவர் விரும்பினார். பின்வரும் விஷயங்களைப் பற்றி நான் கற்றுக் கொள்ள வேண்டும் என்று அவர் வலியுறுத்தினார்:

சொத்துகள்	**கடப்பாடுகள்**
தொழில் **வீடுமனை** **காகிதச் சொத்துகள்** **சரக்கு**	

முதலீடு செய்ய வேண்டியதன் அவசியத்தை அதிகமான மக்கள் உணரத் தொடங்கியுள்ள நிலையில், அவர்களில் இலட்சக்கணக்கானோர், மேற்குறிப்பிடப்பட்ட நான்கு பிரிவுகளிலும் சிறிய 'நான்காம் வகை' முதலீட்டாளர்களாக ஆவார்கள்.

2007 இல் நிகழ்ந்த பங்குச் சந்தைச் சரிவுக்குப் பிறகு, இலட்சக்கணக்கான மக்கள் சிறிய தொழில்களைத் தொடங்கியதன் மூலம் தொழில்முனைவோராக ஆகியுள்ளனர்; பலர், விலை குறைவாக இருக்கும்போது வீடுமனைகளில்

முதலீடு செய்து கொண்டிருக்கின்றனர். ஆனால், பெரும்பாலானோர், பங்கு வர்த்தகத்தை முயற்சித்துப் பார்த்துக் கொண்டிருக்கின்றனர். டாலரின் மதிப்பு குறையும்போது, இலட்சக்கணக்கானோர், டாலர்களில் சேமிப்பதற்குப் பதிலாகத் தங்கத்திலும் வெள்ளியிலும் சேமிக்கத் தொடங்குகின்றனர்.

தொடர்ச்சியான நிதிசார் கல்வியில் முதலீடு செய்பவர்கள், தங்களுடைய செயற்திறனை மேம்படுத்துவதற்கான வகுப்புகளில் கலந்து கொண்டு ஒரு தனிப்பட்டப் பயிற்றுவிப்பாளரையும் வைத்துக் கொள்பவர்கள், தாங்களாகவே எல்லாவற்றையும் செய்ய முற்படுகின்றவர்களைவிட வெகு வேகமாக முன்னேறிச் சென்றுவிடுவர்.

ஓர் ஆழமான நிதிசார் கல்வியைப் பெற்றிருக்கின்ற நான்காம் நிலை முதலீட்டாளர்கள், அடுத்த நிலைக்கு ஏறிவிடுவார்கள். அதாவது, அவர்கள் ஐந்தாம் நிலை முதலீட்டாளர்களாக - முதலாளிகளாக - ஆகிவிடுவார்கள்.

நிலை 5: முதலாளித்துவ நிலை

இதுதான் 'உலகின் மாபெரும் பணக்காரர்கள்' நிலையாகும். இந்த ஐந்தாம் நிலை முதலீட்டாளர், அதாவது, ஒரு முதலாளி, I கால்சதுரத்தில் முதலீடு செய்து கொண்டிருக்கின்ற, B கால்சதுரத்தைச் சேர்ந்த ஒரு தொழில் உரிமையாளராவார்.

நான் முன்பு குறிப்பிட்டதுபோல, நான்காம் நிலை முதலீட்டாளர் என்பவர், I கால்சதுரத்தில் முதலீடு செய்து கொண்டிருக்கின்ற, S கால்சதுரத்தைச் சேர்ந்த, சுயதொழில் புரிகின்ற ஒருவராவார்.

ஒரு நான்காம் நிலை முதலீட்டாளருக்கும் ஓர் ஐந்தாம் நிலை முதலாளித்துவ முதலீட்டாளருக்கும் இடையேயான வேறுபாடுகளுக்கான ஒரு சில எடுத்துக்காட்டுகள் பின்வருமாறு:

1. S கால்சதுர முதலீட்டாளர் பொதுவாகத் தன்னுடைய சொந்தப் பணத்தை முதலீட்டுக்குப் பயன்படுத்துவார்.

   B கால்சதுர முதலீட்டாளர் பொதுவாக மற்றவர்களின் பணத்தை முதலீட்டுக்குப் பயன்படுத்துவார்.

   இது நான்காம் நிலை மற்றும் ஐந்தாம் நிலை முதலீட்டாளர்களுக்கு இடையேயான முக்கிய வேறுபாடுகளில் ஒன்று.

2. S கால்சதுர முதலீட்டாளர் பொதுவாகத் தனியொருவராக முதலீடு செய்பவராக இருக்கிறார். இவர்கள் அதிபுத்திசாலியாக இருந்தாக வேண்டும்.

   B கால்சதுர முதலீட்டாளர் ஒரு குழுவாக முதலீடு செய்கிறார். B கால்சதுர முதலீட்டாளர்கள் தனித்தனியாக அதிபுத்திசாலிகளாக இருக்க வேண்டியதில்லை. அவர்கள் ஒரு புத்திசாலிக் குழுவாக இருக்க வேண்டும், அவ்வளவுதான்.

   ஒரு மனத்தைவிட இரண்டு மனங்கள் சிறந்தவை என்பதைப் பெரும்பாலான மக்கள் அறிவர். ஆனாலும், S கால்சதுர முதலீட்டாளர்கள் பலர், தாங்கள்தாம் உலகிலேயே அதிபுத்திசாலிகள் என்று நம்புகின்றனர்.

3. S கால்சதுர முதலீட்டாளர், B கால்சதுர முதலீட்டாளரைவிடக் குறைவாகச் சம்பாதிக்கிறார்.

4. S கால்சதுர முதலீட்டாளர், பெரும்பான்மை நேரங்களில் B கால்சதுர முதலீட்டாளரைவிட மிக அதிக வரிகள் செலுத்துகிறார்.

5. S கால்சதுர முதலீட்டாளர்கள் சுயநலவாதிகளாக இருந்தாக வேண்டும். அவர்கள் எவ்வளவு அதிக சுயநலவாதிகளாக இருக்கிறார்களோ, அவ்வளவு அதிகப் பணம் சம்பாதிக்கின்றனர்.

   B கால்சதுர முதலீட்டாளர்கள் தாராளமானவர்களாக இருந்தாக வேண்டும். அவர்கள் எவ்வளவு அதிகத் தாராளமானவர்களாக இருக்கின்றனரோ, அவ்வளவு அதிகப் பணம் சம்பாதிக்கின்றனர்.

6. ஒரு S கால்சதுர முதலீட்டாளராக இருந்து கொண்டு பணம் திரட்டுவது கடினமானது. மூலதனத்தைத் திரட்டுவது ஒரு B கால்சதுர முதலீட்டாளருக்கு சுலபமானதாக இருக்கிறது. B கால்சதுரத்தில் ஒரு தொழிலை வளர்த்தெடுப்பது எப்படி என்பதை ஒருவர் அறிந்து கொண்டுவிட்டால், வெற்றி தானாகப் பணத்தைக் கவர்ந்திழுக்கிறது. நீங்கள் B கால்சதுரத்தில் வெற்றிகரமாகத் திகழ்ந்தால், I கால்சதுரத்தில் மூலதனப் பணத்தைத் திரட்டுவது சுலபமானதாக ஆகிவிடுகிறது. நீங்கள் B கால்சதுரத்தில் வெற்றி பெறுவதைப் பொறுத்தது அது. அது ஒரு சவாலான காரியம்.

மூலதனத்தைத் திரட்டுவது எவ்வளவு சுலபமாக இருக்கிறது என்பது, S கால்சதுரத்தில் வெற்றிகரமாகத் திகழ்வதற்கும் B கால்சதுரத்தில் வெற்றிகரமாகத் திகழ்வதற்கும் இடையேயான மிகப் பெரிய வேறுபாடுகளில் ஒன்று. ஒருவர் B கால்சதுரத்தில் வெற்றி பெற்றுவிட்டால், வாழ்க்கை சுலபமானதாக ஆகிவிடுகிறது. வெற்றி பெறுவதுதான் இங்குள்ள சவாலாகும்.

மூலதனத்தைத் திரட்டுவது எப்போதும் கடினமானதாக இருப்பதுதான் S கால்சதுரத்தில் வெற்றிக்குக் குறுக்கே நிற்கின்ற மிகப் பெரிய பிரச்சனையாகும்.

எடுத்துக்காட்டாக, B கால்சதுரத்தில் உள்ள ஒரு தொழில் நிறுவனத்தின் பங்குகளைப் பங்குச் சந்தையில் விற்பதன் மூலம் அந்நிறுவனத்தை ஒரு பொது நிறுவனமாக ஆக்குவது சுலபமானது. ஒரு B கால்சதுரத் தொழிலுக்கு மூலதனம் திரட்டுவது எவ்வளவு சுலபமானது என்பதற்கு ஃபேஸ்புக்கின் கதை ஒரு நவீன எடுத்துக்காட்டாகும். ஃபேஸ்புக் தொடர்ந்து ஒரு சிறிய இணையவழி ஆலோசனை நிறுவனமாக நீடித்திருந்தால், முதலீட்டு மூலதனத்தைத் திரட்டுவது மிகவும் கடினமாக இருந்திருக்கும்.

மெக்டொனால்ட்ஸ் இன்னோர் எடுத்துக்காட்டாகும். மெக்டொனால்ட்ஸ் ஒரு தனிக் கடையாகத் தொடர்ந்து நீடித்திருந்தால், அதாவது, அது ஒரு S கால்சதுர சுயதொழில் நிறுவனமாக நீடித்திருந்தால், யாரும் அதில் முதலீடு செய்திருக்க மாட்டார்கள். மெக்டொனால்ட்ஸ் ஒரு கிளை உரிம அமைப்புமுறை மூலமாக B கால்சதுரத்திற்குள் தன்னை விரிவுபடுத்தத் தொடங்கி, பங்குச் சந்தையில் பட்டியலிடப்பட்டவுடன், பணம் கொட்டத் தொடங்கியது.

ஒரு நிறுவனம் தன்னுடைய 'பங்குகளை' விற்பதற்குக் காரணம், அவர்கள் எவ்வளவு அதிகமாகப் பகிர்ந்து கொள்கின்றனரோ, அந்தத் தொழிலதிபர் அவ்வளவு அதிகப் பணக்காரராக ஆகிறார். ஒரு S கால்சதுர நிறுவனம் தன்னுடைய பங்குகளை விற்க மிகவும் சிரமப்படுகிறது. ஏனெனில், பகிர்ந்து கொள்ளத்தக்க அளவு அது பெரிதாக இல்லை.

வீடுமனை விஷயத்திலும் இதுதான் நிகழ்கிறது. ஒற்றைக் குடும்பம் வசிக்கத்தக்க வீடுகள், நான்கிலிருந்து முப்பது வீடுகளைக் கொண்ட சிறிய குடியிருப்புக் கட்டடங்கள் போன்றவற்றில் முதலீடு செய்த ஒரு சிறிய வீடுமனை முதலீட்டாளராக நான் இருந்தபோது, வங்கிகளில் கடன் வாங்குவது மிகக் கடினமாக இருந்தது.

ஆனால், கிம்மும் நானும், 100 வீடுகளைக் கொண்ட பெரிய குடியிருப்புகளில் முதலீடு செய்யத் தொடங்கிய கணத்தில், வங்கிகள் எங்களுக்கு அதிகப் பணம் கடன் கொடுக்க அதிகத் தயாராக இருந்தன. அதற்கு என்ன காரணம்? 100 வீடுகளைக் கொண்ட குடியிருப்புகளின் விலைமதிப்பு கோடிகளில் இருக்கும். இங்கே வங்கிகள் முதலீட்டாளருக்குக் கடன் கொடுப்பதில்லை. அவை அந்த முதலீட்டுக்கு நிதியுதவி செய்கின்றன. வேறு வார்த்தைகளில் சொல்வதானால், 100க்கும் மேற்பட்ட வீடுகளைக் கொண்ட மனைகள் விஷயத்தில், வங்கிகள் முதலீட்டாளரைக் கவனிப்பதைவிட, அந்த முதலீட்டை அதிக உன்னிப்பாகக் கவனிக்கின்றன.

மேலும், வங்கிகள் 10,000 டாலர்கள் கடன் கொடுப்பதைவிட 1 கோடி டாலர்கள் கடன் கொடுப்பதை விரும்புகின்றன. ஏனெனில், கோடிகளைக் கடன் கொடுக்க ஆகும் நேரம்தான் ஆயிரங்களைக் கடன் கொடுக்கவும் ஆகிறது. வங்கிகள் கடனாளிகளை விரும்புகின்றன; ஏனெனில், அவர்கள்தாம் வங்கிகளைச் செழிப்பாக்குகின்றனர் என்பதை நினைவில் கொள்ளுங்கள்.

பெரிய குடியிருப்பு வீடுகளைச் சொந்தமாக்கிக் கொள்வதற்கும் அவற்றை நிர்வகிப்பதற்குமான திறன் நமக்கு இருக்கிறது என்ற நம்பிக்கை வங்கியாளர்களுக்கு ஏற்பட்டுவிட்டால், நமக்குப் பணம் கொடுக்க அவர்கள் வரிசையில் காத்திருப்பர் - ஒரு பொருளாதார நெருக்கடியின்போதுகூட!

எனவே, கேள்வி இதுதான்: 'ஐந்தாம் நிலை முதலீட்டாளர்கள் தங்களுடைய பணத்தை எங்கிருந்து பெறுகின்றனர்?' அதற்கான பதில் இதுதான்: 'தங்களுடைய பணத்தை வங்கிகளிலும் ஓய்வூதியத் திட்டங்களிலும் சேமிக்கின்ற, இரண்டாம் நிலை மற்றும் மூன்றாம் நிலை முதலீட்டாளர்களிடமிருந்து அவர்கள் தங்கள் பணத்தைப் பெறுகின்றனர்.'

கையில் எதுவுமில்லாத நிலையிலிருந்து தொடங்குதல்

நான் இப்புத்தகத்தை, கிம்மும் நானும் வீடற்றவர்களாக இருந்த கதையோடு தொடங்கியதற்கு ஒரு காரணம் இருக்கிறது. புத்திசாலித்தனமாக வளராமல் இருப்பதற்கும், பிரம்மாண்டமாகச் சிந்திக்காமல் இருப்பதற்கும், பெரும் பணக்காரராக ஆகாமல் இருப்பதற்கும், தொடக்கத்தில் கையில் சல்லிக்காசுகூட இல்லாமல் இருப்பதை எவரொருவரும் ஒரு சாக்குப்போக்காகப் பயன்படுத்தக்கூடாது என்பதை வாசகர்களுக்குத் தெரிவிக்கவே நான் எங்களுடைய அந்தக் கதையோடு தொடங்கினேன்.

என்னுடைய வாழ்வின் பெரும்பான்மைப் பகுதியில், என்னிடம் ஒருபோதும் போதிய பணம் இருக்கவில்லை. என்னிடம் தொடக்கத்தில் பணம் இல்லாமல் இருந்ததை நான் ஒரு சாக்குப்போக்காகப் பயன்படுத்தியிருந்தால், என்னால் ஒருபோதும் ஒரு முதலாளித்துவவாதியாக ஆகியிருக்க முடியாது. இது முக்கியமானது. ஏனெனில், ஓர் உண்மையான முதலாளித்துவவாதியிடம் ஒருபோதும் பணம் இருப்பதில்லை. அதனால்தான், எவ்வாறு மூலதனத்தைத் திரட்டி, ஏராளமானோருக்கு ஏராளமான பணம் ஈட்டிக் கொடுப்பதற்கு மற்றவர்களுடைய பணத்தைப் பயன்படுத்துவது என்பதை அவர்கள் அறிந்திருக்க வேண்டியது இன்றியமையாததாக இருக்கிறது.

ஒரு முதலாளித்துவவாதியாக ஆவது எப்படி

நான் E மற்றும் S கால்சதுரங்களில் வெற்றிகரமாகத் திகழ வேண்டும் என்று என் பெற்றோர் விரும்பினர். நான் கல்லூரிக்குச் சென்று படித்து, தன்னைப்போலவே ஒரு முனைவர் பட்டத்தைப் பெற்று, E கால்சதுரத்தில் அரசாங்கத்திற்காக வேலை செய்ய வேண்டும் அல்லது ஒரு பெருநிறுவன ஏணியில் ஏற வேண்டும் என்று என் தந்தை பரிந்துரைத்தார். ஒரு செவிலியாக வேலை செய்த என் தாய், நான் S கால்சதுரத்தில் ஒரு மருத்துவராக ஆக வேண்டும் என்று விரும்பினார்.

ஆனால் நான் ஒரு முதலாளித்துவவாதியாக ஆக வேண்டும் என்று என்னுடைய பணக்காரத் தந்தை பரிந்துரைத்தார். அதாவது, B மற்றும் I கால்சதுரங்களில் வெற்றி பெறத் தேவையான திறமைகளை நான் கற்றுக் கொள்ள வேண்டும் என்று அவர் கூறினார்.

என்னுடைய பெற்றோர், சட்டக் கல்லூரிகள், மருத்துவக் கல்லூரிகள் போன்ற பாரம்பரியக் கல்லூரிகளில் நம்பிக்கை கொண்டிருந்தனர். சிறந்த மதிப்பெண்கள், கல்லூரிப் பட்டங்கள், ஒரு மருத்துவ உரிமம் அல்லது ஒரு சட்டக் கல்லூரிப் பட்டம் போன்றவற்றை அவர்கள் பெரிதும் மதித்தனர்.

என்னுடைய பணக்காரத் தந்தையும் கல்வியில் நம்பிக்கை கொண்டிருந்தார், ஆனால் பாரம்பரியக் கல்லூரியில் வழங்கப்படுகின்ற கல்வியில் அல்ல. அவர் கல்லூரிக்குப் போவதற்குப் பதிலாக, தன்னுடைய தொழில் மற்றும் முதலீட்டுத் திறமைகளை மேம்படுத்திக் கொள்ள உதவிய பயிலரங்குகளிலும் கருத்தரங்குகளிலும் சேர்ந்து பயின்றார். தனிநபர் வளர்ச்சிப் பயிற்சி வகுப்புகளில் அவர் சேர்ந்து பயின்றார். மதிப்பெண்களிலோ அல்லது தகுதிகளிலோ அவருக்கு ஆர்வம் இருக்கவில்லை. B மற்றும் I கால்சதுரங்களில் செயல்படத் தேவையான வலிமைகளையும் திறமைகளையும் வழங்கிய நிஜவாழ்க்கைத் திறமைகளின்மீதே அவர் ஆர்வம் காட்டினார்.

நான் உயர்நிலைப் பள்ளியில் படித்துக் கொண்டிருந்தபோது, தொழில்முனைவு மற்றும் முதலீடு பற்றிய கருத்தரங்குகளில் கலந்து கொள்வதற்காக என்னுடைய பணக்காரத் தந்தை அடிக்கடி ஹானலூலுவுக்குச் சென்றார். ஒரு நாள், விற்பனையைப் பற்றிய ஒரு வகுப்பிற்கு என்னுடைய பணக்காரத் தந்தை போய்க் கொண்டிருந்ததாக நான் என்னுடைய ஏழைத் தந்தையிடம் கூறியபோது, அதைக் கேட்டுவிட்டு அவர் சிரித்தார். எப்படி விற்க வேண்டும் என்பதைக் கற்றுக் கொள்ள ஒருவர் ஏன் விரும்பக்கூடும் என்பது

அவருக்குப் புரியவில்லை. என்னுடைய பணக்காரத் தந்தை உயர்நிலைப் பள்ளிப் படிப்பைக்கூட முடித்திருக்காததால், என்னுடைய ஏழைத் தந்தைக்கு அவர்மீது அவ்வளவு மரியாதை இருக்கவில்லை.

கல்வியைக் குறித்து என்னுடைய இரண்டு தந்தையரும் கொண்டிருந்த மனப்போக்குகள் வேறுபட்டிருந்ததால், கல்வியில் பல வகைகள் இருந்ததைப் பற்றிய விழிப்புணர்வு எனக்குக் கிடைத்தது. பாரம்பரியப் பள்ளிகளும் கல்லூரிகளும் E மற்றும் S கால்சதுரங்களில் வெற்றிகரமானவர்களாகத் திகழ விரும்புகின்றவர்களுக்கு ஏற்றவை. ஆனால் B மற்றும் I கால்சதுரங்களில் வெற்றிகரமானவர்களாகத் திகழ விரும்புகின்றவர்களுக்கு இன்னொரு வகையான கல்வி இருக்கிறது.

1973 இல் நான் வியட்நாமிலிருந்து திரும்பி வந்தேன். நான் என்னுடைய இரண்டு தந்தையரில் எவரைப் பின்தொடரவிருந்தேன் என்பது குறித்து ஓர் உறுதியான தீர்மானம் மேற்கொள்வதற்கான வேளை வந்துவிட்டிருந்தது. நான் என்னுடைய ஏழைத் தந்தையின் அடியொற்றி நடந்து, மீண்டும் கல்லூரிக்குச் சென்று ஓர் ஊழியராகவோ (E) அல்லது ஒரு சுயதொழில் புரிகின்ற ஒருவராகவோ (S) ஆக விரும்பினேனா? அல்லது, என்னுடைய பணக்காரத் தந்தையின் அடியொற்றி நடந்து, B அல்லது I கால்சதுரவாசியாக ஆகி, இறுதியில் ஒரு முதலாளித்துவவாதியாக ஆக விரும்பினேனா?

1973 இல், வீடுமனை முதலீடுகள் தொடர்பான பயிற்சி வகுப்பில் கலந்து கொள்ளும்படி என்னுடைய பணக்காரத் தந்தை எனக்குப் பரிந்துரைத்தார். "நீ ஒரு வெற்றிகரமான முதலாளித்துவவாதியாக இருக்க விரும்பினால், மூலதனத்தைத் திரட்டுவது எப்படி என்பதையும், பணம் சம்பாதிப்பதற்குக் கடனைப் பயன்படுத்துவது எப்படி என்பதையும் நீ அறிந்திருக்க வேண்டும்," என்று அவர் கூறினார்.

அந்த ஆண்டு, வீடுமனை முதலீட்டைப் பற்றிய ஒரு மூன்று-நாள் கருத்தரங்கில் நான் கலந்து கொண்டேன். முதலாளித்துவ உலகைப் பற்றிய என்னுடைய கல்வியின் தொடக்கமாக அது அமைந்தது.

ஒரு சில மாதங்களுக்குப் பிறகு, நூற்றுக்கும் அதிகமான வீடுமனைகளைப் பார்வையிட்டப் பிறகு, 100 சதவீதக் கடன்சார் நிதியுதவியின் மூலம் மாவீ தீவில் என்னுடைய முதல் வீட்டை (வாடகைக்கு விடுவதற்காக) நான் வாங்கினேன். ஆனாலும் ஒவ்வொரு மாதமும் 25 டாலர்கள் பணத்தை நான் மிச்சப்படுத்தினேன். என்னுடைய நிஜவாழ்க்கைக் கல்வி தொடங்கியிருந்தது. அடுத்தவர்களுடைய பணத்தைப் பயன்படுத்திப் பணம் சம்பாதிப்பது எப்படி என்பதை நான் கற்றுக் கொண்டிருந்தேன். ஓர் உண்மையான முதலாளித்துவவாதிக்கு இருக்க வேண்டிய ஓர் இன்றியமையாத திறமை இது.

1994 இல், கிம்மும் நானும் பொருளாதாரச் சுதந்திரம் அடைந்திருந்தோம். ஒரு வேலையோ, அல்லது ஒரு நிறுவன ஓய்வூதியத் திட்டமோ அல்லது அரசாங்க ஓய்வூதியத் திட்டமோ எங்களுக்குத் தேவையிருக்கவில்லை. என்னுடைய பணக்காரத் தந்தை சரியாகத்தான் கூறியிருந்தார். என்னுடைய கல்வி என்னை விடுவித்திருந்தது- ஆனால் பாரம்பரியக் கல்லூரிகள் கற்றுக் கொடுக்கின்ற கல்வி அல்ல.

2007 இல் சந்தைகள் சரியத் தொடங்கியபோது, அந்த நெருக்கடியில்கூட எங்களுடைய செல்வம் பெருகியது. பங்குச் சந்தையும் வீடுமனைச் சந்தையும் நிலைகுலைந்தபோது, தம்முடைய மோசமான முதலீடுகளை வாங்கிக் கொள்வதற்கு வங்கிகள் தாராளமாகக் கடன் கொடுக்க முன்பைவிட அதிக ஆர்வம் காட்டின. 2010 இல் மட்டுமே, வங்கிகள் மற்றும் ஓய்வூதிய நிதிகளிலிருந்து கடன் வாங்கி, கிம்மும் நானும் வீடுமனைகளின் வடிவில் 8.7 கோடி டாலர்களுக்கும் மேல் கைவசப்படுத்தினோம். அந்த ஆண்டுதான் எங்களுடைய மிகச் சிறந்த ஆண்டாக அமைந்தது.

"நீ ஓர் உண்மையான முதலீட்டாளர் என்றால், சந்தைகள் உயர்கின்றனவா அல்லது சரிகின்றனவா என்பது ஒரு பொருட்டல்ல. ஓர் உண்மையான முதலீட்டாளர், எந்தவொரு சந்தைச் சூழலிலும் ஒரு சிறந்த நிலையில் இருப்பார்," என்று என் பணக்காரத் தந்தை அடிக்கடிக் கூறினார்.

நீங்கள் எங்கே இருக்கிறீர்கள்?

ஒரு கணம் நிதானித்து, இன்று நீங்கள் எங்கே இருக்கிறீர்கள் என்பதை மதிப்பிடுங்கள்.

நீங்கள் முதலாம் நிலை முதலீட்டாளர் நிலையில் இருக்கிறீர்களா?

உங்களுடைய சொத்துகள் பகுதியில் எதுவும் இல்லாமல் இருந்து, உங்களுடைய முதலீடுகளிலிருந்தும் உங்களுக்கு எந்த வருவாயும் வராமல் இருந்து, உங்களுக்கு ஏகப்பட்டக் கடன்கள் இருந்தால், நீங்கள் அடிமட்ட நிலையில் இருக்கிறீர்கள் என்று அர்த்தம்.

நீங்கள் மிக மோசமான கடனில் இருக்கிறீர்கள் என்றால், அந்தக் கடனிலிருந்து மீள்வதுதான் உங்களுடைய மிகச் சிறந்த முதலீடாக இருக்கக்கூடும். ஆழமான கடனில் இருப்பதில் தவறொன்றும் இல்லை - நீங்கள் எதுவும் செய்யாமல் இருந்தாலொழிய! நான் என்னுடைய முதல் தொழிலில் தோல்வியுற்றபோது, நான் கிட்டத்தட்டப் பத்து இலட்சம் டாலர்கள் கடனில் இருந்தேன். அதிலிருந்து மீள்வதற்கு எனக்கு ஐந்து ஆண்டுகள் பிடித்தன. பல வழிகளில், நான் என்னுடைய தவறுகளிலிருந்து கற்றுக் கொண்டதும் என்னுடைய தவறுகளுக்குப் பொறுப்பேற்றுக் கொண்டதும்தான் எனக்குக் கிடைத்த மிகச் சிறந்த கல்வி என்றால் அது மிகையாகாது. நான் என்னுடைய தவறுகளிலிருந்து கற்றுக் கொண்டிருக்காவிட்டால், இன்று நான் இருக்கும் நிலையை என்னால் ஒருபோதும் அடைந்திருக்க முடியாது.

கிம்மும் நானும் ஓர் எளிய திட்டத்தை வடிவமைத்து, 'நாங்கள் மோசமான கடனிலிருந்து எப்படி மீண்டோம்' என்ற ஒரு கையேட்டையும் தயாரித்தோம். நாங்கள் எப்படி எங்களுடைய மோசமான கடனிலிருந்து மீண்டோம் என்பதை நாங்கள் அதில் விளக்கியிருந்தோம். அது ஓர் எளிய, கிட்டத்தட்ட வேதனையற்ற ஒரு செயல்முறையாகும். சிறிதளவு ஒழுங்கும், கற்றுக் கொள்வதற்கான ஆர்வமும் மட்டுமே அதற்குத் தேவை.

நீங்கள் இரண்டாம் நிலை முதலீட்டாளர் நிலையில் இருக்கிறீர்களா?

நீங்கள் ஒரு சேமிப்பாளர் எனில், மிகவும் எச்சரிக்கையாக இருங்கள். குறிப்பாக, நீங்கள் ஒரு வங்கியிலோ அல்லது ஓர் ஓய்வூதியத் திட்டத்திலோ சேமித்துக் கொண்டிருக்கிறீர்கள் என்றால், நீங்கள் மிகுந்த எச்சரிக்கையோடு இருப்பது இன்றியமையாதது. மொத்தத்தில், சேமிப்பாளர்கள் தோல்வியாளர்களாக இருக்கின்றனர்.

பெரும்பாலும், சேமித்தல் என்பது எதுவொன்றையும் கற்றுக் கொள்ள விரும்பாத மக்களுக்கான ஓர் உத்தியாக இருக்கிறது. சேமிப்பதற்கு எந்த நிதிசார் அறிவும் தேவையில்லை. பணத்தைச் சேமிக்க ஒரு குரங்குக்கு உங்களால் கற்றுக் கொடுத்துவிட முடியும்.

சேமிப்பதில் உள்ள ஆபத்து என்னவென்றால், அதில் நீங்கள் மிகக் குறைவாகவே கற்றுக் கொள்கிறீர்கள். சந்தைச் சரிவுகளாலோ அல்லது பண மதிப்பிழப்பாலோ உங்களுடைய சேமிப்பு முற்றிலுமாகக் கரைந்துவிட்டது என்றால், உங்களிடம் பணமும் இருக்காது, படிப்பும் இருக்காது.

1971 ஆம் ஆண்டிலிருந்து அமெரிக்க டாலர் தன்னுடைய 95 சதவீத மதிப்பை இழந்துள்ளது உங்களுக்கு நினைவிருக்கட்டும். அது தன்னுடைய மீதி மதிப்பையும் இழப்பதற்கு நீண்ட காலம் ஆகாது.

நான் முன்பே குறிப்பிட்டதுபோல, ஒருவர் தங்கத்தைத் தவறான விலையில் வாங்கினால், அவர் தங்கத்தைச் சேமிப்பதன் மூலம்கூடத் தன்னுடைய பணத்தை இழந்துவிட முடியும். உங்களுக்கு எதிலுமே ஆர்வமில்லை என்றால், தொடர்ந்து சேமித்துக் கொண்டிருங்கள்.

கடன் பத்திரச் சந்தைதான் உலகின் மிகப் பெரிய சந்தை; ஏனெனில், பெரும்பாலான தொழில் நிறுவனங்களும் மக்களும் சேமிப்பாளர்களாகத்தான் இருக்கின்றனரே அன்றி, முதலீட்டாளர்களாக அல்ல என்பதை நினைவில் கொள்ளுங்கள். நான் இப்போது சொல்லப் போகும் விஷயம் சேமிப்பாளர்களுக்கு விநோதமானதாகத் தோன்றக்கூடும். கடன் பத்திரச் சந்தைக்கும் வங்கிகளுக்கும் கடன் வாங்குபவர்கள் தேவைப்படுகின்றனர் என்பதுதான் அது.

நீங்கள் மூன்றாம் நிலை முதலீட்டாளர் நிலையில் இருக்கிறீர்களா?

இந்த நிலை ஏறத்தாழ இரண்டாம் நிலையை ஒத்தது. இதில் ஒரே வித்தியாசம் என்னவென்றால், இந்நிலையில் இருப்பவர்கள், பங்குகள், கடன் பத்திரங்கள், பரஸ்பர நிதிகள், காப்பீடு, பங்குப் பரிவர்த்தனை வர்த்தக நிதிகள் போன்ற அதிக ஆபத்தான விஷயங்களில் முதலீடு செய்கின்றனர்.

இங்கே எல்லாம் திவாலானால், முதலீட்டாளர் எல்லாவற்றையும் இழக்கிறார், ஆனால் எதுவும் கற்றுக் கொள்வதில்லை என்பது இதிலுள்ள பேராபத்தாகும்.

உங்களுடைய நிதிசார் கல்வியில் முதலீடு செய்து உங்களுடைய பணத்தை உங்கள் கட்டுப்பாட்டில் கொண்டு வருவதன் மூலம் மூன்றாம் நிலையிலிருந்து வெளியேற நீங்கள் தயார் என்றால், அப்போது நான்காம் நிலை உங்களுக்கான ஒரு நல்ல நிலையாகும்.

நீங்கள் நான்காம் நிலை முதலீட்டாளர் நிலையில் இருக்கிறீர்களா?

நீங்கள் இங்கே ஒரு தொழில்முறை முதலீட்டாளராக இருக்கிறீர்கள் என்றால், வாழ்த்துகள்! மிகச் சிலரே தங்களுடைய சொந்தப் பணத்தை நிர்வகிப்பது எப்படி என்பதைக் கற்றுக் கொள்வதற்கு நேரத்தை முதலீடு செய்கின்றனர். வாழ்நாள் நெடுகிலுமான கற்றல், தலைசிறந்த ஆசிரியர்கள், தலைசிறந்த பயிற்றுவிப்பாளர்கள், ஒத்த மனம் கொண்ட நண்பர்கள் ஆகியோர்தாம் நான்காம் நிலையில் வெற்றிக்கு இன்றியமையாதவர்களாவர்.

தங்களுடைய தவறுகள், தாங்கள் கற்றுக் கொள்வதற்கும் வளர்வதற்குமான வாய்ப்புகள் என்பதை நான்காம் நிலை முதலீட்டாளர்கள் அறிந்துள்ளனர். அந்த அறிதலுடன், அவர்கள் தங்களுடைய வாழ்க்கையைத் தங்கள் கட்டுப்பாட்டில் எடுத்துக் கொள்கின்றனர்.

முதலீடு செய்வது குறித்த பயம் அவர்களை அச்சுறுத்துவதில்லை. அது அவர்களுக்குச் சவால் விடுகிறது.

நீங்கள் ஐந்தாம் நிலை முதலீட்டாளர் நிலையில் இருக்கிறீர்களா?

என்னைப் பொறுத்தவரை, ஐந்தாம் நிலையில் ஒரு முதலாளித்துவவாதியாக இருப்பது என்பது உலகின் உச்சியில் இருப்பதைப் போன்றதாகும். உலகம் உங்களுடைய சிப்பியாகும். உலகத்திற்கு எந்த எல்லையும் இல்லை. அதிவேகத் தொழில்நுட்பத்துடன்கூடிய இந்த உலகில், அபரிமிதமான ஓர் உலகத்தில் ஒரு முதலாளித்துவவாதியாக இருப்பது முன்னெப்போதையும்விட அதிகச் சுலபமானதாக இருக்கிறது.

நீங்கள் இந்த நிலையில் இருந்தால், தொடர்ந்து கற்றுக் கொண்டும் கொடுத்துக் கொண்டும் இருங்கள். உண்மையான முதலாளித்துவவாதிகள் தாராள மனம் படைத்தவர்கள். ஏனெனில், அதிகமாகப் பெறுவதற்கு அதிகமாகக் கொடுகக வேண்டும் என்பதை ஒரு B கால்சதுர முதலாளித்துவவாதி நன்றாக அறிவார்.

இது உங்களுடைய விருப்பத்தேர்வு

நீங்கள் எத்தகைய வாழ்க்கையை வாழ விரும்புகிறீர்களோ, அத்தகைய வாழ்க்கையை வாழ்வதைத் தேர்ந்தெடுப்பதற்கான சுதந்திரம், சுதந்திரத்தைப் பற்றிய ஒரு மாபெரும் விஷயமாகும்.

1973 இல் 26 வயதில், என்னுடைய பெற்றோர் வாழ்ந்து கொண்டிருந்த மாதிரியான வாழ்க்கையை நான் வாழ விரும்பவில்லை என்பதை நான் அறிந்திருந்தேன். மாதச் சம்பளத்தில் எப்படியோ தட்டுத்தடுமாறி வாழ்க்கையை ஓட்ட நான் விரும்பவில்லை. என்னைப் பொறுத்தவரை, அது வாழ்வதாகாது. அந்த வாழ்க்கைமுறை என்னுடைய பெற்றோருக்குச் சரிப்பட்டு வந்திருக்கலாம், ஆனால் அது எனக்குச் சரிப்படாது என்பதை நான் என் இதயத்தில் அறிந்திருந்தேன்.

உயர் பட்டப்படிப்பிற்காக மீண்டும் கல்லூரிக்குச் செல்வதும் எனக்குச் சரிப்பட்டு வராது என்பதை நான் அறிந்திருந்தேன். கல்லூரிப் படிப்பு யாரையும்

பணக்காரராக ஆக்குவதில்லை என்பதை நான் அறிந்திருந்தேன். ஏனெனில், உயர்ந்த கல்வித் தகுதிகள் படைத்தவர்களைக் கொண்ட ஒரு குடும்பத்தில் நான் வளர்ந்தேன். என்னுடைய பெற்றோரின் சகோதர சகோதரிகளில் பலர் முதுநிலைப் பட்டதாரிகள். ஒரு சிலர் முனைவர் பட்டமும் பெற்றிருந்தனர்.

E கால்சதுரத்தில் பெருநிறுவன ஏணியில் ஏறுவதிலும் எனக்கு விருப்பம் இருக்கவில்லை. S கால்சதுரத்தில் ஏதோ ஒன்றில் ஒரு வல்லுநராக இருப்பதிலும் எனக்கு விருப்பம் இருக்கவில்லை.

எனவே, குறைவாகப் பயணிக்கப்பட்டப் பாதையை நான் தேர்ந்தெடுத்தேன். ஒரு தொழிலதிபராகவும் ஒரு தொழில்முறை முதலீட்டாளராகவும் ஆவதென்று நான் தீர்மானித்தேன். உலகம் நெடுகிலும் பயணிப்பதற்கும், தொழில் செய்வதற்கும், முதலீடு செய்வதற்குமான சுதந்திரத்தை நான் விரும்பினேன்.

அது நானாக விரும்பித் தேர்ந்தெடுத்த ஒன்று. இப்பாதையை நான் எல்லோருக்கும் பரிந்துரைப்பதில்லை. ஆனால், ஒருவர் தனக்கென்று ஒரு பாதையைத் தேர்ந்தெடுக்க வேண்டும் என்று நான் நிச்சயமாகப் பரிந்துரைக்கிறேன். சுதந்திரம் என்பது அதுதான். தேர்ந்தெடுப்பதற்கான அதிகாரம் அது.

முதலீட்டாளர்களின் ஐந்து நிலைகளையும் அலசிப் பார்த்து, நீங்கள் எந்த நிலையை விரும்புகிறீர்கள் என்பதைத் தேர்ந்தெடுத்துக் கொள்ளுங்கள். ஒவ்வொரு நிலையும் தனக்குரிய சாதக பாதகங்களைக் கொண்டுள்ளது. ஒவ்வொரு நிலையும் பணத்தைவிட மிகப் பெரிய விலையை எதிர்பார்க்கிறது.

நீங்கள் முதல் மூன்று நிலைகளில் எதையேனும் தேர்ந்தெடுத்தால், அந்த நிலைகளில் உங்களுடைய முதலீட்டு வாழ்க்கைக்கு ஆதரவளிக்கக்கூடிய மக்களும் நிறுவனங்களும் அங்கு உண்டு என்பதை மறவாதீர்கள்.

நான்காம் நிலை மற்றும் ஐந்தாம் நிலை முதலீட்டாளர்களாக ஆக விரும்புகின்ற தனிநபர்களுக்குக் கல்விசார் விளையாட்டுகள், பயிற்சித் திட்டங்கள் போன்றவற்றையும் பயிற்றுவிப்பாளர்களையும் வழங்குவதற்காக, 1997 இல், கிம்மும் நானும் 'த ரிச் டேட்' நிறுவனத்தை உருவாக்கினோம்.

முதலீடு செய்வது குறித்த ஓர் இறுதியான விஷயம்

பண உலகில், முதலீட்டின்மீதான பதிலீடு என்ற சொற்றொடரை நீங்கள் அடிக்கடிக் கேட்க நேரிடும். நீங்கள் யாரிடம் பேசுகிறீர்கள் என்பதைப் பொறுத்து, முதலீட்டின்மீதான பதிலீடு வேறுபடும். எடுத்துக்காட்டாக, நீங்கள் ஒரு வங்கியாளரிடம் பேசினால், "உங்கள் பணத்தின்மீது நாங்கள் 3 சதவீத வட்டி வழங்குகிறோம்," என்று அவர்கள் கூறக்கூடும். பலருக்கு இது ஒரு நல்ல செய்தியாக இருக்கக்கூடும். நீங்கள் ஒரு பொருளாதாரத் திட்ட வல்லுநரிடம் பேசினால், அவர், "உங்கள் முதலீட்டின்மீது ஆண்டுதோறும் 10 சதவீதப் பதிலீட்டை நீங்கள் எதிர்பார்க்கலாம்," என்று கூறக்கூடும். 10 சதவீதம் என்பது பலருக்கு உற்சாகமூட்டுவதாக இருக்கிறது.

பெரும்பாலான மக்களுக்கு, குறிப்பாக E மற்றும் S கால்சதுரங்களில் உள்ளவர்களுக்கு, அவர்களுடைய பதிலீடு எவ்வளவு அதிகமாக இருக்கிறதோ, ஆபத்தும் அவ்வளவு அதிகமாக இருக்கிறது. எனவே, ஒரு 10

சதவீதப் பதிலீட்டை ஏற்றுக் கொள்கின்ற நபர், வங்கியிலிருந்து கிடைக்கின்ற 3 சதவீதப் பதிலீட்டைவிட இந்த முதலீட்டில் அதிக ஆபத்து இருக்கிறது என்று ஏற்கனவே அனுமானிக்கிறார். அவருடைய அனுமானம் சரிதான்.

ஆனால், வங்கியிலிருந்து கிடைக்கின்ற 3 சதவீதப் பதிலீடு, பங்குச் சந்தையிலிருந்து கிடைக்கின்ற 10 சதவீதப் பதிலீடு ஆகிய இரண்டுமே மிக அதிக ஆபத்தை உள்ளடக்கியவைதான் என்பது முரண்நகையாகும். வங்கிகள் பணத்தை அச்சடிப்பதன் மூலம் ஏற்படுகின்ற உயர்ந்த வரிகள் மற்றும் பணவீக்கத்தின் காரணமாக, வங்கியிலுள்ள பணத்திற்கான ஆபத்து அதிகரிக்கிறது. பங்குச் சந்தையிலுள்ள 10 சதவீதம் ஆபத்தில் இருப்பதற்குக் காரணம், அடிக்கடி நிகழ்கின்ற பரிவர்த்தனைகளால் விளைகின்ற ஸ்திரத்தன்மையின்மையும், காப்பீடு இல்லாமல் முதலீடு செய்கின்ற கற்றுக்குட்டி முதலீட்டாளரும்தான்.

என்னுடைய உலகில், என்னிடம் எவ்வளவு அதிகத் தகவல் இருக்கிறதோ, என்னுடைய பதிலீடு அவ்வளவு அதிகமாக இருக்கும், என் பணத்திற்கான ஆபத்து அவ்வளவு குறைவாக இருக்கும்.

நான் இப்போது சொல்லவிருப்பது பைத்தியக்காரத்தனமானதாகவோ அல்லது உண்மையாக இருப்பதற்குச் சாத்தியமற்றதாகவோ தோன்றக்கூடும், ஆனால் அது உண்மை.

என்னுடைய உலகில், அதாவது, ஒரு நான்காம் நிலை முதலீட்டாளர் மற்றும் ஓர் ஐந்தாம் நிலை முதலீட்டாளரின் உலகில், முடிவில்லா பதிலீடு எதிர்பார்க்கப்படுகிறது - மிகக் குறைவான ஆபத்துடன். ஒரு முடிவில்லா பதிலீடு என்றால், ‘பணம் போடாமல் பணம் வருதல்’ என்று அர்த்தம். வேறு வார்த்தைகளில் கூறினால், முதலீட்டாளர்கள் ஒரு முதலீட்டில் தங்களுடைய சொந்தப் பணத்தை முதலீடு செய்யாமலேயே அதிலிருந்து வருவாய் ஈட்டுகின்றனர்.

1973 இல் வீடுமனைப் பயிற்சி வகுப்பு ஒன்றில் நான் கலந்து கொண்டதாக நான் குறிப்பிட்டிருந்தது உங்களுக்கு நினைவிருக்கும். நூற்றுக்கும் மேற்பட்ட முதலீடுகளை ஆராய்ந்த பிறகு, மாவீ தீவில் 100 சதவீத நிதியுதவியுடன் நான் ஒரு பெரிய குடியிருப்பை வாங்கினேன். அதாவது, நான் என்னுடைய சொந்தப் பணம் எதையும் அதில் முதலீடு செய்யவில்லை. ஒவ்வொரு மாதமும் 25 டாலர்கள் எனக்குக் கிடைத்தன. அந்த 25 டாலர்கள் என்னுடைய முதலீட்டின்மீதான முடிவில்லா பதிலீடாகும். ஏனெனில், நான் எதுவும் முதலீடு செய்திருக்கவில்லை. “என்னுடைய நிஜவாழ்க்கைக் கல்வி தொடங்கியிருந்தது. அடுத்தவர்களுடைய பணத்தைப் பயன்படுத்திப் பணம் சம்பாதிப்பது எப்படி என்பதை நான் கற்றுக் கொண்டிருந்தேன். ஓர் உண்மையான முதலாளித்துவவாதிக்கு இருக்க வேண்டிய ஓர் இன்றியமையாத திறமை இது,” என்று நான் முன்பு குறிப்பிட்டிருந்தேன்.

மாதத்திற்கு 25 டாலர்கள் என்பது ஒரு பெரிய தொகை அல்ல என்பதை நான் அறிவேன். ஆனாலும், எனக்கு அப்போது முக்கியமானதாக இருந்தது பணமல்ல. மாறாக, ஒரு புதிய சிந்தனை முறையை, தகவல்களைக் கையாள்வதற்கான ஒரு முறையைப் பயன்படுத்தி ஒரு விளைவை உருவாக்க நான் கற்றுக் கொண்டிருந்தேன்.

இன்று என்னிடம் பெரும் பணம் இருப்பதற்கான காரணங்களில் ஒன்று, வித்தியாசமாகச் சிந்திப்பதற்கு எனக்குக் கற்றுக் கொடுக்கப்பட்டதும் பயிற்சியளிக்கப்பட்டதும்தான். 'பணக்காரத் தந்தை ஏழைத் தந்தை' புத்தகத்தை நீங்கள் படித்திருந்தால், முதல் அத்தியாயத்தின் தலைப்பு 'பணக்காரர்கள் பணத்திற்காக வேலை செய்வதில்லை' என்று இருந்தது உங்களுக்கு நினைவிருக்கக்கூடும். இக்கூற்று, E மற்றும் S கால்சதுரவாசிகளுக்குப் பிரச்சனையாக இருப்பதற்கான காரணங்களில் ஒன்று, அவர்களில் பெரும்பாலானோர், பணத்திற்காக வேலை செய்வது எப்படி என்பதைக் கற்றுக் கொள்வதற்காகக் கல்லூரிக்குச் சென்றதுதான். மற்றவர்களுடைய பணம் தங்களுக்காக வேலை செய்யும்படி ஏற்பாடு செய்வது எப்படி என்பதைக் கற்றுக் கொள்வதற்காக அவர்கள் கல்லூரிக்குச் செல்லவில்லை.

கிம்மும் நானும் 'த ரிச் டேட்' நிறுவனத்தைத் தொடங்கியபோது, நாங்கள் முதலீட்டாளர்களிடமிருந்து இரண்டரை இலட்சம் டாலர்கள் கடன் வாங்கினோம். எங்கள் நிறுவனம் தலையெடுத்ததும் நாங்கள் அந்தப் பணத்தைத் திருப்பிக் கொடுத்துவிட்டோம். இன்று, எனக்கும் கிம்முக்கும் மட்டுமல்லாமல், ரிச் டேட் நிறுவனத்துடன் தொடர்புடைய அனைத்து நிறுவனங்களுக்கும் தனிநபர்களுக்கும்கூட, அந்நிறுவனம் கோடிக்கணக்கான டாலர்களைப் பெற்றுக் கொடுத்துள்ளது. நான் முன்பே சொன்னதுபோல, முதலாளித்துவவாதிகள் தாராள மனம் படைத்தவர்கள்.

நான் சொல்ல வருவதெல்லாம் இதுதான்: சல்லிக்காசுகூட முதலீடு செய்யாமல் அடுத்தவர்களுடைய அல்லது ஒரு வங்கியினுடைய பணத்தைக் கொண்டு எப்படிப் பணம் பண்ணுவது என்பதை அறிந்த ஒருவர் ஒரு வித்தியாசமான உலகிற்குள் நுழைகிறார். கடினமான உழைப்பையும், அதிக வரிகளையும், முதலீடுகள்மீது குறைவான பதிலீடுகளையும் உள்ளடக்கிய, E மற்றும் S கால்சதுரங்களின் உலகிற்கு நேரெதிரான உலகம் அது.

சேமிப்பது ஒரு புத்திசாலித்தனமான காரியம் என்றும், பங்குச் சந்தையிலிருந்து கிடைக்கின்ற ஒரு 10 சதவீதப் பதிலீடு மதிப்பு வாய்ந்தது என்றும் பெரும்பாலான மக்கள் நம்புவதற்குக் காரணம், நிதிசார் கல்வியறிவு அவர்களுக்கு இல்லாததுதான்.

உங்களுக்கான மிகச் சிறந்த பதிலீடு உங்கள் முதலீட்டின்மீதான பதிலீடு அல்ல, மாறாக, உங்கள் தகவல்மீதான பதிலீடுதான். அதனால்தான் ஒரு நிதிசார் கல்வி இன்றியமையாததாக இருக்கிறது - குறிப்பாக, வருங்கால உலகின் நிச்சயமின்மைக்காக!

'கல்வி' என்ற வார்த்தையைப் பற்றிப் பின்வரும் விஷயத்தை நினைவில் வைத்துக் கொள்ளுங்கள்: "தகவலை அர்த்தமாக மாற்றுவதற்கான சக்தியைக் கல்வி நமக்குக் கொடுக்கிறது." தகவல் யுகத்தில், நிதிசார் தகவல்களால் நாம் மூழ்கடிக்கப்படுகிறோம். ஆனாலும், நிதிசார் கல்வி இல்லாமல், தகவலை நம்முடைய வாழ்க்கைக்கான பயனுள்ள அர்த்தமாக நம்மால் மாற்ற முடியாது.

இறுதியாக நான் ஒரு விஷயத்தைச் சொல்ல விரும்புகிறேன். உங்களுடைய எதிர்காலத்திற்கு I கால்சதுரம்தான் மிக முக்கியமான கால்சதுரமாகும். நீங்கள் வாழ்க்கை நடத்துவதற்கு என்ன வேலை

செய்து கொண்டிருந்தாலும் சரி, I கால்சதுரத்தில் நீங்கள் எவ்வளவு சிறப்பாகச் செயல்படுகிறீர்கள் என்பதுதான் உங்களுடைய எதிர்காலத்தைத் தீர்மானிக்கிறது. வேறு வார்த்தைகளில் கூறினால், E அல்லது S கால்சதுரத்தில் நீங்கள் எவ்வளவு குறைவான பணம் சம்பாதித்தாலும் சரி, I கால்சதுரத்தில் நிதிசார் கல்விதான் சுதந்திரத்திற்கும் பொருளாதாரப் பாதுகாப்பிற்குமான உங்களுடைய திறவுகோலாகும்.

எடுத்துக்காட்டாக, என்னுடைய சகோதரி ஒரு புத்தப் பிக்குணி. S கால்சதுரத்தில் அவருடைய சம்பாத்தியம் கிட்டத்தட்டப் பூஜ்ஜியமாகும். ஆனாலும் அவர் எங்களுடைய முதலீட்டுப் பயிற்சி வகுப்புகளில் பங்கு கொள்கிறார், தன்னுடைய நிதிசார் கல்வியறிவை அவர் சீராகவும் தொடர்ச்சியாகவும் வளர்த்துக் கொண்டிருக்கிறார். இன்று அவருடைய எதிர்காலம் ஒளிமயமானதாக இருக்கிறது. ஏனெனில், அவர் தன்னுடைய பணத்தை வங்கியில் சேமிப்பதையும் பரஸ்பர நிதிகளை வாங்குவதையும் நிறுத்திவிட்டு, வீடுமனைகளிலும் வெள்ளியிலும் முதலீடு செய்யத் தொடங்கினார். 2000 மற்றும் 2010 ஆம் ஆண்டுகளுக்கு இடைப்பட்டப் பத்து ஆண்டுகளில், ஒரு பிக்குணியாக S கால்சதுரத்தில் அவரால் சம்பாதிக்க முடியக்கூடிய தொகையைவிட மிக அதிகத் தொகையை அவர் I கால்சதுரத்தில் சம்பாதித்துள்ளார்.

நான் என்னுடைய சகோதரி குறித்துப் பெருமிதம் கொள்கிறேன். அவர் ஒரு துறவியாக இருக்கலாம், ஆனால் அவர் ஓர் ஏழைத் துறவியாக இருக்க வேண்டியதில்லை.

நீங்கள் இப்புத்தகத்தைத் தொடர்ந்து படிப்பதற்கு முன்

நாம் மேலும் தொடர்வதற்கு முன், உங்களுக்கான மிகப் பெரிய கேள்வி இது:

1. நீங்கள் எந்த நிலையிலான முதலீட்டாளர்?

....

நீங்கள் விரைவில் ஒரு செல்வந்தராக ஆவது குறித்து உண்மையிலேயே தீவிரமாக இருந்தால், முன்பு குறிப்பிடப்பட்ட ஐந்து நிலைகளையும் மீண்டும் மீண்டும் படியுங்கள். நான் அவற்றைப் படிக்கின்ற ஒவ்வொரு முறையும், என்னில் ஒரு சிறு பகுதியை அந்த ஐந்து நிலைகளிலும் நான் பார்க்கிறேன். நான் என்னுடைய வலிமைகளை உணர்ந்து கொள்வதோடு மட்டுமல்லாமல், என்னைப் பின்னுக்கு இழுத்துப் பிடிக்கின்ற என்னுடைய நடத்தைக் குறைபாடுகளையும் நான் கண்டறிகிறேன். உங்களுடைய வலிமைகளுக்கு மேலும் வலுவூட்டுவதும், உங்களுடைய நடத்தைக் குறைபாடுகளைக் கையாள்வதும்தான் மாபெரும் பொருளாதாரச் செல்வத்தை அடைவதற்கான வழியாகும். அதைச் செய்வதற்கான வழி, நீங்கள் கச்சிதமானவர் என்று பாசாங்கு செய்வதற்குப் பதிலாக, உங்களுடைய வலிமைகளையும் குறைகளையும் கண்டறிவதுதான்.

நாம் சிறந்தவர்கள் என்ற உணர்வை நாம் அனுபவிக்க விரும்புகிறோம். நான் ஓர் ஐந்தாம் நிலை முதலாளித்துவவாதியாக இருப்பதாக என் வாழ்வின் பெரும்பகுதியில் நான் கனவு கண்டு வந்துள்ளேன். ஒரு பங்குத் தரகருக்கும், குதிரைகள்மீது பந்தயம் கட்டுகின்ற ஒருவருக்கும் இடையேயான ஒற்றுமைகளை என்னுடைய பணக்காரத் தந்தை விளக்கிய நேரத்திலிருந்து, நான் ஒரு முதலாளித்துவவாதியாக ஆக விரும்பினேன் என்பதை நான் அறிந்திருந்தேன். ஆனால், இந்த ஐந்து நிலைகளையும் ஆய்வு செய்த பிறகு, என்னை இழுத்துப் பிடித்த என்னுடைய நடத்தைக் குறைபாடுகளை என்னால் பார்க்க முடிந்தது. நான்காம் நிலையில் என்னிடம் இருந்த குறைகள், நெருக்கடியான நேரங்களில் தம்முடைய அசிங்கமான தலைகளை வெளிக்காட்டியதை நான் கண்டேன். எனக்குள் இருந்த சூதாடி சிறப்பாகத்தான் விளையாடினான், ஆனால் அவன் போதிய அளவு சிறந்தவனாக இருக்கவில்லை. எனவே, கிம், என்னுடைய நண்பர்கள், கூடுதல் கல்வி ஆகியவற்றின் வழிகாட்டுதலுடன் நான் என்னுடைய நடத்தைக் குறைபாடுகளைக் கையாண்டு, அவற்றை என்னுடைய வலிமைகளாக மாற்றத் தொடங்கினேன். ஓர் ஐந்தாம் நிலை முதலீட்டாளராக என்னுடைய செயல்பாடு உடனடியாக மேம்பட்டது.

நான் இன்று ஓர் ஐந்தாம் நிலை முதலீட்டாளராகச் செயல்பட்டுக் கொண்டிருந்தாலும், நான் அந்த ஐந்து நிலைகளையும் மீண்டும் மீண்டும் படித்து, தொடர்ந்து என்னை மேம்படுத்திக் கொண்டிருக்கிறேன்.

உங்களுக்கான இன்னொரு கேள்வி இது:

2. எதிர்காலத்தில் நீங்கள் எந்த நிலை முதலீட்டாளராக இருக்க விரும்புகிறீர்கள் அல்லது இருந்தாக வேண்டும்?

   ....

எச்சரிக்கை

ஓர் ஐந்தாம் நிலை முதலீட்டாளராக ஆவதென்ற இலக்கைக் கொண்டிருக்கின்ற எவரொருவரும், முதலில், ஒரு நான்காம் நிலை முதலீட்டாளருக்கான திறமைகளைத் தன்னிடம் வளர்த்துக் கொண்டாக வேண்டும். ஐந்தாம் நிலையை அடைவதற்கு நீங்கள் நான்காம் நிலையை முதலில் கடந்தாக வேண்டும். அதை உங்களால் தவறவிட முடியாது. யாரேனும் அதைத் தவறவிட முயற்சித்தால், அவர் உண்மையில் ஒரு மூன்றாம் நிலை முதலீட்டாளராகத்தான், அதாவது, ஒரு சூதாடியாகத்தான் இருக்க வேண்டும்.

இரண்டாவது கேள்விக்கான உங்கள் விடையும் முதலாம் கேள்விக்கான விடையும் ஒன்றாக இருந்தால், நீங்கள் எங்கே இருக்க விரும்புகிறீர்களோ, நீங்கள் அங்கேதான் இருக்கிறீர்கள். ஒரு முதலீட்டாளராக இப்போது நீங்கள் இருக்கின்ற இடத்தில் நீங்கள் மகிழ்ச்சியாக இருக்கிறீர்கள் என்றால், இப்புத்தகத்தை நீங்கள் தொடர்ந்து படிக்கத் தேவையில்லை. நீங்கள் தற்போது எங்கு இருந்தாலும் அங்கு மகிழ்ச்சியாக இருப்பது வாழ்வின் மாபெரும் ஆனந்தங்களில் ஒன்று. வாழ்த்துகள்!

ஆனால், நிதிசார் விஷயங்கள் பற்றி அதிகமாகத் தெரிந்து கொள்ளவும், உங்களுடைய பொருளாதாரச் சுதந்திரத்தை நோக்கிப் பயணிக்கவும் நீங்கள் விரும்பினால், தொடர்ந்து படியுங்கள். இனி வரும் அத்தியாயங்கள், முக்கியமாக B மற்றும் I கால்சதுரங்களில் உள்ள ஒருவருடைய பண்புநலன்கள்மீது கவனம் செலுத்தவிருக்கின்றன. இந்த அத்தியாயங்களில், கேஷ்ஃபுளோ கால்சதுரத்தில் இடப்புறத்திலிருந்து வலப்புறத்திற்கு எப்படி அதிகச் சுலபமாகவும் அவ்வளவாக ஆபத்தின்றியும் இடம் பெயர்வது என்பதை நீங்கள் கற்றுக் கொள்வீர்கள். இடப்புறத்திலிருந்து வலப்புறத்திற்கான பெயர்ச்சி, வலப்புறத்திலுள்ள தொட்டுணரப்படக்கூடிய சொத்துகளை உருவாக்குவதைச் சாத்தியமாக்குகின்ற, இடப்புறத்திலுள்ள தொட்டுணரப்பட முடியாத சொத்துகள்மீது தொடர்ந்து கவனம் செலுத்தும்.

நாம் மேலும் தொடர்வதற்கு முன், நான் உங்களிடம் ஒரு கடைசிக் கேள்வியைக் கேட்க விரும்புகிறேன்:

3. பத்து ஆண்டுகளுக்கும் குறைவான நேரத்தில், வீடற்ற நிலையிலிருந்து ஒரு கோடீஸ்வரராக ஆவதற்கு, கிம்மும் நானும் எந்த நிலை முதலீட்டாளர்களாக இருக்க வேண்டியிருந்தது?

....

இக்கேள்விக்கான பதில் அடுத்த அத்தியாயத்தில் இடம் பெற்றுள்ளது. பொருளாதாரச் சுதந்திரத்தை நோக்கிய எங்களுடைய தனிப்பட்டப் பயணத்தில் எங்களுக்குக் கிடைத்தக் கற்றல் அனுபவங்கள் சிலவற்றை நான் உங்களோடு பகிர்ந்து கொள்ளவிருக்கிறேன்.

அத்தியாயம் 6

பணத்தை நீங்கள் உங்கள் கண்களால் பார்க்க முடியாது

பணம் என்பது உங்கள் மனத்தால் அதிகத் தெளிவாகப் பார்க்கப்படுகின்ற ஒரு யோசனையாகும்.

1974 இன் பிற்பகுதியில், வாய்கீகியில் நான் ஒரு சிறு வீட்டை விலைக்கு வாங்கினேன். இரண்டு படுக்கையறைகளைக் கொண்ட ஒரு சராசரி வீடு, 56,000 டாலர்கள் விலையில் விற்பனையாகியது. வாடகைக்கு விடுவதற்கு ஏற்றதாக அது இருந்தது. அந்த வீடு விரைவில் வாடகைக்குப் போய்விடும் என்பதை நான் அறிந்திருந்தேன்.

நான் இந்தப் பரிவர்த்தனையை என் பணக்காரத் தந்தையிடம் காட்டுவதற்காக உற்சாகமாக அவருடைய அலுவலகத்திற்குச் சென்றேன். அவர் அந்தப் பரிவர்த்தனை குறித்த ஆவணங்களை மேலோட்டமாகப் புரட்டிப் பார்த்துவிட்டு, "ஒவ்வொரு மாதமும் நீ எவ்வளவு பணத்தை இழக்கப் போகிறாய்?" என்று கேட்டார்.

"மாதத்திற்கு சுமார் 100 டாலர்கள்," என்று நான் பதிலளித்தேன்.

"முட்டாள்தனமாகப் பேசாதே. நான் இந்த ஆவணத்தை இன்னும் முழுதாகப் படிக்கவில்லை. ஆனாலும், நீ நூறு டாலர்களைவிட அதிகமாக இழக்கப் போகிறாய் என்பது மட்டும் உறுதி. அது போகட்டும், நீ பணத்தை இழக்கப் போகிறாய் என்று தெரிந்தும் நீ ஏன் இந்த முதலீட்டில் ஈடுபட்டாய்?"

"அந்த வீடு பார்ப்பதற்கு அழகாக இருந்தது. அது ஒரு நல்ல பரிவர்த்தனை என்று நான் நினைத்தேன். லேசாக வண்ணப்பூச்சு மட்டும் செய்துவிட்டால், அந்த வீடு புத்தம்புதியதுபோல ஆகிவிடும்," என்று நான் கூறினேன்.

"பணத்தை இழப்பதை அது நியாயப்படுத்தாது," என்று என் பணக்காரத் தந்தை கூறினார்.

"ஒவ்வொரு மாதமும் பணத்தை இழப்பது குறித்து நான் கவலைப்படத் தேவையில்லை என்று என்னுடைய வீடுமனை முகவர் கூறினார். ஒரு சில ஆண்டுகளில் இந்த வீட்டின் விலை இரட்டிப்பாகிவிடும் என்று அவர் கூறினார். மேலும், நான் இழக்கின்ற பணத்திற்கு அரசாங்கம் எனக்கு

வரிச் சலுகை கொடுக்கிறது. நான் இந்த வீட்டை வாங்காவிட்டால், வேறு யாரேனும் வாங்கிவிடுவார்களோ என்று நான் பயந்தேன். அந்த அளவுக்கு அது ஒரு நல்ல வாய்ப்பாக இருந்தது.''

என்னுடைய பணக்காரத் தந்தை எழுந்து சென்று தன்னுடைய அலுவலக அறைக் கதவை மூடிவிட்டு வந்தார். அவர் என்னை வறுத்தெடுக்கவிருந்தார் என்பதையும், பிறகு எனக்கு ஒரு முக்கியமான பாடத்தைக் கற்றுக் கொடுக்கவிருந்ததையும் நான் அறிந்தேன். இது போன்ற 'வகுப்புகள்' பலவற்றில் நான் முன்பு பல முறை கலந்து கொண்டிருந்தேன்.

"நீ ஒவ்வொரு மாதமும் எவ்வளவு பணத்தை இழக்கிறாய்?'' என்று அவர் மீண்டும் கேட்டார்.

நான் பதற்றத்துடன், "சுமார் 100 டாலர்கள்,'' என்று பதிலளித்தேன்.

என் பணக்காரத் தந்தை என்னுடைய ஆவணங்களைப் படித்துப் பார்த்துவிட்டு, நம்ப முடியாமல் தலையாட்டினார். எனக்கான படிப்பினை தொடங்கவிருந்தது. பணத்தையும் முதலீடு செய்வதையும் பற்றி என் வாழ்வின் முந்தைய 27 ஆண்டுகளில் நான் கற்றுக் கொண்டதைவிட, அந்த ஒரு நாளில் நான் அதிகமாகக் கற்றேன். நானாகவே முயற்சித்து ஒரு சொத்தில் முதலீடு செய்திருந்தது குறித்து என் பணக்காரத் தந்தை மகிழ்ந்தார், ஆனால் என்னை ஒரு மோசமான நிதி நெருக்கடிக்குள் கொண்டு தள்ளியிருக்கக்கூடிய சில கடுமையான தவறுகளை நான் செய்திருந்தேன். ஆனாலும், அந்த ஒரு முதலீட்டிலிருந்து நான் கற்றுக் கொண்ட பாடங்கள், காலப்போக்கில் எனக்குப் பற்பல இலட்சங்களைச் சம்பாதித்துக் கொடுத்தன.

பணம் உங்கள் மனத்தைக் கொண்டு பார்க்கப்படுகிறது

"உன்னுடைய கண்கள் பார்க்கின்றவை முக்கியமானவையல்ல. ஒரு சிறு வீடுமனை என்பது ஒரு சிறு வீடுமனை மட்டுமே. ஒரு நிறுவனத்தின் பங்குச் சான்றிதழ் என்பது ஒரு நிறுவனத்தின் பங்குச் சான்றிதழ் மட்டுமே. உன்னால் அவற்றைப் பார்க்க முடியும். ஆனால், உன்னால் பார்க்க முடியாதவைதாம் இங்கு முக்கியமாகும். அந்தப் பரிவர்த்தனை, அந்தப் பொருளாதார உடன்படிக்கை, சந்தை, நிர்வாகம். ஆபத்துக் காரணிகள், பணப் பெயர்ச்சி, பெருநிறுவனக் கட்டமைப்பு, வரிச் சட்டங்கள், மற்றும் ஓராயிரம் பிற விஷயங்கள்தாம் ஒன்றை ஒரு நல்ல முதலீடாகவோ அல்லது ஒரு மோசமான முதலீடாகவோ ஆக்குகின்றன.''

பிறகு அவர் அந்தப் பரிவர்த்தனையைப் பற்றிக் கேள்விகள் கேட்கத் தொடங்கினார். "நீ ஏன் இவ்வளவு அதிகமான வரி செலுத்த வேண்டும்? உன்னுடைய முதலீட்டின்மீதான பதிலீடு எவ்வளவு வரும்? இந்த முதலீடு உன்னுடைய நீண்டகால நிதிசார் உத்திக்குள் எப்படிப் பொருந்தும்? உன்னுடைய மூலதன விகிதம் என்ன? உன்னுடைய அமைப்பின் மதிப்பீடுகளை நீ ஆய்வு செய்தாயா? பழுதுபார்ப்புச் செலவுகளைக் கணக்கிடுவதற்கு நீ எந்த விகிதத்தைப் பயன்படுத்தினாய்? நீ வாங்கியுள்ள சொத்து அமைந்துள்ள பகுதியிலுள்ள சாலைகளைத் தோண்டிவிட்டு, போக்குவரத்துப் பாணியை நகர அரசாங்கம் மாற்றவிருப்பது குறித்தச் செய்தியை நீ கேள்விப்பட்டாயா? ஒரு பொதுச் சாலை உன்னுடைய கட்டடத்திற்கு முன்னால் அமைக்கப்படவுள்ளது.

ஓராண்டு காலம் நீடிக்கக்கூடிய இந்தப் பணித்திட்டத்தைத் தவிர்ப்பதற்கு, அங்கு வசிப்பவர்கள் அங்கிருந்து வேறு இடங்களுக்கு இடம்பெயர்ந்து கொண்டிருக்கின்றனர். அது உனக்குத் தெரியுமா? சந்தையின் போக்கு இன்று ஏறுமுகமாக இருப்பதை நான் அறிவேன், ஆனால் எது அந்தப் போக்கைத் தூண்டியுள்ளது என்பது உனக்குத் தெரியுமா? தொழில் பொருளாதாரமா அல்லது பேராசையா? இந்த ஏறுமுகப் போக்கு எவ்வளவு நாட்கள் தொடரும் என்று நீ நினைக்கிறாய்? உன்னுடைய கட்டடத்திற்கு யாரும் வாடகைக்கு வரவில்லை என்றால் என்னவாகும்? அப்போது உன்னால் எப்படி அந்த இடத்தைப் பராமரிக்க முடியும், உன்னுடைய நிலைமையை உன்னால் எப்படிக் கையாள முடியும்? பணத்தை இழப்பது ஒரு நல்ல பரிவர்த்தனை என்று நினைக்க எது உன்னைத் தூண்டியது? எனக்கு உன்னைக் குறித்து உண்மையிலேயே கவலையாக இருக்கிறது.''

``அது ஒரு நல்ல பரிவர்த்தனைபோலத் தோன்றியது,'' என்று நான் சுரத்தின்றிக் கூறினேன்.

பணக்காரத் தந்தை ஒரு புன்னகையுடன் எழுந்து என்னுடன் கைகுலுக்கிவிட்டு, ``நீ நடவடிக்கை எடுத்தது குறித்து நான் பெரிதும் மகிழ்கிறேன். பெரும்பாலான மக்கள் சிந்திக்கின்றனர், ஆனால் ஒருபோதும் செயலில் இறங்குவதில்லை. நீ ஏதேனும் செய்தால், நீ தவறுகள் செய்யக்கூடும். ஆனால் நம்முடைய தவறுகளிலிருந்துதான் நாம் அதிகமாகக் கற்றுக் கொள்கிறோம். முக்கியமான எதுவொன்றையும் உண்மையில் வகுப்பறையில் கற்க முடியாது என்பதை நினைவில் கொள். நடவடிக்கை எடுப்பதன் மூலமும், தவறுகள் செய்வதன் மூலமும், பிறகு அவற்றைத் திருத்திக் கொள்வதன் மூலமும் மட்டுமே நம்மால் கற்க முடியும். அப்போதுதான் ஞானம் நமக்குக் கைகூடுகிறது,'' என்று கூறினார்.

என் மனநிலை சிறிது மேம்பட்டது. நான் கற்றுக் கொள்ளத் தயாரானேன்.

மக்கள் ஒரு வீடுமனையையோ அல்லது ஒரு பங்கின் பெயரையோ பார்த்துவிட்டு, தங்கள் கண்கள் பார்க்கின்றவற்றின் அடிப்படையிலோ, ஒரு பங்குத் தரகர் அவர்களிடம் சொல்கின்றவற்றின் அடிப்படையிலோ, அல்லது தன்னுடைய சக ஊழியர் ஒருவர் கொடுக்கும் ஒரு துப்பின் அடிப்படையிலோ தீர்மானம் மேற்கொள்கின்றனர். அவர்கள் அறிவுபூர்வமாகச் செயலபடுவதற்குப் பதிலாக, உணர்ச்சிபூர்வமாக நடந்து கொள்கின்றனர்.

``அதனால்தான் பத்தில் ஒன்பது முதலீட்டாளர்களால் பணம் ஈட்ட முடிவதில்லை,'' என்று பணக்காரத் தந்தை கூறினார். ``அவர்கள் தங்கள் பணத்தை இழக்கக்கூடும் என்பதோடு மட்டுமல்லாமல், அவர்களால் பணம் சம்பாதிக்க முடிவதும் இல்லை. அவர்கள் சிறிதளவு சம்பாதிக்கின்றனர், சிறிதளவு இழக்கின்றனர். ஏதோ ஒரு வகையான சமநிலையில் அவர்கள் தங்கள் காலத்தை ஓட்டுகின்றனர். ஏனெனில், அவர்கள் தங்களுடைய மனங்களைக் கொண்டு முதலீடு செய்வதற்குப் பதிலாக, தங்களுடைய கண்களையும் உணர்ச்சிகளையும் கொண்டு முதலீடு செய்கின்றனர். பலர் மிக விரைவாகப் பணக்காரர்களாக ஆவதற்காக முதலீடு செய்கின்றனர். எனவே, அவர்கள் முதலீட்டாளர்களாக ஆவதற்குப் பதிலாக, கனவு காண்பவர்களாகவும், சூதாடிகளாகவும், மோசடிப் பேர்வழிகளாகவும் ஆகின்றனர். உலகம் இத்தகையோரால் நிரம்பி வழிகிறது. எனவே, நீ

முடித்துவிட்டு வந்திருக்கின்ற இந்தத் தோல்விகரமான பரிவர்த்தனையை நாம் இருவரும் நிதானமாக ஆய்வு செய்யலாம். இந்தப் பரிவர்த்தனையை ஒரு வெற்றிகரமான பரிவர்த்தனையாக மாற்றுவது எப்படி என்பதை நான் உனக்குக் கற்றுத் தருகிறேன். உன்னுடைய கண்களால் பார்க்க முடியாதவற்றைப் பார்க்க நான் உன் மனத்திற்குக் கற்றுக் கொடுப்பதிலிருந்து தொடங்கப் போகிறேன்.''

மோசமான பரிவர்த்தனை ஒரு நல்ல பரிவர்த்தனையாக உருமாறிய விதம்

மறுநாள் காலையில் நான் அந்த வீடுமனை முகவரிடம் திரும்பிச் சென்று, நான் அவருடன் செய்து கொண்ட உடன்படிக்கையை நிராகரித்துவிட்டு, மீண்டும் பேரப்பேச்சைத் தொடங்கினேன். அது ஓர் இனிய அனுபவமாக இருக்கவில்லை, ஆனால் நான் ஏராளமானவற்றைக் கற்றுக் கொண்டேன்.

மூன்று நாட்களுக்குப் பிறகு, நான் மீண்டும் என்னுடைய பணக்காரத் தந்தையிடம் சென்றேன். அந்த வீடுமனை முகவருக்கு அவருடைய முழு கமிஷன் தொகையும் கிடைத்தது. ஏனெனில், அவர் அதற்காக வேலை செய்திருந்தார். ஆனால் அந்தக் குடியிருப்பின் விலையில் எந்த மாற்றமும் நிகழவில்லை. இருப்பினும், முதலீட்டிற்கான நிபந்தனைகள் பெரிதும் வேறுபட்டிருந்தன. வட்டி விகிதம், தவணைத் தொகைக்கான நிபந்தனைகள், வட்டியும் முதலுமாகக் கடனைத் திருப்பிச் செலுத்துவதற்கான கால வரம்பு ஆகியவை குறித்து நாங்கள் மீண்டும் பேரம் பேசியிருந்தோம். அதன் மூலம், நான் பணத்தை இழப்பதற்குப் பதிலாக ஒவ்வொரு மாதமும் 80 டாலர்கள் நிகர இலாபம் சம்பாதிப்பது உறுதியாகியிருந்தது. நான் வாடகையைக் குறைத்தாலும், சந்தை நிலைமை மோசமடைந்தாலும்கூட, பணம் ஈட்டிக் கொண்டிருப்பேன். சந்தை நிலைமை மேம்பட்டால், என்னால் நிச்சயமாக வாடகையை உயர்த்த முடியும்.

"நீ மாதந்தோறும் 150 டாலர்களை அல்லது அதற்கும் கூடுதலாக இழப்பாய் என்று நான் கணித்தேன்,'' என்று என் பணக்காரத் தந்தை என்னிடம் கூறினார். "நீ தொடர்ந்து ஒவ்வொரு மாதமும் 150 டாலர்களை இழந்தால், உன்னுடைய சம்பளம் மற்றும் செலவுகளின் அடிப்படையில், இத்தகைய எத்தனைப் பரிவர்த்தனைகள் உனக்குக் கட்டுப்படியாகும்?''

"ஒரே ஒரு பரிவர்த்தனை எனக்குக் கட்டுப்படியானாலே அதிகம். பெரும்பாலான மாதங்களில், கூடுதலாக 150 டாலர்கள் என்னிடம் இருப்பதில்லை. நான் என்னுடைய முந்தைய பரிவர்த்தனையை இரத்து செய்யாமல் இருந்திருந்தால், வரிச் சலுகைகளைக் கணக்கில் எடுத்துக் கொண்ட பிறகும் ஒவ்வொரு மாதமும் பொருளாதாரரீதியாக நான் மிகவும் கஷ்டப்பட்டிருப்பேன். இந்த முதலீட்டைச் சமாளிப்பதற்கு நான் கூடுதலாக வேறு ஏதேனும் வேலை செய்ய வேண்டியிருந்திருக்கவும்கூடும்,'' என்று நான் பதிலளித்தேன்.

"இந்த 80 டாலர்கள் பண வரவை உள்ளடக்கிய எத்தனைப் பரிவர்த்தனைகள் உனக்குக் கட்டுப்படியாகும்?''

நான் ஒரு புன்னகையோடு, "எத்தனைப் பரிவர்த்தனைகள் என் கைக்கு அகப்படுகின்றனவோ, அத்தனைப் பரிவர்த்தனைகள்!" என்று பதிலளித்தேன்.

என்னுடைய பணக்காரத் தந்தை அதை ஆமோதித்துத் தலையசைத்தார். "சரி, நீ போய் அவற்றைக் கைவசப்படுத்திக் கொண்டு வா," என்று அவர் கூறினார்.

ஒரு சில ஆண்டுகளுக்குப் பிறகு, ஹவாயில் வீடுமனைகளின் விலை விண்ணைத் தொட்டது. ஆனால், ஒரே ஒரு சொத்துக்குப் பதிலாக, நான் ஏழு சொத்துகள் வைத்திருந்தேன். அவற்றின் விலைமதிப்பு இரண்டு மடங்கு அதிகரித்தது. சிறிதளவு நிதிசார் கல்வியறிவின் சக்தி அது!

உன்னால் இதைச் செய்ய முடியாது

நான் என்னுடைய புதிய நிபந்தனைகளுடன்கூடிய ஒப்பந்தத்தை என்னுடைய வீடுமனை முகவரிடம் எடுத்துச் சென்றபோது, "உன்னால் இதைச் செய்ய முடியாது," என்று அவர் கூறினார்.

நான் விரும்பியதை எப்படிச் சாத்தியமாக்குவது என்பதைப் பற்றிச் சிந்திக்கத் தொடங்க அந்த முகவரை ஒப்புக் கொள்ள வைப்பதற்குத்தான் மிக நீண்ட நேரம் ஆனது. எது எப்படியோ, இந்த ஒரு முதலீட்டிலிருந்து நான் பல பாடங்களைக் கற்றேன். யாரேனும் உங்களிடம், "உன்னால் இதைச் செய்ய முடியாது," என்று கூறும்போது, அவர்களுடைய ஒரு விரல் முன்னோக்கி உங்களைச் சுட்டிக்காட்டிக் கொண்டிருக்கக்கூடும், ஆனால் மூன்று விரல்கள் பின்னோக்கி அவரைச் சுட்டிக்காட்டிக் கொண்டிருக்கும் என்பதை நான் உணர்ந்து கொண்டது நான் கற்றுக் கொண்ட பாடங்களில் ஒன்று.

'உன்னால் இதைச் செய்ய முடியாது' என்று ஒருவர் உங்களிடம் சொல்வதன் உண்மையான அர்த்தம், அச்செயல் உங்களால் முடியாது என்பது அல்ல, மாறாக, அது அவர்களால் முடியாது என்பதுதான்.

பற்பல ஆண்டுகளுக்கு முன்பு, ரைட் சகோதரர்களிடம், "உங்களால் அதைச் செய்ய முடியாது," என்று கூறப்பட்டது ஒரு நல்ல எடுத்துக்காட்டு. நல்லவேளையாக, அச்சகோதரர்கள் மற்றவர்களின் எதிர்மறைப் பேச்சுக்குச் செவிசாய்க்கவில்லை.

ஒன்றரை இலட்சம் கோடி டாலர்கள் ஒரு வீடு தேடிச் சுற்றிக் கொண்டிருக்கின்றன

ஒவ்வொரு நாளும் பல கோடிக்கணக்கான டாலர்கள் பணம் மின்னணுத் தொழில்நுட்பத்தின் மூலம் உலகம் முழுவதும் இடம் பெயர்க்கப்படுகிறது. முன்னெப்போதையும்விட இப்போது அதிகப் பணம் உருவாக்கப்படுகிறது, அதிகப் பணம் இருக்கிறது. ஆனால் பிரச்சனை என்னவென்றால், அந்தப் பணம் பார்வைக்குப் புலப்படாததாக இருக்கிறது. இன்று, அப்பணத்தின் மிகப் பெரும் பகுதி மின்னணு வடிவில் இருக்கிறது. எனவே, மக்கள் தங்களுடைய கண்களால் பணத்தைத் தேடும்போது, அவர்களால் எதையும்

பார்க்க முடிவதில்லை. பெரும்பாலான மக்கள் தங்களுடைய மாதாந்திர அல்லது வாராந்திரச் சம்பளத்தைக் கொண்டு வாழ்க்கை நடத்தப் போராடிக் கொண்டிருக்கின்றனர். ஆனாலும் ஒன்றரை இலட்சம் கோடி டாலர்கள் பணம், தன்னை விரும்புகின்ற ஒருவரைத் தேடி, தினமும் உலகைச் சுற்றி வந்து கொண்டிருக்கிறது. தன்னை எவ்வாறு பேணுவது, எவ்வாறு பராமரிப்பது, மற்றும் எவ்வாறு வளர்த்தெடுப்பது என்பதை அறிந்த ஒருவரை அப்பணம் தேடிக் கொண்டிருக்கிறது. பணத்தை எவ்வாறு பேணி வளர்ப்பது என்பது உங்களுக்குத் தெரிந்திருந்தால், பணம் உங்களை நோக்கிப் பாய்ந்தோடி வரும். பணம் உங்களை நோக்கி வீசியெறியப்படும். அதை நீங்கள் எடுத்துக் கொள்ள வேண்டும் என்று மக்கள் உங்களிடம் கெஞ்சுவர்.

ஆனால் பணத்தை எவ்வாறு பேணுவது என்பது உங்களுக்குத் தெரியவில்லை என்றால், பணம் உங்களிடமிருந்து விலகியே இருக்கும். பணக்காரத் தந்தையைப் பொறுத்தவரை, நிதிசார் அறிவுக்கான வரையறை இதுதான்: 'நீங்கள் எவ்வளவு சம்பாதிக்கிறீர்கள் என்பது முக்கியமல்ல. மாறாக, நீங்கள் எவ்வளவு பணத்தைத் தக்கவைத்துக் கொள்கிறீர்கள், அந்தப் பணம் உங்களுக்காக எவ்வளவு கடுமையாக உழைக்கிறது, அதை எத்தனைத் தலைமுறைகளுக்கு உங்களால் தக்கவைத்துக் கொள்ள முடியும் என்பதுதான் முக்கியம்.'

பார்வையற்ற ஒருவர், பார்வையற்ற இன்னொருவரை வழிநடத்துதல்

"ஒரு சராசரி நபர் தான் முதலீடு செய்யும்போது 95 சதவீதம் தன்னுடைய கண்களைக் கொண்டும் 5 சதவீதம் மட்டுமே தன்னுடைய மனத்தைக் கொண்டும் செயல்படுகிறார். நீ B மற்றும் I கால்சதுரங்களில் ஒரு தொழில்முறையாளனாக ஆக விரும்பினால், உன்னுடைய கண்கள் வெறும் ஐந்து சதவீதமாக இருக்கவும், உன்னுடைய மனம் மீதி 95 சதவீதத்தைப் பார்க்கவும் நீ அவற்றைப் பயிற்றுவிக்க வேண்டும்," என்று என் பணக்காரத் தந்தை கூறினார். பணத்தைப் பார்ப்பதற்குத் தங்களுடைய மனங்களைப் பயிற்றுவிக்கின்ற மக்கள், அவ்வாறு பயிற்றுவிக்காத மக்களைவிட அளப்பரிய ஆற்றல் வாய்ந்தவர்களாக இருக்கின்றனர் என்று என்னுடைய பணக்காரத் தந்தை மேலும் விளக்கினார்.

நான் யாரிடமிருந்து நிதி ஆலோசனை பெறுகிறேன் என்பதில் அவர் மிகவும் பிடிவாதமாக இருந்தார். "பெரும்பாலான மக்கள் பொருளாதாரரீதியாக மிகவும் கஷ்டப்படுவதற்குக் காரணம், மனரீதியாகப் பார்வையற்றவர்களாக இருக்கின்ற நபர்களிடம் அவர்கள் அறிவுரை நாடுவதுதான். பார்வையற்ற ஒருவர், பார்வையற்ற இன்னொருவரை வழிநடத்திச் செல்வதைப் போன்றதுதான் இது. பணம் உன்னிடம் வர வேண்டும் என்று நீ விரும்பினால், அதை எவ்வாறு பேணிப் பராமரிப்பது என்பதை நீ அறிந்திருக்க வேண்டும். பணம் முதலில் உன்னுடைய சிந்தனையில் இல்லை என்றால், அது உன் கைகளுக்கு அகப்படாது. அது உன் கைகளுக்கு அகப்படாவிட்டால், பிறகு, பணமும் பணத்துடன்கூடிய மக்களும் உன்னிடமிருந்து விலகியே இருப்பர்."

பணத்தைப் பார்ப்பதற்கு உங்களுடைய மூளைக்குப் பயிற்சியளியுங்கள்

பணத்தைப் பார்ப்பதற்கு உங்கள் மூளையைப் பயிற்றுவிப்பதற்கு மேற்கொள்ளப்பட வேண்டிய முதல் நடவடிக்கை எது? இதற்கான விடை சுலபமானது. நிதிசார் கல்வியறிவுதான் அது. முதலாளித்துவத்தின் வார்த்தைகளையும் எண்களையும் புரிந்து கொள்வதற்கான திறனிலிருந்து அது தொடங்குகிறது. வார்த்தைகளும் எண்களும் உங்களுக்குப் புரியவில்லை என்றால், நீங்கள் ஓர் அந்நிய மொழியைப் பேசிக் கொண்டிருப்பதற்கு நிகரானது அது. பெரும்பாலான நேரம், ஒவ்வொரு கால்சதுரமும் ஓர் அந்நிய மொழியைப் பேசிக் கொண்டிருக்கிறது.

நீங்கள் கேஷ்ஃபுளோ கால்சதுரத்தைப் பார்த்தால், ஒவ்வொரு கால்சதுரமும் வேறொரு நாட்டைப் போன்றது. அவை ஒவ்வொன்றும் வெவ்வேறு வார்த்தைகளைப் பயன்படுத்துகின்றன. அந்த வார்த்தைகள் உங்களுக்குப் புரியாவிட்டால், எண்களை உங்களால் புரிந்து கொள்ள முடியாது.

எடுத்துக்காட்டாக, ஒரு மருத்துவர் உங்களிடம், "உங்களுடைய இதயச் சுருக்கம் 120 ஆக இருக்கிறது, விரிவு 80 ஆக இருக்கிறது," என்று கூறினால், அது நல்லதா அல்லது மோசமானதா? உங்களுடைய ஆரோக்கியத்தைப் பற்றி நீங்கள் தெரிந்து கொள்ள வேண்டியது இவ்வளவுதானா? இல்லை என்பது வெளிப்படையான பதில். ஆனால் இது ஒரு தொடக்கம் என்பதில் சந்தேகமில்லை.

"என்னுடைய பங்குகளின் விலை-வருவாய் விகிதம் 12. என்னுடைய வீட்டின் மூலதன விகிதம் 12," என்று கூறுவதைப் போன்றது இது. என்னுடைய செல்வத்தைப் பற்றி நான் தெரிந்து கொள்ள வேண்டியது இவ்வளவுதானா? இல்லை. ஆனால் இது ஒரு தொடக்கம். நாம் ஒரே வார்த்தைகளைப் பேசத் தொடங்கியிருக்கிறோம், ஒரே எண்களைப் பயன்படுத்தத் தொடங்கியிருக்கிறோம். இதுதான் நிதிசார் கல்வியறிவுக்கான தொடக்கமாகும். அது வார்த்தைகளையும் எண்களையும் அறிந்து கொள்வதிலிருந்து தொடங்குகிறது.

அந்த மருத்துவர் S கால்சதுரத்திலிருந்து பேசிக் கொண்டிருக்கிறார். அந்த முதலீட்டாளர் I கால்சதுரத்தின் வார்த்தைகளையும் எண்களையும் பயன்படுத்திப் பேசிக் கொண்டிருக்கிறார். அவர்கள் வெவ்வேறு மொழிகளைப் பேசிக் கொண்டிருப்பதற்கு ஒப்பானது இது.

"பணம் ஈட்டுவதற்குப் பணம் தேவை," என்று யாரேனும் என்னிடம் கூறும்போது, நான் அதற்கு உடன்பட மறுக்கிறேன். என்னுடைய அபிப்பிராயத்தில், பணத்தைக் கொண்டு பணம் சம்பாதிப்பதற்கான திறன், வார்த்தைகளையும் எண்களையும் புரிந்து கொள்வதிலிருந்து தொடங்குகிறது. "பணம் முதலில் உன்னுடைய சிந்தனையில் இல்லை என்றால், அது உன் கைகளுக்கு அகப்படாது," என்று என்னுடைய பணக்காரத் தந்தை அடிக்கடிக் கூறினார்.

உண்மையான ஆபத்து எது என்பதை அறிந்திடுங்கள்

பணத்தைப் பார்ப்பதற்கு உங்கள் மூளையைப் பயிற்றுவிப்பதில் நீங்கள் மேற்கொள்ள வேண்டிய இரண்டாவது நடவடிக்கை, உண்மையான ஆபத்து எது என்பதை உணர்ந்து கொள்ளக் கற்றுக் கொள்வதாகும். முதலீடு செய்வது ஆபத்தானது என்று யாரேனும் என்னிடம் கூறும்போது, நான் அவர்களிடம் வெறுமனே, "முதலீடு செய்வது ஆபத்தானது அல்ல. ஆனால் முதலீட்டைப் பற்றிய அறிவு இல்லாமல் இருப்பது ஆபத்தானது," என்று கூறுகிறேன்.

முதலீடு செய்வது என்பது ஒரு விமானத்தை ஓட்டிச் செல்வதைப் போன்றது. நீங்கள் ஒரு விமான ஓட்டுநர் பயிற்சிப் பள்ளிக்குச் சென்று, பல ஆண்டுகால அனுபவத்தைச் சம்பாதித்திருந்தால், விமானத்தை ஓட்டுவது குதூகலமூட்டுவதாகவும் உற்சாகமூட்டுவதாகவும் இருக்கும். ஆனால், நீங்கள் ஒரு விமானியாக ஆவதற்கான பயிற்சி எடுத்திருக்காவிட்டால், விமானம் ஓட்டுகின்ற வேலையை நான் வேறு யாரிடமாவது ஒப்படைத்துவிடுவேன்.

மோசமான அறிவுரை ஆபத்தானது

எந்த நிதிசார் ஆலோசனையும் பெறாமல் இருப்பதைவிட ஏதேனும் நிதிசார் ஆலோசனையைப் பெறுவது சிறந்தது என்று என்னுடைய பணக்காரத் தந்தை உறுதியாக நம்பினார். அவர் ஒரு திறந்த மனம் படைத்தவர். அவர் பண்பானவராகவும், அடுத்தவர் கூறியதைப் பொறுமையாகக் காது கொடுத்துக் கேட்பவராகவும் இருந்தார். ஆனால் இறுதியில், தன்னுடைய சொந்த நிதிசார் அறிவைக் கொண்டே அவர் தன் தீர்மானங்களை மேற்கொண்டார். "உனக்கு எதுவும் தெரியாது என்றால், எந்த அறிவுரையும் கிடைக்காமல் இருப்பதைவிட ஏதேனும் அறிவுரை கிடைப்பது சிறந்தது. ஆனால் மோசமான அறிவுரைக்கும் நல்ல அறிவுரைக்கும் இடையேயான வேறுபாட்டை உன்னால் உணர்ந்து கொள்ள முடியாவிட்டால், பிறகு அந்த அறிவுரை ஆபத்தானது," என்று அவர் கூறினார்.

பெரும்பாலான மக்கள், தங்களுடைய பெற்றோர் தங்களுக்கு வழங்கிய நிதிசார் தகவல்களின் அடிப்படையில் இயங்குவதால்தான்

பொருளாதாரரீதியாகக் கஷ்டப்பட்டுக் கொண்டிருக்கின்றனர் என்றும், பெரும்பாலானோர் பொருளாதாரரீதியாக வலிமையான குடும்பங்களைச் சேர்ந்தவர்கள் அல்லர் என்றும் பணக்காரத் தந்தை உறுதியாக நம்பினார். "மோசமான நிதிசார் அறிவுரை ஆபத்தானது. பெரும்பாலான மோசமான அறிவுரைகள் வீட்டிலிருந்துதான் வருகின்றன. தங்களுடைய பெற்றோர் நடந்து கொள்ளும் விதத்தைப் பார்த்துக் குழந்தைகள் கற்றுக் கொள்கின்றனர்," என்று அவர் அடிக்கடிக் கூறினார்.

நீங்கள் எவ்வளவு புத்திசாலியோ, உங்கள் ஆலோசகர்கள் அவ்வளவு புத்திசாலிகளாக மட்டுமே இருப்பர்

பணக்காரத் தந்தை இவ்வாறு கூறினார்: "நீ எவ்வளவு புத்திசாலியோ, உன்னுடைய ஆலோசகர்கள் அவ்வளவு புத்திசாலிகளாக மட்டுமே இருப்பர். நீ ஒரு புத்திசாலி அல்லன் என்றால், அவர்களால் உனக்கு அதிகமாக எதுவும் சொல்ல முடியாது. நீ சிறந்த நிதிசார் அறிவு கிடைக்கப் பெற்றவனாக இருந்தால், தகுதி வாய்ந்த ஆலோசகர்களால், சிறந்த நிதிசார் அறிவுரையை உனக்கு வழங்க முடியும். நீ பொருளாதாரரீதியாக அறியாமை மிக்கவனாக இருந்தால், சட்டப்படி, பாதுகாப்பான நிதிசார் உத்திகளை மட்டுமே அந்த ஆலோசகர்களால் உனக்கு வழங்க முடியும். முதலீட்டைப் பொறுத்தவரை நீ ஒரு வெகுளியாக இருந்தால், குறைவான ஆபத்துக் கொண்ட, குறைவான பதிலீடுகளை வழங்குகின்ற முதலீடுகளை மட்டுமே அவர்களால் உனக்குப் பரிந்துரைக்க முடியும். பல்வேறு முதலீடுகளைச் செய்யும்படி அவர்கள் உனக்கு அறிவுறுத்துவர். வெகு சில ஆலோசகர்கள் மட்டுமே உனக்குக் கற்றுக் கொடுக்க நேரம் ஒதுக்குவதைத் தேர்ந்தெடுப்பர். ஏனெனில், அவர்களுக்கு அவர்களுடைய நேரம்தான் பணம். எனவே, நிதிசார் கல்வியறிவு பெற்று உன்னுடைய பணத்தைச் சிறப்பாகக் கையாள்வதற்கு நீ பொறுப்பேற்றுக் கொண்டால், வெகு சிலர் மட்டுமே அறிந்துள்ள முதலீடுகளையும் உத்திகளையும் பற்றி, தகுதி வாய்ந்த ஓர் ஆலோசகரால் உனக்கு எடுத்துரைக்க முடியும். ஆனால், முதலில் நீ அந்த நிதிசார் அறிவைப் பெறுவதற்குத் தேவையானதைச் செய்ய வேண்டும். நீ எவ்வளவு புத்திசாலியாக இருக்கிறாயோ, உன்னுடைய ஆலோசகரால் அவ்வளவு புத்திசாலியாக மட்டுமே இருக்க முடியும் என்பதை நினைவில் கொள்."

உங்களுடைய வங்கியாளர் உங்களிடம் பொய்யுரைத்துக் கொண்டிருக்கிறாரா?

பணக்காரத் தந்தை பல வங்கியாளர்களைக் கையாள வேண்டியிருந்தது. அவர்கள் அவருடைய நிதிக் குழுவின் ஒரு முக்கியப் பகுதியாக விளங்கினர். பணக்காரத் தந்தை தன்னுடைய வங்கியாளர்களுடன் தோழமையாகவும் மரியாதையோடும் நடந்து கொண்டபோதிலும், தன்னுடைய சொந்த நலனைத் தான்தான் பாதுகாக்க வேண்டும் என்ற உணர்வு அவருக்கு எப்போதும் ஏற்பட்டது.

1974 இல் எனக்குக் கிடைத்த முதலீட்டு அனுபவத்திற்குப் பிறகு, பின்வரும் கேள்வியை அவர் என்னிடம் கேட்டார்: "உன்னுடைய வீடு ஒரு சொத்து என்று ஒரு வங்கியாளர் உன்னிடம் கூறினால், அவர் உன்னிடம் உண்மையைச் சொல்லிக் கொண்டிருக்கிறாரா?"

பெரும்பாலான மக்கள் நிதிசார் கல்வியறிவு அற்றவர்களாக இருப்பதாலும், பண விளையாட்டை அவர்கள் அறிந்திருக்காததாலும், தங்கள் நம்பிக்கைக்குரிய நபர்களுடைய அபிப்பிராயங்களையும் அறிவுரைகளையும் அவர்கள் ஏற்றுக் கொண்டாக வேண்டியிருக்கிறது. நீங்கள் நிதிசார் கல்வியறிவு இல்லாதவராக இருந்தால், அந்த அறிவு இருப்பதாக நீங்கள் நம்புகின்ற ஒருவரை நீங்கள் நம்பியாக வேண்டும். பலர் வேறு யாரோ ஒருவருடைய பரிந்துரைகளின் அடிப்படையிலேயே முதலீடு செய்கின்றனர், அவருடைய பரிந்துரைகளின் அடிப்படையிலேயே தங்களுடைய பணத்தை நிர்வகிக்கின்றனர். அது ஆபத்தானது.

அவர்கள் பொய்யுரைத்துக் கொண்டிருக்கவில்லை... ஆனால் அவர்கள் முழு உண்மையைக் கூறிக் கொண்டிருக்கவில்லை

உண்மை என்னவென்றால், உங்கள் வீடு ஒரு சொத்து என்று ஒரு வங்கியாளர் கூறும்போது, அவர் உங்களிடம் பொய்யுரைத்துக் கொண்டிருக்கவில்லை. ஆனால் அவர்கள் உங்களிடம் முழு உண்மையைக் கூறிக் கொண்டிருக்கவில்லை. உங்கள் வீடு ஒரு சொத்துதான் என்றாலும், அது யாருடைய சொத்து என்று அவர்கள் கூறுவதில்லை. நீங்கள் நிதி அறிக்கைகளைப் படித்தால், உங்கள் வீடு உங்களுடைய சொத்து அல்ல என்பதை உங்களால் சுலபமாகப் பார்க்க முடியும். அது வங்கியின் சொத்து. ஒரு சொத்துக்கும் ஒரு கடனுக்கும் இடையேயான வேறுபாட்டைப் பற்றிக் கூறும்போது, என்னுடைய பணக்காரத் தந்தை, "ஒரு சொத்து என்னுடைய பாக்கெட்டுக்குள் பணத்தைப் போடும். ஒரு கடன் என்னுடைய பாக்கெட்டிலிருந்து பணத்தை எடுத்துக் கொள்ளும்," என்று கூறுவார்.

கேஷ்ஃபுளோ கால்சதுரத்தின் இடப்புறத்தில் உள்ளவர்கள் இந்த வேறுபாட்டை அறிந்து கொள்ளத் தேவையில்லை. அவர்களில் பெரும்பாலானோர், தங்களுடைய வேலைகளில் பாதுகாப்பை உணர்வதிலும், தங்களுக்குச் சொந்தம் என்று அவர்கள் நினைத்துக் கொண்டிருக்கின்ற ஒரு நல்ல வீட்டை வைத்திருப்பதிலும் மகிழ்ச்சி கொள்கின்றனர். அந்த வீட்டைக் குறித்து அவர்கள் பெருமிதம் கொள்கின்றனர். அது தங்களுடைய கட்டுப்பாட்டில் இருப்பதாக அவர்கள் நினைக்கின்றனர். அவர்கள் அந்த வீட்டுக்கான தவணைத் தொகையை ஒழுங்காகச் செலுத்தும்வரை யாரும் அதை அவர்களிடமிருந்து பறிக்க மாட்டார்கள்.

ஆனால், கேஷ்ஃபுளோ கால்சதுரத்தின் வலப்புறத்தில் இருப்பவர்கள் கண்டிப்பாக அந்த வேறுபாட்டை அறிந்திருக்க வேண்டும். நிதிசார் கல்வியறிவைப் பெற்றிருத்தல் என்றால், பணத்தைப் பற்றிய ஒட்டுமொத்தக் காட்சியைப் புரிந்து கொள்வதற்கான திறனைப் பெற்றிருத்தல் என்று

அர்த்தமாகும். ஓர் அடமானப் பொருள், உங்களுடைய நிதி நிகர அறிக்கையில் சொத்துகளின் கீழே பட்டியலிடப்பட மாட்டாது, மாறாக, கடனின் கீழே பட்டியலிடப்படும் என்பதை நிதிசார் அறிவு கொண்டவர்கள் நன்றாக அறிவர். ஆனால் உண்மையில், உங்களுடைய அடமானப் பொருள், எல்லா இடங்களிலும் ஒரு நிதி நிகர அறிக்கையில் சொத்துகளின் கீழ் இடம்பெறுகிறது. வங்கியினுடைய நிதி நிகர அறிக்கையிலும் அது சொத்துகளின் கீழ் இடம்பெறுகிறது.

உங்களுடைய நிதி நிகர அறிக்கை

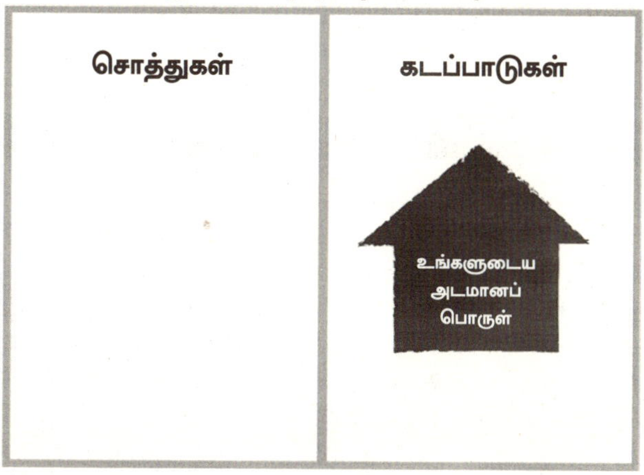

ஒரு நிதி நிகர அறிக்கை சமநிலையில் இருக்க வேண்டும் என்பதைக் கணக்கியல் படித்துள்ள எவரொருவரும் அறிவர். ஆனால் அது எங்கே சமநிலையில் இருக்கிறது? உங்களுடைய நிதி நிகர அறிக்கை சமநிலையில் இல்லை.

வங்கியின் நிதி நிகர அறிக்கை

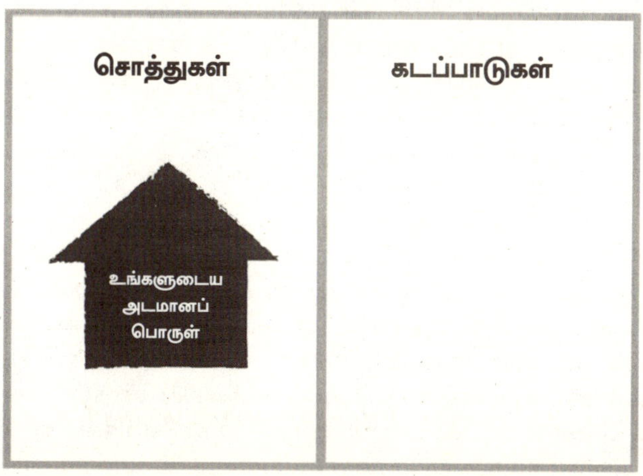

வங்கியின் நிதி நிகர அறிக்கையை நீங்கள் கவனித்தால், அது சமநிலையில் இருப்பதை நீங்கள் காண்பீர்கள். இப்போது அது அர்த்தம் பயப்பதாக இருக்கிறது. இது B மற்றும் I கணக்கீடாகும். ஆனால் அடிப்படைக் கணக்கியலில் அது இந்த விதத்தில் கற்றுக் கொடுக்கப்படுவதில்லை. கணக்கியலில், உங்களுடைய வீட்டின் விலைமதிப்பை ஒரு சொத்தாக நீங்கள் காட்டுவீர்கள். எந்தவோர் அடமானப் பொருளும் ஒரு கடனாகும். நீங்கள் இன்னொரு விஷயத்தையும் நினைவில் வைத்துக் கொள்ள வேண்டும். உங்களுடைய வீட்டின் விலைமதிப்பு, சந்தையின் ஏற்ற இறக்கங்களுக்கு ஏற்ப மாறும். ஆனால் உங்களுடைய அடமானப் பொருள்மீது சந்தையின் ஏற்ற இறக்கங்கள் எந்தத் தாக்கமும் ஏற்படுத்துவதில்லை. ஒரு தொழிலதிபரையும் ஒரு முதலீட்டாளரையும் பொறுத்தவரை, உங்கள் வீட்டின் விலைமதிப்பு ஒரு சொத்து அல்ல. ஏனெனில், அது பண வரவை உருவாக்குவதில்லை.

நீங்கள் உங்களுடைய வீட்டிற்கான தவணைத் தொகை முழுவதையும் கட்டி முடித்துவிட்டால்?

பலர் என்னிடம், "நான் என்னுடைய வீட்டிற்கான தவணைத் தொகை முழுவதையும் கட்டி முடித்துவிட்டால், அப்போது என் வீடு ஒரு சொத்தாக ஆகிவிடும், இல்லையா?" என்று கேட்கின்றனர்.

"பெரும்பாலான சமயங்களில், அது ஒரு கடனாகத்தான் இருக்கிறது," என்று நான் அவர்களுக்குப் பதிலளிக்கிறேன்.

அது உண்மையாக இருப்பதற்குப் பல காரணங்கள் உள்ளன. அவற்றில் ஒன்று, வீட்டின் பராமரிப்பு மற்றும் பேணல். சொத்து என்பது ஒரு காரைப் போன்றது. உங்களுடைய காரின்மீது எந்தத் தவணைத் தொகையும் இல்லை என்றாலும், அதை இயக்குவதற்குப் பணம் தேவை. ஏதேனும் ஒரு விஷயம் அதில் பழுதானால், விரைவில் எல்லாம் பழுதாகத் தொடங்கிவிடும். பெரும்பாலான சமயங்களில், மக்கள் தங்களுடைய வீடுகளையும் கார்களையும் பழுதுபார்ப்பதற்கு ஆகக்கூடிய செலவுக்கு, வரிக்குப் பிந்தைய பணத்தைப் பயன்படுத்துகின்றனர். ஒரு பொருள் நேர்மறையான பணப் பெயர்ச்சியின் மூலம் வருவாய் உற்பத்தி செய்தால் மட்டுமே அது ஒரு சொத்து என்று B மற்றும் I கால்சதுரவாசிகள் கருதுவர்.

முழுவதுமாகப் பணம் செலுத்தப்பட்டுவிட்ட ஒரு வீடுகூட ஒரு சொத்தாக இல்லாமல் இருப்பதற்கான முக்கியக் காரணம், அந்த வீடு உங்களுக்குச் சொந்தமில்லாததாக இருப்பதுதான். அந்த வீடு உங்களுக்குச் சொந்தமாகிவிட்டால்கூட அரசாங்கம் அதன்மீது வரி விதிக்கிறது. நீங்கள் உங்களுடைய சொத்து வரியைக் கட்டத் தவறினால், உங்கள் வீட்டின் உண்மையான சொந்தக்காரர் யார் என்பதை அப்போது நீங்கள் அறிவீர்கள்.

இங்கிருந்துதான் அடமானவரிப் பத்திரங்கள் வருகின்றன. 'பணக்காரத் தந்தை ஏழைத் தந்தை' நூலில் இதைப் பற்றி நான் எழுதினேன். இப்பத்திரங்கள், உங்கள் பணத்தின்மீது 16 சதவீதம்வரை வட்டி பெறுவதற்கான ஓர் அற்புதமான வழியாகும். வீட்டின் உரிமையாளர்கள் தங்களுடைய சொத்து வரிகளைக் கட்டத் தவறும்போது, அந்த வரிகள்மீது அரசாங்கம்

வட்டி விதிக்கிறது. வட்டி விகிதம் 10 சதவீதத்திலிருந்து 50 சதவீதம்வரை இருக்கும். நீங்கள் உங்களுடைய சொத்து வரிகளைச் செலுத்தாமல் இருந்து, என்னைப் போன்ற யாரேனும் அவற்றைச் செலுத்துகின்றபோது, நீங்கள் அந்த வரிகளோடு சேர்த்து அந்த வட்டியையும் எனக்குக் கொடுத்தாக வேண்டும். ஒரு குறிப்பிட்டக் காலத்திற்கு அத்தொகையை நீங்கள் எனக்குக் கொடுக்காவிட்டால், நான் முதலீடு செய்திருந்த பணத்திற்கு நான் உங்களுடைய வீட்டை எடுத்துக் கொள்வேன். அமெரிக்காவில் பெரும்பாலான மாநிலங்களில், சொத்து வரிகளுக்கு முன்னுரிமை கொடுக்கப்படுகிறது. நான் வெறும் ஒரு சில ஆயிரம் டாலர்களுக்கு இப்படிப் பல வீடுகளை வாங்கியிருக்கிறேன்.

வீடுமனைக்கான வரையறை

நீங்கள் உண்மையிலேயே பணத்தைப் பார்க்க விரும்பினால், முதலில் அதை நீங்கள் உங்கள் மனத்தால் பார்க்க வேண்டுமே அன்றி, உங்களுடைய கண்களால் அல்ல. உங்கள் மனத்தைப் பயிற்றுவிப்பதற்கு, வார்த்தைகள் மற்றும் எண் அமைப்புமுறைகளின் உண்மையான வரையறைகளை நீங்கள் அறிந்திருக்க வேண்டும்.

ஒரு சொத்துக்கும் ஒரு கடனுக்கும் இடையேயான வேறுபாட்டை இந்நேரம் நீங்கள் அறிந்திருப்பீர்கள். இப்போது, 'அடமானம்' என்ற வார்த்தைக்கான வரையறையையும், நிதி என்ற வார்த்தைக்கான வரையறையையும் நீங்கள் அறிந்து கொள்ள வேண்டும்.

1500 ஆம் ஆண்டுவாக்கில், வேளாண் யுகம் முடிந்து தொழில் யுகம் தொடங்கியபோது, அதிகாரம் இனியும் நிலம் மற்றும் வேளாண்மையின் அடிப்படையில் அமையவில்லை. விவசாயிகள் சொந்தமாக நிலம் வைத்துக் கொள்ள அனுமதித்த நிலச் சீர்திருத்தச் சட்டங்களுக்குச் செயல்விடை அளிக்கும் விதமாக, தாங்கள் மாற வேண்டியிருந்ததை அரசர்கள் உணர்ந்தனர். எனவே, அவர்கள் நில உரிமையின்மீதும் அடமானங்கள்மீதும் வரிகள் விதித்தனர். தங்களுடைய பணம் இனியும் நிலத்தில் இல்லை, மாறாக, அதிலிருந்து வருகின்ற வரிகளில் இருந்தது என்பதை உணர்ந்த அரசர்கள், அதிகரித்துக் கொண்டிருந்த வியாபாரத்தைக் கையாள்வதற்காக வங்கிகளை நிர்மாணித்தனர். இன்று, உங்கள் நிலத்தை நீங்கள் எவ்வளவு பணம் கொடுத்து வாங்கினாலும், அது உண்மையில் ஒருபோதும் உங்களுக்குச் சொந்தமானதாக இல்லை. அது அரசர்களுக்குச் சொந்தமானது! அரசுகளுக்குச் சொந்தமானது!

உங்களுடைய உண்மையான வட்டி விகிதம் என்ன?

தான் செலுத்திய வட்டியின் ஒவ்வொரு சென்ட்டுக்கும் என் தந்தை கடுமையாகப் பேரம் பேசினார். "உன்னுடைய வருடாந்திர வட்டி விகிதம் 8 சதவீதம் என்று உன்னுடைய வங்கியாளர் கூறும்போது, அது உண்மையிலேயே 8 சதவீதம்தானா?" என்று என் பணக்காரத் தந்தை என்னிடம் கேட்டார்.

நீங்கள் 1,00,000 டாலர்கள் விலை மதிப்புக் கொண்ட ஒரு வீட்டை, 20,000 டாலர்கள் முன்பணம் கொடுத்து வாங்குகிறீர்கள் என்று வைத்துக் கொள்வோம். மீதி 80,000 டாலர்களை 30 ஆண்டுகாலத்திற்கு 8 சதவீத வட்டிக்கு உங்கள் வங்கியிடமிருந்து நீங்கள் கடன் வாங்குகிறீர்கள்.

ஐந்து ஆண்டுகளில், நீங்கள் உங்கள் வங்கிக்கு மொத்தமாக 35,220 டாலர்கள் செலுத்துவீர்கள். அதில் 31,276 டாலர்கள் வட்டிக்குப் போய்விடும். 3,944 டாலர்கள் மட்டுமே கடன் குறைப்புக்கு நீங்கள் செலுத்துகிறீர்கள்.

நீங்கள் 30 ஆண்டுகள்வரை இப்படித் தவணைத் தொகையைச் செலுத்தி வந்தால், மொத்தமாக 2,11,323 டாலர்களை நீங்கள் உங்கள் வங்கிக்குக் கட்டியிருப்பீர்கள். நீங்கள் தொடக்கத்தில் வாங்கிய 80,000 டாலர்கள் கடன் தொகையை நீங்கள் இதிலிருந்து கழித்துக் கொள்ளுங்கள். அப்படியானால், நீங்கள் மொத்தமாக 1,31,323 டாலர்கள் வட்டி செலுத்தியிருப்பீர்கள். அது மட்டுமல்ல, 2,11,323 டாலர்களில், சொத்து வரிகளும் கடன்மீதான காப்பீடும் அடங்காது.

நான் முன்பே கூறியதுபோல, அவர்கள் பொய்யுரைத்துக் கொண்டிருக்கவில்லை. ஆனால், அவர்கள் முழு உண்மையைக் கூறிக் கொண்டிருக்கவில்லை. உங்களால் எண்களைப் படிக்க முடியாவிட்டால், உண்மை உங்களுக்கு ஒருபோதும் தெரியாது. நீங்கள் உங்கள் வீடு குறித்து மகிழ்ச்சியாக இருந்தால், அந்த உண்மையைத் தெரிந்து கொள்வதில் உங்களுக்கு எந்த அக்கறையும் இருக்காது. ஒரு சில ஆண்டுகளில், நீங்கள் இன்னொரு புதிய வீட்டை வாங்க விரும்புவீர்கள் என்பதை வீடுமனை துறை அறியும். உண்மையில், அவர்கள் அதை நம்பித்தான் இருக்கின்றனர்.

தொழிற்துறை சராசரி

வங்கித் துறையில், ஓர் அடமானத்தின் ஆயுட்காலம் சராசரியாக ஏழு ஆண்டுகள் என்று கூறப்படுகிறது. அதாவது, ஒரு சராசரி நபர், ஏழு ஆண்டுகளுக்கு ஒரு முறை ஒரு புதிய வீட்டை வாங்குவார் அல்லது தற்போதைய வீட்டின்மீது கூடுதல் கடன் வாங்குவார் என்று வங்கிகள் எதிர்பார்க்கின்றன. நாம் சற்று முன் பார்த்த எடுத்துக்காட்டில், ஏழு ஆண்டுகளுக்கு ஒரு முறை, தாங்கள் முதலில் கொடுக்கின்ற 80,000 டாலர்களும் வட்டியாக 43,291 டாலர்களும் தங்களுக்குக் கிடைக்கும் என்று வங்கிகள் எதிர்பார்க்கின்றன.

எதார்த்தத்தில், பெரும்பாலான மக்கள் தொடர்ந்து கடுமையாக உழைத்து, ஊதிய உயர்வுகள் பெற்று, புதிய கடன்களுடன் புதிய வீடுகள் வாங்குகின்றனர். மேலும், மக்கள் அதிக விலையுயர்ந்த வீடுகளை வாங்குவதற்கு அரசாங்கம் அவர்களுக்கு வரிச் சலுகைகளை வழங்குகிறது. அதாவது, அரசாங்கத்திற்கு அதிகமான சொத்து வரிகள் கிடைக்கின்றன.

நான் தொலைக்காட்சி பார்க்கின்ற ஒவ்வொரு முறையும், யாரோ ஒரு வசீகரமான விளையாட்டு வீரர் ஒரு புன்னகையுடன் திரையில் தோன்றி, உங்களுடைய கடனட்டைக் கடன்கள் அனைத்தையும் ஓர் ஒற்றைக் கடனாக மாற்றும்படி கூறுகிறார். அதன்படி, ஒரு குறைவான வட்டிக்கு ஒரு புதிய கடன் வாங்கி, உங்களுடைய கடனட்டைக் கடன் முழுவதையும் உங்களால்

அடைத்துவிட முடியும். இதைச் செய்வது ஏன் பொருளாதாரரீதியாக அறிவார்ந்தது என்று அவர்கள் பின்வரும் காரணத்தைக் கூறுகின்றனர்: "அது ஒரு புத்திசாலித்தனமான செயல். ஏனெனில், உங்களுடைய வீட்டின்மீதான அடமானக் கடனுக்கு நீங்கள் செலுத்துகின்ற வட்டிக்கு அரசாங்கம் ஒரு வரிச் சலுகையை வழங்குகிறது."

தங்களுக்கு ஒரு வழி கிடைத்துவிட்டதாக நினைக்கின்ற பார்வையாளர்கள், தங்களுடைய நிதி நிறுவனத்திடம் ஓடி, தங்களுடைய வீட்டின்மீது மாற்று அடமானக் கடன் வாங்கி, தங்களுடைய கடனட்டைக் கடன்களை மொத்தமாக அடைத்துவிட்டு, தாங்கள் ஒரு புத்திசாலித்தனமான காரியத்தைச் செய்திருப்பதாக மகிழ்கின்றனர்.

ஒரு சில வாரங்களுக்குப் பிறகு, அவர்கள் வெளியே போகும்போது, ஒரு புதிய ஆடையையோ அல்லது ஒரு புதிய தொலைக்காட்சியையோ பார்க்கின்றனர்; அல்லது, தங்களுடைய குழந்தைக்கு ஒரு புதிய சைக்கிள் தேவைப்படுகிறது என்பதை உணர்கின்றனர்; அல்லது, தாங்கள் ஒரு விடுமுறைக்குச் சென்று வெகு காலம் ஆகிவிட்டதால், இப்போது எங்கேனும் போய்வர வேண்டும் என்று நினைக்கின்றனர். இப்போது அவர்களுடைய கவனம் மீண்டும் கடனட்டையின் பக்கம் திரும்புகிறது. "ஒவ்வொரு மாதமும் சிறிது சிறிதாக அடைத்துவிடலாம்," என்று அவர்கள் தங்களுக்குத் தாங்களே கூறிக் கொள்கின்றனர்.

உணர்ச்சிகள் அறிவை அடக்கியாள்கின்றன. கடனட்டை மீண்டும் வெளியே தலைகாட்டுகிறது. நான் முன்பே கூறியதுபோல, உங்களுடைய வீடு ஒரு சொத்து என்று உங்கள் வங்கியாளர்கள் கூறும்போது, அவர்கள் பொய்யுரைத்துக் கொண்டிருக்கவில்லை. நீங்கள் கடனில் இருப்பதற்காக அரசாங்கம் வரி விலக்கு அளிக்கும்போது, அவர்கள் உங்களுடைய பொருளாதார எதிர்காலம் குறித்த அக்கறையில் அதைச் செய்வதில்லை. அரசாங்கம் தன்னுடைய பொருளாதார எதிர்காலத்தின்மீதே அக்கறை கொண்டுள்ளது. எனவே, உங்கள் வீடு ஒரு சொத்து என்று உங்கள் வங்கியாளரும், உங்கள் கணக்காளரும், உங்கள் வழக்கறிஞரும், உங்கள் ஆசிரியர்களும் உங்களிடம் சொல்லும்போது, அது யாருடைய சொத்து என்பதைப் பார்க்க அவர்கள் தவறிவிடுகின்றனர்.

சேமிப்புகள் சொத்துகளா?

உங்களுடைய சேமிப்புகள் உண்மையிலேயே சொத்துகள்தாம். அது நல்ல செய்தி. ஆனால் நீங்கள் உங்களுடைய நிதி அறிக்கைகளைப் படித்தால், ஒட்டுமொத்தக் காட்சியும் உங்களுக்குப் புரியும். உங்களுடைய சேமிப்புகள் சொத்துகள் என்பது உண்மைதான் என்றாலும், வங்கியின் நிதி நிகர அறிக்கையைப் பார்க்கும்போது, உங்களுடைய சேமிப்புகள் அதில் கடப்பாடுகளின் கீழ் பட்டியலிடப்பட்டுள்ளதை நீங்கள் காணலாம். உங்களுடைய நிதி நிகர அறிக்கையின் சொத்துகள் பகுதியில், உங்களுடைய சேமிப்புகளும் உங்களுடைய வங்கிக் கணக்கிருப்பும் இப்படித் தோன்றும்:

உங்களுடைய நிதி நிகர அறிக்கை

சொத்துகள்	கடப்பாடுகள்
உங்களுடைய சேமிப்புகள்	
உங்களுடைய வங்கிக் கணக்கிருப்பு	

உங்களுடைய வங்கியின் நிதி நிகர அறிக்கையின் சொத்துகள் பகுதியில், உங்களுடைய சேமிப்புகளும் உங்களுடைய வங்கிக் கணக்கிருப்பும் இப்படித் தோன்றும்:

வங்கியின் நிதி நிகர அறிக்கை

சொத்துகள்	கடப்பாடுகள்
	உங்களுடைய சேமிப்புகள்
	உங்களுடைய வங்கிக் கணக்கிருப்பு

உங்களுடைய சேமிப்புகளும் வங்கிக் கணக்கிருப்புகளும் வங்கிகளுக்கு ஏன் ஒரு கடனாக இருக்கின்றன? ஏனெனில், அவர்கள் உங்கள் பணத்திற்காக உங்களுக்கு வட்டிப் பணம் கொடுக்க வேண்டும். உங்கள் பணத்தைப் பாதுகாப்பதற்கு அவர்களுக்குப் பணம் செலவாகிறது.

இந்த இரண்டு படங்கள் மற்றும் வார்த்தைகளின் முக்கியத்துவத்தை உங்களால் புரிந்து கொள்ள முடிந்தால், பண விளையாட்டில் உங்கள் கண்களால் பார்க்க முடியாதவற்றைப் பற்றி உங்களால் சிறப்பாகப் புரிந்து கொள்ளத் தொடங்க முடியும்.

பணம் சேமிப்பதற்கு உங்களுக்கு ஏன் ஒரு வரிச் சலுகை வழங்கப்படுவதில்லை

ஒரு வீட்டை வாங்கி, அதன் மூலம் கடனுக்குள் மூழ்குவதற்கு உங்களுக்கு ஒரு வரிச் சலுகை வழங்கப்படுகிறது, ஆனால் பணத்தைச் சேமிப்பதற்கு ஒரு வரிச் சலுகை வழங்கப்படுவதில்லை. அதற்கான காரணத்தைப் பற்றி நீங்கள் எப்போதேனும் யோசித்திருக்கிறீர்களா?

எனக்கும் அது உறுதியாகத் தெரியவில்லை. ஆனால், உங்களுடைய சேமிப்புகள் வங்கிகளுக்கு ஒரு கடனாக இருப்பது ஒரு முக்கியக் காரணமாக இருக்கும் என்று நான் நினைக்கிறேன். உங்களுடைய சேமிப்பு அவர்களுக்கு ஒரு கடப்பாடு என்றால், நீங்கள் இன்னும் அதிகமான பணத்தை அவர்களுடைய வங்கியில் போடுவதற்கு உங்களை ஊக்குவிக்கின்ற ஒரு சட்டத்தை இயற்றும்படி அரசாங்கத்திடம் அவர்கள் ஏன் கேட்கப் போகிறார்கள்?

அவர்களுக்கு உங்களுடைய சேமிப்புகள் தேவையில்லை

மேலும், வங்கிகளுக்கு உங்களுடைய சேமிப்புகள் உண்மையில் தேவையில்லை. வைப்புக் கணக்குகளில் அவர்களுக்கு அவ்வளவு அதிகப் பணம் தேவைப்படுவதில்லை. ஏனெனில், பணத்தைக் குறைந்தபட்சம் பத்து மடங்கு அவர்களால் பூதாகரப்படுத்த முடியும். நீங்கள் உங்கள் வங்கியில் 1 டாலர் போட்டு வைத்தால், சட்டப்படியும், மத்திய வங்கி விதிக்கின்ற வங்கி இருப்பு வரம்புகளைப் பொறுத்தும், அந்த வங்கி 10 டாலர்கள் கடன் கொடுக்கலாம். அதைவிடக் கூடுதல் கடனும் கொடுக்கலாம். அப்படியானால், உங்களுடைய 1 டாலர் பணம் திடீரென்று 10 டாலர்களாகவோ அல்லது அதற்கும் கூடுதலாகவோ ஆகிவிடுகிறது. என்னவொரு மாயாஜாலம்! என்னுடைய பணக்காரத் தந்தை அதை என்னிடம் விளக்கிக் காட்டியபோது, அந்த யோசனை எனக்கு மிகவும் பிடித்துப் போயிற்று. அக்கணத்தில், ஒரு வங்கியாளராக ஆவதற்காகக் கல்லூரிக்குச் சென்று படிப்பதற்குப் பதிலாக, சொந்தமாக ஒரு வங்கியை உருவாக்க வேண்டும் என்ற விருப்பம் என்னுள் முளைத்தது.

இது போதாதென்று, அந்த வங்கி உங்களுடைய 1 டாலர்மீது ஒரு சதவீதத்திற்கும் குறைவான வட்டியைக் கொடுக்கக்கூடும். நாட்டின் பொருளாதார நிலைமை நன்றாக இருக்கும்போது, ஐந்து சதவீத வட்டி உங்களுக்குக் கிடைக்கக்கூடும். அதனால், நுகர்வோர் என்ற முறையில், நீங்கள் பாதுகாப்புணர்வை அனுபவிப்பீர்கள். ஏனெனில், வங்கி உங்கள் பணத்தின்மீது உங்களுக்கு ஏதோ கொடுக்கிறது. வங்கிகள் இதை ஒரு நல்ல வாடிக்கையாளர் உறவாகப் பார்க்கின்றன. ஏனெனில், நீங்கள் அவர்களிடம் சேமித்தால், நீங்கள் அவர்களிடமிருந்து கடனும் வாங்குவீர்கள், இல்லையா? நீங்கள் அப்படிச் செய்ய வேண்டும் என்று அவர்கள் விரும்புகின்றனர். ஏனெனில், நீங்கள் வாங்குகின்ற கடன்மீது அவர்களால் 9 சதவீதமோ அல்லது அதற்கு அதிகமாகவோ வட்டி விதிக்க முடியும். உங்களுடைய 1 டாலரின்மீது 1 சதவீதத்திற்கும் குறைவான வட்டியே நீங்கள் ஈட்டக்கூடும், ஆனால் உங்களுடைய அந்த 1 டாலர் உருவாக்கியுள்ள 10 டாலர் கடனின்மீது

அந்த வங்கியால் 9 சதவீதமோ அல்லது அதற்கு அதிகமான வட்டியோ வசூலிக்க முடியும். சமீபத்தில், 8.9 சதவீத வட்டி என்ற விளம்பரத்துடன் ஒரு புதிய கடனட்டை அறிமுகப்படுத்தப்பட்டது. அவர்கள் அதை எனக்கும் பரிந்துரைத்தனர். ஆனால், நம்மால் வாசிக்க முடியாத அளவு மிகச் சிறியதாகத் தட்டச்சு செய்யப்பட்டிருந்த அவர்களுடைய நிபந்தனைகளை நான் படித்தபோது, அது உண்மையில் 23 சதவீத வட்டி என்பதை நான் புரிந்து கொண்டேன். நான் அந்தக் கடனட்டை முகவருக்கு ஒரு பெரிய கும்பிடு போட்டுவிட்டு நடையைக் கட்டினேன் என்பதை நான் கூறவும் வேண்டுமா?

அவர்கள் எப்படியும் உங்கள் சேமிப்பைப் பெற்றுவிடுகின்றனர்

சேமிப்பிற்கு அவர்கள் எந்த வரிச் சலுகையும் வழங்காமல் இருப்பதற்கான இன்னொரு காரணம் மிகவும் வெளிப்படையானது. உங்களால் எண்களைப் படிக்க முடிந்து, பணம் எந்தத் திசையில் இடம் பெயர்கிறது என்பதை உங்களால் பார்க்க முடிந்தால், உங்களுடைய சேமிப்பு எப்படியும் அவர்களுக்குக் கிடைத்துவிடுகிறது என்பதை நீங்கள் காண்பீர்கள். உங்களுடைய சொத்துகள் பகுதியில் நீங்கள் சேமிக்கக்கூடிய பணம், உங்களுடைய அடமானத்தின்மீதான வட்டிக் கட்டணத்தின் வடிவில் உங்களுடைய கடப்பாடுகள் பகுதியிலிருந்து வெளியேறிக் கொண்டிருக்கிறது. இது உங்கள் வங்கியின் சொத்துகள் பகுதிக்குள் நுழைந்துவிடுகிறது. பணப் பெயர்ச்சிப் போக்கு இப்படிக் காட்சியளிக்கிறது:

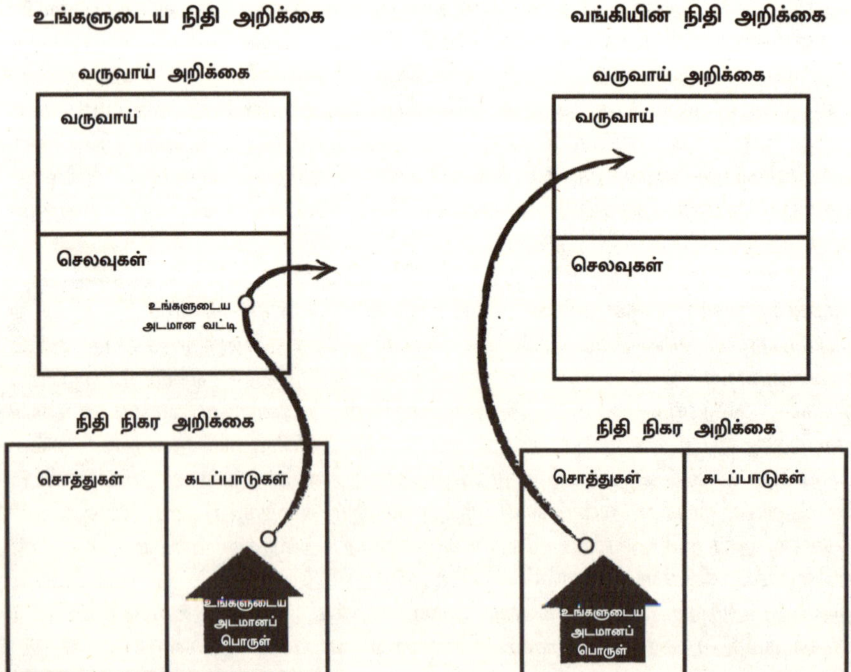

அதனால்தான், சேமிப்பதற்கு அரசாங்கம் உங்களுக்கு ஒரு வரிச் சலுகை அளிப்பதை அவர்கள் ஊக்குவிப்பதில்லை. கடன்மீதான வட்டிக் கட்டணத்தின் வடிவில் அவர்கள் எப்படியும் உங்களுடைய சேமிப்பைப் பெற்றுவிடுகின்றனர்.

அரசியல்வாதிகள் இந்த அமைப்புமுறையில் தலையிடுவதில்லை. ஏனெனில், வங்கிகள், காப்பீட்டு நிறுவனங்கள், கட்டடத் தொழிற்துறை, தரகு நிறுவனங்கள் போன்றவை அவர்களுடைய பிரச்சாரங்களுக்கு ஏராளமான பணத்தை வாரி இறைக்கின்றன. இந்த விளையாட்டின் பெயர் அரசியல்வாதிகளுக்கு நன்றாகவே தெரியும்.

விளையாட்டின் பெயர்

1974 இல், அந்த விளையாட்டு எனக்கு எதிராக விளையாடப்பட்டதால் என்னுடைய பணக்காரத் தந்தை மிகவும் வருந்தினார். அந்த விளையாட்டு எனக்கு எதிராக விளையாடப்பட்டிருந்ததை நான் அறியவில்லை. நான் ஒரு மோசமான முதலீட்டைச் செய்திருந்தேன், ஆனால் அது ஒரு வெற்றிகரமான முதலீடு என்று நான் நம்ப வைக்கப்பட்டிருந்தேன்.

"நீ இந்த விளையாட்டில் நுழைந்துள்ளது குறித்து நான் மகிழ்கிறேன், ஆனால் விளையாட்டு என்ன என்பதை யாரும் உன்னிடம் இதுவரை கூறியதில்லை என்பதால், நீ தோற்கும் குழுவிற்குள் தள்ளப்பட்டுள்ளாய்," என்று என்னுடைய பணக்காரத் தந்தை கூறினார்.

பிறகு இந்த விளையாட்டின் அடிப்படைகளை அவர் எனக்கு விளக்கினார்: " 'யாருக்கு யார் கடன்பட்டிருக்கிறார்கள்?' என்பதுதான் முதலாளித்துவ விளையாட்டின் பெயர்." விளையாட்டு எனக்குத் தெரிந்தவுடன், நான் அதைச் சிறப்பாக விளையாடத் தொடங்கிவிட்டேன்.

நீங்கள் எத்தனை அதிகமான நபர்களுக்குக் கடன்பட்டிருக்கிறீர்களோ, நீங்கள் அவ்வளவு வறியவராக இருக்கிறீர்கள்

"நீ எவ்வளவு அதிகமான நபர்களுக்குக் கடன்பட்டிருக்கிறாயோ, நீ அவ்வளவு வறியவனாக இருக்கிறாய். எவ்வளவு அதிகமான மக்கள் உனக்குக் கடன்பட்டிருக்கும்படி நீ செய்கிறாயோ, நீ அவ்வளவு பெரிய செல்வந்தனாக இருக்கிறாய். அதுதான் விளையாட்டு," என்று பணக்காரத் தந்தை கூறினார்.

நான் திறந்த மனத்துடன் இருக்க மிகவும் போராடினேன். எனவே, அவர் மேலும் விளக்கட்டும் என்று நினைத்துக் கொண்டு நான் மௌனமாக இருந்துவிட்டேன்.

"நாம் எல்லோருமே யாரோ ஒருவருக்குக் கடன்பட்டிருக்கிறோம். அந்தக் கடன் கட்டுக்கடங்காமல் போகும்போது பிரச்சனைகள் முளைக்கின்றன. துரதிர்ஷ்டவசமாக, இவ்வுலகின் ஏழை மக்கள் முதலாளித்துவ விளையாட்டால் கடுமையாகப் பாதிக்கப்பட்டுள்ளதால், அவர்கள் பெரும் கடன்களில் மூழ்கிக் கிடக்கின்றனர். ஏழை நாடுகளின் விஷயத்திலும் இது உண்மையாக

இருக்கிறது. உலகம் ஏழைகளிடமிருந்தும், பலவீனமானவர்களிடமிருந்தும், நிதிசார் அறிவு இல்லாதவர்களிடமிருந்தும் எடுத்துக் கொள்கிறது. உங்களுக்கு மிக அதிகக் கடன் இருந்தால், உங்கள் நேரம், உங்கள் வேலை, உங்கள் வீடு, உங்கள் வாழ்க்கை, உங்கள் தன்னம்பிக்கை உட்பட, உங்களிடம் இருக்கின்ற எல்லாவற்றையும் அது எடுத்துக் கொள்கிறது. நீங்கள் அனுமதித்தால், அது உங்களுடைய கண்ணியத்தையும் எடுத்துக் கொண்டுவிடும். நான் விதிமுறைகளை உருவாக்குவதில்லை, ஆனால் முதலாளித்துவ விளையாட்டு எனக்கு நன்றாகத் தெரியும். அதனால் அதை நான் சிறப்பாக விளையாடுகிறேன். அதை எப்படி விளையாடுவது என்பதை நீங்கள் கற்றுக் கொள்ள விரும்பினால், நான் அதை உங்களுக்கு விளக்கத் தயாராக இருக்கிறேன். அந்த விளையாட்டில் நீங்கள் கைதேர்ந்தவராக ஆன பிறகு, உங்களுக்குத் தெரிந்த விஷயங்களைக் கொண்டு என்ன செய்வது என்பதை நீங்கள் தீர்மானித்துக் கொள்ளலாம்.

பணம் ஒரு கடன்

நம்முடைய நாணயம்கூடக் கடனுக்கான ஒரு கருவியே அன்றி, இலாபப் பங்கின் ஒரு கருவி அல்ல. பயன்படுத்தப்படுகின்ற ஒவ்வொரு டாலருக்கும் இணையான மதிப்புக் கொண்ட தங்கமோ அல்லது வெள்ளியோ இருப்பில் வைக்கப்பட வேண்டும். ஆனால் இப்போது, கடன் உறுதிப் பத்திரம் அதன் இடத்தை எடுத்துக் கொண்டுள்ளது. வரி செலுத்துகின்ற அமெரிக்கர்கள் வேலை செய்து இந்தக் கடன் உறுதிப் பத்திரத்திற்கான தொகையைச் செலுத்திவிடுவர் என்பதை எஞ்சிய உலகம் நம்பும்வரை, உலகத்திற்கு நம்முடைய டாலர்மீது நம்பிக்கை இருக்கிறது என்று அர்த்தம். பணத்தின் முக்கிய அம்சமான நம்பிக்கை திடீரென்று மறைந்துவிட்டால், பொருளாதாரம், சீட்டுகளால் கட்டப்பட்ட ஒரு வீட்டைப்போலப் பொலபொலவென்று சரிந்துவிடும்.

இரண்டாம் உலகப் போருக்கு முன்பு ஜெர்மானிய அரசாங்கத்தின் ‘மார்க்குகள்’ முற்றிலுமாக மதிப்பிழந்தன. ஒரு முதிய பெண்மணி ஒரு சிறிய தள்ளுவண்டி நிறைய மார்க்கு நோட்டுகளை எடுத்துக் கொண்டு ஒரு முழு ரொட்டியை வாங்குவதற்காகப் போனது பற்றிய ஒரு கதை கூறப்படுகிறது. அவள் எதற்காகவோ வேறு பக்கமாகத் திரும்பியபோது, யாரோ அவளுடைய தள்ளுவண்டியிலிருந்த பணம் முழுவதையும் கீழே கொட்டிவிட்டு அந்தத் தள்ளுவண்டியை எடுத்துக் கொண்டு ஓடிவிட்டானாம். அந்தத் தெரு முழுக்க அந்தப் பண நோட்டுகள் சிதறிக் கிடந்தனவாம்.

அதனால்தான், இன்று பெரும்பாலான பணம் ‘மதிப்பில்லா பணமாக’ இருக்கிறது. தங்கம், வெள்ளி போன்ற தொட்டுணரப்படக்கூடிய எதுவொன்றாகவும் அந்தப் பணத்தை உருமாற்ற முடியாது. அந்தப் பணத்தை ஆதரிக்கின்ற அரசின்மீது மக்களுக்கு நம்பிக்கை இருக்கும்வரை மட்டுமே அந்தப் பணம் பயன்படும்.

இன்று, சர்வதேசப் பொருளாதாரத்தின் பெரும் பகுதி, கடன் மற்றும் நம்பிக்கையை அடிப்படையாகக் கொண்டுள்ளது. நாம் எல்லோரும் கைகோர்த்துக் கொண்டு இணக்கமாக நடந்து கொள்ளும்வரை எந்தப் பிரச்சனையும் இல்லை.

யாருக்கு யார் கடன்பட்டுள்ளார்கள்?

1974 இல், 56,000 டாலர்கள் விலை மதிப்புக் கொண்ட அந்தக் குடியிருப்பை வாங்குவது எப்படி என்பதை நான் கற்றுக் கொண்டிருந்த நேரத்தில், பரிவர்த்தனைகளை எவ்வாறு வடிவமைக்க வேண்டும் என்பது குறித்த ஒரு முக்கியமான பாடத்தை என்னுடைய பணக்காரத் தந்தை எனக்குக் கற்றுக் கொடுத்தார்.

" 'யாருக்கு யார் கடன்பட்டுள்ளார்கள்?' என்பதுதான் விளையாட்டின் பெயர்," என்று அவர் கூறினார். "யாரோ உன்னைக் கடனாளி ஆக்கிவிட்டார்கள். இது எப்படி இருக்கிறது என்றால், நீ உன்னுடைய பத்து நண்பர்களோடு ஓர் உணவகத்திற்கு உணவருந்தப் போகிறாய். நீ சாப்பிட்டு முடித்துக் கை கழுவிவிட்டுத் திரும்பி வரும்போது, உன்னுடைய நண்பர்கள் அங்கிருந்து மாயமாய் மறைந்துவிட்டனர். ஆனால் உங்கள் அனைவருக்குமான பில் மட்டும் உங்கள் மேசைமீது இருக்கிறது. நீ இந்த விளையாட்டை விளையாடப் போகிறாய் என்றால், நீ அதைப் புரிந்து கொள்ள வேண்டும், அதன் விதிமுறைகளை அறிந்து கொள்ள வேண்டும், அதே மொழியைப் பேச வேண்டும், நீ யாரோடு விளையாடிக் கொண்டிருக்கிறாய் என்பதை நீ அறிந்திருக்க வேண்டும். இல்லாவிட்டால், நீ அந்த விளையாட்டை விளையாடுவதற்குப் பதிலாக, யாரோ அதை உன்மீது விளையாடிக் கொண்டிருப்பார்கள்."

அது ஒரு விளையாட்டு மட்டுமே

என்னுடைய பணக்காரத் தந்தை கூறிக் கொண்டிருந்ததைக் கேட்டு முதலில் எனக்குக் கோபம் வந்தது, ஆனால் நான் பொறுமையாகக் காது கொடுத்துக் கேட்டு, அதைப் புரிந்து கொள்ள என்னால் முடிந்த அளவு சிறப்பாக முயற்சித்தேன். இறுதியில், என்னால் புரிந்து கொள்ள முடிந்த ஒரு விதத்தில் அவர் அதை விளக்கினார். "கால்பந்து விளையாடுவது உனக்குப் பிடிக்கும், இல்லையா?" என்று அவர் என்னிடம் கேட்டார்.

நான் ஆமோதித்துத் தலையாட்டினேன். "நான் அதை நேசிக்கிறேன்," என்று நான் கூறினேன்.

"என்னுடைய விளையாட்டு, பணம். அதை நான் மிகவும் நேசிக்கிறேன்," என்று பணக்காரத் தந்தை கூறினார்.

"ஆனால் பலருக்கு, பணம் ஒரு விளையாட்டல்ல," என்று நான் கூறினேன்.

"அது உண்மைதான். பெரும்பாலான மக்களுக்கு, அது அவர்களுடைய பிழைப்பு. அவர்கள் வலுக்கட்டாயமாக ஈடுபடுத்தப்படுகின்ற ஒரு விளையாட்டு அது. அதை அவர்கள் வெறுக்கின்றனர். துரதிர்ஷ்டவசமாக, நாம் எவ்வளவு அதிக நாகரிகமானவர்களாக ஆகிறோமோ, அவ்வளவு அதிகமாக, பணம் நம்முடைய வாழ்வின் ஒரு பகுதியாக ஆகிறது," என்று பணக்காரத் தந்தை கூறினார்.

அவர் இந்தக் கேஷ்ஃபுளோ கால்சதுரத்தை வரைந்தார்.

"இதை ஒரு டென்னிஸ் மைதானமாகவோ அல்லது கால்பந்து மைதானமாகவோ கற்பனை செய்து கொள். நீ பண விளையாட்டை விளையாடப் போகிறாய் என்றால், நீ எந்த அணியில் இடம்பெற விரும்புகிறாய்: E, S, B அல்லது I? மைதானத்தின் எந்தப் பக்கத்தில் நீ இடம்பெற விரும்புகிறாய்: வலப்புறமா அல்லது இடப்புறமா?"

நான் வேகமாக வலப்புறத்தைச் சுட்டிக்காட்டினேன்.

நீ கடனையும் ஆபத்தையும் ஏற்றுக் கொண்டால், உனக்கு வெகுமதி வழங்கப்பட வேண்டும்

பணக்காரத் தந்தை தொடர்ந்தார். "அதனால்தான், நீ திடுதிப்பென்று அந்த விளையாட்டில் இறங்கி, முப்பது ஆண்டுகளுக்கு மாதந்தோறும் 150 டாலர்கள் பணத்தை இழப்பது ஒரு நல்ல பரிவர்த்தனை என்று யாரோ ஒரு விற்பனை முகவர் கூறுவதை நம்பிவிடக்கூடாது. நீ பணத்தை இழப்பதற்கு அரசாங்கம் உனக்கு ஒரு வரிச் சலுகை கொடுக்கும் என்றும், வீடுமனையின் விலை கிடுகிடுவென்று உயரும் என்றும் தான் எதிர்பார்ப்பதாக அவன் அதற்குக் காரணம் கூறுவான். அந்த மனநிலையோடு நீ அந்த விளையாட்டை விளையாடக்கூடாது. அந்த அபிப்பிராயங்கள் மெய்யாகக்கூடும் என்றாலும், கேஷ்ஃபுளோ கால்சதுரத்தின் வலப்புறத்தில் அந்த விளையாட்டு அவ்விதத்தில் விளையாடப்படுவது இல்லை. நீ கடனுக்குள்ளாக வேண்டும், ஆபத்துகளை சுவீகரித்துக் கொள்ள வேண்டும், அதற்குப் பணமும் செலுத்த வேண்டும் என்று யாரோ உன்னிடம் சொல்லிக் கொண்டிருக்கிறார்கள். அது ஒரு நல்ல யோசனை என்று இடப்புறத்தில் உள்ளோர் நினைக்கின்றனர், ஆனால் வலப்புறத்தில் உள்ளோர் அப்படி நினைப்பதில்லை."

என் உடல் நடுங்கியது. பணக்காரத் தந்தை மேலும் தொடர்ந்தார். "என்னுடைய வழியைப் பார். நீ இந்த வீட்டுக்கு 56,000 டாலர்கள் விலை கொடுக்கத் தயாராக இருக்கிறாய். கடனுக்கு உள்ளாகவும் ஆபத்தை எதிர்கொள்ளவும் நீ ஒப்புக் கொண்டிருக்கிறாய். அந்த இடத்தில் வாழ்வதற்கு எவ்வளவு வாடகை வசூலிக்கப்படலாமோ அதைவிடக் குறைவான வாடகையை அங்கு குடியிருப்பவர் உனக்குக் கொடுக்கிறார். அப்படியானால், அந்நபருடைய வீட்டு வாடகைக்கு நீ நிதியுதவி அளிக்கிறாய். இதில் ஏதேனும் அர்த்தம் இருக்கிறதா?"

இல்லையென்று நான் தலையாட்டினேன்.

"விளையாட்டை நான் இவ்வழியில்தான் விளையாடுகிறேன். இக்கணத்திலிருந்து, நீ கடனையோ அல்லது ஆபத்தையோ ஏற்றுக் கொண்டால், உனக்குப் பணம் கிடைக்க வேண்டும். புரிகிறதா?" என்று பணக்காரத் தந்தை கேட்டார்.

நான் சரியென்று தலையாட்டினேன்.

"பணம் பண்ணுவது பொது அறிவு சம்பந்தப்பட்டது. அது ஒரு இராக்கெட் அறிவியல் அல்ல," என்று பணக்காரத் தந்தை கூறினார். "ஆனால், துரதிர்ஷ்டவசமாக, பணம் என்று வரும்போது, பொது அறிவு அரிதாகிவிடுகிறது. நீ கடன் வாங்கிக் கொண்டால் அரசாங்கம் உனக்கு வரிச் சலுகை அளிக்கும் என்று ஒரு வங்கியாளர் உன்னிடம் கூறுகிறார். பொருளாதாரரீதியாக அது அர்த்தமற்றது. பிறகு ஒரு வீடுமனை முகவர் உன்னை அணுகி, நீ செலுத்தும் தவணையைவிடக் குறைவான வாடகை கொடுக்கின்ற ஒரு நபரைத் தன்னால் கண்டுபிடிக்க முடியும் என்றும், அந்த வீட்டின் விலை மதிப்பு உயரும் என்றும் தான் நம்புவதாகக் கூறி, பரிவர்த்தனைப் பத்திரத்தில் கையெழுத்திடும்படி உன்னிடம் கூறுகிறார். அது உனக்கு அர்த்தம் வாய்ந்ததாக இருக்கிறது என்றால், பிறகு உன்னுடைய பொது அறிவும் என்னுடைய பொது அறிவும் வேறுபட்டிருக்கின்றன என்று அர்த்தம்."

நான் வெறுமனே அங்கு நின்றேன். அவர் கூறிய அனைத்தையும் நான் கேட்டேன். நான் அந்தப் பரிவர்த்தனை குறித்துச் சிறிது அதிகமாக உணர்ச்சிவசப்பட்டுவிட்டேன் என்பதை நான் ஒப்புக் கொண்டாக வேண்டும். நான் என்னுடைய தர்க்க அறிவைக் காற்றில் பறக்கவிட்டிருந்தேன். நான் அந்தப் பரிவர்த்தனையைச் சரியாக ஆய்வு செய்திருக்கவில்லை. மேலோட்டமாகப் பார்த்தபோது அது ஒரு நல்ல பரிவர்த்தனைபோலத் தோன்றியதால், பேராசையாலும் உற்சாகத்தாலும் நான் ஆட்கொள்ளப்பட்டேன். அதனால், எண்களும் வார்த்தைகளும் சொல்லிக் கொண்டிருந்தவற்றை நான் கவனிக்கத் தவறினேன்.

பணக்காரத் தந்தை அப்போது ஒரு முக்கியமான விதிமுறையை என்னுடன் பகிர்ந்து கொண்டார். அவர் எப்போதும் பயன்படுத்திய அந்த விதிமுறை இதுதான்: "நீ ஒன்றை வாங்கும்போதுதான் உனக்கு இலாபம் கிடைக்கிறதே அன்றி, அதை விற்கும்போது அல்ல."

அவர் எந்தவொரு கடனையும் அல்லது ஆபத்தையும் சுவீகரித்தபோது, அவர் அப்பொருளை வாங்கிய நாளிலிருந்து அது அவருக்கு அர்த்தம் வாய்ந்ததாக இருக்க வேண்டும் என்பதில் அவர் உறுதியாக இருந்தார்.

பொருளாதாரம் சரிந்தாலும் சரி, அல்லது அது சீரடைந்தாலும் சரி அது அவருக்கு அர்த்தம் வாய்ந்ததாக இருக்க வேண்டும். அவர் எந்தச் சோதிடக் கணிப்புகளையும் நம்பவில்லை. நல்ல நேரங்களிலும் மோசமான நேரங்களிலும் பொருளாதாரரீதியாக அர்த்தம் வாய்ந்ததாக இருக்கின்ற ஒரு பரிவர்த்தனையை மட்டுமே அவர் ஏற்றுக் கொண்டார்.

அவர் விளையாடிய அந்தப் பண விளையாட்டை நான் புரிந்து கொள்ளத் தொடங்கியிருந்தேன். அந்த விளையாட்டு இப்படி அமைந்திருக்கிறது: 'மற்றவர்கள் உங்களுக்குக் கடன்பட்டிருக்க வேண்டும். நீங்கள் யாருக்குக் கடன்படுகிறீர்கள் என்பது குறித்து நீங்கள் எச்சரிக்கையாக இருக்க வேண்டும்.'' பணக்காரத் தந்தையின் வார்த்தைகள் இன்றும் என் காதுகளில் ஒலிக்கின்றன: "நீ கடனையோ அல்லது ஆபத்தையோ ஏற்றுக் கொண்டால், அதற்காக உனக்குப் பணம் கிடைப்பதை உறுதி செய்து கொள்."

பணக்காரத் தந்தைக்கும் கடன் இருந்தது, ஆனால் அவர் அதை ஏற்றுக் கொண்டபோது மிகவும் எச்சரிக்கையாக இருந்தார். "நீ தனிப்பட்ட முறையில் கடன் வாங்கினால், அது சிறியதாக இருக்கும்படி பார்த்துக் கொள். நீ ஒரு பெரிய தொகையைக் கடன் வாங்கினால், வேறு யாரேனும் அதற்குப் பணம் செலுத்தும்படி பார்த்துக் கொள்."

பணத்தையும் கடனையும் உள்ளடக்கிய அந்த விளையாட்டு, உங்கள்மீதும், என்மீதும், எல்லோர்மீதும் விளையாடப்படுவதை அவர் பார்த்தார். அது அனைத்துத் தொழில்களிலும் அனைத்து நாடுகளிலும் விளையாடப்படுகிறது. அவரைப் பொறுத்தவரை அது ஒரு விளையாட்டு மட்டுமே. ஆனால் பெரும்பாலானோருக்கு, பணம் ஒரு விளையாட்டு அல்ல. அது அவர்களுடைய பிழைப்பு. அந்த விளையாட்டை யாரும் அவர்களுக்கு விளக்கியிருக்காததால், ஒரு வீடு ஒரு சொத்து என்று கூறுகின்ற வங்கியாளர்களை அவர்கள் இன்னும் நம்பிக் கொண்டிருக்கின்றனர்.

உண்மைத் தகவல்களுக்கும் அபிப்பிராயங்களுக்கும் இடையேயான வேறுபாடு குறித்தப் புரிதலின் முக்கியத்துவம்

பணக்காரத் தந்தை தன்னுடைய பாடத்தைத் தொடர்ந்தார். "கேஷ்ஃபுளோ கால்சதுரத்தின் வலப்புறத்தில் நீ வெற்றிகரமாகத் திகழ விரும்பினால், உண்மைத் தகவல்களுக்கும் அபிப்பிராயங்களுக்கும் இடையேயான வேறுபாட்டை நீ புரிந்து கொள்ள வேண்டும். நிதிசார் ஆலோசனைகளை இடப்புறத்தில் உள்ளோர் அப்படியே குருட்டுத்தனமாக ஏற்றுக் கொள்வதுபோல நீ ஏற்றுக் கொள்ளக்கூடாது. உனக்கு எண்கள் தெரிந்திருக்க வேண்டும். அந்த எண்கள் உண்மைத் தகவல்களை உன்னிடம் எடுத்துரைக்கும். பொருளாதாரரீதியாக நீ பிழைத்திருப்பது உண்மைத் தகவல்களைச் சார்ந்துள்ளதே அன்றி, யாரோ ஒரு நண்பன் அல்லது ஆலோசகரின் அபிப்பிராயங்களை அல்ல."

"எனக்குப் புரியவில்லை. ஒரு விஷயம் உண்மைத் தகவலா அல்லது ஓர் அபிப்பிராயமா என்பது குறித்து நான் ஏன் அலட்டிக் கொள்ள வேண்டும்? ஒன்று மற்றொன்றைவிடச் சிறந்ததா?"

“இல்லை. ஒன்று உன்னுடைய கவனத்திற்கு வரும்போது, அது ஓர் உண்மைத் தகவலா அல்லது ஓர் அபிப்பிராயமா என்பதை நீ அறிந்திருக்க வேண்டும், அவ்வளவுதான்,” என்று பணக்காரத் தந்தை கூறினார்.

நான் குழப்பத்துடன் அங்கு நின்றேன்.

“உன்னுடைய குடும்பத்தினுடைய வீட்டின் விலை மதிப்பு என்ன?” என்று பணக்காரத் தந்தை கேட்டார்.

“ஓ, அது எனக்குத் தெரியும். என் பெற்றோர் அதை விற்பது குறித்து யோசித்துக் கொண்டிருக்கின்றனர். எனவே, ஒரு வீடுமனை முகவர் வந்து, அதை மதிப்பிட்டுவிட்டுச் சென்றார். அந்த வீடு 36,000 டாலர்கள் விலை மதிப்புக் கொண்டது என்று அவர் கூறினார். அப்படியானால், என் தந்தையின் நிகரச் சொத்து மதிப்பு 16,000 டாலர்கள் அதிகரிக்கும். ஏனெனில், ஐந்து ஆண்டுகளுக்கு முன்பு அவர் அந்த வீட்டுக்கு வெறும் 20,000 டாலர்கள் மட்டுமே கொடுத்தார்.”

“இந்த மதிப்பீடும் உன் தந்தையின் நிகரச் சொத்து மதிப்பும் ஓர் உண்மைத் தகவலா அல்லது ஓர் அபிப்பிராயமா?” என்று பணக்காரத் தந்தை கேட்டார்.

நான் சிறிது நேரம் யோசித்தேன். அவர் என்ன சொல்ல வந்தார் என்பது எனக்குப் புரிந்துவிட்டது. “இரண்டுமே அபிப்பிராயங்கள்தாம், இல்லையா?” என்று நான் கேட்டேன்.

பணக்காரத் தந்தை அதை ஆமோதித்துத் தலையசைத்தார். “பெரும்பாலான மக்கள் பொருளாதாரரீதியாகக் கஷ்டப்பட்டுக் கொண்டிருப்பதற்குக் காரணம், அவர்கள் நிதிசார் தீர்மானங்கள் மேற்கொள்ள வேண்டியிருக்கும்போது, உண்மைத் தகவல்களை விட்டுவிட்டு அபிப்பிராயங்களைப் பயன்படுத்துவதில் தங்கள் வாழ்நாள் முழுவதையும் செலவிட்டுக் கொண்டிருப்பதுதான். சில அபிப்பிராயங்கள் பின்வருமாறு:

- “உங்கள் வீடு ஒரு சொத்து.”
- “வீடுமனைகளின் விலை எப்போதும் உயர்ந்து கொண்டே இருக்கும்.”
- “பங்குச் சந்தை முதலீடுகள்தாம் சிறந்தவை.”
- “பணம் பண்ணுவதற்குப் பணம் தேவை.”
- “பங்குகள் எப்போதும் வீடுமனைகளைவிட அதிக இலாபம் ஈட்டித் தருகின்றன.”
- “நீங்கள் பல்வேறுபட்ட முதலீடுகளைச் செய்ய வேண்டும்.”
- “பணக்காரராக ஆவதற்கு நீங்கள் நேர்மையற்றவராக இருக்க வேண்டும்.”
- “முதலீடு செய்வது ஆபத்தானது.”
- “பாதுகாப்பான காரியங்களில் ஈடுபடுங்கள்.”

என்னுடைய வீட்டில் பணத்தைப் பற்றி நான் செவிமடுத்திருந்த விஷயங்களில் பெரும்பாலானவை உண்மையில் மக்களின் அபிப்பிராயங்களே அன்றி, உண்மைத் தகவல்கள் அல்ல என்பதை நான் உணர்ந்தபோது, நான் ஆழ்ந்த சிந்தனையில் மூழ்கினேன்.

“தங்கம் ஒரு சொத்தா?” என்னுடைய பணக்காரத் தந்தையின் குரல் என்னை என்னுடைய பகற்கனவிலிருந்து வெளியே கொண்டுவந்தது.

“ஆமாம், நிச்சயமாக. காலங்காலமாக நீடித்து நிலைத்து வந்துள்ள ஒரே உண்மையான பணம் அதுதான்,” என்று நான் பதிலளித்தேன்.

“நீ மீண்டும் தவறு செய்கிறாய்,” என்று கூறிவிட்டு என்னுடைய பணக்காரத் தந்தை புன்னகைத்தார். “உண்மைத் தகவல்களைச் சரிபார்ப்பதற்குப் பதிலாக, எது ஒரு சொத்து என்பது பற்றி யாரோ ஒருவருடைய அபிப்பிராயத்தை நீ கூறிக் கொண்டிருக்கிறாய்.”

அவர் மேலும் தொடர்ந்தார். “என்னைப் பொறுத்தவரை, தங்கத்தை நீ விற்கும் விலையைவிட வாங்கும் விலை குறைவாக இருந்தால் மட்டுமே அது ஒரு சொத்து என்று கூறலாம். வேறு வார்த்தைகளில் கூறினால், நீ அதை 100 டாலர்களுக்கு வாங்கி, 200 டாலர்களுக்கு விற்றால், அது ஒரு சொத்து. ஆனால் 28 கிராம் தங்கத்தை நீ 200 டாலர்களுக்கு வாங்கி, அதை 100 டாலர்களுக்கு விற்றால், இந்தப் பரிவர்த்தனையில் தங்கம் ஒரு கடப்பாடாகும். நிதி அறிக்கைகள்தாம் உண்மைத் தகவல்களைச் சொல்கின்றன. எதார்த்தத்தில், ஒரு சொத்தாகவோ அல்லது கடப்பாடாகவோ இருப்பது நீ மட்டும்தான். ஏனெனில், தங்கத்தை ஒரு சொத்தாகவோ அல்லது ஒரு கடப்பாடாகவோ ஆக்குகின்ற தீர்மானங்களை உன்னால் மட்டுமே மேற்கொள்ள முடியும். அதனால்தான் நிதிசார் கல்வி முக்கியமானதாக இருக்கிறது. ஒரு நல்ல தொழிலை அல்லது வீடுமனையை எடுத்து, அதைப் பொருளாதார நெருக்கடிக்குள் கொண்டு தள்ளியுள்ள பலரை நான் பார்த்திருக்கிறேன். பலர் இதைத் தங்களுடைய தனிப்பட்ட வாழ்க்கையிலும் செய்கின்றனர். அவர்கள் கஷ்டப்பட்டு உழைத்துச் சம்பாதித்தப் பணத்தை எடுத்து, வாழ்நாள் முழுவதும் தொடர்கின்ற நிதிசார் கடப்பாடுகளாக மாற்றிவிடுகின்றனர்.”

என் குழப்பம் மேலும் அதிகரித்தது. என் மனம் லேசாகக் காயப்பட்டிருந்தது. நான் என் பணக்காரத் தந்தையுடன் விவாதிக்க விரும்பினேன். அவர் என்னுடைய மனத்தோடு விளையாடிக் கொண்டிருந்தார்.

“உண்மைத் தகவல்களை அறியாததால் பலர் சீரழிந்து போயுள்ளனர். ஓர் அபிப்பிராயத்தை ஓர் உண்மைத் தகவல் என்று நம்பித் தன்னுடைய பணம் முழுவதையும் இழந்த யாரோ ஒருவரைப் பற்றிய கொடுங்கதையை நான் தினமும் கேள்விப்படுகிறேன். ஒரு நிதிசார் தீர்மானம் மேற்கொள்ளும்போது ஓர் அபிப்பிராயத்தைப் பயன்படுத்துவதில் தவறேதும் இல்லை, ஆனால் வித்தியாசத்தை நீ அறிந்திருக்க வேண்டும். தலைமுறை தலைமுறையாகக் கடத்தப்பட்டு வந்துள்ள அபிப்பிராயங்களின் அடிப்படையில் வாழ்க்கைத் தீர்மானங்களை மேற்கொண்ட இலட்சக்கணக்கான மக்கள் இருக்கின்றனர். அவர்கள் பொருளாதாரரீதியாகப் போராடிக் கொண்டிருக்கின்றனர் - அதற்கான காரணம் என்னவென்று யோசித்தபடி!”

“எந்த மாதிரியான அபிப்பிராயங்கள்?” என்று நான் கேட்டேன்.

இதைக் கேட்டுவிட்டு, பணக்காரத் தந்தை ஒரு நமட்டுச் சிரிப்பை உதிர்த்தார். பிறகு, “நாம் எல்லோரும் கேள்விப்பட்டுள்ள சில பொதுவான அபிப்பிராயங்களை நான் உனக்குச் சொல்கிறேன்,” என்று அவர் கூறினார்.

- "நீ அவனைத் திருமணம் செய்து கொள்ள வேண்டும். அவன் ஒரு நல்ல கணவனாக இருப்பான்."
- "ஒரு பாதுகாப்பான வேலையைத் தேடிக் கொண்டு, வாழ்நாள் முழுவதும் அதிலேயே இருந்துவிடு."
- "மருத்துவர்கள் ஏராளமான பணம் பண்ணுகின்றனர்."
- "அவரிடம் ஒரு பெரிய வீடு இருக்கிறது. அவர் நிச்சயமாகப் பெரும் பணக்காரராகத்தான் இருக்க வேண்டும்."
- "அவர் ஒரு கட்டுமஸ்தான உடலுடன் இருக்கிறார். அவர் நிச்சயமாக ஆரோக்கியமாகத்தான் இருக்க வேண்டும்."
- "எல்லோரும் பணக்காரர்களாக இருக்கும் அளவுக்குப் போதிய பணம் இவ்வுலகில் இல்லை."
- "பூமி தட்டையானது."
- "மனிதர்களால் ஒருபோதும் பறக்க முடியாது."
- "அவன் அவனுடைய தங்கையைவிட அதிகப் புத்திசாலி."
- "பங்குகளைவிடக் கடன் பத்திரங்கள் அதிகப் பாதுகாப்பானவை."
- "தவறுகள் செய்கின்றவர்கள் முட்டாள்கள்."
- "இவ்வளவு குறைந்த விலைக்கு அவன் ஒருபோதும் விற்க மாட்டான்."
- "அவள் என்னுடன் ஒருபோதும் வெளியே வர மாட்டாள்."
- "முதலீடு செய்வது ஆபத்தானது."
- "என்னால் ஒருபோதும் ஒரு பணக்காரனாக ஆக முடியாது."
- "நான் கல்லூரிக்குள் அடியெடுத்துக்கூட வைத்ததில்லை. வாழ்வில் என்னால் ஒருபோதும் முன்னேற முடியாது."
- "நீ பல்வேறு விஷயங்களில் முதலீடு செய்ய வேண்டும்."
- "நீ ஒரே ஒரு விஷயத்தில்தான் முதலீடு செய்ய வேண்டும்."

அபிப்பிராயங்களுக்கான எடுத்துக்காட்டுகளை அவர் அடுக்கிக் கொண்டே போனபோது, ஒரு கட்டத்தில் எனக்கு அலுப்புத் தட்டியது.

"சரி, போதும். நீங்கள் என்னதான் சொல்ல வருகிறீர்கள்?" என்று நான் கேட்டேன்.

"பெரும்பாலான மக்களின் வாழ்க்கையை அவர்களுடைய அபிப்பிராயங்கள்தாம் தீர்மானிக்கின்றனவே அன்றி, உண்மைத் தகவல்கள் அல்ல. ஒருவருடைய வாழ்க்கை மாறுவதற்கு, முதலில் அவர்கள் தங்களுடைய அபிப்பிராயங்களை மாற்றிக் கொண்டு, உண்மைத் தகவல்களைப் பார்க்கத் தொடங்க வேண்டும். நிதி அறிக்கைகளை உன்னால் படிக்க முடிந்தால், ஒரு தனிநபருடைய அல்லது ஒரு நிறுவனத்தினுடைய பொருளாதார வெற்றிக்கான உண்மையான காரணிகளை உன்னால் பார்க்க முடியும். நான் முன்பே சொன்னதுபோல, ஒன்று மற்றொன்றைவிடச் சிறந்ததல்ல. ஆனால் வாழ்வில் வெற்றி பெறுவதற்கு, குறிப்பாகப் பொருளாதார வெற்றியை

அடைவதற்கு, உண்மைத் தகவல்களுக்கும் அபிப்பிராயங்களுக்கும் இடையேயான வேறுபாட்டை நீ அறிந்திருக்க வேண்டும். ஒன்று உண்மைத் தகவலா என்று உன்னால் சரிபார்க்க முடியாவிட்டால், பிறகு அது ஓர் அபிப்பிராயம்தான். ஒருவரால் ஒரு நிதி அறிக்கையைப் படிக்க முடியாமல் இருந்து, மற்றவர்களுடைய அபிப்பிராயத்தை அவர்கள் சார்ந்திருக்க நேரும்போது, பொருளாதாரப் பார்வையின்மை அங்கு நிகழ்கிறது. அபிப்பிராயங்கள் உண்மைத் தகவல்களாகப் பயன்படுத்தப்படும்போது, அங்கே பொருளாதாரப் பைத்தியக்காரத்தனம் ஏற்படுகிறது. நீ கேஷ்ஃபுளோ கால்சதுரத்தின் வலப்புறத்தில் இருக்க விரும்பினால், உண்மைத் தகவல்களுக்கும் அபிப்பிராயங்களுக்கும் இடையேயான வேறுபாடு உனக்குத் தெரிந்திருக்க வேண்டும். இதைவிட அதிக முக்கியமான பாடம் வெகு சிலவே உள்ளன.''

நான் அவர் கூறியதை அமைதியாகக் கேட்டுவிட்டு, அதைப் புரிந்து கொள்ள என்னால் முடிந்த அளவு முயற்சித்தேன். அது ஓர் எளிய கோட்பாடு என்பது வெளிப்படையாகத் தெரிந்தபோதிலும், அக்கணத்தில் என் மூளையால் ஏற்றுக் கொள்ள முடியாத அளவுக்கு அது மிகப் பெரியதாக இருந்தது.

அவர் மேலும் தொடர்ந்தார். ''ஒன்று உண்மைத் தகவலா அல்லது அபிப்பிராயமா என்பதைத் தெரிந்து கொள்ள ஒருவர் தேவையான பகுப்பாய்வுகளை மேற்கொள்ள வேண்டும். பணம் என்று வரும்போது, பெரும்பாலான மக்கள் சோம்பேறிகளாக இருக்கின்றனர் அல்லது குறுக்குவழிகளைத் தேடுகின்றனர். அவர்கள் பகுப்பாய்வு மேற்கொள்ள விரும்புவதில்லை. ஏனெனில், அதற்கு மெனக்கெட வேண்டும். இன்னும் சிலர், தாங்கள் தவறு செய்துவிடக்கூடாது என்பதற்காக அளவுக்கதிகமாகப் பகுப்பாய்வு செய்துவிட்டு, பிறகு எதுவும் செய்யாமல் இருந்துவிடுகின்றனர். அளவுக்கதிகமான பகுப்பாய்வு 'பகுப்பாய்வு முடக்குவாதம்' என்று அழைக்கப்படுகிறது. நீ செய்ய வேண்டியதெல்லாம், உண்மைத் தகவல்களையும் அபிப்பிராயங்களையும் வகைபிரித்து, பிறகு நீ தீர்மானம் மேற்கொள்ள வேண்டும், அவ்வளவுதான். நான் முன்பே சொன்னதுபோல, பெரும்பாலான மக்கள் இன்று நிதிசார் பிரச்சனைகளுக்கு உள்ளாகியிருப்பதற்குக் காரணம், அவர்கள் ஏராளமான குறுக்குவழிகளை எடுத்துள்ளதும், அபிப்பிராயங்களின் (பெரும்பாலும் S மற்றும் E கால்சதுரவாசிகளின் அபிப்பிராயங்கள்) அடிப்படையில் தீர்மானங்களை மேற்கொள்வதும்தான். நீ ஒரு தொழிலதிபராகவோ (B) அல்லது ஒரு முதலீட்டாளராகவோ (I) ஆக விரும்பினால், இந்த வேறுபாடு உனக்கு நன்றாகத் தெரிந்திருக்க வேண்டும்.''

பணக்காரத் தந்தை அன்று எனக்கு வழங்கிய பாடத்தின் முக்கியத்துவத்தை நான் முழுமையாகப் புரிந்து கொள்ளவில்லை. ஆனால், என்னுடைய பொருளாதார வளர்ச்சியில் அந்தப் பாடத்தைப்போல வேறு எதுவும் எனக்கு அவ்வளவாக உதவியதில்லை.

பல ஆண்டுகளுக்குப் பிறகு, 1990களின் தொடக்கத்தில் பங்கு சந்தை சரிந்ததை அவர் கண்டபோது, அவர் இவ்வாறு கூறினார்: ''மிக அதிகச் சம்பளம் வாங்குகின்ற அல்லது சுயமாக மிக அதிகமாகச் சம்பாதிக்கின்ற, அதிக வரிகள் செலுத்துகின்ற, அதிகக் கடனில் இருக்கின்ற, காகிதச்

சொத்துகளை மட்டுமே கொண்ட ஊழியர்களும் சுயதொழில் புரிவோரும் முதலீட்டு ஆலோசனை வழங்கத் தொடங்கும்போது இதுதான் நிகழும். தங்களுக்கு உண்மைத் தகவல்கள் தெரியும் என்று நினைக்கின்ற நபர்களுடைய அபிப்பிராயங்களின்படி நடந்து கொள்கின்ற இலட்சக்கணக்கான மக்கள் நிச்சயமாகப் பாதிப்புக்கு உள்ளாகவிருக்கின்றனர்.''

மக்கள் ஏன் பொருளாதாரரீதியாகக் கஷ்டப்படுகின்றனர்

பெரும்பாலான மக்கள், கல்லூரிப் படிப்பை முடிக்கும் நாளிலிருந்து அவர்கள் இறக்கும் நாள்வரை கடனில் இருப்பர் என்பதை உங்களால் நம்ப முடிகிறதா? ஆனால் அது உண்மை. ஒரு சராசரி நடுத்தர வகுப்பு அமெரிக்கனின் நிதிசார் வரைபடம் இது:

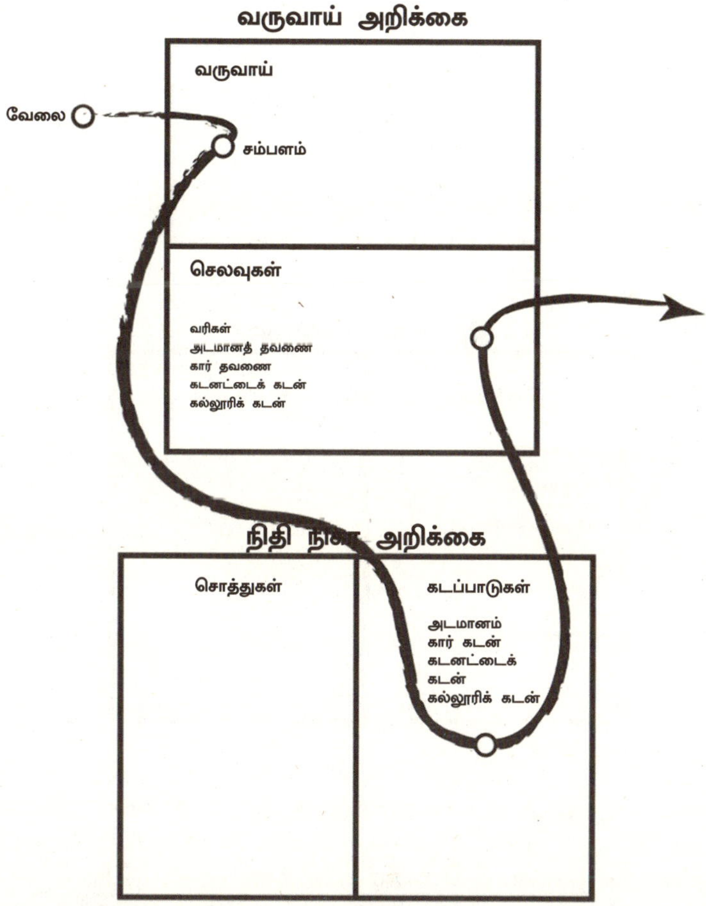

வேறொருவரின் நிதி நிகர அறிக்கை

பண விளையாட்டு உங்களுக்குப் புரிந்துவிட்டால், அந்தக் கடப்பாடுகள் இன்னொருவருடைய நிதி நிகர அறிக்கையில் சொத்துகளாக வந்தாக வேண்டும் என்பதை நீங்கள் உணரக்கூடும்.

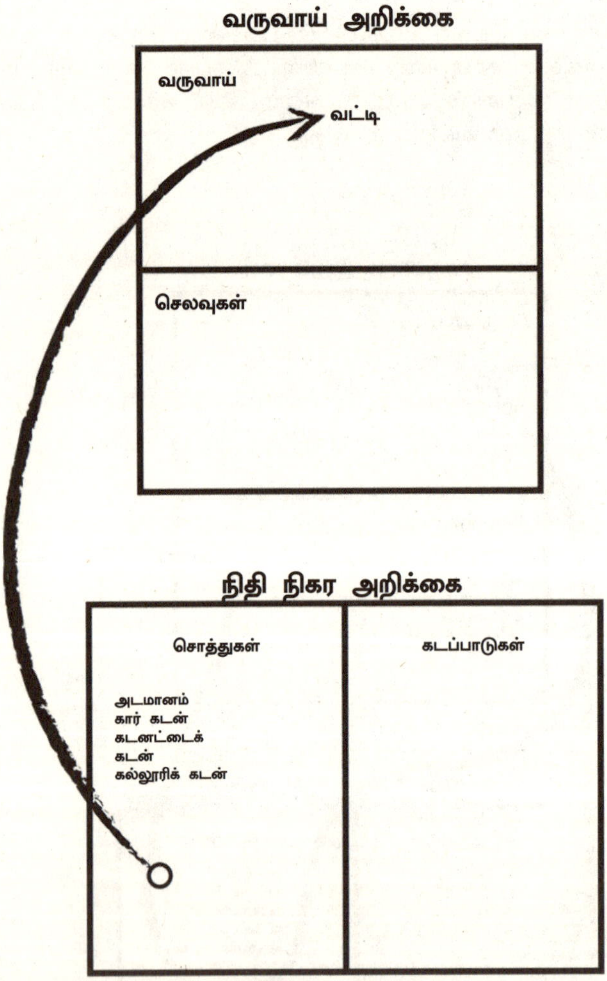

"குறைவான முன்பணம். சுலபமான மாதாந்திரத் தவணை," அல்லது, "கவலைப்படாதீர்கள். அந்த இழப்புகளுக்காக அரசாங்கம் உங்களுக்கு வரிச் சலுகை வழங்கும்," போன்ற வார்த்தைகளை நீங்கள் கேட்க நேர்ந்தால், அந்த விளையாட்டை விளையாட யாரோ உங்களுக்கு ஆசை

காட்டுகிறர்கள் என்பதை நீங்கள் அறிய வேண்டும். நீங்கள் பொருளாதாரச் சுதந்திரத்தைப் பெற விரும்பினால், நீங்கள் அந்த ஏமாற்று வார்த்தைகளுக்குப் பலியாகிவிடக்கூடாது.

பெரும்பாலான மக்களின் விஷயத்தில், யாரும் அவர்களிடம் கடன்பட்டிருப்பதில்லை. அவர்களிடம் உண்மையான சொத்துகள் (பணம் ஈட்டித் தருகின்ற சொத்துகள்) எதுவும் இல்லை. பல சமயங்களில், அவர்கள்தாம் மற்றவர்களிடம் கடன்பட்டுள்ளனர். அதனால்தான் அவர்கள் வேலைப் பாதுகாப்பை இறுகப் பற்றிக் கொள்கின்றனர், பொருளாதாரரீதியாகக் கஷ்டப்படுகின்றனர். அவர்களுக்கு அவர்களுடைய வேலை மட்டும் இல்லாவிட்டால், அவர்கள் ஒரு நொடியில் தெருவுக்கு வந்துவிடுவார்கள். உண்மையில், ஒரு சராசரி அமெரிக்கன், எந்நேரமும் திவாலாகிவிடக்கூடிய நிலையில்தான் இருக்கிறான். அவர்கள் ஒரு சிறப்பான வாழ்க்கையை நாடுகின்றனர், ஆனால் அந்த விளையாட்டு அவர்களைத் தன் காலில் போட்டு மிதித்துவிடுகிறது. எல்லாம் அவர்களுக்கு எதிராகச் செயல்படுகிறது. தங்கள் வீடு, கார், கோல்ஃப் மட்டைகள், ஆடைகள் மற்றும் பல உபகரணங்கள் உண்மையிலேயே சொத்துகள் என்று அவர்கள் இன்னும் நினைத்துக் கொண்டிருக்கின்றனர். நிதி அறிக்கைகளைப் படித்து உண்மையைத் தெரிந்து கொள்ள அவர்களால் முடியாது என்பதால், வேறொருவர் அவர்களிடம் சொல்வதை அவர்கள் நம்பிவிடுகின்றனர். பெரும்பாலான மக்கள் கல்லூரிக்குச் சென்று, அந்த விளையாட்டில் பங்கு கொள்வது எப்படி என்பதைக் கற்றுக் கொள்கின்றனர், ஆனால் விதிமுறைகளை யாரும் அவர்களுக்கு விளக்குவதில்லை. அந்த விளையாட்டின் பெயர், 'யாருக்கு யார் கடன்பட்டிருக்கிறார்கள்?' என்பதை யாரும் அவர்களிடம் கூறுவதில்லை. அதனால், அவர்கள் மற்றவர்களுக்குக் கடன்பட்டுவிடுகின்றனர்.

பணம் ஒரு யோசனை

கேஷ்ஃபுளோ கால்சதுரத்தின் அடிப்படைகள் இப்போது உங்களுக்குப் புரிந்திருக்கும் என்று நான் நம்புகிறேன். அதேபோல, பணம் என்பது ஒரு யோசனை என்பதையும், அதை உங்கள் கண்களால் காண்பதைவிட உங்கள் மனத்தால் அதிகத் தெளிவாகக் காண முடியும் என்பதையும் நீங்கள் இப்போது அறிந்திருப்பீர்கள் என்று நான் நம்புகிறேன். பண விளையாட்டைப் பற்றியும், அது எப்படி விளையாடப்படுகிறது என்பதையும் கற்றுக் கொள்வது, பொருளாதாரச் சுதந்திரத்திற்கான உங்கள் பயணத்தின் ஒரு முக்கியப் பகுதியாகும். அதைவிட அதிக முக்கியமான விஷயம், கேஷ்ஃபுளோ கால்சதுரத்தின் வலப்புறத்திற்கு நகர்வதற்கு நீங்கள் யாராக ஆக வேண்டும் என்பதாகும். இப்புத்தகத்தின் இரண்டாம் பகுதி, உங்களுக்குள் இருக்கின்ற சிறந்தவற்றை வெளிக்கொணர்வதன்மீதும், **'இருத்தல், செய்தல், பெற்றிருத்தல்'** என்ற சூத்திரத்தை ஆய்வு செய்வதன்மீதும் கவனம் செலுத்துகிறது.

பகுதி 2

உங்களிடமுள்ள மிகச் சிறந்தவற்றை வெளிக்கொணர்தல்

அத்தியாயம் 7

நீங்கள் யாரோ, அவராக ஆதல்

நீங்கள் உட்பட வேண்டிய மாற்றங்களும், அதன் ஊடாக நீங்கள் யாராக ஆகிறீர்கள் என்பதும்தான் உண்மையான விவகாரமாகும்.

“வீடற்றவராக இருப்பது இங்கு ஒரு பொருட்டல்ல. நீ யாராக இருக்கிறாய் என்பதுதான் முக்கியம். நீ தொடர்ந்து முயற்சித்தால், நீ யாரோ ஒருவனாக ஆவாய். நீ உன் முயற்சியைக் கைவிட்டுவிட்டால், அப்போதும் நீ யாரோ ஒருவனாக ஆவாய், ஆனால் அதே நபராக அல்ல,” என்று பணக்காரத் தந்தை கூறினார்.

நீங்கள் உட்படும் மாற்றங்கள்

வேலைப் பாதுகாப்பிலிருந்து நகர்ந்து பொருளாதாரப் பாதுகாப்பிற்குப் போவது குறித்து யோசித்துக் கொண்டிருக்கின்றவர்களுக்கு என்னால் ஊக்குவிப்பு வார்த்தைகளை மட்டுமே வழங்க முடியும். கிம்மும் நானும் வீடற்றவர்களாக இருந்து, முன்னேறியே ஆக வேண்டும் என்ற நிலையை எட்டிய பிறகுதான், முன்னோக்கி அடியெடுத்து வைப்பதற்கான துணிச்சலைக் கண்டுகொண்டோம். அது எங்கள் பாதை, ஆனால் அது உங்களுடைய பாதையாக இருக்க வேண்டியதில்லை. நான் முன்பு விவரித்ததுபோல, கேஷ்ஃபுளோ கால்சதுரத்தின் வலப்புறம் போவதற்கான பாலத்தைக் கடப்பதற்கு உதவக்கூடிய, தயார் நிலையில் உள்ள அமைப்புமுறைகள் இருக்கின்றன.

அகரீதியாக நீங்கள் அனுபவிக்க வேண்டிய மாற்றங்களும், அதன் ஊடாக நீங்கள் யாராக ஆகிறீர்கள் என்பதும்தான் உண்மையான விவகாரமே.

பணம் ஒரு போதைப் பொருள்

“பணம் ஒரு போதைப் பொருள்,” என்று பணக்காரத் தந்தை என்னிடமும் மைக்கிடமும் எப்போதும் கூறினார். மைக்கும் நானும் அவரிடம்

வேலை பார்த்தபோது அவர் எங்களுக்கு ஊதியம் வழங்க மறுத்ததற்கான முக்கியக் காரணம், பணத்திற்காக வேலை செய்யும் பழக்கத்திற்கு நாங்கள் ஒருபோதும் அடிமையாகிவிடக்கூடாது என்ற அவருடைய விருப்பம்தான். "நீ பணத்திற்கு அடிமையாகிவிட்டால், அந்தப் போதைப் பழக்கத்தை உடைத்தெறிவது கடினம்," என்று அவர் கூறினார்.

நான் வளர்ந்த பிறகு, ஒரு நாள் கலிஃபோர்னியாவிலிருந்து பணம் கேட்டு நான் அவரைத் தொடர்பு கொண்டபோது, பல ஆண்டுகளுக்கு முன்பு அவர் என்னுடன் துவக்கியிருந்த ஒரு போக்கை அவர் உடைப்பதாக இல்லை. நாங்கள் சிறுவர்களாக இருந்தபோது அவர் எங்களுக்குப் பணம் கொடுக்கவில்லை, இப்போதும் அவர் அப்பழக்கத்தைக் கைவிட விரும்பவில்லை. மாறாக, அவர் தொடர்ந்து கடுமையாக நடந்து கொண்டார். பணத்திற்காக வேலை செய்யும் போதைப் பழக்கத்திலிருந்து நான் விடுபட அவர் எனக்கு வழிகாட்டினார்.

பணத்தை ஒரு போதைப் பொருள் என்று அவர் அழைத்ததற்குக் காரணம், தங்களிடம் பணம் இருந்தபோது மகிழ்ச்சியாகவும், பணம் இல்லாதபோது வருத்தமாகவும் கோபமாகவும் இருந்த மக்களை அவர் அவதானித்ததுதான். ஒரு போதைப் பொருளுக்கு அடிமையான ஒருவன் அது கிடைக்காதபோது எவ்வளவு தாறுமாறாகவும் வன்முறையாகவும் நடந்து கொள்கிறானோ, அதேபோல, அம்மக்களும் தங்களிடம் பணம் இல்லாதபோது கோபமாகவும் வன்முறையாகவும் நடந்து கொள்கின்றனர்.

"பணத்தின் போதையூட்டும் சக்தி குறித்து எச்சரிக்கையாக இருந்து கொள். பணத்தைப் பெறுவது உனக்கு ஒரு பழக்கமாகிவிட்டால், அந்தப் பணம் எந்த வழியில் உனக்குக் கிடைத்ததோ அந்த வழிக்கு அது உன்னை அடிமைப்படுத்திவிடும்," என்று பணக்காரத் தந்தை அடிக்கடிக் கூறினார்.

இதை வேறு விதமாக இப்படிக் கூறலாம். நீங்கள் ஓர் ஊழியர் என்ற முறையில் பணத்தைப் பெற்றால், நீங்கள் அந்த வழியில் பணம் சம்பாதிப்பதற்குப் பழக்கப்பட்டுவிடுகிறீர்கள். சுயதொழில் புரிவதன் மூலம் பணத்தை உருவாக்குவதற்கு நீங்கள் பழகிவிட்டால், அப்பழக்கத்தை உடைத்தெறிவது கடினமாகிவிடும். அரசாங்க உதவி பெறுவதற்கு நீங்கள் பழகிவிட்டால், அப்போக்கை உடைத்தெறிவதும் கடினமாகிவிடும்.

"கேஷ்ஃபுளோ கால்சதுரத்தின் இடப்புறத்திலிருந்து வலப்புறம் நகர்வது குறித்த மிகக் கடினமான பகுதி, நீ எந்த வழியில் பணம் சம்பாதித்துப் பழக்கப்பட்டுள்ளாயோ அந்த வழியிடம் நீ கொண்டிருக்கின்ற பற்றுதான். இது ஒரு வெறும் பழக்கத்தை உடைத்தெறிவதைப் பற்றியது அல்ல. மாறாக, ஒரு போதைப் பழக்கத்தை உடைத்தெறிவதைப் பற்றியதாகும்," என்று பணக்காரத் தந்தை கூறினார்.

அதனால்தான், ஒருபோதும் பணத்திற்காக வேலை செய்யாதிருக்கும்படி மைக்கிடமும் என்னிடமும் அவர் வலியுறுத்தினார். பணத்தைக் கைவசப்படுத்துவதற்கு நாங்கள் சொந்தமாக ஓர் அமைப்புமுறையை உருவாக்கக் கற்றுக் கொள்ள வேண்டும் என்று அவர் வலியுறுத்தினார்.

போக்குகள்

B மற்றும் I கால்சதுரங்களில் வருவாய் ஈட்டுபவர்களாக ஆவதிலிருந்து கிம்மையும் என்னையும் தடுத்துக் கொண்டிருந்த விஷயம், நாங்கள் வளர்ந்து வந்த காலத்தில் எங்கள் மனங்களில் பதிய வைக்கப்பட்ட யோசனைகள்தாம். "நீங்கள் இருவரும் ஏன் இதைச் செய்து கொண்டிருக்கிறீர்கள்? ஆளுக்கொரு வேலை தேடிக் கொண்டால் என்ன?" என்று நண்பர்கள் கேட்டபோது எங்களுக்குக் கடினமாக இருந்தது.

மாதாமாதம் சம்பளம் கிடைக்கின்ற ஒரு வேலை கொடுத்தப் பாதுகாப்பை எங்களில் ஒரு பகுதி நாடியது அதை மேலும் கடினமாக்கியது.

பண உலகம் என்பது ஒரு பெரிய அமைப்புமுறை; அந்த அமைப்புமுறைக்குள் குறிப்பிட்டப் போக்குகளில் எவ்வாறு செயல்படுவது என்பதைத் தனிநபர்கள் என்ற முறையில் நாங்கள் கற்றுக் கொள்ள வேண்டும் என்று பணக்காரத் தந்தை மைக்கிடமும் என்னிடமும் விளக்கினார்.

ஓர் ஊழியர் (E) அந்த அமைப்புமுறைக்காக வேலை செய்கிறார்.

சுயதொழில் புரிகின்ற ஒருவர் (S) அந்த அமைப்புமுறையாகவே இருக்கிறார்.

ஒரு தொழிலதிபர் (B) அந்த அமைப்புமுறைக்குச் சொந்தக்காரராக இருக்கிறார் அல்லது அதைக் கட்டுப்படுத்துகிறார்.

ஒரு முதலீட்டாளர் (I) அந்த அமைப்புமுறைக்குள் பணத்தை முதலீடு செய்கிறார்.

பணக்காரத் தந்தை குறிப்பிட்டப் போக்கு, பண விஷயத்தில் நாம் இயல்பாக நாடுகின்ற போக்குதான்.

"ஒருவருக்குப் பணத் தேவை எழும்போது, ஓர் ஊழியர் ஒரு வேலையைத் தேடுவார், சுயதொழில் செய்கின்றவர் தனியாக எதையேனும் செய்வார், ஒரு தொழிலதிபர் பணத்தை உருவாக்குகின்ற ஓர் அமைப்புமுறையை உருவாக்குவார் அல்லது வாங்குவார், ஒரு முதலீட்டாளர் அதிகப் பணம் ஈட்டித் தரக்கூடிய ஒரு சொத்தில் முதலீடு செய்வதற்கான ஒரு வாய்ப்பைத் தேடுவார்," என்று பணக்காரத் தந்தை விளக்கினார்.

ஒரு போக்கை மாற்றுவது ஏன் கடினமாக இருக்கிறது

"ஒரு போக்கை மாற்றுவது கடினமாக இருப்பதற்குக் காரணம், பணம் இன்று நம்முடைய வாழ்க்கைக்கு இன்றியமையாததாக இருப்பதுதான். வேளாண் யுகத்தில், பணம் அவ்வளவு முக்கியமானதாக இருக்கவில்லை. ஏனெனில், பணம் இல்லாமலேயே உணவையும் உறைவிடத்தையும் தண்ணீரையும் நிலத்தால் வழங்க முடிந்தது. தொழில் யுகத்தில் நாம் நகரங்களுக்கு இடம்பெயர்ந்தபோது, பணமே வாழ்க்கையாயிற்று. இன்று தண்ணீருக்குக்கூடப் பணம் கொடுக்க வேண்டியிருக்கிறது," என்று பணக்காரத் தந்தை கூறினார்.

அவர் தொடர்ந்தார். “நீ E கால்சதுரத்திலிருந்து B கால்சதுரத்திற்கு நகரத் தொடங்கும்போது, E கால்சதுரவாசியாக இருந்து பழகிய உன்னுடைய ஒரு பகுதியோ அல்லது வாழ்க்கை முடிந்துவிடும் என்ற பயமோ அதை எதிர்க்கிறது. தண்ணீரில் மூழ்கிக் கொண்டிருக்கின்ற ஒருவன் சுவாசத்திற்காகப் போராடத் தொடங்குவதைப் போன்றது இது. அல்லது, பசியில் இருக்கின்ற ஒருவன், உயிர்பிழைத்திருப்பதற்காக எதை வேண்டுமானாலும் உண்ணத் தயாராக இருப்பதைப் போன்றது இது.

“இந்த உள்ளார்ந்த போராட்டம்தான் அதைக் கடினமாக்குகிறது. நீ இப்போது யாராக இருக்கிறாயோ அதற்கும், நீ யாராக ஆக விரும்புகிறாயோ அதற்கும் இடையே நிகழ்கின்ற போராட்டம்தான் பிரச்சனையே. உன்னுடைய எந்தப் பகுதி இன்னும் பாதுகாப்பை நாடுகிறதோ, அது, சுதந்திரத்தை நாடுகின்ற உன்னுடைய இன்னொரு பகுதியுடன் மல்லுக்கு நிற்கிறது. எந்தப் பகுதி வெற்றி பெறும் என்பதை உன்னால் மட்டுமே தீர்மானிக்க முடியும். ஒன்று, நீ அந்தத் தொழிலைக் கட்டியெழுப்புவாய், அல்லது மீண்டும் ஒரு வேலையைத் தேடிப் போய்விடுவாய் - என்றென்றைக்குமாக.”

உங்களுடைய ஆழ்விருப்பத்தைக் கண்டுபிடியுங்கள்

“நீ உண்மையிலேயே முன்னோக்கிச் செல்ல விரும்புகிறாயா?” என்று பணக்காரத் தந்தை கேட்டார்.

“ஆமாம்!” என்று நான் அவசர அவசரமாகச் சொன்னேன்.

“நீ எதைச் செய்யத் தீர்மானித்து வெளியே அடியெடுத்து வைத்தாய் என்பதை நீ மறந்துவிட்டாயா? உன்னுடைய ஆழ்விருப்பம் உனக்கு மறந்துவிட்டதா? உன்னை எது இந்த இக்கட்டான நிலையில் கொண்டுவந்து விட்டுள்ளது என்பது உனக்கு மறந்துவிட்டதா?” என்று அவர் கேட்டார்.

நான் திடுக்கிட்டு, “ஓ!” என்றேன். நான் மறந்துவிட்டிருந்தேன். தொலைபேசியைக் கையில் பிடித்துக் கொண்டே, எது என்னை இந்த இக்கட்டான நிலைக்கு இட்டு வந்திருந்தது என்பதைக் கண்டுபிடிக்க என் மண்டையைக் குடைந்து கொண்டிருந்தேன்.

“எனக்குத் தெரியும்,” என்று பணக்காரத் தந்தையின் குரல் தொலைபேசியில் ஓங்கி ஒலித்தது. “உன்னுடைய கனவை உயிர்த்துடிப்புடன் வைத்திருப்பதைவிட நீ உயிர்பிழைத்திருப்பது உனக்கு அதிக முக்கியமானதாக இருக்கிறது. நீ அது குறித்துக் கவலைப்பட்டுக் கொண்டிருக்கிறாய். உன்னுடைய பயம் உன்னுடைய ஆழ்விருப்பத்தை ஒதுக்கித் தள்ளிவிட்டது. தொடர்ந்து முன்னோக்கிச் செல்வதற்கான சிறந்த வழி, உன் இதயத்தில் உள்ள அந்த ஆழ்விருப்பத்தை உயிர்த்துடிப்போடு வைத்திருப்பதுதான். நீ எதைச் செய்யத் திட்டமிட்டாயோ அதை எப்போதும் நினைவில் கொள். நீ உன்னைப் பற்றி அதிகமாகக் கவலைப்படத் தொடங்கினால், உன்னுடைய பயம் உன்னுடைய ஆன்மாவை அரித்துத் தின்றுவிடும். ஆழ்விருப்பம்தான் தொழில்களைக் கட்டியெழுப்புகிறதே அன்றி, பயம் அல்ல. நீ இவ்வளவு தூரம் வந்துள்ளாய். நீ உன் இலக்கை மிகவும் நெருங்கி வந்துள்ளாய். இப்போது திரும்பிப் போய்விடாதே. உன் இலக்கை எப்போதும் நினைவில் வைத்திரு. முயற்சியை எந்த நேரத்தில் வேண்டுமானாலும் கைவிட்டுவிடலாம்.

அப்படி இருக்கையில், இப்போது ஏன் நீ உன் முயற்சியைக் கைவிட விரும்புகிறாய்?"

அத்துடன், பணக்காரத் தந்தை என்னை ஆசீர்வதித்துவிட்டு, தொலைபேசி இணைப்பைத் துண்டித்துவிட்டார். அவர் சொன்னது சரிதான். நான் ஏன் இந்தப் பயணத்தைத் தொடங்கினேன் என்பதை நான் மறந்துவிட்டிருந்தேன். நான் என் கனவைத் தொலைத்திருந்தேன், பயம் என் தலையையும் இதயத்தையும் ஆட்கொள்ள நான் அனுமதித்திருந்தேன். இப்போது, ஒன்று, நான் என் ஆழ்விருப்பத்தை நிறைவேற்றிக் காட்ட வேண்டும், அல்லது அதை மொத்தமாக மறந்துவிட்டுத் திரும்பிப் போய்விட வேண்டும். நான் சிறிது நேரம் அங்கேயே நின்றேன். என் பணக்காரத் தந்தையின் வார்த்தைகள் என் காதுகளில் மீண்டும் ஒலித்தன: "முயற்சியை எந்த நேரத்தில் வேண்டுமானாலும் கைவிட்டுவிடலாம். அப்படி இருக்கையில், இப்போது ஏன் நீ உன் முயற்சியைக் கைவிட விரும்புகிறாய்?" நான் சாதித்துக் காட்டுவதென்று தீர்மானித்தேன்.

அந்த அமைப்புமுறையைச் சொந்தமாக்கிக் கொண்ட ஆசிரியர்

என்னுடைய பயங்களும் எனக்கு இன்னும் கிடைத்திராத வெற்றியும் என்னை அடித்துத் துவைத்துக் கொண்டிருந்தன. என்னுடைய கனவு ஒதுக்கித் தள்ளப்பட்டிருந்தது. ஒரு வேறு வகையான பள்ளி அமைப்புமுறையை உருவாக்குவதுதான் என்னுடைய கனவாக இருந்தது. தொழில்முனைவோராகவும் முதலீட்டாளர்களாகவும் ஆக விரும்புகின்ற மக்களுக்கான ஒரு கல்வித் திட்டம் அது. நான் இன்னும் அந்தத் தொலைபேசியின் அருகே நின்று கொண்டிருந்தேன். என் மனம் என்னுடைய உயர்நிலைப் பள்ளிக்குப் பின்னோக்கிச் சென்றது.

எனக்குப் பதினைந்து வயதாக இருந்தபோது, என்னுடைய வழிகாட்டி ஆலோசகர் என்னிடம், "நீ வளர்ந்த பிறகு என்ன செய்யப் போகிறாய்? உன்னுடைய தந்தையைப்போல ஓர் ஆசிரியராக ஆகப் போகிறாயா?" என்று கேட்டார்.

நான் அவருடைய கண்களை நேராகப் பார்த்து, மிகுந்த தன்னம்பிக்கையுடன், "நான் ஒருபோதும் ஓர் ஆசிரியராக ஆக மாட்டேன்," என்று ஆணித்தரமாகக் கூறினேன்.

பள்ளிக்கூடம் எனக்குப் பிடிக்கவில்லை. இன்னும் சொல்லப் போனால், நான் அதை வெறுத்தேன். ஓரிடத்தில் வலுக்கட்டாயமாக உட்கார்த்தி வைக்கப்பட்டு, எனக்குப் பிடிக்காத அல்லது நான் மதிக்காத ஒருவர், எனக்குப் பிடிக்காத ஒரு விஷயம் குறித்து மாதக்கணக்கில் பேசுவதைக் கேட்பதை நான் முற்றிலுமாக வெறுத்தேன். இதனால் நான் வகுப்பறையில் சேட்டைகள் செய்தேன், அல்லது வகுப்புக்கு மட்டம் போட்டேன்.

எனவே, நான் என் தந்தையின் அடியொற்றி ஓர் ஆசிரியராக ஆகவிருந்தேனா என்று என்னுடைய வழிகாட்டி ஆலோசகர் என்னிடம் கேட்டபோது, நான் திடுக்கிட்டேன்.

ஆழ்விருப்பம் என்பது விருப்பும் வெறுப்பும் கலந்த ஒரு கலவை என்பதை அப்போது நான் அறியவில்லை. கற்பதை நான் விரும்பினேன்,

ஆனால் பள்ளிக்கூடத்தை நான் வெறுத்தேன். எனக்கு விருப்பமில்லாத ஒருவனாக நான் ஆவதற்கு என்னைத் தயார்படுத்திக் கொண்டிருந்த அந்த இடத்தில் உட்கார்வதை நான் அடியோடு வெறுத்தேன். அதில் நான் மட்டும் தனி ஆளாக இருக்கவில்லை.

கல்வியைப் பற்றிய குறிப்பிடத்தக்க மேற்கோள்கள்

வின்ஸ்டன் சர்ச்சில் ஒரு முறை இப்படிச் சொன்னார்: "தனிப்பட்ட முறையில், கற்பதற்கு நான் எப்போதும் தயாராக இருக்கிறேன், ஆனால் கற்றுக் கொடுக்கப்படுவதை நான் ஒருபோதும் விரும்புவதில்லை."

ஜான் அப்டைக் இவ்வாறு கூறினார்: "குழந்தைகள் அவர்களுடைய பெற்றோர்மீது ஏற்றி வைக்கப்படுகின்ற, இயற்கைக்கு மாறான சுமை என்று அமெரிக்காவின் தேசத் தந்தையர் தீர்மானித்தனர். அதனால்தான் அவர்கள் பள்ளிக்கூடங்கள் என்ற சிறைச்சாலைகளைக் கட்டி, கல்வி என்ற சித்திரவதைக் கருவியை உருவாக்கி வைத்தனர்."

எச்.எல். மென்கென் இவ்வாறு கூறினார்: "பள்ளி நாட்கள்தான் மனித இருத்தலின் ஒட்டுமொத்த ஆயுட்காலத்தில் மிகவும் மகிழ்ச்சியற்றவை என்று நான் நம்புகிறேன். மந்தமான, புரிந்து கொள்ளப்பட முடியாத வேலைகள்; புதிய, இனிமையற்றக் கட்டுப்பாடுகள், பொது அறிவு மற்றும் கண்ணியத்தின்மீதான கொடூரமான வன்முறைகள் ஆகியவற்றால் நிரம்பிய நாட்கள் அவை."

கலீலியோ இவ்வாறு கூறினார்: "உங்களால் ஒருவனுக்கு எதையும் கற்றுக் கொடுக்க முடியாது. அதை அவன் தனக்குள் கண்டு கொள்ள அவனுக்கு உங்களால் உதவ மட்டுமே முடியும்."

மார்க் டுவெயின் இவ்வாறு கூறினார்: "பள்ளிக்கூடப் பயிற்றுவிப்பு என்னுடைய கல்வியில் குறுக்கிட நான் ஒருபோதும் அனுமதிக்கவில்லை."

ஆல்பர்ட் ஐன்ஸ்டைன் இவ்வாறு கூறினார்: "மொத்தத்தில் அளவுக்கதிகமான கல்வி இருக்கிறது, குறிப்பாக அமெரிக்கப் பள்ளிகளில்."

என்னுடைய கற்றறிந்த தந்தையிடமிருந்து ஒரு பரிசு

மேற்குறிப்பிடப்பட்ட மேற்கோள்களை என்னுடன் பகிர்ந்து கொண்டவர், மிக உயர்ந்த கல்வித் தகுதி படைத்த, ஆனால் மிகவும் ஏழையான, என்னுடைய சொந்தத் தந்தைதான். அவரும் பள்ளி அமைப்புமுறையை வெறுத்தார், ஆனால் அவர் அதில் தழைத்தார். அவரும் அந்த அமைப்புமுறையை மாற்றுவது குறித்துக் கனவு கண்டார். அதனால்தான் அவர் ஓர் ஆசிரியராக ஆனார். ஆனால் அந்த அமைப்புமுறை அவரை நசுக்கிவிட்டது. அவர் தன்னுடைய ஆழ்விருப்பத்தைக் கொண்டு அந்த அமைப்புமுறையை மாற்ற முயன்றார், ஆனால் அவர் ஒரு முட்டுச்சந்தில் போய் நின்றார். அந்த அமைப்புமுறையில் ஏராளமானோர் பணம் பண்ணிக் கொண்டிருந்தனர். எனவே, யாரும் அதை மாற்ற விரும்பவில்லை. ஆனால் மாற்றம் வேண்டும் என்பது பற்றிய பேச்சு மட்டும் எக்கச்சக்கமாக வளைய வந்தது.

என்னுடைய வழிகாட்டி ஆலோசகர் ஞானதிருஷ்டி கொண்டிருந்தார்போலும். ஏனெனில், பல ஆண்டுகளுக்குப் பிறகு, நான் என்னுடைய தந்தையின் அடியொற்றி நடந்தேன். நான் அதே அமைப்புமுறைக்குள் அவரைப் பின்தொடர்ந்து போகவில்லை. நான் அந்த ஆழ்விருப்பத்தை மட்டும் எடுத்துக் கொண்டு, என்னுடைய சொந்த அமைப்புமுறையை உருவாக்கினேன்.

கிம்மும் நானும் பொருளாதாரரீதியாகக் கஷ்டப்பட்டுக் கொண்டிருந்ததையும், எங்களுடைய சொந்தக் கல்வி அமைப்புமுறையை நடைமுறையில் கொண்டுவர நாங்கள் எங்களால் இயன்ற அளவு சிறப்பாக உழைத்துக் கொண்டிருந்தோம் என்பதையும் என்னுடைய கற்றறிந்த தந்தை கேள்விப்பட்டபோது, அவர் அந்த மேற்கோள்களை எனக்கு அனுப்பி வைத்தார். “தொடர்ந்து முன்னேறிச் செல். அன்புடன், அப்பா!” என்ற குறிப்பையும் அவர் அத்துடன் இணைத்திருந்தார்.

அக்கணம்வரை, பாரம்பரியக் கல்வி அமைப்புமுறையையும், இளம் சிறார்கள்மீதும் இளைஞர்கள்மீதும் அது ஏற்படுத்திக் கொண்டிருந்த விரும்பத்தகாத தாக்கத்தையும் என் தந்தை எவ்வளவு தூரம் வெறுத்தார் என்பதை நான் ஒருபோதும் அறியவில்லை. ஆனால் அவருடைய ஊக்குவிப்பு வார்த்தைகளைப் படித்தப் பிறகு, விஷயங்கள் அர்த்தம் வாய்ந்தவையாக ஆகத் தொடங்கின. என்னை அன்று தூண்டிய ஆழ்விருப்பம்தான் அதற்குப் பல வருடங்களுக்கு முன்பு என் தந்தையைத் தூண்டியிருந்தது. அவரிடமிருந்து அந்த ஆழ்விருப்பத்தை என்னையும் அறியாமல் நான் சுவீகரித்திருந்தேன். என் மனத்தின் அடியாழத்தில் நான் ஓர் ஆசிரியராக இருந்தேன். அதனால்தான் அந்த அமைப்புமுறையை நான் அவ்வளவு வெறுத்தேன் போலும்!

இப்போது திரும்பிப் பார்க்கும்போது, நான் என்னுடைய இரண்டு தந்தையரிடமிருந்தும் சில அம்சங்களை வாங்கியிருந்திருக்கிறேன் என்பது எனக்குப் புரிகிறது. ஒரு முதலாளித்துவவாதியாக ஆவதற்கான இரகசியங்களை நான் என்னுடைய பணக்காரத் தந்தையிடமிருந்து கற்றேன். கற்பிப்பதற்கான ஆர்வத்தை நான் என்னுடைய சொந்தத் தந்தையிடமிருந்து சுவீகரித்தேன். இவ்விரண்டையும் இணைத்து, கல்வி அமைப்புமுறையில் இப்போது என்னால் ஏதாவது செய்ய முடியும். தற்போதைய அமைப்புமுறையை மாற்றுவதற்கான விருப்பமோ அல்லது திறனோ எனக்கு இருக்கவில்லை, ஆனால் என்னுடைய சொந்த அமைப்புமுறையை உருவாக்குவதற்கான தொழிலறிவு எனக்கு இருந்தது.

பல ஆண்டுகாலப் பயிற்சி வெகுமதியளிக்கத் தொடங்கியது

பல ஆண்டுகளாக, தொழில்களையும் தொழில் அமைப்புமுறைகளையும் உருவாக்குகின்ற ஒரு நபராக நான் ஆவதற்கு என்னுடைய பணக்காரத் தந்தை என்னைத் தயார்படுத்தி வந்திருந்தார். 1977 இல் நான் தொடங்கிய தொழில், ஒரு தயாரிப்பு நிறுவனமாகும். பளிச்சென்ற நிறங்களில் நைலான் மற்றும் வெல்குரோவுடன்கூடிய பர்ஸுகளை முதன்முதலாகத் தயாரித்த நிறுவனங்களில் எங்களுடையதும் ஒன்று. அந்தப் பர்ஸைத்

தொடர்ந்து, ஓட்டத்திற்குப் பயன்படுத்தப்படுகின்ற ஷூக்களின் லேஸ்களுடன் இணைக்கப்பட்ட, நைலான் மற்றும் வெல்குரோவுடன்கூடிய ஒரு சின்னஞ்சிறிய பர்சை நாங்கள் உருவாக்கி அறிமுகப்படுத்தினோம். 1978 இல், மெதுவோட்ட உடற்பயிற்சியின்மீது மக்கள் பெரும் மோகம் கொண்டிருந்தனர். ஓடும்போது தங்களுடைய சாவி, பணம், அடையாள அட்டை போன்றவற்றை வைத்துக் கொள்ள அவர்களுக்கு ஓர் இடம் தேவைப்பட்டதைத் தொடர்ந்து நாங்கள் அந்தச் சின்னஞ்சிறு பர்ஸை உருவாக்கினோம்.

எங்களுடைய பொருட்கள் அமோகமாக வெற்றி பெற்றன, ஆனால் விரைவில், மக்களுக்கு அவற்றின்மீதான ஆர்வம் குறைந்தது, அதனால் எங்கள் நிறுவனத்தின் கவனம் சிதறியது. அந்நிய நாட்டு நிறுவனங்களின் போட்டியை எதிர்கொள்ள முடியாமல் எங்கள் நிறுவனம் பலவீனமடையத் தொடங்கியது. தாய்வான், தென் கொரியா, ஹாங்காங் போன்ற நாடுகள் என்னுடைய பொருட்களை அப்படியே ஒத்தப் பொருட்களை ஏற்றுமதி செய்து அனுப்பிக் கொண்டிருந்தன. அதனால், நாங்கள் உருவாக்கியிருந்த சந்தை முற்றிலுமாகத் துடைத்தெறியப்பட்டது. அவர்களுடைய பொருட்களின் விலையும் குறைவாக இருந்ததால், எங்களால் அவர்களோடு போட்டியிட முடியாமல் போயிற்று. அப்பொருட்களை உற்பத்தி செய்வதற்கு எங்களுக்கு எவ்வளவு செலவானதோ, அதைவிடக் குறைவான விலையில் அவர்கள் அவற்றை விற்றுக் கொண்டிருந்தனர்.

எங்களுடைய சிறு நிறுவனம் ஓர் இக்கட்டான நிலைமையை எதிர்கொள்ள நேரிட்டது. ஒன்று, நாங்கள் அவர்களை எதிர்த்து மல்லுக்கு நிற்க வேண்டும், அல்லது அவர்களோடு இணைந்து கொள்ள வேண்டும். அவர்களுடனான போட்டியில் எங்களால் வெற்றி பெற முடியாது என்பதை என்னுடைய கூட்டாளிகளும் நானும் உணர்ந்தோம். இறுதியில், ஓர் ஓட்டெடுப்பு நடத்தி, அதன் அடிப்படையில் நாங்கள் அவர்களுடன் சேரத் தீர்மானித்தோம்.

ஆனால், எங்கள் நிறுவனம் பிழைத்திருப்பதற்கு, எங்களுடைய விசுவாசமான ஊழியர்களை, அந்தக் கடின உழைப்பாளிகளை நாங்கள் பணிநீக்கம் செய்ய வேண்டியதாயிற்று. அது என் மனத்தைக் கசக்கிப் பிழிந்தது.

புதிய தொழிற்சாலைகளை நான் பார்வையிட்டபோது, எங்களுடைய பொருட்களைக் கொரியாவிலும் தாய்வானிலும் தயாரிப்பதற்கு நாங்கள் ஒப்பந்தம் செய்து கொண்டோம். அப்போது என் ஆன்மாவில் சிறிதளவு செத்துவிட்டது. அந்த இளம் தொழிலாளர்களின் வேலைச் சூழல் கொடூரமானதாகவும் மனிதநேயமற்றதாகவும் இருந்தது. அமெரிக்காவில் நாங்கள் பணிநீக்கம் செய்த ஊழியர்களை மட்டுமல்லாமல், அந்நிய நாடுகளில் இருந்த எங்களுடைய புதிய ஊழியர்களையும் குறித்து என் மனசாட்சி என்னை அரிக்கத் தொடங்கியது.

அந்நிய நிறுவனங்களுடனான போட்டியால் உருவான நிதிசார் பிரச்சனையை நாங்கள் தீர்த்து ஏராளமான பணம் ஈட்டத் தொடங்கியபோதிலும், என் இதயம் இனியும் என்னுடைய தொழிலில் இருக்கவில்லை. அதன் விளைவாக, வியாபாரம் பாதிப்புக்கு உள்ளாகத் தொடங்கியது. அதன் ஜீவன் போய்விட்டது. ஏனென்றால், என்னுடைய ஜீவனும் போய்விட்டது. மிகக் குறைவான சம்பளத்திற்கு, மிக மோசமான வேலைச் சூழலில் வேலை செய்த அந்த இளைஞர்களுடைய வாழ்க்கையைச் சூறையாடித்தான்

நான் பணக்காரனாக ஆக வேண்டும் என்றால், அந்தப் பணம் எனக்குத் தேவையில்லை என்ற உணர்வு எனக்கு ஏற்பட்டது. அதனால், ஊழியர்களை உருவாக்குவதற்குப் பதிலாக, தொழில்முனைவோராக ஆவதற்கான கல்வியறிவை மக்களுக்கு வழங்குவது குறித்து நான் சிந்திக்கத் தொடங்கினேன். என்னுடைய முப்பத்திரண்டாவது வயதில், நான் ஓர் ஆசிரியராக ஆகிக் கொண்டிருந்தேன், ஆனால் அதை அச்சமயத்தில் நான் அறிந்திருக்கவில்லை. என்னுடைய தொழில் சரியத் தொடங்கியது. அமைப்புமுறைகள் இல்லாதது அதற்குக் காரணமல்ல, மாறாக, ஆழ்விருப்பமும் ஈடுபாடும் இல்லாததுதான் காரணம். கிம்மும் நானும் எங்களுடைய புதிய தொழில் முயற்சியைத் தொடங்கியபோது, பர்ஸ் நிறுவனம் சுவடின்றி மறைந்து போயிற்று.

ஆட்குறைப்புப் படலம்

1983 இல், ஹவாய் பல்கலைக்கழகத்தில் வணிக மேலாண்மை படித்துக் கொண்டிருந்த மாணவர்களிடையே ஒரு சொற்பொழிவாற்ற நான் அழைக்கப்பட்டிருந்தேன். வேலைப் பாதுகாப்புப் பற்றிய என்னுடைய கண்ணோட்டங்களை நான் அவர்களுடன் பகிர்ந்து கொண்டேன். நான் சொன்னது அவர்களுக்குப் பிடிக்கவில்லை. "ஒரு சில ஆண்டுகளில், உங்களில் பலர் உங்களுடைய வேலைகளை இழப்பீர்கள் அல்லது மிகக் குறைவான சம்பளத்திற்கு வேலை பார்க்கும் கட்டாயத்திற்கு நீங்கள் ஆளாவீர்கள். வேலைப் பாதுகாப்பு மெல்ல மெல்லத் தேய்ந்து முற்றிலுமாக மறைந்துவிடும்," என்று நான் கூறினேன்.

என்னுடைய வேலையின் காரணமாக நான் உலகம் நெடுகிலும் பயணித்ததால், மலிவான ஊழியர்கள் மற்றும் தொழில்நுட்பப் புதுமைகளின் கூட்டு சக்தியை நான் நேரடியாகக் கண்டேன். ஆசியா, ஐரோப்பா, இரஷ்யா, அல்லது தென்னமெரிக்காவிலுள்ள ஓர் ஊழியர், அமெரிக்காவிலுள்ள ஊழியர்களோடு உண்மையிலேயே போட்டி போட்டுக் கொண்டிருந்ததை நான் உணர்ந்தேன். ஊழியர்களுக்கு மிக உயர்ந்த சம்பளம் மற்றும் ஒரு பாதுகாப்பான வேலை, இடைநிலை மேலாளர்கள் போன்ற யோசனைகள் காலாவதியாகியிருந்தன. உலக அளவில் போட்டியிடுவதற்கான திறன் படைத்தவையாக ஆவதற்காக, பெருநிறுவனங்கள், விரைவில் தம்முடைய ஊழியர்களின் எண்ணிக்கையையும் அவர்களுடைய சம்பளத்தையும் வெகுவாகக் குறைக்க வேண்டியிருக்கும்.

ஹவாய் பல்கலைக்கழகம் மீண்டும் ஒருபோதும் என்னை அழைக்கவில்லை. ஒரு சில ஆண்டுகளுக்குப் பிறகு, 'ஆட்குறைப்பு' என்ற வார்த்தை பரவலாகப் பயன்படுத்தப்படலாயிற்று. ஒரு பெரிய நிறுவனம் இன்னொரு நிறுவனத்துடன் இணைக்கப்பட்ட ஒவ்வொரு முறையும், ஊழியர்கள் பலர் வேலையிழந்தனர். நிறுவன உரிமையாளர்கள் தங்களுடைய பங்குதாரர்களை மகிழ்ச்சிப்படுத்த விரும்பிய ஒவ்வொரு முறையும் ஆட்குறைப்பு நிகழ்ந்தது. ஒவ்வொரு ஆட்குறைப்பின்போதும், நிறுவனத்தின் மேல்மட்டத்தில் இருந்தவர்கள் மேன்மேலும் பணக்காரர்களாக ஆகியதையும், கீழ்மட்டத்தில் இருந்த மக்கள் அதற்கான விலையைக் கொடுத்ததையும் நான் கண்டேன்.

“எதிர்காலத்தில் என் குழந்தைக்கு ஒரு நல்ல, பாதுகாப்பான வேலை கிடைக்க வேண்டும் என்பதற்காக அவனை/அவளை நான் ஒரு நல்ல பள்ளிக்கூடத்தில் சேர்த்திருக்கிறேன்,” என்று யாரேனும் கூறுவதை நான் கேட்கும் ஒவ்வொரு முறையும் நான் நடுங்குகிறேன். ஒரு வேலைக்குத் தயாராக இருப்பது ஒரு குறுகிய கால நோக்கில் பார்க்கும்போது ஒரு நல்ல யோசனைதான், ஆனால் ஒரு நீண்டகால நோக்கில் பார்க்கும்போது அது போதுமானதல்ல. நான் மெல்ல மெல்ல, ஆனால் நிச்சயமாக, ஓர் ஆசிரியராக ஆகிக் கொண்டிருந்தேன்.

உங்களுடைய ஆழ்விருப்பத்தைச் சுற்றி ஓர் அமைப்புமுறையை உருவாக்குதல்

என்னுடைய உற்பத்தி நிறுவனம் மீண்டும் தலைதூக்கி நன்றாக இயங்கிக் கொண்டிருந்தபோதிலும், நான் என் ஆழ்விருப்பத்தை இழந்திருந்தேன். பணக்காரத் தந்தை என்னுடைய விரக்தியைப் பின்வருமாறு தொகுத்துரைத்தார்: “கல்லூரி நாட்கள் முடிந்துவிட்டன. உன்னுடைய இதயத்தைச் சுற்றி ஓர் அமைப்புமுறையை உருவாக்குவதற்கான நேரம் வந்துவிட்டது. உன்னுடைய உற்பத்தி நிறுவனத்தை விட்டுத்தள்ளு. எது கட்டியெழுப்பப்பட வேண்டுமோ, அதைக் கட்டியெழுப்பு. நீ என்னிடமிருந்து சிறப்பாகக் கற்றுள்ளாய், ஆனால் உண்மையில் நீ உன்னுடைய தந்தையின் மகன். நீயும் உன் தந்தையும் உங்கள் ஆன்மாவின் அடியாழத்தில் ஆசிரியர்களாகத்தான் இருக்கிறீர்கள்.”

கிம்மும் நானும் எல்லாவற்றையும் மூட்டை கட்டிக் கொண்டு கலிஃபோர்னியாவுக்கு இடம் பெயர்ந்தோம். கற்பிப்பதற்கான புதிய வழிமுறைகளைக் கற்றுக் கொண்டு, அவற்றைச் சுற்றி ஒரு நிறுவனத்தை உருவாக்குவதென்று நாங்கள் தீர்மானித்திருந்தோம். எங்கள் தொழில் வேர்பிடிப்பதற்கு முன்பே எங்களிடமிருந்த பணம் முழுவதும் காலியாகிவிட்டது, நாங்கள் நடுத் தெருவுக்கு வந்துவிட்டோம். என்னுடைய பணக்காரத் தந்தையுடனான அந்தத் தொலைபேசி அழைப்பு, என் மனைவியின் ஆதரவு, என்மீதான கோபம், என் ஆழ்விருப்பம் மீண்டும் உயிர்பெற்றது ஆகிய அனைத்தும் சேர்ந்து எங்களை எங்களுடைய இக்கட்டான சூழ்நிலையிலிருந்து மீட்டெடுத்தன.

விரைவில் நாங்கள் ஒரு நிறுவனத்தை உருவாக்கத் தொடங்கினோம். அது ஒரு கல்வி நிறுவனம். பாரம்பரியக் கல்லூரிகளில் பயன்படுத்தப்படுகின்ற கற்பித்தல் வழிமுறைகளுக்கு நேரெதிரான வழிமுறைகளை நாங்கள் பயன்படுத்தினோம். மாணவர்கள் ஆடாமல் அசையாமல் நேராக உட்கார வேண்டும் என்று அவர்களிடம் கூறுவதற்குப் பதிலாக, அவர்கள் துடிப்பாக இருக்க நாங்கள் அவர்களை ஊக்குவித்தோம். சொற்பொழிவுகள் மூலம் கற்றுக் கொடுப்பதற்குப் பதிலாக, விளையாட்டுகளை விளையாடியதன் மூலம் அவர்களுக்குக் கற்பித்தோம். ஆசியர்களைக் கொண்டு கற்பிப்பதற்குப் பதிலாக, உண்மையிலேயே தங்களுடைய சொந்த நிறுவனங்களைத் துவக்கி வெற்றிகரமான தொழில் உரிமையாளர்களாக ஆகியிருந்தவர்களை நாங்கள் வரவழைத்து, நாங்கள் வடிவமைத்திருந்த கற்பித்தல்

வழிமுறைகளைப் பயன்படுத்திக் கற்றுக் கொடுப்பதற்கு நாங்கள் ஏற்பாடு செய்தோம். மாணவர்களுக்கு மதிப்பெண்கள் வழங்குவதற்குப் பதிலாக, மாணவர்கள் ஆசிரியர்களுக்கு மதிப்பெண்கள் வழங்கினர். ஓர் ஆசிரியர் மோசமான மதிப்பெண்கள் பெற்றால், அவரை மேலும் தீவிரப் பயிற்சிக்கு உட்படுத்தினோம் அல்லது அவரை வேலையைவிட்டு நீக்கினோம்.

வயது, கல்விப் பின்புலம், பாலினம், மத நம்பிக்கைகள் ஆகியவை ஒரு பொருட்டாக இருக்கவில்லை. கற்பதற்கான ஓர் உண்மையான விருப்பத்தையும் விரைவாகக் கற்றுக் கொள்வதையும் மட்டுமே நாங்கள் எதிர்பார்த்தோம். காலப்போக்கில், பாரம்பரியக் கல்லூரிகளில் ஒரு வருடத்தில் கற்றுக் கொடுக்கப்படுகின்ற கணக்கியல் பாடங்களை எங்களால் ஒரே நாளில் கற்றுக் கொடுக்க முடிந்தது.

நாங்கள் பெரும்பாலும் பெரியவர்களுக்கே கற்றுக் கொடுத்தபோதிலும், பதின்பருவத்துக் குழந்தைகளும் அவர்களோடு சேர்ந்து பயின்றனர். எங்களுடைய மாணவர்களுக்கு நாங்கள் தேர்வுகள் வைப்பதற்குப் பதிலாக, குழுக்களாக இணைந்து ஒத்துழைக்கும்படி அவர்களிடம் கேட்டுக் கொண்டோம். பிறகு அவர்கள் குழுக்களாகத் தேர்வு எழுதினர். ஒரு குழு இன்னொரு குழுவுடன் போட்டியிட்டது. மதிப்பெண்கள் வழங்குவதற்குப் பதிலாக, நாங்கள் பணப் பந்தயத்தில் ஈடுபட்டோம். வெற்றி பெறுவதற்கான ஆழ்விருப்பமும் போட்டி மனப்பான்மையும் ஒவ்வொருவரிடத்திலும் வெளிப்பட்டன. ஆசிரியர்கள் அவர்களை ஊக்குவிக்க வேண்டியிருக்கவில்லை. கற்பதற்கான போட்டி தொடங்கியவுடன், ஆசிரியர்கள் தங்களுடைய மாணவர்களின் வழியிலிருந்து விலகிக் கொண்டனர். தேர்வு நேரத்தில் அமைதி நிலவவில்லை, மாறாக, கத்தல், சிரிப்பு, அழுகை போன்றவையே நிகழ்ந்தன. கற்பது குறித்து மக்கள் உற்சாகமாக இருந்தனர். அவர்கள் அதிகமாகக் கற்றுக் கொள்ள விரும்பினர்.

நாங்கள் இரண்டு விஷயங்களைக் கற்றுக் கொடுத்தோம்: தொழில்முனைவு (B) மற்றும் முதலீடு செய்தல் (I). எங்களுடைய கற்பிப்புப் பாணியில் இவ்விரு விஷயங்களையும் கற்றுக் கொள்ள விரும்பிய மக்கள் கூட்டங்கூட்டமாக எங்களிடம் வந்தனர். நாங்கள் எங்களுடைய நிறுவனம் குறித்து விளம்பரம் எதுவும் செய்யவில்லை. வாய்வழிப் பரிந்துரைகள் மூலம் எங்கள் நிறுவனத்தின் புகழ் பரவியது. எங்களை அணுகியவர்கள், வேலைகளை உருவாக்க விரும்பினரே அன்றி, வேலைகளைத் தேடிக் கொள்ள விரும்பவில்லை.

என்னுடைய பணக்காரத் தந்தையுடன் நான் மேற்கொண்ட தொலைபேசி உரையாடலைத் தொடர்ந்து, நான் என் முயற்சியைக் கைவிடப் போவதில்லை என்று நான் தீர்மானித்ததும் விஷயங்கள் முன்னோக்கி நகரத் தொடங்கின. வெறும் ஐந்து ஆண்டுகளுக்குள், நாங்கள் பல கோடி டாலர்கள் பெறுமானமுள்ள ஒரு பெருநிறுவனமாக வளர்ந்திருந்தோம். உலகம் நெடுகிலும் எங்களுக்குப் பதினொரு அலுவலகங்கள் இருந்தன. நாங்கள் ஒரு புதிய கல்வி அமைப்புமுறையை உருவாக்கியிருந்தோம். மக்களுக்கு அது மிகவும் பிடித்துப் போயிற்று. எங்களுடைய ஆழ்விருப்பம்தான் அந்த வெற்றியைச் சாத்தியமாக்கியது. ஏனெனில், ஆழ்விருப்பமும் ஒரு நல்ல அமைப்புமுறையும் பயத்தைத் தூக்கியெறிந்துவிட்டன.

ஓர் ஆசிரியரால் பணக்காரராக ஆக முடியும்

தங்களுக்குப் போதிய சம்பளம் கொடுக்கப்படுவதில்லை என்று ஆசிரியர்கள் கூறுவதை நான் கேட்க நேரிடும்போதெல்லாம், நான் அவர்களுக்காக வருந்துகிறேன். இதில் நகைமுரண் என்னவென்றால், அவர்கள் தங்களுடைய சொந்த அமைப்புமுறையின் போக்கினுடைய ஒரு விளைவே. ஓர் ஆசிரியராக இருப்பதை அவர்கள் E கால்சதுரத்தின் கண்ணோட்டத்திலிருந்து பார்க்கின்றனரே அன்றி, B அல்லது I கால்சதுரத்தின் கண்ணோட்டத்திலிருந்து அல்ல. நீங்கள் யாராக இருந்தாலும் சரி, எந்தவொரு கால்சதுரத்திலும் நீங்கள் விரும்புகின்ற யாராக வேண்டுமானாலும் உங்களால் ஆக முடியும். ஆசிரியர்களும் இதற்கு விதிவிலக்கல்ல.

நாம் விரும்புகின்ற எதுவாக வேண்டுமானாலும் நம்மால் ஆக முடியும்

எல்லா கால்சதுரங்களிலும் வெற்றிகரமாகத் திகழ்வதற்கான ஆற்றல் நம்மில் பெரும்பாலானோருக்கு இருக்கிறது. வெற்றி பெறுவது நாம் எவ்வளவு மன உறுதியுடன் இருக்கிறோம் என்பதைப் பொறுத்தது அது. என் பணக்காரத் தந்தை கூறியதுபோல, "ஆழ்விருப்பம்தான் ஒரு தொழிலைக் கட்டியெழுப்புகிறதே அன்றி, பயம் அல்ல."

கால்சதுரங்களை மாற்றுவதிலுள்ள பிரச்சனைக்கு, சிறு வயதிலிருந்து நமக்குச் சொல்லிக் கொடுக்கப்பட்டு வந்துள்ள விஷயங்கள்தாம் காரணமாக இருக்கின்றன. நம்மில் பெரும்பாலானோரின் குடும்பங்களில், நாம் ஒரு குறிப்பிட்ட விதத்தில் சிந்திக்கவும் செயல்படவும் நம்மைத் தூண்டுவதற்குப் பயம் ஒரு முதன்மைக் காரணியாகப் பயன்படுத்தப்பட்டது. எடுத்துக்காட்டாக: "நீ உன்னுடைய வீட்டுப்பாடத்தை முடித்தாயா? நீ அதைச் செய்து முடிக்காவிட்டால், பள்ளியில் நீ தோல்வியைத் தழுவுவாய், உன்னுடைய நண்பர்கள் அனைவரும் உன்னைப் பார்த்துப் பரிகாசமாகச் சிரிப்பர்." "நீ எப்போதும் உன் முகத்தை இப்படி அஷ்டகோணலாக்கிக் கொண்டிருந்தால், அது நிரந்தரமாகக் கோணலாகிவிடும்." "நீ நல்ல மதிப்பெண்கள் பெறாவிட்டால், சலுகைகளுடன்கூடிய ஒரு நல்ல, பாதுகாப்பான வேலை உனக்குக் கிடைக்காது."

இன்று, பலர் நல்ல மதிப்பெண்கள் பெற்றுள்ளனர், ஆனால் வெகு சில பாதுகாப்பான வேலைகளே இருக்கின்றன. சிறப்புச் சலுகைகளுடன்கூடிய பாதுகாப்பான வேலைகள் அதைவிடக் குறைவாக இருக்கின்றன. நல்ல மதிப்பெண்கள் பெற்றுள்ளவர்கள்கூட, ஒரு வேலையைத் தேடிக் கொள்வதை விட்டுவிட்டு, சொந்தமாகத் தொழில் தொடங்க வேண்டியுள்ளது.

இடப்புறம் ஆபத்தானது

ஒரு வேலையின் மூலம் பாதுகாப்பை நாடுகின்ற பல நண்பர்கள் இருக்கின்றனர். தொழில்நுட்பம் அதிவேகமாக வளர்ந்து கொண்டிருக்கிறது.

வேலைச் சந்தைக்குத் தங்களைப் பொருத்திக் கொள்வதற்கு, ஒவ்வொருவரும் சமீபத்தியத் தொழில்நுட்பத்தில் தொடர்ந்து பயிற்சி பெற வேண்டியிருக்கும். நீங்கள் மீண்டும் கற்கத்தான் போகிறீர்கள் என்றால், கேஷ்ஃபுளோ கால்சதுரத்தின் வலப்பக்கத்தில் வெற்றி பெறத் தேவையான திறமைகளை வளர்த்துக் கொள்வதில் நீங்கள் சிறிது நேரத்தைச் செலவிட்டால் என்ன? நான் உலகம் நெடுகிலும் பயணித்தபோது கண்ட விஷயங்களை மக்களால் பார்க்க முடிந்தால், அவர்கள் இனியும் அதிகப் பாதுகாப்பை நாட மாட்டார்கள். பாதுகாப்பு என்பது ஒரு மாயை. புதிதாக எதையேனும் கற்றுக் கொள்ளுங்கள்; இப்புதிய, துணிச்சலான உலகை எதிர்கொள்ளுங்கள். அதனிடமிருந்து ஓடி ஒளியாதீர்கள்.

சுயதொழில் புரிவோருக்கும் அது ஆபத்தானதுதான். அவர்கள் நோய்வாய்ப்பட்டாலோ அல்லது காயப்பட்டாலோ, அவர்களுடைய வருவாய் நேரடியாகப் பாதிக்கப்படுகிறது. வயது ஆக ஆக, என் வயதை ஒத்த, சுயதொழில் புரிகின்றவர்கள், கடின உழைப்பின் காரணமாக உடல்ரீதியாகவும் மனரீதியாகவும் உணர்ச்சிரீதியாகவும் அதிக எண்ணிக்கையில் பாதிக்கப்பட்டுள்ளதை நான் காண்கிறேன். ஒருவர் எவ்வளவு அதிகமாகக் களைப்பைப் பொறுத்துக் கொள்கிறாரோ, அவர் அவ்வளவு குறைவான பாதுகாப்புணர்வைக் கொண்டுள்ளார், அவர் ஏதேனும் ஒரு விபத்தை எதிர்கொள்ளக்கூடிய ஆபத்தும் அதிகரிக்கிறது.

வலப்புறம் அதிகப் பாதுகாப்பானது

வாழ்க்கை உண்மையில் கேஷ்ஃபுளோ கால்சதுரத்தின் வலப்புறம் அதிகப் பாதுகாப்பானதாக இருக்கிறது என்பது நகைமுரணாகும். எடுத்துக்காட்டாக, குறைவான வேலை மூலம் அதிகப் பணம் உற்பத்தி செய்கின்ற ஒரு பாதுகாப்பான அமைப்புமுறை உங்களிடம் இருந்தால், உங்களுக்கு உண்மையில் ஒரு வேலை தேவையில்லை, உங்கள் வேலையை நீங்கள் இழந்துவிடுவீர்களோ என்று நீங்கள் கவலைப்பட வேண்டியதும் இல்லை. அதிகப் பணம் ஈட்டுவதற்கு, வெறுமனே அமைப்புமுறையை விரிவுபடுத்தி, அதிகமான மக்களை வேலைக்கு எடுக்க வேண்டும், அவ்வளவுதான். உங்களுடைய வருவாய்க்குள் வாழ்க்கை நடத்துவதற்குப் பதிலாக உங்கள் வருவாய்க்கான வழிகளை நீங்கள் விரிவுபடுத்த வேண்டும் என்று நான் கற்றுக் கொடுக்கும்போது, நான் இதே கொள்கையைத்தான் செயல்படுத்துகிறேன். வருவாய்க்குள் வாழ்க்கை நடத்துவது என்பது உங்களுடைய வாழ்வின் ஜீவனைக் கசக்கிப் பிழிவதைப் போன்றது. வாழ்க்கையில் உள்ள அனைத்து இன்பங்களையும் அனுபவிப்பதற்கு ஏற்ற விதத்தில் என்னுடைய வருவாயைப் பெருக்கிக் கொள்வதற்கான மூலாதாரங்களை விரிவுபடுத்துவதற்கான வழிகளையே நான் எப்போதும் தேடி வந்துள்ளேன்.

உயர்ந்த நிலையிலான முதலீட்டாளர்கள், சந்தையின் ஏற்ற இறக்கங்களைப் பற்றிக் கவலைப்படுவதில்லை. ஏனெனில், சந்தை எப்படி இருந்தாலும் பணம் பண்ணுவதற்கான அறிவை அவர்கள் பெற்றுள்ளனர். அடுத்த முப்பது ஆண்டுகளில் சந்தையில் ஒரு சரிவு ஏற்பட்டாலோ அல்லது ஒரு பொருளாதார வீழ்ச்சி ஏற்பட்டாலோ, அந்தக் காலகட்டத்தில்

பணியிலிருந்து ஓய்வு பெறக்கூடிய நபர்கள், தங்களுடைய எஞ்சிய வாழ்நாளுக்காகச் சேர்த்து வைத்துள்ள பணத்தின் பெரும் பகுதியை இழக்க நேரிடும். அவர்களுடைய முதுமைப் பருவத்தில் அவ்வாறு நிகழ்ந்தால், பணியிலிருந்து ஓய்வு பெறுவதற்குப் பதிலாக, எவ்வளவு காலம் முடியுமோ அவ்வளவு காலம் அவர்கள் ஏதேனும் ஒரு வேலையைப் பார்த்துக் கொண்டே இருக்க வேண்டும்.

தொழில்முறை முதலீட்டாளர்கள் என்போர் தங்களுடைய பணத்தை ஆபத்திற்கு உட்படுத்தாமலேயே மிக அதிகமான பதிலீடுகளைப் பெறுகின்றனர். முதலீடு செய்வதைப் பற்றி அவ்வளவாக அறியாதவர்கள்தாம் ஆபத்துகளை எதிர்கொள்கின்றனர், மிகக் குறைவான பதிலீட்டைப் பெறுகின்றனர். என்னைப் பொறுத்தவரை, கேஷ்ஃபுளோ கால்சதுரத்தின் இடப்புறம்தான் அனைத்து ஆபத்துகளும் இருக்கின்றன.

இடப்புறம் ஏன் அதிக ஆபத்தானதாக இருக்கிறது

“பொருளாதார எண்களை உங்களால் படிக்க முடியாவிட்டால், நீங்கள் வேறொருவருடைய அபிப்பிராயத்தை ஏற்றுக் கொண்டாக வேண்டும்,” என்று என்னுடைய பணக்காரத் தந்தை மைக்கிடமும் என்னிடமும் கூறினார். “ஒரு வீட்டை வாங்குவதைப் பொறுத்தவரை, உன்னுடைய தந்தை, அவருடைய வீடு ஒரு சொத்து என்று கூறுகின்ற தன்னுடைய வங்கியாளரின் அபிப்பிராயத்தைக் கண்மூடித்தனமாக அப்படியே ஏற்றுக் கொள்கிறார்.”

‘கண்மூடித்தனமாக’ என்ற வார்த்தையை அவர் சற்று அழுத்தமாகச் சொன்னதை நாங்கள் கவனித்தோம்.

“இடப்புறத்தில் உள்ளோரில் பெரும்பாலானோர், உண்மையில் பொருளாதார எண்களைச் சிறப்பாகப் படிக்க வேண்டியதில்லை. ஆனால் வலப்புறத்தில் நீங்கள் வெற்றிகரமாகத் திகழ விரும்பினால், பிறகு அந்த எண்கள்தாம் உங்களுடைய கண்களாக இருக்கின்றன. பெரும்பாலான மக்கள் பார்க்காதவற்றை அந்த எண்கள் மூலமாக நீங்கள் பார்ப்பீர்கள்,” என்று அவர் எங்களிடம் கூறினார்.

“சூப்பர்மேனின் எக்ஸ்-ரே பார்வையைப்போலவா?” என்று மைக் கேட்டான்.

பணக்காரத் தந்தை சிரித்துவிட்டு, அவனுடைய கேள்வியை ஆமோதித்துத் தலையசைத்தார். “பொருளாதார எண்கள், பொருளாதார அமைப்புமுறைகள், தொழில் அமைப்புமுறைகள் ஆகியவற்றைப் படித்துத் தெரிந்து கொள்வதற்கான திறன், சாமானியர்களிடம் இல்லாத பார்வையை உங்களுக்குக் கொடுக்கிறது.” இப்படிக் கூறிவிட்டு அவர் மீண்டும் சிரித்தார்.

“பொருளாதாரப் பார்வையைக் கொண்டிருப்பது உங்களுடைய ஆபத்துகளைக் குறைக்கிறது. பொருளாதாரப் பார்வையற்றவராக இருப்பது ஆபத்தை அதிகரிக்கிறது. ஆனால், நீங்கள் வலப்புறம் செயல்படப் போவதாக இருந்தால்தான் அப்பார்வை உங்களுக்குத் தேவை. இடப்புறத்தில் உள்ளவர்கள் வார்த்தைகளில் சிந்திக்கின்றனர். வலப்புறத்தில், குறிப்பாக I கால்சதுரத்தில், வெற்றி பெறுவதற்கு நீங்கள் எண்களில் சிந்திக்க வேண்டும்.

பெரும்பாலும் வார்த்தைகளில் சிந்தித்துக் கொண்டு ஒரு முதலீட்டாளராக இருக்க முயற்சிப்பது மிகவும் ஆபத்தானது.''

''இடப்புறத்தில் உள்ள மக்களுக்குப் பொருளாதார எண்களைப் பற்றி எதுவும் தெரிய வேண்டியதில்லை என்று நீங்கள் கூறுகிறீர்களா?'' என்று நான் கேட்டேன்.

''பெரும்பாலானோருக்குத் தெரிய வேண்டியதில்லை. ஓர் ஊழியராகவோ அல்லது சுயதொழில் புரிகின்ற ஒருவராகவோ மட்டுமே செயல்படுவதில் அவர்கள் மனநிறைவுடன் இருக்கும்வரை, கல்லூரியில் அவர்கள் படித்துள்ள எண்கள் போதுமானது. ஆனால் அவர்கள் வலப்புறம் பிழைத்திருக்க விரும்பினால், பொருளாதார எண்களையும் அமைப்புமுறைகளையும் புரிந்து கொள்வது இன்றியமையாததாக ஆகிறது. நீ ஒரு சிறிய தொழிலைக் கட்டியெழுப்ப விரும்பினால், எண்களில் நீ மேதமை பெற வேண்டியதில்லை. ஆனால் நீ ஒரு பெரிய, உலகளாவிய தொழில் சாம்ராஜ்ஜியத்தை உருவாக்க விரும்பினால், எண்கள்தாம் எல்லாமாக ஆகிறதே அன்றி, வார்த்தைகள் அல்ல. அதனால்தான் பல பெரிய நிறுவனங்கள் கறாரான கணக்காளர்களால் நடத்தப்படுகின்றன.''

பணக்காரத் தந்தை தன்னுடைய பாடத்தைத் தொடர்ந்தார். ''நீ வலப்புறத்தில் வெறிகரமாகத் திகழ விரும்பினால், பணம் என்று வரும்போது, உண்மைத் தகவல்களுக்கும் அபிப்பிராயங்களுக்கும் இடையேயான வேறுபாடு உனக்குத் தெரிந்திருக்க வேண்டும். இடப்புறத்தில் உள்ளவர்கள் செய்வது போலன்றி, நிதிசார் ஆலோசனையை நீ அப்படியே கண்மூடித்தனமாக ஏற்றுக் கொள்ளக்கூடாது. உன்னுடைய பொருளாதார எண்கள் உனக்குத் தெரிந்திருக்க வேண்டும். உண்மைத் தகவல்கள் உனக்குத் தெரிந்திருக்க வேண்டும். அந்த எண்கள் உண்மைத் தகவல்களை உனக்கு எடுத்துரைக்கும்.''

ஆபத்தான முயற்சியில் இறங்குவதற்கு யார் பணம் கொடுக்கிறார்கள்?

''இடப்புறத்தில் இருப்பதில் ஆபத்து உள்ளடங்கியுள்ளது என்பது ஒரு புறம் இருக்க, அந்த ஆபத்தான முயற்சியில் இறங்குவதற்கு அவர்கள்தான் பணமும் கொடுக்கிறார்கள்,'' என்று பணக்காரத் தந்தை கூறினார்.

''நீங்கள் என்ன சொல்கிறீர்கள்? ஆபத்தான முயற்சியில் இறங்குவதற்கு எல்லோரும் பணம் கொடுப்பதில்லையா?'' என்று நான் கேட்டேன்.

''இல்லை. வலப்புறத்தில் உள்ளவர்கள் பணம் கொடுப்பதில்லை.''

''ஆபத்தான முயற்சியில் இறங்குவதற்கு இடப்புறத்தில் உள்ளவர்கள் பணம் கொடுக்க வேண்டும். ஆனால் ஆபத்தான முயற்சியில் இறங்குவதற்கு வலப்புறத்தில் உள்ளவர்களுக்குப் பணம் கொடுக்கப்படுகிறது என்று கூறுகிறீர்களா?''

''ஆமாம். அதுதான் இடப்புறத்திலும் வலப்புறத்திலும் இருப்பதிலுள்ள மிகப் பெரிய வேறுபாடு. அதனால்தான் இடப்புறம் வலப்புறத்தைவிட அதிக ஆபத்தானதாக இருக்கிறது,'' என்று பணக்காரத் தந்தை கூறினார்.

“அதற்கு நீங்கள் எனக்கு ஓர் எடுத்துக்காட்டைக் கொடுக்க முடியுமா?” என்று நான் கேட்டேன்.

“நிச்சயமாக. ஒரு நிறுவனத்தின் பங்குகளை நீ வாங்கினால், பொருளாதாரரீதியாக ஆபத்தான அந்த முயற்சியில் யார் இறங்குகிறார்கள்? நீயா அல்லது அந்த நிறுவனமா?”

நான் சிறிது குழப்பத்தோடு, “நான்தான் என்று நான் நினைக்கிறேன்,” என்று கூறினேன்.

“நான் ஒரு மருத்துவக் காப்பீட்டு நிறுவனத்தை வைத்திருந்து, உன்னுடைய ஆரோக்கியத்திற்கு நான் ஒரு காப்பீடு வழங்கி, உன்னுடைய ஆரோக்கியத்திற்கு ஏற்படக்கூடிய ஆபத்துகளை நான் ஏற்றுக் கொள்வதாக வைத்துக் கொள்வோம். அதற்கு யார் பணம் கொடுக்கிறார்கள்? நானா?”

“இல்லை. நீங்கள் என்னுடைய ஆரோக்கியத்திற்குக் காப்பீடு வழங்கி, அதிலுள்ள ஆபத்தை ஏற்றுக் கொள்வதற்கு நான்தான் உங்களுக்குப் பணம் கொடுக்கிறேன்.”

“சரியாகச் சொன்னாய். உன்னுடைய ஆரோக்கியத்திற்கு ஒரு காப்பீடு வழங்கி, அதிலுள்ள ஆபத்தை ஏற்றுக் கொள்வதற்கு உனக்குப் பணம் கொடுக்கக்கூடிய ஒரு நிறுவனத்தை இதுவரை நான் பார்த்ததில்லை. ஆனால் இடப்புறத்தில் உள்ளவர்கள் துல்லியமாக இதைத்தான் செய்கின்றனர்,” என்று பணக்காரத் தந்தை கூறினார்.

“இது குழப்பமூட்டுவதாக இருக்கிறது. இது அர்த்தம் வாய்ந்ததாக இல்லை,” என்று மைக் கூறினான்.

பணக்காரத் தந்தை புன்னகைத்தார். “வலப்புறத்தை நீ சிறப்பாகப் புரிந்து கொண்டுவிட்டால், வேறுபாடுகளை நீ அதிகத் தெளிவாகப் பார்க்கத் தொடங்குவாய். ஒரு வேறுபாடு இருப்பதே பெரும்பாலானோருக்குத் தெரியாது. எல்லாமே ஆபத்தானது என்று அனுமானித்துக் கொண்டு, அவர்கள் அதற்காகப் பணம் செலுத்துகின்றனர். ஆனால் ஆண்டுகள் செல்லச் செல்ல, வலப்புறத்தில் உன்னுடைய அனுபவம் மற்றும் கல்வியின் காரணமாக நீ அதிக சௌகரியமாக உணரும்போது, உன்னுடைய பார்வை மேம்படும், இடப்புறத்தில் உள்ளவர்களால் பார்க்க முடியாததை நீ பார்க்கத் தொடங்குவாய். ஆபத்தைத் தவிர்ப்பதற்குப் பாதுகாப்பை நாடுவது ஏன் மிகவும் ஆபத்தானது என்பதை நீ புரிந்து கொள்வாய். நீ மற்றவர்களுடைய அபிப்பிராயங்களை ஏற்றுக் கொள்ள வேண்டியிருக்காது. ஏனெனில், நீ உன்னுடைய சொந்த நிதிசார் முன்னோக்கை உருவாக்குவாய். உன்னால் சுயமாகப் பார்க்க முடியும்; பொருளாதாரரீதியான உண்மைத் தகவல்களுக்கும் பொருளாதாரரீதியான அபிப்பிராயங்களுக்கும் இடையேயான வேறுபாட்டை நீ அறிவாய்.”

அன்றைய நாள் மிக அருமையானதாக இருந்தது. அன்று என் பணக்காரத் தந்தை கற்றுக் கொடுத்தப் பாடம் என் வாழ்நாளில் என்னால் மறக்க முடியாத ஒன்று. அது சிறப்பான பாடமாக இருப்பதற்குக் காரணம், என் கண்களால் பார்க்க முடியாதவற்றை என் மனம் பார்ப்பதற்கு அது என் மனத்தைத் திறந்துவிட்டதுதான்.

எண்கள் ஆபத்தைக் குறைக்கின்றன

என்னுடைய பணக்காரத் தந்தை கற்றுக் கொடுத்த அந்த எளிய பாடங்கள் மட்டும் எனக்குக் கிடைத்திருக்காவிட்டால், நான் என்னுடைய ஆழ்விருப்பத்தைப் பின்தொடர்ந்து சென்று, நான் கனவு கண்டு வந்திருந்த கல்வி அமைப்புமுறையை உருவாக்கி நிலைப்படுத்தியிருப்பேனா என்பது சந்தேகம்தான். நிதிசார் கல்வி, துல்லியம் ஆகியவற்றை அவர் வலியுறுத்தியிருக்காவிட்டால், என்னால் புத்திசாலித்தனமாக முதலீடு செய்திருக்க முடியாது, என்னுடைய பணத்தைக் குறைவாகப் பயன்படுத்தி மிக உயர்ந்த பதிலீடுகளைப் பெற்றிருக்க முடியது. ஒரு பணித்திட்டம் எவ்வளவு பெரிதாக இருக்கிறதோ, நீங்கள் எவ்வளவு வேகமாக வெற்றி பெற விரும்புகிறீர்களோ, நீங்கள் அவ்வளவு அதிகத் துல்லியமாக இருக்க வேண்டும். நீங்கள் மெதுவாகப் பணக்காரராக ஆக விரும்பினாலோ, அல்லது உங்கள் வாழ்நாள் முழுக்க வேலை செய்து, வேறொருவர் உங்களுடைய பணத்தைக் கையாள நீங்கள் அனுமதிக்கத் தயாராக இருந்தாலோ, பிறகு துல்லியத்தைப் பற்றி நீங்கள் பெரிதாகக் கவலைப்பட வேண்டியதில்லை. நீங்கள் எவ்வளவு வேகமாகப் பணக்காரராக ஆக விரும்புகிறீர்களோ, பொருளாதார எண்கள் விஷயத்தில் நீங்கள் அவ்வளவு அதிகத் துல்லியமாக இருந்தாக வேண்டும்.

தொழில்நுட்பத்தில் ஏற்பட்டுள்ள முன்னேற்றத்தாலும் புதிய பொருட்கள் கண்டுபிடிக்கப்பட்டிருப்பதாலும், உங்களுடைய சொந்த அமைப்புமுறையை உருவாக்குவதற்கும் உங்களுடைய நிதிசார் அறிவை வேகமாக வளர்த்துக் கொள்வதற்கும் தேவையான திறமைகளைக் கற்பது முன்னெப்போதையும்விட இப்போது அதிக எளிதாக இருக்கிறது.

உங்களால் வேகமாகப் போக முடியும், ஆனால் குறுக்குவழிகளை எடுக்காதீர்கள்

- "உங்களுடைய வரிகளைக் குறைப்பதற்கு, ஒரு பெரிய வீட்டை வாங்கி, அதிக ஆழமான கடனுக்குள் மூழ்குங்கள். அப்போது உங்களுக்கு வரி விலக்குக் கிடைக்கும்."
- "உங்கள் வீடுதான் உங்களுடைய மிகப் பெரிய முதலீடாக இருக்க வேண்டும்."
- "நீங்கள் இப்போதே வாங்கிவிடுவது நல்லது. ஏனெனில், எந்நேரத்தில் வேண்டுமானாலும் விலை ஏறக்கூடும்."
- "மெதுவாகப் பணக்காரராக ஆகுங்கள்."
- "உங்களுடைய வருவாய்க்குள் வாழ்க்கை நடத்துங்கள்."

கேஷ்ஃபுளோ கால்சதுரத்தின் வலப்புறத்திற்குத் தேவையான பாடங்களைப் படிப்பதற்கும் கற்பதற்கும் நீங்கள் நேரம் ஒதுக்கினால், மேற்குறிப்பிடப்பட்ட வாக்கியங்கள் உங்களுக்கு அர்த்தம் வாய்ந்தவையாக

இருக்காது. இடப்புறத்தில் உள்ள ஒருவருக்கு வேண்டுமானால் அவை அர்த்தம் வாய்ந்தவையாக இருக்கக்கூடும், ஆனால் வலப்புறத்தில் உள்ளவருக்கு அப்படி அல்ல. நீங்கள் விரும்புகின்ற எதையும் உங்களால் செய்ய முடியும், நீங்கள் விரும்பும் வேகத்தில் உங்களால் போக முடியும், நீங்கள் விரும்பும் அளவுக்குப் பணம் சம்பாதிக்க முடியும், ஆனால் நீங்கள் அவற்றுக்கான விலையைக் கொடுத்தாக வேண்டும். நீங்கள் வேகமாகப் போவது சாத்தியம்தான், ஆனால் குறுக்குவழிகள் எதுவும் இல்லை என்பதை நினைவில் கொள்ளுங்கள்.

இப்புத்தகம் விடைகளைப் பற்றியது அல்ல. மாறாக, நிதிசார் சவால்களையும் நோக்கங்களையும் ஒரு வித்தியாசமான கண்ணோட்டத்திலிருந்து பார்ப்பதைப் பற்றியது இது. ஒரு கண்ணோட்டம் மற்றொன்றைவிட மேம்பட்டது என்று அதற்கு அர்த்தமில்லை. ஒன்றுக்கு மேற்பட்டக் கண்ணோட்டங்கள் இருப்பது அதிகப் புத்திசாலித்தனமானது என்றுதான் நான் கூற வருகிறேன்.

பின்வரும் அத்தியாயங்களைப் படிக்கும்போது, நிதிகள், தொழில்கள், வாழ்க்கை ஆகியவற்றை நீங்கள் ஒரு வித்தியாசமான கண்ணோட்டத்தில் பார்க்கத் தொடங்கக்கூடும்.

அத்தியாயம் 8

நான் எப்படிப் பணக்காரனாக ஆவது?

எல்லோரும் செய்வதையே நீங்கள் செய்தால்,
எல்லோரிடமும் என்ன இருக்கிறதோ
அதையே நீங்கள் பெறுவீர்கள்.

"பணக்காரராக ஆவதற்கான சூத்திரத்தை நீங்கள் எங்கிருந்து கற்றீர்கள்?" என்று யாரேனும் என்னிடம் கேட்கும்போது, "நான் ஒரு சிறுவனாக இருந்தபோது மொனாபொலி விளையாட்டு விளையாடியதிலிருந்துதான்," என்று நான் பதிலளிக்கிறேன்.

நான் வேடிக்கையாகப் பேசுவதாகச் சிலர் நினைத்துக் கொண்டு, உண்மையான காரணத்தை நான் சொல்வதற்காகக் காத்திருக்கின்றனர். நான் சொல்வது வேடிக்கையானதல்ல. மொனாபொலியில் பணக்காரராக ஆவதற்கான சூத்திரம் எளியது. அந்த விளையாட்டில் அது எவ்வளவு பலனளிக்கிறதோ, நிஜ வாழ்விலும் அது அவ்வளவு பலனளிக்கிறது.

நான்கு பச்சை வீடுகள்...ஒரு சிவப்பு ஓட்டல்

மொனாபொலி விளையாட்டில் செல்வந்தராவதற்கான இரகசியம், நான்கு பச்சை வீடுகளை வாங்கி, பிறகு அவற்றைக் கொடுத்துவிட்டு அவற்றுக்கு ஈடாக ஒரு சிவப்பு ஓட்டலை வாங்குவதுதான் என்பதை நீங்கள் இங்கு நினைவுகூரக்கூடும். கிம்மும் நானும் அதே முதலீட்டுச் சூத்திரத்தை எடுத்து நிஜ வாழ்வில் செயல்படுத்தி, செல்வந்தர்களாக ஆனோம், பொருளாதாரச் சுதந்திரமும் பெற்றோம்.

வீடுமனைச் சந்தை மிக மோசமாக இருந்த நேரத்தில், எங்களிடம் இருந்த கொஞ்சப் பணத்தைக் கொண்டு, எங்களால் முடிந்த எண்ணிக்கையில் சிறிய வீடுகளை வாங்கினோம். சந்தை மேம்பட்டபோது, நாங்கள் நான்கு பச்சை வீடுகளைக் கொடுத்துவிட்டு ஒரு பெரிய சிவப்பு ஓட்டலை வாங்கினோம். அதன் பிறகு நாங்கள் மீண்டும் ஒருபோதும் வேலை செய்ய வேண்டியிருக்கவில்லை. ஏனெனில், எங்களுடைய பெரிய சிவப்பு ஓட்டல்,

குடியிருப்பு வீடுகள், சிறு சேமிப்புக் கிடங்குகள் ஆகியவற்றிலிருந்து வந்த பணம் நாங்கள் விரும்பிய விதத்தில் வாழ வழிவகுத்தது.

அது பர்கர்கள் விஷயத்திலும் பலனளிக்கிறது

உங்களுக்கு வீடுமனைகள் பிடிக்கவில்லை என்றால், நீங்கள் பர்கர்கள் தயாரித்து, அவற்றைச் சுற்றி ஒரு தொழிலை உருவாக்கி, அதற்குக் கிளை உரிமங்கள் வழங்கினால் போதும். ஒரு சில ஆண்டுகளுக்குள், தொடர்ந்து அதிகரிக்கும் பணப் பெயர்ச்சி, உங்களால் செலவு செய்ய முடியாத அளவுக்குப் பணத்தைக் கொண்டுவந்து கொட்டும்.

எதார்த்தத்தில், அசாதாரணமான செல்வத்திற்கான பாதை இவ்வளவு எளியதாகும். வேறு வார்த்தைகளில் கூறினால், உயர் தொழில்நுட்பம் கோலோச்சுகின்ற இன்றைய உலகில், மாபெரும் செல்வத்திற்கான கொள்கைகள் தொடர்ந்து எளிமையானவையாகவும் அவ்வளவாகத் தொழில்நுட்பம் சாராதவையாகவும் இருக்கின்றன. இது வெறும் பொது அறிவு என்று நான் கூறுவேன். ஆனால், பல சமயங்களில், பணம் என்று வரும்போது, பொது அறிவு அவ்வளவு பரவலாக இல்லை.

எடுத்துக்காட்டாக, பணத்தை இழப்பதற்கும் தங்களுடைய வாழ்க்கையைக் கடனில் கழிப்பதற்கும் மக்களுக்கு வரிச் சலுகைகளோ அல்லது வரி விலக்குகளோ கொடுப்பதில் எந்த அர்த்தமும் இல்லை. உங்களுடைய வீடு தினமும் உங்களிடமிருந்து பணத்தை உறிஞ்சுகின்ற ஒரு கடப்பாடாக இருக்கும்போது, அதை ஒரு சொத்து என்று அழைப்பது அர்த்தமற்றது. ஒரு தேசிய அரசு, தான் வசூலிக்கின்ற வரிப்பணத்தைவிட அதிகப் பணத்தைச் செலவிடுவது அபத்தமானது. எதிர்காலத்தில் ஒரு நல்ல வேலை கிடைக்கும் என்பதற்காக ஒரு குழந்தையைப் பள்ளிக்கு அனுப்பிவிட்டு, ஆனால் பணத்தைப் பற்றி அக்குழந்தைக்கு எதுவும் கற்றுக் கொடுக்காமல் இருப்பது அர்த்தமற்றது.

பணக்காரர்கள் செய்கின்றவற்றைச் செய்வது சுலபமானது

பணக்காரர்கள் செய்கின்றவற்றைச் செய்வது சுலபமானது. கல்லூரியில் சிறப்பாகச் செயல்படாத செல்வந்தர்கள் அதிக எண்ணிக்கையில் இருப்பதற்கான காரணங்களில் ஒன்று, செல்வந்தராக ஆவதற்கு ‘மேற்கொள்ளப்பட வேண்டிய’ நடவடிக்கைகள் மிகவும் எளியவை என்பதுதான். ஒரு பணக்காரராக ஆவதற்கு நீங்கள் எந்தக் கல்லூரிக்கும் போக வேண்டியதில்லை. பணக்காரராக ஆவதற்கு ‘மேற்கொள்ளப்பட வேண்டிய’ நடவடிக்கைகள் நிச்சயமாக இராக்கெட் அறிவியல் அல்ல.

நெப்போலியன் ஹில் எழுதிய ‘சிந்தனையை ஒருமுகப்படுத்திச் செல்வத்தைக் குவியுங்கள்’ என்ற புத்தகத்தை நீங்கள் படிக்க வேண்டும் என்பது என்னுடைய பரிந்துரையாகும். நான் ஓர் இளைஞனாக இருந்தபோது அதைப் படித்தேன். அது என் வாழ்வின் திசையின்மீது பெரும் தாக்கம் ஏற்படுத்தியது.

'கடினமாக உழைத்துச் செல்வத்தைக் குவியுங்கள்' அல்லது 'ஒரு வேலையைத் தேடிக் கொண்டு செல்வத்தைக் குவியுங்கள்' என்று தலைப்பு வைப்பதற்குப் பதிலாக, 'சிந்தனையை ஒருமுகப்படுத்திச் செல்வத்தைக் குவியுங்கள்' என்று தலைப்பிடப்பட்டதற்கு ஒரு நல்ல காரணம் இருக்கிறது. உண்மை என்னவென்றால், மிகக் கடினமாக உழைக்கின்ற மக்கள்தாம் ஒருபோதும் செல்வந்தர்களாக ஆவதில்லை. நீங்கள் ஒரு பணக்காரராக ஆக விரும்பினால், ஓர் ஆட்டுமந்தைத்தனமான போக்கைப் பின்தொடர்வதற்குப் பதிலாக, நீங்கள் சுதந்திரமாகச் சிந்திக்க வேண்டும். என்னைப் பொறுத்தவரை, பணக்காரர்கள் மற்ற எல்லோரையும்விட மிகவும் வித்தியாசமாகச் சிந்திப்பது அவர்களுடைய மாபெரும் சொத்துகளில் ஒன்றாகும். எல்லோரும் செய்வதையே நீங்கள் செய்தால், எல்லோரிடமும் என்ன இருக்கிறதோ, அதையே நீங்கள் பெறுவீர்கள். பெரும்பாலான மக்களுக்கு, இன்னும் பல ஆண்டுகாலக் கடின உழைப்பு, நியாயமற்ற வரிகள், வாழ்நாள் முழுவதுமான கடன் ஆகியவையே அவர்களுடைய வாழ்க்கையாக இருக்கிறது.

“நான் கேஷ்ஃபுளோ கால்சதுரத்தின் இடப்புறத்திலிருந்து வலப்புறத்திற்கு மாறுவதற்கு நான் என்ன செய்ய வேண்டும்?” என்று யாரேனும் என்னிடம் கேட்கும்போது, அதற்கு நான், “மாற வேண்டியது நீங்கள் செய்ய வேண்டிய விஷயங்கள் அல்ல; மாறாக, நீங்கள் சிந்திக்கும் விதம்தான் மாற வேண்டும்,” என்று பதிலளிக்கிறேன். வேறு வார்த்தைகளில் கூறினால், என்ன செய்யப்பட வேண்டுமோ அதைச் செய்வதற்கு நீங்கள் எத்தகையவராக ஆக வேண்டும் என்பதுதான் முக்கியமாகும்.

நான்கு பச்சை வீடுகளை வாங்கி அவற்றை ஒரு சிவப்பு ஓட்டலாக மாற்றுவது சுலபமானது என்று சிந்திக்கின்ற வகையான நபராக நீங்கள் இருக்க விரும்புகிறீர்களா? அல்லது, நான்கு பச்சை வீடுகளை வாங்கி அவற்றை ஒரு சிவப்பு ஓட்டலாக மாற்றுவது கடினமானது என்று சிந்திக்கின்ற வகையான நபராக நீங்கள் இருக்க விரும்புகிறீர்களா?

பல ஆண்டுகளுக்கு முன், இலக்குகளை நிர்ணயிப்பது தொடர்பான ஒரு பயிற்சி வகுப்பில் நான் கலந்து கொண்டேன். அது 1970களின் பிற்பகுதி. இலக்குகளை எவ்வாறு நிர்ணயிப்பது என்பதைக் கற்றுக் கொள்வதற்கு 150 டாலர்களையும் ஓர் அழகான வார இறுதியையும் நான் செலவழித்துக் கொணடிருந்ததை உண்மையில் என்னால் நம்ப முடியவில்லை. நான் அதற்குப் பதிலாக நீர்ச்சறுக்கு விளையாடப் போயிருக்கலாம். மாறாக, இலக்குகளை நிர்ணயிப்பது எப்படி என்பதை எனக்குக் கற்றுக் கொடுக்க நான் ஒருவருக்குக் கட்டணம் செலுத்திக் கொண்டிருந்தேன். நான் அந்த வகுப்பில் கலந்து கொள்ளாமல் இருக்க எல்லா சாக்குப்போக்குகளையும் நான் கண்டுபிடித்தேன், ஆனால் அந்த வகுப்பில் நான் கற்றுக் கொண்ட விஷயங்கள், வாழ்வில் நான் அடைய விரும்பிய அனைத்தையும் அடைவதற்கு எனக்கு உதவியுள்ளன. என்னுடைய பயிற்றுவிப்பாளர், எழுத்துப் பலகையில் பின்வரும் மூன்று வார்த்தைகளை எழுதினார்:

இருத்தல்

செய்தல்

பெற்றிருத்தல்

அதை அவர் இவ்வாறு விளக்கினார்: "இலக்குகள் என்பவை 'பெற்றிருத்தல்' வகையைச் சேர்ந்தவை, ஒரு நல்ல கட்டுக்கோப்பான உடலைப் பெற்றிருத்தல், ஒரு கச்சிதமான உறவைப் பெற்றிருத்தல் போன்றவை அதற்கான எடுத்துக்காட்டுகள். மக்கள் தங்களுடைய இலக்கையும் தங்களுக்கு என்ன வேண்டும் என்பதையும் கண்டுபிடித்தவுடன், அந்த இலக்கை அடைவதற்குத் தாங்கள் என்ன செய்ய வேண்டும் என்பதைப் பட்டியலிடத் தொடங்குகின்றனர். அதனால்தான் பெரும்பாலான மக்கள் 'செய்யப்பட வேண்டிய வேலைகள்' பட்டியல்களை வைத்திருக்கின்றனர். அவர்கள் தங்களுடைய இலக்கை நிர்ணயித்துவிட்டு, அடுத்து அதை அடைவதற்கான செயலில் இறங்குகின்றனர்."

ஒரு கச்சிதமான உடலைப் பெற்றிருத்தல் என்ற இலக்கைப் பயன்படுத்தி, பெரும்பாலான மக்கள் அதை அணுகும் விதத்தைப் பற்றி அந்தப் பயிற்றுவிப்பாளர் பேசினார்: "ஒரு கச்சிதமான உடலைப் பெற விரும்புகின்ற மக்களில் பெரும்பாலானோர், பத்திய உணவுமுறையைக் கடைபிடிக்கின்றனர், உடற்பயிற்சி மையத்திற்குப் போகின்றனர். இந்த அணுகுமுறை ஒரு சில வாரங்கள் நீடிக்கிறது. பிறகு பெரும்பாலானோர் தங்களுடைய பழைய உணவுமுறைக்குத் திரும்பிச் சென்றுவிடுகின்றனர், பீட்சாவையும் பர்கரையும் கொறிக்கின்றனர். அவர்கள் உடற்பயிற்சி மையத்திற்குப் போவதற்குப் பதிலாக, தொலைக்காட்சியில் கால்பந்துப் போட்டியைப் பார்க்கின்றனர். இது 'செய்தல்' பகுதிக்கான ஓர் எடுத்துக்காட்டு.

"உணவுப் பத்தியம் இங்கு முக்கியமில்லை. அந்த உணவுப் பத்தியத்தைக் கடைபிடிப்பதற்கு நீங்கள் யாராக இருக்க வேண்டும் என்பதுதான் இங்கு முக்கியம். ஆனாலும், ஒல்லியாவதற்காக ஒவ்வோர் ஆண்டும் இலட்சக்கணக்கான மக்கள் கச்சிதமான உணவுப் பத்தியத்தை நாடுகின்றனர். தாங்கள் யாராக இருக்க வேண்டும் என்பதன்மீது கவனம் செலுத்துவதை விட்டுவிட்டு, தாங்கள் என்ன செய்ய வேண்டும் என்பதன்மீது அவர்கள் கவனம் செலுத்துகின்றனர். உங்களுடைய எண்ணங்கள் மாறாவிட்டால், ஓர் உணவுப் பத்தியம் உங்களுக்கு உதவாது."

என்னுடைய பயிற்றுவிப்பாளர் கோல்ஃப் விளையாட்டை இன்னோர் எடுத்துக்காட்டாகப் பயன்படுத்தினார்: "பலர் தங்களுடைய விளையாட்டை மேம்படுத்த முடியும் என்ற நம்பிக்கையில் புதிய கோல்ஃப் மட்டைகளை வாங்குகின்றனர். ஆனால், முதலில் ஒரு சிறந்த கோல்ஃப் வீரருக்கான மனப்போக்கு, மனநிலை, மற்றும் நம்பிக்கைகளை வளர்த்துக் கொள்ள அவர்கள் தவறிவிடுகின்றனர். ஒரு மோசமான கோல்ஃப் வீரர் புதிய மட்டைகளை வைத்து விளையாடினாலும் ஒரு மோசமான கோல்ஃப் வீரராகத்தான் இருப்பார்."

பிறகு அவர் முதலீடுகளைப் பற்றி விவாதித்தார்: "பங்குகள் மற்றும் பரஸ்பர நிதிகளை வாங்குவது தங்களைப் பணக்காரர்களாக ஆக்கிவிடும் என்று பலர் நினைக்கின்றனர். ஆனால், வெறுமனே பங்குகளையும் பரஸ்பர நிதிகளையும் வீடுமனைகளையும் கடன் பத்திரங்களையும் வாங்குவது உங்களைப் பணக்காரராக ஆக்காது. தொழில்முறை முதலீட்டாளர்கள் செய்பவற்றை அப்படியே நகலெடுப்பது பொருளாதார வெற்றிக்கு உத்தரவாதம் அளிப்பதில்லை. ஒரு தோல்வி மனநிலையைக் கொண்ட ஒருவர்,

எந்தப் பங்கை வாங்கினாலும், எந்த வீடுமனையை வாங்கினாலும், எந்தப் பரஸ்பர நிதியை வாங்கினாலும், எந்தக் கடன் பத்திரத்தை வாங்கினாலும், எப்போதும் தோல்வியையே தழுவுவார்."

மக்கள் கொண்டுள்ள ஒரு பொதுவான இலக்கு, தங்களுக்கு ஒரு கச்சிதமான வாழ்க்கைத் துணைவரைக் கண்டுபிடிப்பதுதான், ஆனால் பெரும்பாலானோர் அதில் தவறு செய்துவிடுகின்றனர் என்று என் பயிற்றுவிப்பாளர் கூறினார். "பலர் தங்களுக்கான கச்சிதமான துணைவரை எல்லா இடங்களிலும் தேடுகின்றனர். தாங்கள் சரியான நபராக ஆவதை நோக்கிச் செயல்படுவதற்குப் பதிலாக, சரியான நபரைத் தேடுவதில் அவர்கள் மும்முரமாக இருக்கின்றனர்."

இறுதியில் அவர்கள் அந்தக் 'கச்சிதமான' நபரைக் கண்டுபிடிக்கும்போது, அவர்கள் அவர்களை மாற்ற முயற்சிக்கின்றனர். "விடை உங்களுக்குள் இருக்கிறது. உங்களுடைய திருமண வாழ்க்கையை மேம்படுத்துவதற்கு, நீங்கள் உங்களுடைய துணைவரை மாற்ற வேண்டியதில்லை. முதலில் உங்களை மாற்றிக் கொள்வது சிறந்ததாக இருக்கும். அடுத்தவரை மாற்ற முயற்சிக்காதீர்கள். அந்த நபரைப் பற்றிய உங்களுடைய எண்ணங்களைச் சரியாக மாற்றிக் கொள்ள முயற்சி செய்யுங்கள்," என்று என்னுடைய பயிற்றுவிப்பாளர் கூறினார்.

அவர் உறவுகளைப் பற்றிப் பேசியபோது, பல ஆண்டுகளின் ஊடாக நான் சந்தித்திருந்த, உலகை மாற்றப் போவதாகக் கங்கணம் கட்டிக் கொண்டு செயலில் இறங்கி, ஆனால் திசை தெரியாமல் ஒரு முட்டுச்சந்தில் போய் நின்ற ஏராளமானோரை நான் நினைத்துப் பார்த்தேன். அவர்கள் எல்லோரையும் மாற்ற விரும்பினர், ஆனால் தங்களை மாற்றிக் கொள்ள விரும்பவில்லை.

என்னுடைய பயிற்றுவிப்பாளர் பணத்தைப் பற்றிப் பேசத் தொடங்கியபோது, நான் என்னுடைய பகல் கனவிலிருந்து மீண்டேன். "பணம் என்று வரும்போது, பணக்காரர்கள் செய்வதைச் செய்வதற்கும், பணக்காரர்கள் வைத்திருப்பவற்றைக் கைவசப்படுத்துவதற்கும் பலர் முயற்சிக்கின்றனர். எனவே, ஓர் ஆடம்பரமான வீட்டையும் ஓர் ஆடம்பரமான காரையும் அவர்கள் வாங்குகின்றனர்; பணக்காரர்களின் குழந்தைகள் படிக்கின்ற பள்ளிகளுக்குத் தங்களுடைய குழந்தைகளை அனுப்புகின்றனர். ஆனால் இதெல்லாம், அவர்கள் மேன்மேலும் கடுமையாக உழைக்கும் கட்டாயத்திற்குத்தான் அவர்களை உட்படுத்துகிறது. ஆனால் பணக்காரர்கள் கடுமையாக உழைப்பதில்லை."

அவர் கூறியதை ஆமோதித்து நான் தலையசைத்தேன். என்னுடைய பணக்காரத் தந்தை இதே வார்த்தைகளைப் பயன்படுத்தவில்லை, ஆனால் அவர் அடிக்கடி இவ்வாறு கூறினார்: "பணத்திற்காகக் கடினமாக உழைப்பதும், தங்களைப் பணக்காரர்கள்போலத் தோன்றச் செய்கின்ற பொருட்களை வாங்குவதும் தங்களைப் பணக்காரர்களாக ஆக்கும் என்று மக்கள் நினைக்கின்றனர். பெரும்பாலானோரின் விஷயத்தில் அவ்வாறு நிகழ்வதில்லை. அது உனக்கு அதிகக் களைப்பை மட்டுமே ஏற்படுத்தும்."

வார இறுதி வகுப்பின்போது, என்னுடைய பணக்காரத் தந்தை என்னிடம் கூறியிருந்தவற்றில் பெரும்பாலான விஷயங்கள் அதிக அர்த்தம்

வாய்ந்தவையாகத் தோன்றத் தொடங்கின. அவர் பல ஆண்டுகளாக அடக்கமானவராக வாழ்ந்திருந்தார். வாழ்க்கை நடத்துவதற்குக் கடுமையாக உழைப்பதற்குப் பதிலாக, சொத்துகளைக் கைவசப்படுத்துவதற்காக அவர் கடுமையாக வேலை செய்தார். தெருவில் நீங்கள் அவரைப் பார்த்தால், அவர் மற்ற எவரொருவரையும்போலத்தான் தெரிவார். அவர் ஒரு சாதாரணக் கார்தான் ஓட்டினாரே அன்றி, ஓர் ஆடம்பரமான கார் அல்ல. பிறகு ஒரு நாள், அவர் தன்னுடைய முப்பதுகளில் இருந்தபோது, அவர் பொருளாதாரரீதியாகப் பெரும் சக்தி வாய்ந்தவராக ஆனார். ஹவாய் மாநிலத்தில் வீடுமனை விலை மிக அதிகமாக உள்ள ஓர் இடத்தில் அவர் ஒரு வீட்டை வாங்கியபோது, மக்களுடைய கவனம் திடீரென்று அவர் பக்கம் சாய்ந்தது. அவருடைய பெயர் செய்தித்தாளில் இடம்பெற்றப் பிறகுதான், மிகச் சாதாரணமானவர்போலத் தோன்றிய இந்த அமைதியான மனிதருக்குச் சொந்தமாக வேறு பல தொழில்களும் இருந்தன என்பதையும், இன்னும் ஏராளமான வீடுமனைகள் இருந்தன என்பதையும் மக்கள் உணர்ந்தனர். அவர் பேசியபோது, வங்கியாளர்கள் உன்னிப்பாகக் காது கொடுத்துக் கேட்டனர் என்பதையும் மக்கள் உணர்ந்தனர். அவர் வாழ்ந்த எளிமையான வீட்டை வெகு சிலரே பார்த்திருந்தனர். ஆனால் அவருடைய சொத்துகளிலிருந்து அபரிமிதமான பணம் அவரிடம் பாய்ந்தோடி வந்தபோது, தன்னுடைய குடும்பத்தினருக்காக அவர் ஒரு பெரிய வீட்டை வாங்கினார். ஆனால் அவர் அந்த வீட்டைக் கடனில் வாங்காமல், மொத்தமாகப் பணம் கொடுத்து வாங்கினார்.

இலக்குகளை நிர்ணயிப்பது எப்படி என்பதைக் கற்றுக் கொடுத்த அந்த வார இறுதிப் பயிற்சி வகுப்புக்குப் பிறகு ஒரு விஷயத்தை நான் உணர்ந்து கொண்டேன்: பலர், பணக்காரர்கள் எவற்றையெல்லாம் செய்ததாக நினைத்தார்களோ அவற்றைச் செய்ய முயற்சித்தனர்; பணக்காரர்கள் எவற்றையெல்லாம் கைவசப்படுத்தியிருந்தார்களோ அவற்றைத் தாங்களும் கைவசப்படுத்த முயன்றனர். அவர்கள் பெரிய வீடுகளை வாங்கினர், பங்குச் சந்தையில் முதலீடு செய்தனர். ஏனெனில், பணக்காரர்கள் அவற்றைத்தான் செய்ததாக அவர்கள் நினைத்தனர். என்னுடைய பணக்காரத் தந்தை அது குறித்து என்னிடம் இவ்வாறு கூறினார்: "அவர்கள் பணக்காரர்கள் செய்பவற்றைச் செய்தாலும், அவர்கள் ஓர் ஏழையுடைய அல்லது நடுத்தர வகுப்பைச் சேர்ந்த ஒருவருடைய எண்ணங்களையும் நம்பிக்கைகளையும் யோசனைகளையும் கொண்டிருந்தால், ஏழைகளிடமும் நடுத்தர வகுப்பினரிடமும் என்ன இருக்கிறதோ, அதையே அவர்களும் பெற்றிருப்பர்."

கேஷ்ஃபுளோ கால்சதுரம், நீங்கள் என்ன செய்கிறீர்கள் என்பதைவிட, நீங்கள் யாராக இருக்கிறீர்கள் என்பதைப் பற்றியதே

கேஷ்ஃபுளோ கால்சதுரத்தின் இடப்பக்கத்திலிருந்து வலப்பக்கத்திற்கு நகர்வதில் நீங்கள் என்ன செய்கிறீர்கள் என்பதைவிட, நீங்கள் யாராக இருக்கிறீர்கள் என்பது அதிக முக்கியமானதாக இருக்கிறது. ஒரு தொழிலதிபரோ அல்லது முதலீட்டாளரோ என்ன செய்கிறார்கள் என்பது

இங்கு வித்தியாசத்தை ஏற்படுத்துவதில்லை. மாறாக, அவர்கள் எவ்வாறு சிந்திக்கிறார்கள், அவர்கள் உண்மையில் தங்கள் மனத்தின் அடியாழத்தில் எப்படிப்பட்டவர்களாக இருக்கிறார்கள் என்பதுதான் எல்லா வித்தியாசத்தையும் ஏற்படுத்துகிறது.

உங்களுடைய சிந்தனையை மாற்றிக் கொள்வதற்கு நீங்கள் பெரிதாக எதுவும் செலவு செய்ய வேண்டியதில்லை என்பது நல்ல செய்தி. அதை நீங்கள் இலவசமாகவே செய்துவிடலாம். ஆனால், மோசமான செய்தி என்னவென்றால், சில சமயங்களில், பணத்தைப் பற்றி உங்கள் மனத்தில் ஆழமாகப் பதிந்து போயுள்ள நம்பிக்கைகளை மாற்றுவது கடினமானதாக இருக்கிறது. அந்த நம்பிக்கைகள் தலைமுறை தலைமுறையாக நம்மிடம் கடத்தப்பட்டுள்ளன அல்லது நண்பர்கள், சக ஊழியர்கள், மற்றும் ஆசிரியர்களிடமிருந்து நாம் கற்றுக் கொண்டவையாக இருக்கின்றன. ஆனால் நம்முடைய உள்ளார்ந்த நம்பிக்கைகளை மாற்றுவது சாத்தியம்தான். இப்புத்தகம் முக்கியமாக அதைப் பற்றியதுதான்.

நீங்கள் பொருளாதாரச் சுதந்திரம் அடைவதற்கு என்ன செய்ய வேண்டும், அதை எப்படிச் செய்ய வேண்டும் என்பதைச் சொல்கின்ற புத்தகம் அல்ல இது. நீங்கள் எந்தப் பங்குகளை வாங்க வேண்டும் அல்லது எந்தப் பரஸ்பர நிதி பாதுகாப்பானது என்பதை எடுத்துரைக்கின்ற புத்தகமும் அல்ல இது. மாறாக, உங்களுடைய எண்ணங்களை வலுப்படுத்துவதைப் பற்றியது இது. உங்கள் எண்ணங்கள் வலுவாகும்போது, நீங்கள் பொருளாதாரச் சுதந்திரத்தை அடைவதை உறுதி செய்யக்கூடிய நடவடிக்கைகளை உங்களால் மேற்கொள்ள முடியும்.

பாதுகாப்புதான் ஊழியர்களின் (E) பிரச்சனை

பொதுவாக, E கால்சதுரத்தை நாடுகின்றவர்கள் பாதுகாப்பைப் பெரிதும் மதிக்கின்றனர். அவர்களுக்கு, பணத்தைவிடப் பாதுகாப்பு அதிக முக்கியமானதாக இருக்கிறது. அவர்கள் தங்கள் வாழ்வின் பிற பகுதிகளில் துணிகர முயற்சிகளை மேற்கொள்ளக்கூடும், ஆனால் பண விஷயத்தில் அவர்கள் மிகவும் எச்சரிக்கையாக நடந்து கொள்கின்றனர்.

கச்சிதம்தான் சுயதொழில் புரிவோரின் (S) பிரச்சனை

நான் சொல்லப் போவது பொதுவாக நிலவுகின்ற ஒரு கருத்து. ஆனால், தற்போது S கால்சதுரத்தில் இருக்கின்ற, ஆனால் கேஷ்ஃபுளோ கால்சதுரத்தின் வலப்புறத்திற்கு மாற முயற்சித்துக் கொண்டிருப்பவர்களிடையே நான் ஒரு விஷயத்தைக் கவனித்துள்ளேன். எல்லாவற்றையும் தாங்களாகவே செய்ய வேண்டும் என்ற மனப்போக்குதான் அது. அவர்கள் எல்லாவற்றையும் தாங்களே செய்து கொள்ள விரும்புகின்றனர். ஏனெனில், விஷயங்கள் சரியாகச் செய்யப்படுவதை உறுதி செய்வது அவர்களுக்கு இன்றியமையாததாக இருக்கிறது. விஷயங்கள் சரியாகச் செய்யப்படுவதை உறுதி செய்வதற்கான ஒரே வழி, எல்லாவற்றையும் தாங்களே செய்வதுதான் என்று அவர்கள் நினைக்கின்றனர்.

S கால்சதுரத்தில் உள்ளோரில் பலருக்கு, எல்லாம் தங்களுடைய கட்டுப்பாட்டின் கீழ் இருக்க வேண்டும் என்ற தேவை இருக்கிறது. அதுதான் அவர்களுடைய உண்மையான பிரச்சனையாகும். தவறுகள் செய்வதை அவர்கள் வெறுக்கின்றனர், ஆனால் அவர்கள் அதைவிட அதிகமாக வெறுக்கின்ற ஒரு விஷயம் உள்ளது. வேறு யாரோ செய்த தவறால் அவர்கள் முட்டாள்களைப்போலத் தோன்றுவதுதான் அது. இந்த மனப்போக்குதான் அவர்களை அற்புதமான சுயதொழில் புரிவோராக ஆக்குகிறது. அதனால்தான், சில குறிப்பிட்ட வேலைகளைச் செய்வதற்கு நீங்கள் அவர்களைத் தேர்ந்தெடுக்கிறீர்கள். உங்களுடைய பல் மருத்துவர் கச்சிதமானவராக இருக்க வேண்டும் என்று நீங்கள் விரும்புகிறீர்கள். உங்களுடைய வழக்கறிஞர் கச்சிதமானவராக இருக்க வேண்டும் என்று நீங்கள் விரும்புகிறீர்கள். உங்களுடைய மூளை அறுவை சிகிச்சை வல்லுநர் கச்சிதமானவராக இருக்க வேண்டும் என்று நீங்கள் விரும்புகிறீர்கள். அதற்காகத்தான் நீங்கள் அவர்களுக்குப் பணம் கொடுக்கிறீர்கள். அதுதான் அவர்களுடைய வலிமை, ஆனால் அதுதான் அவர்களுடைய பலவீனமும்கூட.

உணர்ச்சிசார் நுண்ணறிவு

ஒரு மனிதனாக இருப்பதன் ஒரு பெரும் பகுதி மனிதனாக இருப்பதுதான். மனிதனாக இருப்பது என்றால், உணர்ச்சிகளைக் கொண்டிருப்பது என்று அர்த்தமாகும். பயம், வருத்தம், கோபம், அன்பு, வெறுப்பு, ஏமாற்றம், ஆனந்தம், மகிழ்ச்சி, மற்றும் பிற உணர்ச்சிகளை நாம் எல்லோருமே உணர்கிறோம். அந்த உணர்ச்சிகளை நாம் எவ்வாறு கையாள்கிறோம் என்பதுதான் நம்மைத் தனிநபர்களாக ஆக்குகிறது.

பணத்தை உள்ளடக்கிய துணிகர முயற்சிகளைப் பொறுத்தவரை, நாம் எல்லோருமே பயத்தை அனுபவிக்கிறோம் - பணக்காரர்கள் உட்பட! பலருக்கு அந்தப் பய உணர்ச்சி பின்வரும் எண்ணத்தைத் தூண்டுகிறது: "பாதுகாப்பாக விளையாடு. வீணாக ஆபத்தான முயற்சிகளில் இறங்காதே."

மற்றவர்களுக்கு, குறிப்பாக வலப்புறத்தில் இருப்பவர்களுக்கு, பணத்தை இழப்பது குறித்தப் பயம் பின்வரும் எண்ணத்தைத் தூண்டுகிறது:

"சாமர்த்தியமாக விளையாடு. ஆபத்தைக் கையாளக் கற்றுக் கொள்."

உணர்ச்சி ஒன்றுதான், ஆனால் சிந்தனை வேறுபடுகிறது. வித்தியாசமான மனப்போக்கு, வித்தியாசமான நடவடிக்கைகள், வித்தியாசமான விளைவுகள்.

பணத்தை இழப்பது குறித்தப் பயம்

என்னுடைய அபிப்பிராயத்தில், மனிதர்களுடைய பொருளாதாரரீதியான போராட்டத்திற்குக் காரணம், பணத்தை இழப்பது குறித்தப் பயம்தான். இந்தப் பயத்தின் காரணமாக, அவர்கள் மிகவும் பாதுகாப்பாகச் செயல்படுகின்றனர். அவர்கள் தனிப்பட்ட முறையில் எல்லாவற்றையும் கட்டுப்படுத்த முயற்சிக்கின்றனர். அல்லது, ஒரு வல்லுநர் என்று தாங்கள் கருதுகின்ற ஒருவரிடம் அவர்கள் தங்களுடைய பணத்தை ஒப்படைத்துவிட்டு, தங்களுக்குத் தேவைப்படும் நேரத்தில் அந்தப் பணம் தங்களுக்குக் கிடைக்கும் என்று நம்பிக் கொண்டிருக்கின்றனர்.

நான்கு கால்சதுரங்களில் ஏதேனும் ஒன்றில் பயம் உங்களை ஒரு கைதியாக வைத்திருக்கிறது என்றால், டேனியல் கோல்மன் எழுதியுள்ள 'எமோஷன்ல் இன்டெலிஜென்ஸ்' நூலைப் படிக்கும்படி நான் உங்களுக்குப் பரிந்துரைக்கிறேன். கல்லூரியில் சிறந்த மாணவர்களாக மிளிர்கின்றவர்கள் நிஜ வாழ்வில் ஏன் ஜொலிப்பதில்லை என்ற புதிருக்கான விளக்கத்தை டேனியல் தன்னுடைய நூலில் வழங்கியுள்ளார். உங்களுடைய கல்விசார் நுண்ணறிவைவிட உங்களுடைய உணர்ச்சிசார் நுண்ணறிவு அதிக சக்தி வாய்ந்தது என்பது அவருடைய விடையாகும். அதனால்தான், துணிகர முயற்சிகளில் ஈடுபட்டு, தவறுகள் செய்து, பிறகு அவற்றிலிருந்து மீள்பவர்கள், தவறுகளே செய்யக்கூடாது என்று கற்றுள்ள, துணிகர முயற்சிகளில் ஈடுபட பயப்படுகின்ற நபர்களைவிட வாழ்வில் அதிகச் சிறப்பாகச் செயல்படுகின்றனர். பலர் சராசரி மதிப்பெண்களுடன் கல்லூரிப் படிப்பை முடிக்கின்றனர், ஆனாலும் துணிகர முயற்சிகளில் ஈடுபடுவதற்கு, குறிப்பாக நிதிசார் முயற்சிகளில் ஈடுபடுவதற்கு அவர்கள் உணர்ச்சிரீதியாகத் தயாராக இல்லை. பெரும்பாலான ஆசிரியர்கள் பணக்காரர்களாக இல்லாமலிருப்பதற்கான காரணம், தவறுகள் செய்கின்றவர்களைத் தண்டிக்கின்ற ஒரு சூழலில் அவர்கள் இயங்குவதுதான். பொருளாதாரச் சுதந்திரத்தை அடைவதற்கு, எவ்வாறு தவறுகள் செய்ய வேண்டும், ஆபத்துகளை எவ்வாறு கையாள வேண்டும் ஆகியவற்றை நாம் கற்றுக் கொள்ள வேண்டும்.

மக்கள் தங்களுடைய பணத்தை இழப்பது குறித்த பயத்துடனும், மற்றவர்கள் செய்கின்ற விஷயங்களிலிருந்து வேறுபட்ட விஷயங்களைச் செய்வது குறித்த பயத்துடனும் தங்களுடைய வாழ்க்கை முழுவதையும் கழித்தால், பணக்காரர்களாக ஆவது அவர்களுக்கு ஒருபோதும் சாத்தியப்படாது. நான்கு பச்சை வீடுகளை வாங்கி, பிறகு அவற்றைக் கொடுத்து ஒரு பெரிய சிவப்பு ஓட்டலை வாங்குவது போன்ற எளிய காரியங்கள்கூட அவர்களுக்குச் சாத்தியப்படாது.

உணர்ச்சிசார் நுண்ணறிவு அதிக வலிமையானது

கோல்மனின் புத்தகத்தைப் படித்தப் பிறகு ஒரு விஷயத்தை நான் உணர்ந்தேன்: 'நிதிசார் நுண்ணறிவு என்பது 90 சதவீதம் உணர்ச்சிசார் நுண்ணறிவும் 10 சதவீதம் நிதி அல்லது பணத்தைப் பற்றிய தொழில்நுட்பத் தகவலும் ஆகும்.' 16 ஆம் நூற்றாண்டில் வாழ்ந்த டச்சுத் தத்துவவியலாளரான எராஸ்மஸைக் கோல்மன் தன்னுடைய புத்தகத்தில் மேற்கோள் காட்டுகிறார். பகுத்தறிவுக்கும் உணர்ச்சிக்கும் இடையேயான நிரந்தர அக்கப்போரைப் பற்றி எராஸ்மஸ் தன்னுடைய ஒரு நூலில் எழுதினார். உணர்ச்சிசார் மூளையின் சக்தியையும் அறிவுசார் மூளையின் சக்தியையும் ஒப்பிடுகையில் 24:1 என்ற விகிதத்தை அவர் பயன்படுத்தினார். வேறு வார்த்தைகளில் கூறுவதானால், உணர்ச்சிகள் உச்சத்தில் இருக்கும்போது, அவை, பகுத்தறியும் மனத்தைவிட 24 மடங்கு அதிக வலிமை வாய்ந்தவையாக இருக்கின்றன. அந்த விகிதம் அறிவியல்பூர்வமாகச் சரியா என்பது எனக்குத் தெரியாது, ஆனால் அறிவுசார் சிந்தனையைவிட உணர்ச்சிசார் சிந்தனை அதிக சக்தி வாய்ந்தது என்பதைக் காட்டுவதற்கு அது பயனுள்ளதாக இருக்கிறது.

24:1

உணர்ச்சிசார் மூளை: அறிவுசார் மூளை

நம்முடைய உணர்ச்சிகள் நம்முடைய அறிவை மழுங்கடித்த நிகழ்வுகளை நாம் அனைவருமே நம் வாழ்வில் அனுபவித்திருப்போம். எடுத்துக்காட்டாக:

- கோபத்தில் எதையோ கடுமையாகச் சொல்லிவிட்டு, நாம் அதைச் சொல்லாமல் இருந்திருக்கலாமோ என்று பின்னர் வருத்தப்பட்டிருப்போம்.
- ஒருவர் நமக்குச் சரியானவர் அல்லர் என்பது தெரிந்தும், அவர்மீதான ஈர்ப்பால் அவரைக் காதலித்துத் திருமணம் செய்து கொண்டிருப்போம்.
- அன்புக்குரிய ஒருவரை இழந்ததால் நாம் அழுதிருப்போம் அல்லது பிறர் அழுது நாம் பார்த்திருப்போம்.
- நம் மனம் வேதனையுற்றதால், நம் அன்புக்குரிய ஒருவருடைய மனத்தை வேண்டுமென்றே காயப்படுத்தியிருப்போம்.
- காதல் தோல்வி ஏற்படுத்திய வேதனையிலிருந்து நெடுங்காலம் மீளாமல் இருந்திருப்போம்.

உணர்ச்சிகள் 24:1 விகிதத்தைவிட அதிகமாக இருக்கின்ற நேரங்களும் இருக்கின்றன. பின்வருவனவற்றில் அதைப் பார்க்கலாம்:

- அளவுக்கதிகமாகச் சாப்பிடுதல், இடைவிடாமல் புகைபிடித்தல், பொருட்களை வாங்கிக் குவித்தல், போதைப் பொருட்களைப் பயன்படுத்துதல் போன்ற, நம்மை அடிமையாக்குகின்ற பழக்கங்கள்.
- பாம்புகள், உயரங்கள், இறுக்கமான இடங்கள், அந்நியர்கள், இருட்டு போன்றவற்றைக் குறித்தப் பயங்கள்.

இவையும் மற்ற நடத்தைகளும் 100 சதவீதம் உணர்ச்சிகளால் தூண்டப்படுபவையாகும். அடிமைப்படுத்தும் பழக்கங்கள், பயங்கள் போன்ற வலிமையான அம்சங்கள் சம்பந்தப்பட்ட விஷயங்களில், நம்முடைய பகுத்தறிவுச் சிந்தனைக்கு நம்முடைய உணர்ச்சிகள்மீது எந்த சக்தியும் இல்லை.

பாம்புகள் குறித்தப் பயம்

நான் விமானப் பயிற்சிப் பள்ளியில் பயின்று கொண்டிருந்தபோது, பாம்புகளைக் குறித்தப் பயம் கொண்ட ஒரு நண்பன் எனக்கு இருந்தான். ஒரு காட்டின் மேலாகப் பறந்து சென்று கொண்டிருக்கும்போது விமானம் சுட்டு வீழ்த்தப்பட்டால், காட்டில் எவ்வாறு உயிர்பிழைத்திருப்பது என்பது பற்றிய ஒரு வகுப்பின்போது, ஒரு பாம்பை எப்படிக் கொன்று சாப்பிடுவது என்பதைக் காட்டுவதற்காக, ஆபத்தற்றத் தோட்டத்துப் பாம்பு ஒன்றை எங்கள் பயிற்றுவிப்பாளர் கொண்டுவந்தார். என் நண்பன் அலறியடித்துக் கொண்டு அந்த அறையிலிருந்து வெளியே ஓடிவிட்டான். அவனால் தன்னைக் கட்டுப்படுத்திக் கொள்ள முடியவில்லை. பாம்புகள் குறித்த அவனுடைய பயம் வலிமையாக இருந்ததோடு மட்டுமல்லாமல், ஒரு பாம்பைச் சாப்பிடுவது குறித்த யோசனையை அவனுடைய உணர்ச்சிகளால் தாங்கிக் கொள்ள முடியவில்லை.

பணம் குறித்தப் பயம்

பணத்தை உள்ளடக்கிய ஆபத்தான முயற்சிகள் என்று வரும்போது, மக்கள் அதேபோலச் செய்வதை நான் பார்த்திருக்கிறேன். முதலீட்டைப் பற்றிக் கண்டுபிடிப்பதற்குப் பதிலாக, அவர்களும் பீதியடைந்து அலறியடித்துக் கொண்டு வெளியே ஓடிவிடுகின்றனர்.

பணம் பல ஆழமான உணர்ச்சிசார் பயங்களைத் தூண்டுகிறது. எனக்கு அந்தப் பயங்கள் இருக்கின்றன. உங்களுக்கும் அந்தப் பயங்கள் உள்ளன. நம் எல்லோருக்குமே அந்தப் பயங்கள் உள்ளன. ஏன்? ஏனெனில், பணம் என்பது உணர்ச்சி சார்ந்த ஒரு விஷயமாகும். அது உணர்ச்சி சார்ந்த ஒரு விஷயமாக இருப்பதால், பெரும்பாலான மக்களால் பணத்தைப் பற்றி அறிவுபூர்வமாகச் சிந்திக்க முடியாது. பணம் உணர்ச்சி சார்ந்தது அல்ல என்று நீங்கள் நினைத்தால், பங்குச் சந்தையை அவதானியுங்கள். பெரும்பாலான சந்தைகளில், அங்கு எந்தப் பகுத்தறிவும் இல்லை; பேராசை, பயம் ஆகிய உணர்ச்சிகள் மட்டுமே இருக்கின்றன. ஒருவர் ஒரு புதிய காருக்குள் ஏறி உட்கார்ந்து, அந்தப் புதிய இருக்கைகளின் வாசனையை முகர்வதைக் கவனியுங்கள். கார் விற்பனைப் பிரதிநிதிகள் அந்நபரின் காதுக்குள், "குறைவான முன்பணம். சுலபமான மாதாந்திரத் தவணைகள்," என்ற மாயாஜால வார்த்தைகளை ஓதியவுடன், அனைத்துப் பகுத்தறிவும் சிட்டாய்ப் பறந்துவிடுகிறது.

உணர்ச்சிசார் எண்ணங்கள் அறிவார்ந்தவையாகத் தோன்றுகின்றன

உணர்ச்சிசார் எண்ணங்களுடனான பிரச்சனை என்னவென்றால், அவை அறிவார்ந்தவையாகத் தோன்றுகின்றன. E கால்சதுரத்திலுள்ள ஒருவர் பயம் கொள்ளும்போது, "பாதுகாப்பாக விளையாடு. ஆபத்தான முயற்சிகளை மேற்கொள்ளாதே," என்பது அவர்களுடைய தர்க்கபூர்வமான சிந்தனையாக இருக்கிறது. ஆனால் I கால்சதிரத்திலுள்ள ஒருவருக்கு, அது தர்க்கபூர்வமானதாக இல்லை.

S கால்சதுரத்திலுள்ள மக்களுக்கு, ஒரு வேலையை இன்னொருவர் சிறப்பாகச் செய்வார் என்று நம்புவதைப் பொறுத்தவரை, "இதை நானே செய்துவிடுவது நல்லது," என்று அவர்களுடைய தர்க்கபூர்வமான சிந்தனை கூறக்கூடும்.

அதனால்தான், S வகையான தொழில்களில் பல, குடும்பத் தொழில்களாக இருக்கின்றன. அங்கு அதிக அளவிலான நம்பிக்கை இருக்கிறது. அவர்களுக்கு, மற்ற உறவுகளைவிடக் குடும்ப உறவுகள் அதிக வலிமையானவையாக, அதிக முக்கியமானவையாக இருக்கின்றன.

வெவ்வேறு கால்சதுரங்கள், வெவ்வேறு தர்க்கங்கள், வெவ்வேறு எண்ணங்கள், வெவ்வேறு நடவடிக்கைகள், வெவ்வேறு உணர்ச்சிகள்.

உணர்ச்சிகளுக்கு நாம் ஒவ்வொருவரும் எவ்வாறு செயல்விடை அளிக்கிறோம் என்பதுதான் நாம் என்ன நடவடிக்கை எடுக்கிறோம் என்பதைத் தீர்மானிக்கிறது.

எனக்கு மனமில்லை

நீங்கள் அறிவுபூர்வமாகச் சிந்திப்பதற்குப் பதிலாக உணர்ச்சிபூர்வமாகச் சிந்திக்கிறீர்களா என்பதைத் தெரிந்து கொள்வதற்கான ஒரு வழி, உங்களுடைய உரையாடலில் 'மனமில்லை' என்ற வார்த்தையை நீங்கள் பயன்படுத்துவதை அவதானிப்பதாகும். எடுத்துக்காட்டாக, உணர்ச்சிகளால் இயக்கப்படுகின்றவர்களில் பலர், "இன்று உடற்பயிற்சி செய்ய எனக்கு மனமில்லை," என்பது போன்ற விஷயங்களைக் கூறுகின்றனர். தாங்கள் உடற்பயிற்சி செய்ய வேண்டும் என்பது அறிவுபூர்வமாக அவர்களுக்குத் தெரியும்.

பொருளாதாரரீதியாக மிகவும் சிரமப்பட்டுக் கொண்டிருப்பவர்களில் பலர், தாங்கள் உணரும் விதத்தைக் கட்டுப்படுத்த முடியாதவர்களாக இருக்கின்றனர். தங்களுடைய உணர்வுகள் தங்களுடைய எண்ணங்களைக் கட்டுப்படுத்த அவர்கள் அனுமதித்துவிடுகின்றனர். அவர்கள் பின்வருவன போன்றவற்றைக் கூறுவதை நான் கேட்டுள்ளேன்:

"முதலீட்டைப் பற்றிக் கற்றுக் கொள்ள எனக்கு மனமில்லை. அது மிகவும் சிக்கலானது."

"முதலீடு செய்வது எனக்குச் சரியானதாக இருக்கும் என்று எனக்குத் தோன்றவில்லை."

"என்னுடைய தொழிலைப் பற்றி என்னுடைய நண்பர்களிடம் சொல்ல எனக்கு மனமில்லை."

"நிராகரிக்கப்படுகின்ற உணர்வை நான் வெறுக்கிறேன்."

பெற்றோரா அல்லது குழந்தையா

மேற்குறிப்பிடப்பட்ட எண்ணங்கள் உணர்ச்சிகளிலிருந்து முளைத்தவையே அன்றி, தர்க்கபூர்வமானவை அல்ல. உளவியலில் இது பெற்றோருக்கும் குழந்தைக்கும் இடையேயான ஒரு யுத்தமாகும். பெற்றோர் வழக்கமாக 'செய்தாக வேண்டும்' என்ற ரீதியில் பேசுவர். "நீ உன்னுடைய வீட்டுப்பாடத்தைச் செய்தாக வேண்டும்," என்று அவர்கள் கூறக்கூடும். அதற்கு அவர்களுடைய குழந்தை தன்னுடைய உணர்வைப் பற்றிப் பேசும். "எனக்கு அதற்கு இப்போது மனமில்லை," என்று அக்குழந்தை கூறக்கூடும்.

நிதி விஷயத்தில், உங்களுக்குள் இருக்கின்ற பெற்றோர், "நீ அதிகப் பணத்தைச் சேமித்தாக வேண்டும்," என்று அமைதியாகக் கூறுவர். ஆனால் உங்களுக்குள் இருக்கின்ற குழந்தை, "ஆனால் ஒரு விடுமுறைக்குச் செல்ல வேண்டும்போல எனக்குத் தோன்றுகிறது. என்னுடைய கடனட்டையை அதற்குப் பயன்படுத்திக் கொள்கிறேன்," என்று பதிலளிக்கும்.

நீங்கள் எப்போது ஒரு வளர்ந்தவராக நடந்து கொள்ள வேண்டும்?

இடப்புறத்திலிருந்து வலப்புறத்திற்குப் போகும்போது, நாம் வளர்ந்தவர்களாக இருக்க வேண்டும். பொருளாதாரரீதியாக நாம் எல்லோரும் வளர வேண்டும். பெற்றோராகவோ அல்லது குழந்தையாகவோ இருப்பதற்குப் பதிலாக, பணத்தையும் வேலையையும் முதலீட்டையும் நாம் வளர்ந்தவர்களின் கண்ணோட்டத்தில் பார்க்க வேண்டும். ஒரு வளர்ந்தவராக இருப்பது என்றால், நீங்கள் என்ன செய்ய வேண்டும் என்பதை அறிந்திருப்பதும், அதைச் செய்ய மனமில்லாதபோதுகூட அதைச் செய்வதும் ஆகும்.

உங்களுக்குள் நிகழ்கின்ற உரையாடல்கள்

ஒரு கால்சதுரத்திலிருந்து இன்னொரு கால்சதுரத்திற்கு இடம் பெயர்வதைப் பற்றி யோசித்துக் கொண்டிருக்கின்ற மக்கள் கருத்தில் கொள்ள வேண்டிய ஒரு விஷயம் உள்ளது. அவர்கள் தங்களுடைய உள்ளார்ந்த உரையாடல் குறித்து விழிப்புணர்வுடனும் எச்சரிக்கையுடனும் இருக்க வேண்டியது அந்த இடப்பெயர்ச்சிச் செயல்முறையின் ஒரு முக்கியப் பகுதி என்பதுதான் அது. ஒரு கால்சதுரத்தில் அறிவார்ந்ததாகத் தோன்றுகின்ற ஒரு விஷயம் இன்னொரு கால்சதுரத்தில் அப்படி இருக்க வேண்டும் என்ற அவசியமில்லை என்பதை நீங்கள் எப்போதும் நினைவில் வைத்திருக்க வேண்டும். பொருளாதாரப் பாதுகாப்பு எனும் நிலையிலிருந்து பொருளாதாரச்

சுதந்திரம் எனும் நிலைக்குப் போவது என்பது முக்கியமாக உங்களுடைய சிந்தனையை மாற்றுவதை உள்ளடக்கிய ஒரு செயல்முறையாகும். எந்த எண்ணங்கள் உணர்ச்சி சார்ந்தவை, எந்த எண்ணங்கள் அறிவு சார்ந்தவை என்பதை அறிவதற்கு நீங்கள் உங்களால் முடிந்த அளவு சிறப்பாக முயற்சிக்கின்ற ஒரு செயல்முறை அது. உங்களுடைய உணர்ச்சிகளை உங்களுடைய கட்டுப்பாட்டிற்குள் வைத்திருக்க முடிந்து, உங்களால் அறிவுபூர்வமாகச் செயல்பட முடிந்தால், அந்த இடப்பெயர்ச்சிப் பயணத்தை நீங்கள் வெற்றிகரமாக நிறைவு செய்வதற்கு ஒரு நல்ல வாய்ப்பு இருக்கிறது. புறத் தாக்கங்களைக் கண்டுகொள்ளாதீர்கள். நீங்கள் உங்களுடன் மேற்கொள்கின்ற உரையாடல்தான் மிக முக்கியமான உரையாடலாகும்.

கிம்மும் நானும் தற்காலிகமாக வீடின்றியும் பொருளாதாரரீதியாக நிலையின்றியும் இருந்தபோது, எங்களுடைய உணர்ச்சிகள் எங்கள் கட்டுப்பாட்டில் இருக்கவில்லை. பல சமயங்களில், அறிவுபூர்வமானவையாகத் தோன்றியதெல்லாம் வெறும் உணர்ச்சிகளின் வெளிப்பாடாகவே இருந்தது. எங்களுடைய நண்பர்கள் எங்களிடம் என்ன சொல்லிக் கொண்டிருந்தார்களோ, அதே விஷயத்தைத்தான் எங்களுடைய உணர்ச்சிகளும் கூறிக் கொண்டிருந்தன: "பாதுகாப்பாக விளையாடுங்கள். ஒரு பாதுகாப்பான வேலையைத் தேடிக் கொண்டு, வாழ்க்கையை மகிழ்ச்சியாக அனுபவியுங்கள்."

ஆனால், பாதுகாப்பைவிடச் சுதந்திரம்தான் எங்களுக்கு அதிக அர்த்தம் வாய்ந்ததாக இருந்தது என்பதை நாங்கள் இருவருமே ஒப்புக் கொண்டோம். ஒரு வேலையால் கொடுக்க முடியாத பாதுகாப்பை, பொருளாதாரச் சுதந்திரத்தை நோக்கிய தேடலில் எங்களால் கண்டுகொள்ள முடியும் என்பதை நாங்கள் அறிந்திருந்தோம். எங்கள் வழியில் குறுக்கே நின்ற ஒரே விஷயம் எங்களுடைய உணர்ச்சிகளால் தூண்டப்பட்டச் சிந்தனைகள்தாம். அச்சிந்தனைகள் அறிவுபூர்வமானவைபோலத் தோன்றின, ஆனால் நீண்டகால நோக்கில் அவை அர்த்தம் வாய்ந்தவையாக இருக்கவில்லை. நல்ல செய்தி என்னவென்றால், நாங்கள் கேஷ்ஃப்ளோ கால்சதுரத்தின் மறுபுறம் சென்றவுடன், பழைய எண்ணங்கள் தம்முடைய அலறலை நிறுத்திவிட்டன, புதிய எண்ணங்கள் எங்களுடைய எதார்த்தமாக ஆயின.

இன்று, "என்னால் துணிகர முயற்சிகளில் இறங்க முடியாது. என்னை நம்பி ஒரு குடும்பம் இருக்கிறது. எனக்கு ஒரு பாதுகாப்பான வேலை தேவை," என்றோ, அல்லது, "பணம் பண்ணுவதற்குப் பணம் தேவை. அதனால்தான் என்னால் இப்போதைக்கு முதலீடு செய்ய முடியாது," என்றோ, அல்லது "நான் சுயமாகச் செய்து கொள்வேன்," என்றோ யாரேனும் கூறும்போது, அவர்களுடைய உணர்ச்சிகளை என்னால் புரிந்து கொள்ள முடிகிறது.

அவர்களுடைய எண்ணங்களை நான் உணர்கிறேன். ஏனெனில், எனக்கும் அந்த எண்ணங்கள் முன்பு தோன்றியிருந்தன. ஆனால் B மற்றும் I கால்சதுரங்களில் நான் பொருளாதாரச் சுதந்திரத்தைப் பெற்றுள்ள நிலையில், ஒரு விஷயத்தை என்னால் உறுதியாகக் கூற முடியும்: பொருளாதாரச் சுதந்திரத்தைப் பெற்றிருப்பது சிந்திப்பதற்கான அதிக அமைதியான, அதிகப் பாதுகாப்பான ஒரு வழியாகும்.

ஊழியர்களுக்கும் (E) தொழில் உரிமையாளர்களுக்கும் (B) இடையேயான வேறுபாடுகள்

உணர்ச்சிசார் விழுமியங்கள்தாம் வேறுபட்டக் கண்ணோட்டங்களை விளைவிக்கின்றன. தொழில் உரிமையாளர்களுக்கும் ஊழியர்களுக்கும் இடையேயான கருத்துப் பரிமாற்றத்தில் உள்ள பிரச்சனை, பெரும்பாலும் உணர்ச்சிசார் விழுமியங்களில் உள்ள வேறுபாடுகளால்தான் தோன்றுகிறது. ஊழியர்களுக்கும் தொழில் உரிமையாளர்களுக்கும் இடையே எப்போதும் ஒரு போராட்டம் இருந்து வந்துள்ளது. ஏனெனில், ஒருவர் அதிகச் சம்பளத்தை விரும்புகிறார், இன்னொருவர் அதிக வேலையை விரும்புகிறார். அதனால்தான், "எனக்கு வேலை அதிகம், ஆனால் சம்பளம் குறைவு," என்ற புலம்பலை நாம் அடிக்கடிக் கேட்கிறோம்.

கேஷ்ஃபுளோ கால்சதுரத்தின் மறுபுறத்திலிருந்து நம் காதில் அடிக்கடி விழுவது இது: "கூடுதல் சம்பளம் கொடுக்காமல், அவர்கள் மேலும் கடினமாக உழைப்பதற்கும் அதிக விசுவாசமாக நடந்து கொள்வதற்கும் அவர்களை ஊக்குவிக்க நாம் என்ன செய்ய வேண்டும்?"

தொழில் உரிமையாளர்களுக்கும் (B) முதலீட்டாளர்களுக்கும் (I) இடையேயான வேறுபாடுகள்

தொழில் உரிமையாளர்களுக்கும் அத்தொழிலில் முதலீடு செய்துள்ள முதலீட்டாளர்களுக்கும் (பங்குதாரர்கள்) இடையேயும் எப்போதும் இறுக்கம் நிலவுகிறது. ஒருவர் அதிக மூலதனத்தை விரும்புகிறார், இன்னொருவர் அதிக இலாபப் பங்கை விரும்புகிறார்.

பங்குதாரர்களுக்கான சந்திப்புக்கூட்டம் ஒன்றில் நிகழக்கூடிய ஓர் உரையாடல் இப்படி அமையக்கூடும்:

நிறுவன மேலாளர்கள்: "நம்முடைய நிர்வாக அதிகாரிகள் சந்திப்புக்கூட்டங்களுக்கு விரைவாக வருவதற்கு நமக்கு ஒரு தனி ஜெட் விமானம் தேவை."

முதலீட்டாளர்கள்: "நமக்கு மிகக் குறைவான நிர்வாக அதிகாரிகள் போதும். அப்போது ஒரு தனி ஜெட் விமானம் தேவைப்படாது."

சுயதொழில் புரிவோருக்கும் (S) தொழில் உரிமையாளர்களுக்கும் (B) இடையேயான வேறுபாடுகள்

தொழில் பரிவர்த்தனைகளில், ஒரு வழக்கறிஞர் போன்ற, சுயதொழில் புரிகின்ற அறிவார்ந்த ஒருவர், ஒரு தொழில் உரிமையாளருக்குப் பல கோடி டாலர்களுக்கான ஒரு முன்மொழிவை உருவாக்கிக் கொடுக்கிறார். அப்பரிவர்த்தனை நிறைவேறும்போது, அந்த வழக்கறிஞர் உள்ளூரக் குமுறுகிறார். ஏனெனில், அந்தத் தொழில் உரிமையாளர் கோடிக்கணக்கில்

சம்பாதிக்கிறார், ஆனால் அந்த வழக்கறிஞருக்கு ஒரு மணிநேரத்திற்கு இவ்வளவு என்று ஊதியம் வழங்கப்படுகிறது.

அவர்களுடைய வார்த்தைகள் இப்படி ஒலிக்கக்கூடும்:

வழக்கறிஞர்: "நாம் எல்லா வேலைகளையும் செய்கிறோம், ஆனால் எல்லாப் பணமும் அவருக்குப் போகிறது."

தொழில் உரிமையாளர்: "எத்தனை மணிநேரம் நமக்காக உழைத்ததாக அவர் கணக்குக் காட்டியுள்ளார்? அவர் கொடுத்த பில் தொகைக்கு, அந்த ஒட்டுமொத்தச் சட்ட நிறுவனத்தையே என்னால் விலைக்கு வாங்கியிருக்க முடியும்."

ஊழியர்களுக்கும் (E) முதலீட்டாளர்களுக்கும் (I) இடையேயான வேறுபாடுகள்

இன்னோர் எடுத்துக்காட்டைப் பார்க்கலாம். சிறிதளவு வீடுமனை வாங்குவதற்கு ஒரு வங்கி மேலாளர் ஒரு முதலீட்டாளருக்குக் கடன் கொடுக்கிறார். அந்த முதலீட்டாளர் ஆயிரக்கணக்கான டாலர்கள் (வரியில்லா வருமானம்) சம்பாதிக்கிறார். ஆனால் அந்த வங்கியாளர் ஒரு சம்பளக் காசோலையைப் பெறுகிறார். அவருடைய வருமானத்தின்மீது மிக அதிகமான வரி விதிக்கப்படுகிறது.

அந்த வங்கியாளர் (E) இவ்வாறு கூறக்கூடும்: "நான் அந்த ஆளுக்குக் கடன் கொடுக்கிறேன், அவர் எனக்கு நன்றிகூடக் கூறுவதில்லை. அவருக்காக நாங்கள் எவ்வளவு உழைக்கிறோம் என்பது அவருக்குத் தெரியாது என்று நான் நினைக்கிறேன்."

அந்த முதலீட்டாளர் (I) இவ்வாறு கூறக்கூடும்: "அந்த வங்கியாளர்களின் தொல்லையைப் பொறுத்துக் கொள்ள முடியவில்லை. இந்த அற்பத் தொகையைக் கடனாகப் பெறுவதற்கு, வீணாய்ப் போன எத்தனை ஆவணங்களை நாம் தயாரிக்க வேண்டியுள்ளது!"

உணர்ச்சிபூர்வமாக ஸ்திரமற்றத் திருமண உறவு

உணர்ச்சிபூர்வமாக மிகவும் ஸ்திரமற்றத் திருமண உறவு கொண்டிருந்த ஒரு தம்பதியரை நான் சந்தித்துள்ளேன். மனைவி, பொருளாதாரப் பாதுகாப்பிற்காக ஒரு வேலையில் நீடிக்க வேண்டும் என்று ஆணித்தரமாக நம்புகின்ற, E கால்சதுரத்தைச் சேர்ந்த ஓர் ஊழியராவார். அவருடைய கணவர் தன்னை I கால்சதுரத்தைச் சேர்ந்த ஒரு மாபெரும் முதலீட்டாளராகக் கற்பனை செய்கிறார். தன்னை ஒரு வருங்கால வாரன் பஃபேயாக அவர் கருதுகிறார். ஆனால் எதார்த்தத்தில், அவர் கமிஷன் அடிப்படையில் ஒரு விற்பனையாளராகப் பணியாற்றிய ஒரு E கால்சதுரவாசியாக இருக்கிறார். தன்னை விரைவில் ஒரு பணக்காரனாக ஆக்கக்கூடிய ஒரு முதலீட்டை அவர் எப்போதும் தேடிக் கொண்டிருக்கிறார். அவரும் அவருடைய மனைவியும் இப்போது ஒன்றாகத்தான் இருக்கின்றனர், ஆனால் அதற்கான உண்மையான காரணம்தான் எனக்குத் தெரியவில்லை. அவர்கள் ஒருவரையொருவர்

கோபப்படுத்திக் கொண்டும் ஒருவரோடொருவர் வாக்குவாதம் செய்து கொண்டும் இருக்கின்றனர். ஒருவர் துணிகர முயற்சிகளை விரும்புகிறார், மற்றவர் அதை வெறுக்கிறார். வெவ்வேறு கால்சதுரங்கள். வெவ்வேறு மைய விழுமியங்கள்.

உங்களுக்குத் திருமணமாகியிருந்தால்...

உங்களுக்குத் திருமணமாகியிருந்தால், உங்களுடைய வருவாயின் பெரும் பகுதி எந்தக் கால்சதுரத்திலிருந்து வருகிறதோ அதைச் சுற்றி ஒரு வட்டம் வரைந்து கொள்ளுங்கள். பிறகு, உங்களுடைய வாழ்க்கைத்துணைவரின் வருவாயின் பெரும் பகுதி எந்தக் கால்சதுரத்திலிருந்து வருகிறதோ அதைச் சுற்றி ஒரு வட்டம் வரைந்து கொள்ளுங்கள்.

நான் ஏன் இதைச் செய்யும்படி உங்களிடம் கூறுகிறேன் என்றால், தம்பதியரில் ஒருவருக்கு, அடுத்தவர் எந்தக் கால்சதுரத்திலிருந்து வருகிறார் என்பது தெரியவில்லை என்றால், இருவருக்கும் இடையேயான கருத்துப் பரிமாற்றம் கடினமானதாக இருக்கும்.

பணக்காரர்களுக்கும் படித்தவர்களுக்கும் இடையேயான யுத்தம்

பேசப்படாத இன்னொரு போர்க்களம் இருக்கிறது. படித்தவர்களுக்கும் பணக்காரர்களுக்கும் இடையேயான கருத்துக் கண்ணோட்டங்களில் உள்ள வேறுபாடுதான் அது.

வெவ்வேறு கால்சதுரங்களுக்கு இடையேயான வேறுபாடுகளை நான் ஆய்வு செய்து கொண்டிருந்த காலகட்டத்தில், சிறப்பாகக் கற்றறிந்தவர்கள் தாங்களாக இருந்தாலும், பெரும் பணம் ஈட்டுவது குறைவான கல்வித் தகுதி படைத்தவர்கள்தாம் என்று வங்கியாளர்களும் வழக்கறிஞர்களும் கணக்காளர்களும் பிறரும் அடிக்கடிப் புலம்பி நான் கேட்டிருந்தேன். இதுதான் கற்றறிந்தவர்களுக்கும் பணக்காரர்களுக்கும் இடையேயான யுத்தத்தின் மூலகாரணமாகும்.

B மற்றும் I கால்சதுரவாசிகள் கல்வியறிவு அற்றவர்கள் என்று அர்த்தமில்லை. ஏனெனில், பலர் உண்மையில் உயர்ந்த கல்வித் தகுதி படைத்தவர்களாக இருக்கின்றனர். பிரச்சனை என்னவென்றால், கல்லூரி நாட்களில் அவர்களில் பலர் படிப்பில் முன்னணி மாணவர்களாகத் திகழவில்லை.

'பணக்காரத் தந்தை ஏழைத் தந்தை' என்ற என்னுடைய புத்தகத்தை நீங்கள் படித்திருக்கிறீர்கள் என்றால், அப்புத்தகம், படித்தவர்களுக்கும் பணக்காரர்களுக்கும் இடையேயான போராட்டத்தைப் பற்றியது என்பதை நீங்கள் அறிவீர்கள். மிகவும் உயர்வாகக் கற்றறிந்த, ஆனால் ஏழையாக இருந்த என்னுடைய சொந்தத் தந்தை, ஸ்டான்ஃபோர்டு பல்கலைக்கழகம், சிகாகோ பல்கலைக்கழகம் போன்ற மதிப்புமிக்கப் பல்கலைக்கழகங்களில் பல ஆண்டுகால மேற்படிப்புப் படித்திருந்தது குறித்து மிகுந்த பெருமிதம் கொண்டிருந்தார். ஆனால் என்னுடைய பணக்காரத் தந்தையோ, தன்னுடைய தந்தை இறந்தவுடன் தங்களுடைய குடும்பத் தொழிலை ஏற்று

நடத்துவதற்காகத் தன்னுடைய படிப்பைப் பாதியிலேயே நிறுத்திவிட்டார். அவர் உயர்நிலைப் பள்ளிப் படிப்பைக்கூட நிறைவு செய்யவில்லை. ஆனாலும் அவர் அளப்பரிய செல்வத்தைக் குவித்தார்.

நான் வளர்ந்து வந்த காலத்தில், என்னுடைய பணக்காரத் தந்தை என்மீது அதிகத் தாக்கம் விளைவித்தார். ஆனால் என்னுடைய சொந்தத் தந்தை, வாழ்வில் தன்னுடைய நிலைக்கு வக்காலத்து வாங்கினார். எனக்குப் பதினாறு வயதாக இருந்தபோது, ஒரு நாள், என்னுடைய கற்றறிந்த தந்தை இவ்வாறு கேட்டார்: "பெரும் மதிப்பு வாய்ந்த கல்லூரிகளில் மேற்படிப்புப் படித்து நான் பட்டங்கள் வாங்கியுள்ளேன். மைக்கின் தந்தையிடம் என்ன இருக்கிறது?"

நான் ஒரு கணம் மௌனம் காத்துவிட்டு, பிறகு அமைதியாக, "பணமும் ஓய்வு நேரமும்," என்று பதிலளித்தேன்.

ஒரு மனரீதியான சவாலைவிட அதிகமானது

நான் முன்பே குறிப்பிட்டதுபோல, B அல்லது I கால்சதுரத்தில் வெற்றி பெறுவதற்கு, கல்வியறிவையும் தொழில்நுட்ப அறிவையும்விட அதிகமான ஒன்று தேவைப்படுகிறது. ஒருவருடைய உணர்ச்சிபூர்வமான சிந்தனை, உணர்வுகள், நம்பிக்கைகள், மனப்போக்கு ஆகியவற்றில் ஒரு மாற்றத்தை அது எதிர்பார்க்கிறது. இதை நினைவில் கொள்ளுங்கள்:

இருத்தல்

செய்தல்

பெற்றிருத்தல்

பணக்காரர்கள் செய்கின்ற விஷயங்கள் ஒப்பீட்டளவில் எளிமையானவை. 'இருத்தல்தான்' இங்கு வேறுபட்டிருக்கிறது. வித்தியாசம் அவர்களுடைய எண்ணங்களில் இருக்கிறது. குறிப்பாக, அவர்களுடைய உள்ளார்ந்த உரையாடலில்! அதனால்தான், பின்வரும் எந்த வாக்கியமும் என் வாயிலிருந்து வரக்கூடாது என்பதில் என் பணக்காரத் தந்தை கண்டிப்புடன் நடந்து கொண்டார்:

- எனக்கு அது கட்டுப்படியாகாது.
- என்னால் அதைச் செய்ய முடியாது.
- துணிகரச் செயல்களில் இறங்காதே.
- பணத்தை இழக்காதே.
- ஒருவேளை நீங்கள் தோற்று, அத்தோல்வியிலிருந்து ஒருபோதும் மீளாவிட்டால்?

என் பணக்காரத் தந்தை இந்த அனைத்துப் பிரகடனங்களுக்கும் தடை விதித்தார். ஏனெனில், வார்த்தைகள் சக்திவாய்ந்த கருவிகள் என்று அவர் உண்மையிலேயே நம்பினார். ஒருவர் சொல்கின்ற மற்றும் நினைக்கின்ற விஷயங்கள் நிஜமாகின்றன.

நமக்கு நாமே சொல்லிக் கொள்கின்ற விஷயங்கள் நம்முடைய எதார்த்தமாகின்றன என்று பணக்காரத் தந்தை உறுதியாக நம்பினார். அப்படி எதார்த்தமாவதால்தான், பொருளாதாரரீதியாகக் கஷ்டப்பட்டுக் கொண்டிருக்கின்ற மக்களுக்கு, அவர்களுடைய உணர்ச்சிகள்தாம் பெரும்பாலும் பேசுகின்றன, அவைதாம் அவர்களுடைய வாழ்க்கையைக் கட்டுப்படுத்துகின்றன என்று நான் நினைக்கிறேன். உணர்ச்சிகளால் தூண்டப்படுகின்ற எண்ணங்களிலிருந்து மீள்வதற்கு ஒருவர் கற்றுக் கொண்டாலொழிய, அவர்கள் கூறுகின்ற, பின்வருவன போன்ற வார்த்தைகள் மெய்யாகின்றன:

- என்னால் ஒருபோதும் ஒரு பணக்காரனாக ஆக முடியாது.
- அந்த யோசனை ஒருபோதும் பலனளிக்காது.
- அது மிகவும் விலையுயர்ந்தது. அது எனக்குக் கட்டுப்படியாகாது.

எண்ணங்கள் உணர்ச்சிகளின் அடிப்படையில் அமைந்திருந்தால், அவை சக்திவாய்ந்தவையாகும். ஆனால், நல்ல செய்தி என்னவென்றால், புதிய நண்பர்கள், புதிய யோசனைகள் மற்றும் சிறிதளவு நேரத்தின் உதவியுடன் அந்த எண்ணங்களை நம்மால் மாற்ற முடியும்.

இழப்பது குறித்த பயத்தைக் கட்டுப்படுத்திக் கொள்ள முடியாத மக்கள், ஒருபோதும் சொந்தமாக முதலீடு செய்யக்கூடாது. அவர்கள் அந்த வேலையை ஒரு தொழில்முறை முதலீட்டாளரிடம் ஒப்படைத்துவிட்டு, அதில் குறுக்கிடாமல் இருப்பது அவர்களுக்கு நல்லது.

மற்றவர்களுடைய பணத்தை முதலீடு செய்யும்போது பயமின்றிச் செயல்பட்டு ஏராளமான பணம் ஈட்டக்கூடிய திறன் வாய்ந்த பல தொழில்முறையாளர்களை நான் சந்தித்துள்ளேன். ஆனால் தங்களுடைய சொந்தப் பணத்தை முதலீடு செய்வது என்று வரும்போது, இழப்பது குறித்த அவர்களுடைய பயம் மிக வலிமையானதாக இருக்கிறது. இதனால் இறுதியில் அவர்கள் தங்கள் பணத்தை இழக்கின்றனர். இங்கு அவர்களுடைய அறிவைவிட, உணர்ச்சிகள் அதிகமாகச் சிந்திக்கின்றன.

மறுபுறம், தங்களுடைய சொந்தப் பணத்தை முதலீடு செய்து தொடர்ந்து வெற்றி பெறுகின்ற நபர்கள், வேறு யாரேனும் தங்களுடைய பணத்தை இவர்களிடம் கொடுத்துத் தங்களுக்காக அதை முதலீடு செய்யும்படி கேட்கும்போது தங்களுடைய அமைதியை இழக்கின்றனர். இத்தகைய மக்களையும் நான் சந்தித்துள்ளேன்.

பணத்தைச் சம்பாதிப்பதும் அதை இழப்பதும் உணர்ச்சிசார்ந்த ஒரு விஷயமாகும். எனவே, இந்த உணர்ச்சிகளைக் கையாள்வதற்கு என்னுடைய பணக்காரத் தந்தை ஒரு இரகசியத்தை என்னுடன் பகிர்ந்து கொண்டார். “நீ ஒரு முதலீட்டாளராகவோ அல்லது தொழில் உரிமையாளராகவோ வெற்றிகரமாகத் திகழ்வதற்கு, நீ வெற்றியையும் தோல்வியையும் உணர்ச்சிவசப்படாமல் ஒரே மாதிரி எடுத்துக் கொள்ள வேண்டும். வெற்றியும் தோல்வியும் விளையாட்டின் ஓர் அங்கமாகும்,” என்று அவர் எப்போதும் கூறினார்.

என்னுடைய பாதுகாப்பான வேலையிலிருந்து விலகினேன்

என் நண்பன் மைக்கிடம் ஓர் அமைப்புமுறை இருந்தது. அவனுடைய தந்தை அதை அவனுக்கு உருவாக்கிக் கொடுத்திருந்தார். எனக்கு அந்த அதிர்ஷ்டம் இருக்கவில்லை. என்றேனும் ஒரு நாள், நான் என்னுடைய பாதுகாப்பான கூட்டைவிட்டு வெளியேறி, என்னுடைய சொந்த அமைப்புமுறையை உருவாக்க வேண்டியிருக்கும் என்பதை நான் அறிந்திருந்தேன்.

1978 இல், நான் ஜெராக்ஸ் நிறுவனத்தில் முழுநேரமாகப் பார்த்துக் கொண்டிருந்த வேலையிலிருந்து நான் விலகினேன். எந்தப் பாதுகாப்பு வலையுமின்றி நான் அந்தக் கடினமான அடியை முன்னோக்கி எடுத்து வைத்தேன். என்னுடைய தலைக்குள்ளிருந்து பயமும் சந்தேகமும் காட்டுக்கூச்சல் போட்டன. நான் என்னுடைய இராஜினாமா கடிதத்தில் கையெழுத்திட்டுவிட்டு என்னுடைய கடைசிச் சம்பளக் காசோலையைப் பெற்றுக் கொண்டு அந்நிறுவனத்திலிருந்து வெளியேறியபோது, பயத்தில் நான் கிட்டத்தட்ட உறைந்து போனேன். சுய அழிவுக்கு வழிவகுக்கின்ற எண்ணங்களும் உணர்வுகளும் என்னுள் ஒரு கச்சேரி நடத்திக் கொண்டிருந்தன. என்னை நானே சத்தமாகப் பழித்துரைத்தேன். அதுவும் நல்லதற்குத்தான். ஏனெனில், என்னுடன் வேலை செய்தவர்களில் பலர், "இவன் திரும்பி வந்துவிடுவான். இவனால் வேறு எதிலும் ஒருபோதும் வெற்றி பெற முடியாது," என்று பேசிக் கொண்டனர்.

ஆனால் பிரச்சனை என்னவென்றால், அவர்கள் கூறியதை என்னிடம் நானே கூறிக் கொண்டிருந்தேன். சுய சந்தேகம் குறித்த உணர்ச்சிகரமான எண்ணங்கள் பல ஆண்டுகள் என்னைத் துரத்தின. கிம்மும் நானும் B மற்றும் I கால்சதுரங்களில் வெற்றி பெறும்வரை அந்தத் துரத்தல் தொடர்ந்தது. இன்றும் அந்த வார்த்தைகள் என் காதுகளில் விழுகின்றன, ஆனால் அவற்றுக்கு இப்போது என்மீது அவ்வளவு அதிகாரம் இல்லை.

என்னுடைய சுய சந்தேக எண்ணங்களைக் கையாள்வதற்கு, என்னை நானே ஊக்குவித்துக் கொள்வதற்கான பிற எண்ணங்களையும் பிரகடனங்களையும் உருவாக்க நான் கற்றுக் கொண்டேன்: "அமைதியாக இரு. தெளிவாகச் சிந்தித்துப் பார். ஒரு திறந்த மனத்துடன் இரு. தொடர்ந்து முன்னோக்கி அடியெடுத்து வை. உனக்கு முன்னால் இவ்வழியே சென்ற பிறரிடமிருந்து வழிகாட்டுதலைக் கேட்டுப் பெறு. நம்பிக்கை கொள். உனக்குச் சிறந்ததே நடைபெற வேண்டும் என்று விரும்புகின்ற ஓர் உயர்ந்த சக்தியின்மீது விசுவாசம் கொள்."

பயம் ஒரு பக்கம் இருந்தாலும், அதை ஒதுக்கி வைத்துவிட்டு, இந்த ஊக்குவிப்பு எண்ணங்களை என் மனத்திற்குள் உருவாக்க நான் கற்றுக் கொண்டேன்.

தொடக்கத்தில், நான் வெற்றி பெறுவதற்கான வாய்ப்பு மிகவும் குறைவுதான் என்று நான் நினைத்தேன். ஆனால், நம்பிக்கை, விசுவாசம், துணிச்சல் ஆகிய நேர்மறையான உணர்ச்சிகளோடு கூடவே, நல்ல நண்பர்களும் சேர்ந்து, நான் முன்னோக்கி நகர்வதற்கு என்னை ஊக்குவித்தனர். நான் துணிகர முயற்சிகளில் இறங்கியாக வேண்டும் என்பதை நான்

அறிந்தேன். துணிகர முயற்சிகள் தவறுகளுக்கு இட்டுச் செல்லும், தவறுகள் ஞானத்திற்கும் அறிவுக்கும் இட்டுச் செல்லும் என்பதை நான் அறிந்திருந்தேன். ஞானமும் அறிவும்தாம் அப்போது என்னிடம் இருக்கவில்லை. நான் தோற்றால், என்னுடைய பயம் வெற்றி பெற நான் அனுமதித்ததுபோல ஆகிவிடும் என்பதை நான் உணர்ந்ததால், வெகு சில உத்தரவாதங்களுடன் முன்னோக்கிச் செயல்பட நான் தயாராக இருந்தேன். "தோல்வி என்பது வெற்றிச் செயல்முறையின் ஒரு பகுதி," என்ற யோசனையை என்னுடைய பணக்காரத் தந்தை என் மனத்தில் ஆழமாக விதைத்திருந்தார்.

அகரீதியான பயணம்

ஒரு கால்சதுரத்திலிருந்து இன்னொரு கால்சதுரத்திற்குப் போவதற்கான பாதை ஓர் அகரீதியான பயணமாகும். நாம் கொண்டிருக்கின்ற குறிப்பிட்டச் சில மைய நம்பிக்கைகளையும் தொழில்நுட்பத் திறமைகளையும் விட்டுவிட்டு, வேறு சில புதிய மைய நம்பிக்கைகளையும் திறமைகளையும் சுவீகரிப்பதை உள்ளடக்கிய பயணம் அது. இச்செயல்முறை ஒரு சைக்கிள் ஓட்டக் கற்றுக் கொள்வதைப் போன்றது. தொடக்கத்தில் நீங்கள் பல முறை கீழே விழுவீர்கள். பல சமயங்களில் அது விரக்தியூட்டுவதாகவும் தர்மசங்கடம் ஏற்படுத்துவதாகவும் இருக்கும், குறிப்பாக உங்களுடைய நண்பர்கள் அதைப் பார்த்துக் கொண்டிருந்தால். ஆனால் சிறிது நேரத்திற்குப் பிறகு, விழுவது நின்றுவிடுகிறது, நீங்கள் நன்றாக ஓட்டத் தொடங்குவீர்கள். நீங்கள் மீண்டும் கீழே விழுந்தால், அது உங்களுக்கு ஒரு பெரிய விஷயமாக இருப்பதில்லை. ஏனெனில், உங்களால் எழுந்து மீண்டும் ஓட்ட முடியும் என்பதை நீங்கள் அறிவீர்கள். வேலைப் பாதுகாப்பு என்ற மனநிலையிலிருந்து, பொருளாதாரச் சுதந்திரம் என்ற மனநிலைக்கு மாறும்போதும் இதே செயல்முறைதான் நிகழ்கிறது. கிம்மும் நானும் அந்தப் பயணத்தை நிறைவு செய்தபோது, கீழே விழுவது குறித்த பயம் குறைந்துவிட்டது. ஏனெனில், மீண்டும் எழுந்து கொள்வதற்கான எங்களுடைய திறன்மீது எங்களுக்கு உறுதியான நம்பிக்கை இருந்தது.

தனிப்பட்ட முறையில் நான் தொடர்ந்து முயற்சிப்பதற்கு இரண்டு வாசகங்கள் தொடர்ந்து என்னை உந்தித் தள்ளின. ஒன்று, நான் என் முயற்சியைக் கைவிட இருந்த நேரத்தில் என் பணக்காரத் தந்தை கொடுத்த அறிவுரை: "நீ எப்போது வேண்டுமானாலும் உன் முயற்சியைக் கைவிட்டுவிடலாம். அப்படி இருக்கும்போது, இப்போது ஏன் நிறுத்த வேண்டும்?"

அந்த வாசகம் எனக்கு உற்சாகமூட்டி, என்னுடைய உணர்ச்சிகளை அமைதிப்படுத்தியது. நான் பாதி வழியைக் கடந்துவிட்டேன், எனவே நான் ஏன் பின்னால் திரும்பிச் செல்ல வேண்டும் என்று அது எனக்குத் தொடர்ந்து நினைவூட்டியது. பின்னால் திரும்பிச் செல்வதற்கு எவ்வளவு தூரம் இருந்ததோ, அதே அளவு தூரம்தான் முன்னோக்கிச் செல்வதற்கும் இருந்தது. இது, அட்லாண்டிக் பெருங்கடலைப் பாதி கடந்திருந்த நிலையில் கொலம்பஸ் தன் முயற்சியைக் கைவிட்டுவிட்டு மீண்டும் தன் நாட்டிற்குத் திரும்பிச் செல்ல முயல்வதைப்போல இருந்திருக்கும்.

சில சமயங்களில், முயற்சியைக் கைவிடுவதுதான் சிறந்த நடவடிக்கையாக இருக்கிறது. எப்போது திரும்பி நடக்க வேண்டும் என்பதை அறிந்திருப்பதற்கான அறிவைப் பெற்றிருப்பது முக்கியமாகும். வெற்றி பெறுவதற்கு எந்த வாய்ப்பும் இல்லாத ஒரு பணித்திட்டத்தை மேலும் தொடர்கின்ற பிடிவாதக்காரர்கள் பலரை நான் சந்தித்துள்ளேன். எப்போது முயற்சியைக் கைவிட வேண்டும், எப்போது தொடர்ந்து செயல்பட வேண்டும் என்பதை அறிந்திருப்பது குறித்தப் பிரச்சனை, துணிகர முயற்சிகளில் இறங்குகின்ற எவரொருவரும் எதிர்கொள்கின்ற ஒரு பொதுவான பிரச்சனைதான். இப்பிரச்சனையைக் கையாள்வதற்கான ஒரு வழி, ஏற்கனவே இதைக் கையாண்டு இப்பயணத்தை வெற்றிகரமாக நிறைவேற்றியுள்ளவர்களுடைய வழிகாட்டுதலை நாடுவது. ஏற்கனவே மறுபுறத்தில் இருப்பவரால் உங்களைச் சிறப்பாக வழிநடத்த முடியும். ஆனால் அப்பயணத்தை எப்படி மேற்கொள்வது என்பதை வெறுமனே புத்தகங்களிலிருந்து படித்துவிட்டு, அதைப் பற்றிச் சொற்பொழிவாற்றிப் பணம் சம்பாதிக்கின்றவர்கள் கொடுக்கின்ற அறிவுரை குறித்து எச்சரிக்கையாக இருங்கள்.

என்னை உந்தித் தள்ளிய இரண்டாவது வாசகம் இது:

"ஜாம்பவான்கள் அடிக்கடித் தடுமாறிக் கீழே விழுகின்றனர்,
ஆனால் புழுக்கள் விழுவதில்லை. ஏனெனில்,
அவை எப்போதும் மண்ணைத் தோண்டிக் கொண்டும்,
ஊர்ந்து சென்று கொண்டும் மட்டுமே இருக்கின்றன."

பலர் பொருளாதாரரீதியாகக் கஷ்டப்பட்டுக் கொண்டிருப்பதற்கான முக்கியக் காரணம், அவர்களிடம் ஓர் உயர்ந்த கல்வித் தகுதி இல்லை என்பதோ, அல்லது அவர்கள் கடின உழைப்பாளிகள் அல்லர் என்பதோ அல்ல. மாறாக, இழப்பது குறித்து அவர்கள் கொண்டுள்ள பயம்தான் காரணம். அந்தப் பயம் அவர்களைத் தடுத்து நிறுத்தினால், அவர்கள் ஏற்கனவே தோற்றுவிட்டனர் என்று அர்த்தம்.

ஒரு தோல்வியாளராக இருப்பது குறித்த பயம், மக்களை விநோதமான வழிகளில் பாதிக்கிறது. தலா 20 டாலர்களுக்குப் பங்குகளை வாங்கி, தலா 30 டாலர்களுக்கு அவற்றை விற்றவர்களை நான் சந்தித்துள்ளேன். தாங்கள் சம்பாதித்திருந்த அந்தச் சொற்ப இலாபத்தைத் தாங்கள் இழந்துவிடக்கூடாது என்ற அவர்களுடைய பயம்தான் அதற்குக் காரணம். அவர்கள் 30 டாலர்களுக்கு விற்றப் பங்கின் விலை சில நாட்களில் 100 டாலர்களை எட்டியதை அவர்கள் பார்த்தனர்.

இதில் நகைமுரண் என்னவென்றால், இதே நபர்கள், 20 டாலர்கள் கொடுத்து வாங்கிய ஒரு பங்கு 3 டாலர்களுக்குக் கீழிறங்குவதைப் பார்க்கும்போது, விலை மீண்டும் உயரும் என்ற நம்பிக்கையில் எதுவும் செய்யாமல் இருக்கின்றனர். இழப்பது குறித்த பயம் கொண்டுள்ள ஒருவருக்கான கச்சிதமான எடுத்துக்காட்டு இது.

வெற்றியாளர்கள் அதற்கு நேரெதிரானதைச் செய்கின்றனர். அவர்கள் தங்களுடைய பங்குகளின் விலை மேலே போவதற்குப் பதிலாகக் கீழே போவதைப் பார்க்கும்போது, அவர்கள் அவற்றை விற்றுவிட்டு, தங்களுடைய

இழப்புகளை ஏற்றுக் கொள்கின்றனர். அவர்களில் பெரும்பாலானோர், தாங்கள் ஓர் இழப்பை எதிர்கொண்டோம் என்பதை ஒப்புக் கொள்வது குறித்து வெட்கப்படுவதில்லை. அவர்கள் ஒரு வெற்றி வாய்ப்பைப் பார்க்கும்போது, முடிந்த அளவு தூரம் அவர்கள் பயணிப்பர். பங்கு விலை உச்சத்தை எட்டிவிட்டதை அவர்கள் அறியும் கணத்தில், அவர்கள் தங்கள் பயணத்தை நிறுத்திவிட்டு, அப்பங்குகளை விற்றுவிடுவர்.

வெற்றியையும் தோல்வியையும் ஒரே மாதிரி கையாள்வதுதான் ஒரு மாபெரும் முதலீட்டாளராக இருப்பதிலுள்ள இரகசியமாகும். அப்போது, பயம், பேராசை போன்ற உணர்ச்சிகளால் தூண்டப்படுகின்ற எண்ணங்கள் உங்களைக் கட்டுப்படுத்தாது.

தோல்வியாளர்கள் தங்கள் வாழ்விலும் அதே விஷயங்களைச் செய்கின்றனர்

இழப்பது குறித்து பயப்படுகின்ற மக்கள் நிஜ வாழ்க்கையிலும் அதே விஷயங்களைச் செய்கின்றனர். பின்வரும் வகையான மக்களை நாம் அனைவருமே அறிவோம்:

- அன்பும் காதலும் காணாமல் போன பிறகும்கூடத் தொடர்ந்து மணவாழ்க்கையில் நீடித்திருக்கின்ற மக்கள்
- முன்னேறுவதற்கு வாய்ப்பில்லாத வேலைகளில் தொடர்ந்து நீடிக்கின்ற மக்கள்
- பயன்படுத்தாவிட்டாலும்கூடத் தங்களுடைய பழைய ஆடைகளைத் தூக்கியெறியாமல் இருக்கின்ற மக்கள்
- தங்களுக்கு எந்த எதிர்காலமும் இல்லாத நகரங்களில் வாழ்கின்ற மக்கள்
- தங்களுடைய முன்னேற்றத்தைத் தடுத்து, தங்களை இழுத்துப் பிடித்துக் கொண்டிருக்கின்ற நண்பர்களுடன் சகவாசம் வைத்திருக்கும் மக்கள்

உணர்ச்சிசார் நுண்ணறிவைக் கட்டுப்படுத்த முடியும்

நிதிசார் நுண்ணறிவுக்கும் உணர்ச்சிசார் நுண்ணறிவுக்கும் ஒரு நெருங்கிய தொடர்பு இருக்கிறது. என்னுடைய அபிப்பிராயத்தில், பெரும்பாலான மக்கள் பொருளாதாரரீதியாகத் துன்புறுவதற்குக் காரணம், அவர்களுடைய உணர்ச்சிகள் அவர்களுடைய எண்ணங்களைக் கட்டுப்படுத்திக் கொண்டிருப்பதுதான். மனிதர்களாகிய நம் அனைவருக்கும் ஒரே உணர்ச்சிகளதாம் இருக்கின்றன. அந்த உணர்ச்சிகளை நாம் கையாளும் விதம்தான் வாழ்வில் நாம் செய்கின்ற விஷயங்களுக்கும் நாம் பெற்றுள்ள

விஷயங்களுக்கும் இடையேயான வேறுபாடுகளைத் தீர்மானிக்கிறது.

எடுத்துக்காட்டாக, பய உணர்ச்சி நம்மில் சிலரைக் கோழைகளாக ஆக்கக்கூடும். ஆனால் அது மற்றவர்களைத் துணிச்சலானவர்களாக மாற்றக்கூடும். துரதிர்ஷ்டவசமாக, பண விஷயத்தில் மட்டும், நம்முடைய சமுதாயத்தில் உள்ள பெரும்பாலானோர் பொருளாதாரக் கோழைகளாக இருப்பதற்குப் பயிற்றுவிக்கப்பட்டுள்ளனர். பணத்தை இழப்பது குறித்த பயம் வரும்போது, மக்களின் மனங்கள் தாமாகவே பின்வருமாறு கூறத் தொடங்குகின்றன:

- சுதந்திரத்திற்குப் பதிலாகப் பாதுகாப்பு
- ஆபத்தைக் கையாளக் கற்றுக் கொள்வதற்குப் பதிலாக ஆபத்தைத் தவிர்த்தல்
- சாமர்த்தியமாகச் செயல்படுவதற்குப் பதிலாகப் பாதுகாப்பாகச் செயல்படுதல்
- ‘அதை எப்படிக் கைவசப்படுத்துவது?’ என்பதற்குப் பதிலாக ‘எனக்கு அது கட்டுப்படியாகாது’
- ‘நீண்டகால நோக்கில் அதன் மதிப்பு எவ்வளவாக இருக்கும்?’ என்பதற்குப் பதிலாக ‘அது மிகவும் விலையுயர்ந்தது’
- ஒருமித்தக் கவனம் செலுத்துவதற்குப் பதிலாகப் ‘பல்வேறு விஷயங்களில் கவனத்தைச் சிதறடித்தல்’
- ‘நான் என்ன நினைக்கிறேன்?’ என்பதற்குப் பதிலாக ‘என் நண்பர்கள் என்ன நினைப்பார்கள்?’

ஆபத்தான முயற்சிகள் கற்றுக் கொடுக்கின்ற ஞானம்

ஆபத்தான முயற்சிகளில், குறிப்பாக நிதிசார் முயற்சிகளில், இறங்குவதற்குப் பின்னால் ஓர் அறிவியல் இருக்கிறது. பணம் மற்றும் இடர் மேலாண்மை பற்றிய மிகச் சிறந்த நூல்களில் ஒன்று டாக்டர் அலெக்சாண்டர் எல்டர் எழுதிய ‘டிரேடிங் ஃபார் எ லிவிங்’ நூலாகும். அது முக்கியமாகத் தொழில்முறைரீதியாகப் பங்கு வர்த்தகத்தில் ஈடுபடுகின்றவர்களுக்காக எழுதப்பட்டிருந்தாலும்கூட, ஆபத்தான முயற்சிகள் கற்றுக் கொடுக்கின்ற ஞானமும் இடர் மேலாண்மையும், பணம், பண நிர்வாகம், தனிநபர் உளவியல், முதலீடு செய்தல் போன்றவற்றின் அனைத்துப் பகுதிகளுக்கும் பொருத்தமாக இருக்கின்றன.

வெற்றிகரமான தொழில் உரிமையாளர்களில் பலர் முதலீட்டாளர்கள் அளவு எப்போதும் வெற்றிகரமாகத் திகழாமல் இருப்பதற்கான காரணங்களில் ஒன்று, பணத்தை ஆபத்திற்கு உட்படுத்துவதற்குப் பின்னாலுள்ள உளவியலை அவர்கள் முழுமையாகப் புரிந்து கொள்ளாமல் இருப்பதுதான். தொழில் அமைப்புமுறைகள் மற்றும் மக்களை உள்ளடக்கிய விஷயங்களில் ஆபத்து இருப்பதைத் தொழில் உரிமையாளர்கள் புரிந்து கொள்கின்றபோதிலும், அந்தப் புரிதல், பணத்தைக் கொண்டு மேலும் பணத்தை உருவாக்குகின்ற அமைப்புமுறையாகப் பரிணமிப்பதில்லை.

அது உணர்ச்சிபூர்வமானது

சுருக்கமாகத் தொகுத்துரைத்தால், கேஷ்ஃபுளோ கால்சதுரத்தின் இடப்புறத்திலிருந்து வலப்புறத்திற்கு நகர்வது அதிக உணர்ச்சிபூர்வமானது. மக்களால் தங்களுடைய உணர்ச்சிசார் எண்ணங்களைக் கட்டுப்படுத்திக் கொள்ள முடியாவிட்டால், அந்த இடப்பெயர்ச்சியை நான் அவர்களுக்குப் பரிந்துரைக்க மாட்டேன்.

கேஷ்ஃபுளோ கால்சதுரத்தின் இடப்புறத்தில் உள்ளவர்களுக்கு வலப்புறத்தில் விஷயங்கள் ஆபத்தானவையாக இருப்பதுபோலத் தோன்றுவதற்குக் காரணம், பய உணர்ச்சி அடிக்கடி அவர்களுடைய சிந்தனையைப் பாதிப்பதுதான். அவர்கள், 'ஆட்டத்தைப் பாதுகாப்பாக விளையாடுவது' ஓர் அறிவார்ந்த எண்ணம் என்று நினைக்கின்றனர். ஆனால் அது அறிவார்ந்த எண்ணம் அல்ல. அது ஓர் உணர்ச்சிபூர்வமான எண்ணம். உணர்ச்சிபூர்வமான எண்ணங்கள்தாம் மக்களை ஒரே கால்சதுரத்தில் முடக்கிப் போடுகின்றன.

வலப்புறத்தில் உள்ளோர் செய்கின்ற விஷயங்கள் அவ்வளவு கடினமானவை அல்ல. குறைவான விலைக்கு நான் பச்சை வீடுகளை வாங்கி, சந்தை மேம்படும்வரை காத்திருந்து, பிறகு அந்த வீடுகளை விற்று ஒரு பெரிய சிவப்பு ஓட்டலை வாங்குவது எவ்வளவு சுலபமோ, வலப்புறத்தில் உள்ளோர் செய்கின்ற விஷயங்களும் அதே அளவு சுலபமாகும்.

கேஷ்ஃபுளோ கால்சதுரத்தில் இருப்போருக்கு வாழ்க்கை உண்மையிலேயே ஒரு மொனாபொலி விளையாட்டுதான். அதில் வெற்றி, தோல்வி ஆகிய இரண்டும் இருக்கின்றன என்பது உண்மைதான், ஆனால் அது அந்த ஆட்டத்தின் ஒரு பகுதியாகும். வெற்றியும் தோல்வியும் வாழ்வின் ஓர் அங்கமாகும். வலப்புறத்தில் வெற்றிகரமாக விளங்குவது என்பது, அந்த ஆட்டத்தை மிகவும் விரும்புகின்ற ஒரு நபராக இருப்பதை உள்ளடக்கியதாகும். பிரபலமான தடகள வீரர்கள், வெற்றி பெறுவதைவிட அதிகமாகத் தோற்கின்றனர், ஆனாலும் அவர்கள் அந்த விளையாட்டை விரும்புகின்றனர். டொனால்டு டிரம்ப் தன் சொத்துகள் முழுவதையும் இழந்து ஓட்டாண்டியானார், ஆனால் போராடி மீண்டும் ஒரு பெரும் செல்வந்தரானார். அவர் தோற்றுப் போனதால் தன் ஆட்டத்தைக் கைவிடவில்லை. தோல்வி அவரை அதிக சாமர்த்தியசாலியாகவும் அதிக மன உறுதி கொண்டவராகவும் ஆக்கியது. பல செல்வந்தர்கள், பெரும் பணம் குவிப்பதற்கு முன் திவாலாயினர். அது அந்த ஆட்டத்தின் ஒரு பகுதியாகும்.

ஒருவருடைய உணர்ச்சிகள் அவருக்காகச் சிந்திக்கின்றன என்றால், அந்த உணர்ச்சிபூர்வமான எண்ணங்கள், வேறு எதையும் பார்ப்பதிலிருந்து அவர்களைத் தடுத்துவிடுகின்றன, அவர்களுடைய கண்களைக் கட்டிப்போட்டுவிடுகின்றன. ஏனெனில், அந்த உணர்ச்சிபூர்வமான எண்களால்தான் மக்கள் சிந்திப்பதை விட்டுவிட்டு எதிர்வினையாற்றுகின்றனர். அந்த உணர்ச்சிபூர்வமான சிந்தனைதான் வெவ்வேறு கால்சதுரங்களிலுள்ள மக்கள் வாக்குவாதத்தில் ஈடுபடுவதற்கு வழிவகுக்கிறது. ஒரே மாதிரியான உணர்ச்சிபூர்வமான கண்ணோட்டங்களைக் கொண்டிராத மக்கள்தாம்

அந்த வாக்குவாதங்களைத் தோற்றுவிக்கின்றனர். உணர்ச்சிபூர்வமான எதிர்வினைதான், கேஷ்ஃபுளோ கால்சதுரத்தின் வலப்புறத்தில் விஷயங்கள் எவ்வளவு சுலபமானவையாகவும் பெரும்பாலும் ஆபத்தற்றவையாகவும் இருக்கின்றன என்பதை மக்கள் பார்க்க முடியாதபடி அவர்களுடைய கண்களைக் குருடாக்கிவிடுகிறது.

இடப்புறத்திலிருந்து வலப்புறத்திற்குச் செல்ல விரும்புகின்ற அனைவருக்கும் நான் ஒன்றைச் சொல்லிக் கொள்ள விரும்புகிறேன். ஒரு நீண்டகாலம் நீடிக்கக்கூடிய, நேர்மறையான ஆதரவுக் குழு ஒன்றையும் ஒரு வழிகாட்டியையும் கண்டுபிடித்து உடன் வைத்துக் கொள்ளுங்கள். கிம்மும் நானும் எதிர்கொண்ட போராட்டம் இறுதியில் பலனளித்தது. நாங்கள் இடப்புறத்திலிருந்து வலப்புறத்திற்கு இடம்பெயர்ந்தபோது, நாங்கள் என்ன செய்ய வேண்டும் என்பது எங்களுக்கு முக்கியமானதாக இருக்கவில்லை, மாறாக, அச்செயல்முறையின் ஊடாக நாங்கள் யாராக ஆனோம் என்பதுதான் முக்கியமானதாக இருந்தது. என்னைப் பொறுத்தவரை, அது விலைமதிக்கப்பட முடியாத ஒரு பொக்கிஷமாகும்.

அத்தியாயம் 9

வங்கியாக இருங்கள், வங்கியாளராக அல்ல

பணக்காரர்கள் பணத்தை உருவாக்குகின்றனர்.

இருத்தல்-செய்தல்-பெற்றிருத்தல் சூத்திரத்தில், இருத்தல்மீது நான் கவனம் செலுத்தியுள்ளேன். ஏனெனில், முறையான மனநிலையும் மனப்போக்கும் இல்லாமல், நாம் இன்று எதிர்கொண்டுள்ள பெரும் பொருளாதார மாற்றங்களுக்கு நம்மால் தயாராக இருக்க முடியாது. கேஷ்ஃபுளோ கால்சதுரத்தின் வலப்புறத்தில் உள்ள ஒருவருக்குரிய திறமைகள் மற்றும் மனநிலையுடன் இருப்பதன் மூலம், இந்த மாற்றங்களிலிருந்து எழக்கூடிய வாய்ப்புகளை உணர்ந்து கொண்டு, அவற்றைக் குறித்தச் செயல்நடவடிக்கைகளை மேற்கொள்வதற்கு நீங்கள் தயாராக இருப்பீர்கள். இது உங்களுக்குப் பொருளாதார வெற்றியைப் பெற்றுக் கொடுக்கும்.

1986 ஆம் ஆண்டின் இறுதியில் என்னுடைய பணக்காரத் தந்தையிடமிருந்து எனக்கு ஒரு தொலைபேசி அழைப்பு வந்தது எனக்கு நினைவிருக்கிறது. "நீ எதில் முதலீடு செய்திருக்கிறாய்: வீடுமனைச் சந்தையிலா அல்லது பங்குச் சந்தையிலா?" என்று அவர் என்னிடம் கேட்டார். "இரண்டிலும் இல்லை. நான் எல்லாவற்றையும் என் தொழிலில் முதலீடு செய்துள்ளேன்," என்று நான் பதிலளித்தேன். "நீ நல்ல காரியம் செய்திருக்கிறாய். எல்லா சந்தைகளிலிருந்தும் விலகியே இரு. உன்னுடைய தொழிலை மேன்மேலும் வளர்த்தெடு. ஏதோ பெரிதாக நிகழவிருக்கிறது," என்று அவர் கூறினார்.

அந்த ஆண்டு, அமெரிக்கக் காங்கிரஸ், 1986 ஆம் ஆண்டின் வரிச் சீர்திருத்தச் சட்டத்தை நிறைவேற்றியது. வெறும் 43 நாட்களில், மக்கள் தங்களுடைய வருவாயைப் பாதுகாப்பதற்குச் சட்டத்திலுள்ள எந்தெந்த ஓட்டைகளையெல்லாம் நம்பியிருந்தார்களோ, அவற்றில் பெரும்பாலானவற்றை அமெரிக்கக் காங்கிரஸ் அடைத்துவிட்டது. அமெரிக்கா நெடுகிலும் வீடுமனை விலைகள் அதலபாதாளத்திற்குச் சரியத் தொடங்கின. சில விஷயங்களில் 70 சதவீதச் சரிவு ஏற்பட்டது. திடீரென்று, வீட்டின்மீதான கடன் தொகையைவிட அந்த வீட்டின் விலை மதிப்பு வெகுவாகக் குறைந்தது. வீடுமனைச் சந்தையைப் பீதி ஆட்கொண்டது. வங்கிகளும் சேமிப்புகளும்

வங்கிக் கடன்களும் ஆட்டம் காணத் தொடங்கின. மக்களால் தங்களுடைய பணத்தை வங்கிகளிலிருந்து வெளியே எடுக்க முடியவில்லை. 1987 இல் வால் ஸ்டிரீட் நிலைகுலைந்தது. ஒட்டுமொத்த உலகமும் நிதி நெருக்கடிக்கு உள்ளாயிற்று.

அடிப்படையில், உயர்ந்த வருவாய் ஈட்டிக் கொண்டிருந்த ஊழியர்களும் சுயதொழில் புரிவோரும் மலைபோல நம்பியிருந்த, சட்டத்திலிருந்த ஓட்டைகளில் பலவற்றை, 1986 ஆம் ஆண்டின் வரிச் சீர்திருத்தச் சட்டம் களைந்துவிட்டது. நிதி நெருக்கடியும் நிலைகுலைவும் B மற்றும் I கால்சதுரங்களில் இருந்தோரை பாதித்தபோதிலும், வரியைத் தவிர்ப்பதற்கான அவர்களுடைய வழிமுறைகளில் பல பாதிக்கப்படவில்லை.

அந்தக் காலகட்டத்தின்போது, ஆட்குறைப்பு என்ற ஒரு புதிய வார்த்தையை ஊழியர்கள் (E) முதன்முறையாகக் கேள்விப்பட்டனர். மேலும், ஒரு நிறுவனத்தில் ஒரு மாபெரும் ஆட்குறைப்புத் திட்டம் அறிவிக்கப்பட்டபோது, அந்நிறுவனத்தின் பங்கு விலை உயர்ந்தது என்பதை விரைவில் அவர்கள் உணர்ந்து கொண்டனர். ஆனால் அதற்கான காரணத்தைப் பெரும்பாலானோரால் புரிந்து கொள்ள முடியாதது வருத்தத்திற்குரியது. தொழில் பாதிப்பு, அதிகக் காப்பீட்டு விகிதம், மற்றும் வீடுமனை மற்றும் பங்குச் சந்தைகளால் ஏற்பட்ட இழப்புகளால் ஏற்பட்டிருந்த பொருளாதாரப் பின்னடைவைச் சமாளிக்க முடியாமல் சுயதொழில் புரிவோர் பலர் போராடிக் கொண்டிருந்தனர். இதே காரணத்தால், கேஷ்ஃபுளோ கால்சதுரத்தின் இடப்புறத்தில் இருந்த தனிநபர்கள் பொருளாதாரரீதியாகப் பெரும் பாதிப்புக்கு உள்ளானார்கள். 1986 ஆம் ஆண்டின் வரிச் சீர்திருத்தச் சட்டத்தாலும் அவர்கள்தாம் மிகவும் துன்புற்றனர்.

செல்வத்தின் இடப்பெயர்ச்சி

இடப்புறத்தில் இருந்தவர்கள் துன்புற்றுக் கொண்டிருந்தபோது, B மற்றும் I கால்சதுரங்களில் இருந்தவர்கள் மேன்மேலும் பெரும் பணக்காரர்களாக ஆகிக் கொண்டிருந்தனர். சிலரிடமிருந்து பிடுங்கி மற்றவர்களுக்குக் கொடுத்த அரசாங்கம்தான் அதற்குக் காரணம்.

வரிச் சட்டத்தை மாற்றியதன் மூலம், பணத்தை இழப்பதற்காக வீடுமனைகளில் முதலீடு செய்து கொண்டிருந்த மக்களுக்கு இப்போது அவ்வழி அடைக்கப்பட்டுவிட்டது. அவர்களில் பலர், உயர்ந்த வருவாய் ஈட்டிக் கொண்டிருந்த ஊழியர்களாகவோ அல்லது, மருத்துவர்கள், வழக்கறிஞர்கள், கணக்காளர்கள், சிறுதொழில் உரிமையாளர்கள் போன்ற தொழில்முறையாளர்களாகவோ இருந்தனர். முன்பு அவர்கள் வரி விதிக்கத்தக்க வருவாயை மிக அதிகமாக ஈட்டியதால், பணத்தை இழப்பதற்கு வீடுமனைகளை வாங்கும்படியும், பிறகு எஞ்சியிருந்த பணத்தைக் கொண்டு பங்குச் சந்தையில் பங்குகளை வாங்கும்படியும் அவர்களுடைய நிதி ஆலோசகர்கள் அவர்களுக்கு அறிவுறுத்தினர். வரிச் சீர்திருத்தச் சட்டத்தின் மூலம் அரசாங்கம் அந்த ஓட்டையை அடைத்துவிட்டதால், ஒரு மிகப் பெரிய அளவில் செல்வத்தின் இடப்பெயர்ச்சி நடைபெறத் தொடங்கியது. என்னுடைய அபிப்பிராயத்தில், பெருமளவு செல்வம் E மற்றும் S பகுதியிலிருந்து எடுக்கப்பட்டு, B மற்றும் I பகுதியிடம் கொடுக்கப்பட்டது.

அந்தக் காலகட்டத்தின்போது, உணர்ச்சிகள் உச்சத்தில் ஓடிக் கொண்டிருந்தன, பார்வை மங்கலாகியது. மக்கள் எதைப் பார்க்கப் பயிற்றுவிக்கப்பட்டிருந்தார்களோ, அவர்கள் அதைப் பார்த்தனர். கேஷ்ஃபுளோ கால்சதுரத்தின் இடப்பக்கத்தில் இருந்தவர்களுக்கு மூன்று விஷயங்கள் நிகழ்ந்தன:

1. எல்லா இடங்களிலும் பீதி நிலவியது. உணர்ச்சிகள் உச்சத்தை எட்டி, நிதிசார் நுண்ணறிவு அடிக்கடிக் காணாமல் போயிற்று. மக்கள் தங்களுடைய வேலைகள் குறித்தும், தங்களுடைய சொத்துகளின் மதிப்பு மிகவும் குறைந்து கொண்டிருந்தது குறித்தும், பங்குச் சந்தையின் சரிவு குறித்தும், தொழில் பொதுவாக மந்தமானது குறித்தும் மிகவும் கவலைப்பட்டுக் கொண்டிருந்ததில், தங்கள் முன் இருந்த பெரும் வாய்ப்புகளை அவர்கள் பார்க்கத் தவறினர். அவர்களுடைய உணர்ச்சிபூர்வமான எண்ணங்கள் அவர்களுடைய கண்களை மறைத்தன. முன்னோக்கி நகர்வதற்குப் பதிலாக, அவர்கள் தங்களுடைய குகைகளுக்குள் ஓடிச் சென்று ஒளிந்து கொண்டனர்.
2. B மற்றும் I இருக்கின்ற பக்கத்திற்குத் தேவையான தொழில்நுட்பத் திறமைகள் அவர்களிடம் இருக்கவில்லை. ஒரு மருத்துவர் எப்படிப் பல ஆண்டுகால மருத்துவப் படிப்பின் மூலமும் தொழில் அனுபவத்தின் மூலமும் தன்னுடைய தொழில்நுட்பத் திறமைகளை வளர்த்துக் கொண்டிருக்க வேண்டுமோ, அதேபோல, B மற்றும் I கால்சதுரவாசிகளும் உயர்ந்த தொழில்நுட்பத் திறமைகளைப் பெற்றிருக்க வேண்டும். நிதிசார் கல்வியறிவு, கடன்களை எப்படி மறுவடிவமைப்பு செய்வது, ஒரு முன்மொழிவை எவ்வாறு வடிவமைப்பது, மூலதனத்தை எவ்வாறு திரட்டுவது, சந்தையைப் பற்றிய புரிதல், கற்றுக் கொள்ளத்தக்கப் பிற திறமைகள் ஆகியவை அவற்றில் அடங்கும்.
3. அவர்களிடம் பண இயந்திரம் எதுவும் இருக்கவில்லை. குறிப்பிட்ட அந்தக் காலகட்டத்தில், பெரும்பாலானோர் வெறுமனே பிழைத்திருப்பதற்குக்கூட மிகக் கடுமையாக உழைக்க வேண்டியிருந்தது. ஒரு தொழிலதிபராகச் செயல்பட்டதன் மூலம், என்னுடைய உடலுழைப்பு அவ்வளவாக இல்லாமலேயே என்னுடைய வியாபாரம் விரிவடைந்தது. 1990 ஆம் ஆண்டுக்குள், என்னுடைய தொழில் மிகச் சிறப்பாக இயங்கிக் கொண்டிருந்தது. அந்த நேரத்தில், உலகம் நெடுகிலும் எனக்கு 11 அலுவலகங்கள் இருந்தன. என் தொழில் எவ்வளவு அதிகமாக விரிவடைந்ததோ, உடல்ரீதியாக அவ்வளவு குறைவாக நான் உழைக்க வேண்டியிருந்தது, அவ்வளவு அதிகப் பணம் என்னை நோக்கிப் பாய்ந்து வந்தது. என்னுடைய தொழிலின் அமைப்புமுறையும் அதில் வேலை செய்த மக்களும் கடுமையாக உழைத்துக் கொண்டிருந்தனர். அந்தக் கூடுதல் பணம் மற்றும் ஓய்வு நேரத்தை, இலாபகரமான வாய்ப்புகளைத் தேடுவதற்குக் கிம்மும் நானும் பயன்படுத்திக் கொண்டோம். அத்தகைய பல வாய்ப்புகள் இருந்தன.

அது மிகச் சிறந்த காலகட்டம்... அது மிக மோசமான காலகட்டம்

"ஒருவருடைய வாழ்வில் என்ன நடக்கிறது என்பது முக்கியமல்ல, ஆனால் அந்த நிகழ்வுக்கு ஒருவர் கற்பிக்கின்ற அர்த்தம்தான் முக்கியமானது," என்று ஒரு கூற்று உள்ளது.

1986 ஆம் ஆண்டுக்கும் 1996 ஆம் ஆண்டுக்கும் இடைப்பட்டக் காலம் எங்கள் வாழ்வின் மிக மோசமான காலகட்டமாக இருந்தது. மற்றவர்களுக்கு அது மிகச் சிறந்த காலகட்டமாக இருந்தது. 1986 இல் என்னுடைய பணக்காரத் தந்தையிடமிருந்து அந்தத் தொலைபேசி அழைப்பு வந்தபோது, அந்தப் பொருளாதார மாற்றம் எனக்கு வழங்கியிருந்த அற்புதமான வாய்ப்பை நான் கண்டுகொண்டேன். அந்த நேரத்தில் என்னிடம் கூடுதல் பணம் இல்லாதபோதிலும், ஒரு தொழிலதிபர் மற்றும் முதலீட்டாளர் என்ற முறையில் என்னுடைய திறமைகளைப் பயன்படுத்தி என்னால் சொத்துகளை உருவாக்க முடிந்தது. இந்த அத்தியாயத்தின் பிற்பகுதியில், நான் பொருளாதாரச் சுதந்திரத்தை அடைவதற்கு எனக்கு உதவிய சொத்துகளை நான் எப்படி உருவாக்கினேன் என்பது குறித்து விபரமாக விளக்கவிருக்கிறேன்.

ஒரு வெற்றிகரமான மற்றும் மகிழ்ச்சியான வாழ்க்கைக்கான முக்கியமான விஷயங்களில் ஒன்று, வளைவுத்தன்மையுடன் இருப்பதும், உங்கள் வழியில் எதிர்ப்படுகின்ற மாற்றங்களுக்குப் பொருத்தமான விதத்தில் செயல்விடை அளிப்பதுமாகும். துரதிர்ஷ்டவசமாக, தொடர்ந்து நிகழ்ந்து கொண்டே இருக்கின்ற பொருளாதார மாற்றங்களைக் கையாள்வதற்குப் பெரும்பாலான மக்கள் தங்களைத் தயார்படுத்திக் கொள்வதில்லை. ஆனாலும், பெரும்பாலானோர் பொதுவாக நன்னம்பிக்கையுடனும் மறப்பதற்கான திறன் உடையவர்களாகவும் இருக்கின்றனர். பத்துப் பன்னிரண்டு ஆண்டுகளுக்குப் பிறகு, அவர்கள் எல்லாவற்றையும் மறந்துவிடுகின்றனர். பிறகு விஷயங்கள் மீண்டும் மாறுகின்றன.

வரலாறு மீண்டும் திரும்புகிறது

இன்று, 1986 ஆம் ஆண்டின் வரிச் சீர்திருத்த நடவடிக்கையை மக்கள் கிட்டத்தட்ட மறந்துவிட்டதுபோலத் தெரிகிறது. ஊழியர்களும் சுயதொழில் புரிவோரும் முன்னெப்போதையும்விட இப்போது அதிகக் கடுமையாக உழைத்துக் கொண்டிருக்கின்றனர். ஏன்? ஏனெனில், அவர்கள் பயன்படுத்திக் கொண்டிருந்த, சட்டத்திலிருந்த ஓட்டைகள் அவர்களிடமிருந்து பறிக்கப்பட்டுள்ளன.

தாங்கள் இழந்ததை மீட்டெடுப்பதற்கு அவர்கள் மேலும் கடினமாக உழைத்துள்ளதால், அவர்களுடைய வருவாய் அதிகரித்துள்ளது. அவர்களுடைய வரிக் கணக்காளர் மீண்டும் பழைய ஞான வார்த்தைகளை அவர்களுடைய காதுகளில் ஓதத் தொடங்கியுள்ளனர்: "ஒரு பெரிய வீட்டை வாங்குங்கள். உங்கள் கடன்மீதான வட்டிதான் உங்களுடைய சிறந்த வரிச் சலுகையாகும். மேலும், உங்கள் வீடு ஒரு சொத்து. அதுதான் உங்களுடைய

மிகப் பெரிய மூலதனமாக இருக்க வேண்டும்.'' எனவே, அம்மக்கள் 'சுலபமான மாதாந்திரத் தவணை'யைப் பார்த்துவிட்டு, மேலும் கடனில் மூழ்குகின்றனர்.

என்னுடைய அபிப்பிராயத்தில், செல்வத்தின் மாபெரும் இடப்பெயர்ச்சி ஒன்று நிகழ்ந்து கொண்டிருக்கிறது. நாம் எதிர்பார்ப்பதைவிட மிக வித்தியாசமான ஒரு வழியில் அது நிகழ்ந்து கொண்டிருக்கக்கூடும். அதனால்தான், பொருளாதார வரலாற்றைப் பற்றிய புத்தகங்களைப் படிக்குமாறு என்னுடைய பணக்காரத் தந்தை என்னிடம் வலியுறுத்தினார். பொருளாதாரங்கள் மாறுகின்றன, ஆனால் வரலாறு மீண்டும் திரும்புகிறது.

வழக்கம்போல, பணம் தொடர்ந்து கேஷ்ஃபுளோ கால்சதுரத்தின் இடப்புறத்திலிருந்து வலப்புறத்திற்குப் பாய்கிறது. பலர் பெரும் கடனில் மூழ்கியுள்ளபோதிலும், அவர்கள் தங்களுடைய பணத்தைப் பங்குச் சந்தையில் கொட்டுகின்றனர். பெரும்பாலும், தங்களுடைய ஓய்வூதியத் திட்டங்கள் வாயிலாக அவர்கள் அதைச் செய்கின்றனர். இடப்புறத்திலுள்ள எச்சரிக்கையான கடைசிக் குழுவினர் தங்களுடைய பயத்திலிருந்து மீண்டு சந்தைக்குள் அடியெடுத்து வைக்கும்போது, வலப்புறத்திலுள்ள தொழிலதிபர்களும் முதலீட்டாளர்களும் ஏற்கனவே சந்தையின் உச்சத்தில் இருக்கின்றனர். ஏதோ ஒரு பெரிய விஷயம் நிகழும், சந்தை சரியும்; புழுதி அடங்கியவுடன், முதலீட்டாளர்கள் மீண்டும் உள்ளே நுழைவர். தாங்கள் விற்றதை அவர்கள் மீண்டும் வாங்குவர். மீண்டும், கேஷ்ஃபுளோ கால்சதுரத்தின் இடப்புறத்திலிருந்து வலப்புறத்திற்குச் செல்வம் இடம்பெயரும்.

பணத்தை இழந்தவர்களுடைய உணர்ச்சிரீதியான வடுக்கள் மறைவதற்குப் பல ஆண்டுகள் ஆகும். ஆனால், காயங்கள் ஆறிவிடும் - இன்னொரு சந்தை தன்னுடைய உச்சத்தை நெருங்கிக் கொண்டிருக்கும்போது!

இது ஒரு சதித் திட்டமா?

வங்கிகளைக் கட்டுப்படுத்துகின்ற ஒரு சில மிகப் பெரிய பணக்காரக் குடும்பங்கள் ஒன்றிணைந்து உலக அளவில் ஒரு சதித் திட்டம் தீட்டியிருப்பதாக மக்கள் கூறி நான் அடிக்கடிக் கேட்கிறேன் - குறிப்பாக ஊழியர்களும் சுயதொழில் புரிவோரும். இந்தச் சதித் திட்டக் கோட்பாடுகள் பல ஆண்டுகளாக இருந்து வந்துள்ளன.

உண்மையிலேயே ஒரு சதித் திட்டம் இருக்கிறதா? எனக்குத் தெரியாது. ஒரு சதித் திட்டம் இருப்பது சாத்தியமா? எல்லாமே சாத்தியம்தான். பெரும் பணத்தைத் தங்கள் கட்டுப்பாட்டிற்குள் வைத்திருக்கின்ற சக்திவாய்ந்த குடும்பங்கள் இருக்கின்றன என்பதை நான் அறிவேன். ஆனால் ஒரு குழு இந்த ஒட்டுமொத்த உலகத்தையும் கட்டுப்படுத்துகிறதா? நான் அதை இரண்டு குழுக்களாகப் பார்க்கிறேன். குறிப்பிட்ட ஒரு மனநிலையைக் கொண்ட ஒரு குழு ஒரு பக்கத்திலும், வேறொரு மனநிலையைக் கொண்ட இன்னொரு குழு மறுபக்கத்திலும் இருப்பதாக நான் பார்க்கிறேன். அவர்கள் எல்லோரும் இந்த மாபெரும் பண விளையாட்டை விளையாடிக் கொண்டிருக்கின்றனர். ஆனால் ஒவ்வொரு கால்சதுரமும் ஒரு வேறுபட்டக் கண்ணோட்டத்துடனும்

வேறுபட்ட விதிமுறைகளுடனும் விளையாடிக் கொண்டிருக்கிறது.

வலப்புறத்தில் உள்ளவர்கள் செய்து கொண்டிருப்பவற்றை இடப்புறத்தில் உள்ளவர்களால் பார்க்க முடியவில்லை என்பது பெரும் பிரச்சனையாகும். ஆனால், இடப்புறத்தில் உள்ளவர்கள் என்ன செய்து கொண்டிருக்கின்றனர் என்பதை வலப்புறத்தில் உள்ளவர்கள் துல்லியமாக அறிந்துள்ளனர்.

பலிவேட்டை

வலப்புறத்தில் உள்ளவர்களுக்கு என்ன தெரிந்திருக்கிறது என்பதைக் கண்டுபிடிப்பதற்குப் பதிலாக, ஊழியர்களும் சுயதொழில் புரிவோரும் பெரும்பாலும் பலிவேட்டையில் இறங்குகின்றனர். ஒரு சில நூற்றாண்டுகளுக்கு முன், ஒரு சமூகத்தில் ஏதோ ஒரு பெருந்தொற்றோ அல்லது மோசமான விஷயமோ நிகழ்ந்தால், அச்சமூகத்தைச் சேர்ந்தவர்கள் பலிவேட்டையில் இறங்குவர். தங்களைப் பீடித்திருந்த பிரச்சனைக்கு யார்மீதேனும் அவர்கள் பழி சுமத்த வேண்டியிருந்தது. அதற்காக அவர்கள் ஒரு பலிகடாவைத் தேடி அந்தப் பலிவேட்டையில் ஈடுபட்டனர்.

பலிவேட்டைகள் இன்றும் தொடர்கின்றன. பலர் தங்களுடைய நிதிசார் பிரச்சனைகளுக்கு யார்மீதேனும் குற்றம் சுமத்துவதில் மும்முரமாக இருக்கின்றனர். பணத்தைப் பற்றிய தகவல் தங்களிடம் இல்லாததுதான் தங்களுடைய பொருளாதாரப் பிரச்சனைகளுக்கான மூலகாரணம் என்பதை ஒப்புக் கொள்வதற்குப் பதிலாக, அவர்கள் அப்பிரச்சனைகளுக்குப் பணக்காரர்கள்மீது பழி சுமத்த விரும்புகின்றனர்.

கதாநாயகர்கள் வில்லன்களாக ஆகின்றனர்

ஒரு சில ஆண்டுகளுக்கு ஒரு முறை, ஒரு புதிய பொருளாதார 'குரு' தோன்றுகிறார். செல்வத்திற்கான ஒரு புதிய மாயாஜாலச் சூத்திரம் தன்னிடம் இருப்பதுபோல அவர் நடந்து கொள்கிறார். 1970களின் பிற்பகுதியில், ஹன்ட் சகோதரர்கள் வெள்ளிச் சந்தையை முற்றுகையிட முயன்றனர். உலகம் தொடக்கத்தில் அவர்களுடைய முயற்சியைப் பெரிதும் மெச்சியது, ஆனால் மிக விரைவில், அது அவர்களைக் குற்றவாளிகளாக்கி, அவர்களைத் துரத்தத் தொடங்கியது. ஏனெனில், அச்சகோதரர்களின் அறிவுரையைக் கேட்டு வெள்ளியில் முதலீடு செய்த பலர் தங்கள் பணத்தை இழந்திருந்தனர். 1980களின் பிற்பகுதியில், மைல்கேல் மில்கென், பங்குச் சந்தை மோசடியில் ஈடுபட்டார். ஒரு பொருளாதார மேதையாகக் கொண்டாடப்பட்ட அவர், பங்குச் சந்தை வீழ்ந்தபோது, துரத்தி வேட்டையாடப்பட்டுச் சிறையில் அடைக்கப்பட்டார். தனிநபர்கள் மாறுகின்றனர், ஆனால் வரலாறு மீண்டும் திரும்புகிறது.

இன்று நம்மிடையே புதிய முதலீட்டு மேதைகள் இருக்கின்றனர். அவர்கள் தொலைக்காட்சிகளிலும் இணையத்தளத்திலும் பொருளாதார இதழ்களிலும் வலம் வந்து கொண்டிருக்கின்றனர். சிலர் பெரும் பிரபலங்களாக ஆகியுள்ளனர். வாரன் பஃபே கிட்டத்தட்ட ஒரு கடவுளாகக் கருதப்படுகிறார்.

அவர் எதையேனும் வாங்கினால், எல்லோரும் அவரைப் பின்தொடர்ந்து ஓடிச் சென்று, அவர் வாங்கியதைத் தாங்களும் வாங்குகின்றனர். அவர் எதையேனும் விற்றால், விலைகள் சரிகின்றன. பணம் அவரை எப்போதும் தாராளமாகப் பின்தொடர்கிறது. எதிர்காலத்தில் சந்தையில் ஏதேனும் ஒரு பெரிய மாற்றம் ஏற்பட்டால், இன்றைய பொருளாதாரக் கதாநாயகர்கள் நாளைக்கு வில்லன்களாக ஆக்கப்படுவார்களா? காலம்தான் இதற்குப் பதில் கூற வேண்டும்.

பொருளாதாரம் வளரும்போது, கதாநாயகர்கள் இடம்பெற்றிருப்பர். பொருளாதாரம் வீழும்போது, வில்லன்கள் வலம் வருவர். பெரும்பாலும் அந்தக் கதாநாயகர்களும் வில்லன்களும் ஒரே நபர்களாகத்தான் இருக்கின்றனர். தங்களுடைய சொந்தப் பொருளாதாரப் பார்வையின்மைக்கு மக்கள் வேறு யார்மீதேனும் குற்றம் சுமத்துவது வழக்கமாக இருக்கிறது. வரலாறு மீண்டும் திரும்பும், ஒரு மாபெரும் செல்வப் பெயர்ச்சி நிகழும். அப்படி நிகழும்போது, அந்த இடப்பெயர்ச்சியின் எந்தப் பக்கத்தில் நீங்கள் இருப்பீர்கள்: வலப்பக்கத்திலா அல்லது இடப்பக்கத்திலா?

என்னைப் பொறுத்தவரை, தாங்கள் இந்த மாபெரும் சர்வதேச விளையாட்டில், ஒரு வகையான சூதாட்டத்தில், பங்கு கொண்டிருக்கிறோம் என்பதை மக்கள் உணரத் தவறுகின்றனர். ஆனால், அவர்கள் அந்த விளையாட்டில் முக்கியமான ஆட்டக்காரர்கள் என்பதை யாரும் அவர்களிடம் கூறவில்லை. அந்த விளையாட்டின் பெயர் இதுதான்: “யாருக்கு யார் கடன்பட்டிருக்கிறார்கள்?”

வங்கியாக இருங்கள், வங்கியாளராக அல்ல

நான் என்னுடைய இருபதுகளில் இருந்தபோது, என்னுடைய பணக்காரத் தந்தை, பொருளாதாரத்தைப் பற்றி விரிவாகக் கற்றுக் கொடுக்கத் தொடங்கினார். ‘அடமானம்’, ‘வீடுமனை’, ‘நிதி’ போன்ற வார்த்தைகளை அவர் எனக்கு அறிமுகப்படுத்தினார். என்னுடைய கண்களால் பார்க்க முடியாதவற்றை என்னுடைய மனத்தைக் கொண்டு பார்க்க நான் என் மனத்தைப் பயிற்றுவிக்கத் தொடங்கினேன்.

ஆட்டத்தைப் புரிந்து கொள்ள அவர் என்னை ஊக்குவித்தார். நான் அந்த ஆட்டத்தைக் கற்றுக் கொண்டபோது, நான் கண்டுபிடித்திருந்த விஷயங்களைக் கொண்டு, நான் விரும்பியதை என்னால் செய்ய முடிந்தது. நான் கைவசப்படுத்தியிருந்த நிதிசார் அறிவை, அதே ஆர்வமிருந்த பிறருடன் பகிர்ந்து கொள்வதென்று நான் தீர்மானித்தேன்.

ஜான் டி ராக்கஃபெல்லர், ஜே.பி. மோர்கன், ஹென்ரி ஃபோர்டு போன்ற, முதலாளித்துவத்தின் மாபெரும் தலைவர்களைப் பற்றிய புத்தகங்களைப் படிக்கும்படி என்னுடைய பணக்காரத் தந்தை என்னிடம் வலியுறுத்தினார். B மற்றும் I கால்சதுரங்களில் நீங்கள் ஒரு தலைவராக இருக்க விரும்பினால், நம்முடைய வரலாற்றையும் நம்முடைய எதிர்காலத்தையும் புரிந்து கொள்வதற்கு, பொருளாதார வரலாற்றைப் பற்றிய ஒரு வரலாற்றுப் பார்வை முக்கியமாகும்.

வங்கி ஆட்டத்தை எப்படி விளையாடுவது

1986 ஆம் ஆண்டு வரிச் சீர்திருத்தச் சட்டம் அமலுக்கு வந்த பிறகு, எல்லா இடங்களிலும் வாய்ப்புகள் பெருகின. வீடுமனைகள், பங்குகள், தொழில்கள் ஆகியவை மிகக் குறைந்த விலைகளுக்குக் கிடைத்தன. இடப்புறத்தில் இருந்தவர்களுக்கு அது பாதகமாக இருந்தபோதிலும், எனக்கு அது அற்புதமானதாக இருந்தது. ஏனெனில், ஒரு தொழிலதிபராகவும் ஒரு முதலீட்டாளராகவும் என்னுடைய திறமைகளைப் பயன்படுத்தி, என்னைச் சுற்றிலும் இருந்த வாய்ப்புகளை எனக்குச் சாதகமாக என்னால் பயன்படுத்திக் கொள்ள முடிந்தது. ஒரு நல்ல பரிவர்த்தனைபோலத் தோன்றிய எல்லாவற்றையும் பேராசையுடன் துரத்திச் செல்வதற்குப் பதிலாக, வீடுமனைகள்மீது கவனம் செலுத்துவதென்று நான் தீர்மானித்தேன். நான் ஏன் வீடுமனைகளைத் தேர்ந்தெடுத்தேன்? அதற்கு ஐந்து எளிய காரணங்கள் இருந்தன:

1. விலை

வீட்டு வாடகையைவிட வீட்டின் கடன் தவணைத் தொகை மிகக் குறைவாக இருக்கும் அளவுக்கு வீடுமனை விலைகள் மிகக் குறைவாக இருந்தன. இந்தச் சொத்துகள் பொருளாதாரரீதியாகப் பெரும் அர்த்தம் வாய்ந்தவையாக இருந்தன. அதாவது, அதில் ஆபத்து மிகக் குறைவாக இருந்தது. எல்லாப் பொருட்களும் 50 சதவீதத் தள்ளுபடி விலையில் விற்பனையாகிக் கொண்டிருக்கின்ற ஒரு சில்லறைக் கடைக்குப் போவதைப் போன்றது இது.

2. நிதி

என்னுடைய வீடுமனைகள்மீது என் வங்கி எனக்குக் கடன் கொடுக்கும், ஆனால் என்னுடைய பங்குகள்மீது அது கடன் கொடுக்காது. சந்தை சரிந்திருக்கும்போது என்னால் முடிந்த அளவு நான் வாங்க விரும்பியதால், என் கையிலிருந்த பணத்தையும் வங்கிகளிடமிருந்து வாங்கிய கடன்களையும் கொண்டு நான் வீடுமனைகளை வாங்கினேன்.

எடுத்துக்காட்டாக, முதலீடு செய்வதற்கு என்னிடம் 10,000 டாலர்கள் இருந்ததாக வைத்துக் கொள்வோம். நான் பங்குகளை வாங்கினால், 10,000 டாலர்கள் பெறுமானமுள்ள பங்குகளை மட்டுமே என்னால் வாங்கியிருக்க முடியும். பங்குகளைக் கடனில் வாங்குவதற்குச் சில பங்குச் சந்தை முகவர்கள் பணம் கொடுப்பர் என்றாலும், சந்தை கீழ்முகமாகச் சென்றால் அதைச் சமாளிக்கின்ற பணபலம் எனக்கு இல்லாததால், நான் அந்த வழியைத் தேர்ந்தெடுக்கவில்லை.

ஆனால், என் கையிலிருந்த 10,000 டாலர்களையும் 90% வங்கிக் கடனையும் கொண்டு 1,00,000 டாலர்கள் விலைமதிப்புக் கொண்ட ஒரு சொத்தை என்னால் வாங்க முடிந்தது. இரண்டு சந்தைகளும் 10 சதவீதம் உயர்ந்தால், பங்குகளில் 1,000 டாலர்களும் வீடுமனையில் 10,000 டாலர்களும் நான் இலாபம் சம்பாதித்திருப்பேன்.

3. வரிகள்

பங்குகளிலிருந்து கிடைத்த இலாபத்தில் நான் 10 இலட்சம் டாலர்கள் சம்பாதித்திருந்தால், என்னுடைய இலாபத்தில் 30 சதவீத முதலீட்டு வரி நான் செலுத்த வேண்டியிருந்திருக்கும். ஆனால் வீடுமனையில், அந்தப் பத்து இலட்சம் டாலர்கள் இலாபத்தை, வரி எதுவும் செலுத்தாமல் அடுத்த வீடுமனையை வாங்குவதற்கு என்னால் பயன்படுத்தியிருக்க முடியும். மேலும், அந்த வீடுமனைச் சொத்தின் விலைமதிப்பை நான் குறைத்தால், மேலும் அதிகமான வரிச் சலுகைகளை என்னால் பெற்றிருக்க முடியும்.

ஒரு முக்கியக் குறிப்பு: நான் ஒன்றில் முதலீடு செய்ய வேண்டுமென்றால், வரிச் சலுகைகளைத் தவிர, பொருளாதாரரீதியாக வேறு பிற அனுகூலங்களும் எனக்கு இருந்தால் மட்டுமே நான் அதில் முதலீடு செய்கிறேன். அதுதான் அந்த முதலீட்டை அதிக அர்த்தம் வாய்ந்ததாகவும் அதிக வசீகரமானதாகவும் ஆக்குகிறது.

4. பணப் பெயர்ச்சி

வீடுமனை விலைகள் குறைந்திருந்தபோதிலும் வாடகை குறையவில்லை. இது எனக்கு ஏராளமான வருவாய் ஈட்டிக் கொடுத்தது, மாதாந்திரத் தவணைத் தொகைகளைச் செலுத்த உதவியது, மிக முக்கியமாக, வீடுமனை விலைகள் மீண்டும் உயரும்வரை காத்திருப்பதற்கான நேரத்தை எனக்குப் பெற்றுக் கொடுத்தது. வீடுமனை விலைகள் உயர்ந்தபோது, என்னால் அவற்றை விற்க முடிந்தது. எனக்குப் பெரிய கடன்கள் இருந்தபோதிலும், அது என்னைப் பாதிக்கவில்லை. ஏனெனில், எனக்குக் கிடைத்துக் கொண்டிருந்த வாடகைப் பணம், அந்தக் கடன்களைச் சுமப்பதற்கு நான் கொடுத்துக் கொண்டிருந்த விலையைவிட மிக அதிகமாக இருந்தது.

5. ஒரு வங்கியாக ஆவதற்கான ஒரு வாய்ப்பு

வீடுமனைகள் நான் ஒரு வங்கியாக ஆவதற்கு உதவின. 1974 ஆம் ஆண்டிலிருந்து நான் என்னுள் வளர்த்து வந்திருந்த கனவு அது.

பணக்காரர்கள் பணத்தை உருவாக்குகின்றனர்

பணக்காரர்கள் எப்படிப் பணத்தை உருவாக்குகின்றனர் என்பது பற்றியும், அவர்கள் எப்படி ஒரு வங்கியின் பாத்திரத்தை வகிக்கின்றனர் என்பது பற்றியும் 'பணக்காரத் தந்தை ஏழைத் தந்தை' நூலில் நான் எழுதினேன். பின்வரும் எளிய எடுத்துக்காட்டை எவரொருவராலும் பின்பற்ற முடியும்:

1,00,000 டாலர்கள் விலைமதிப்புக் கொண்ட ஒரு வீட்டை நான் கண்டுபிடித்திருப்பதாக வைத்துக் கொள்வோம். அது எனக்கு 80,000 டாலர்களுக்குக் கிடைக்கிறது. நான் 10,000 டாலர்கள் முன்பணம் செலுத்தி, 70,000 டாலர்கள் கடன் வாங்குகிறேன்.

பிறகு, அந்த வீடு 1,00,000 டாலர்களுக்கு விற்பனைக்கு இருப்பதாக நான் விளம்பரப்படுத்துகிறேன். "வீடு விற்பனைக்கு உள்ளது. வீட்டின் உரிமையாளர் ஓர் இக்கட்டான நிலையில் இருக்கிறார். குறைவான முன்பணம். சுலபமான மாதாந்திரத் தவணைகள்," என்று, பல மாயாஜாலமான வார்த்தைகளை நான் அந்த விளம்பரத்தில் பயன்படுத்துகிறேன்.

என்னுடைய தொலைபேசி ஓய்வின்றி ஒலித்துக் கொண்டிருக்கிறது. அந்த வீடு கடன் உறுதிப் பத்திர ஒப்பந்தத்தின் பேரில் விற்கப்படுகிறது. இதை எளிய வார்த்தைகளில் கூறினால், நான் அந்த வீட்டை 1,00,000 டாலர்கள் மதிப்புக் கொண்ட கடன் உறுதிப் பத்திரத்திற்கு விற்கிறேன். அந்தப் பரிவர்த்தனை இப்படித் தோன்றுகிறது:

என்னுடைய நிதி நிகர அறிக்கை

சொத்துகள்	கடப்பாடுகள்
1,00,000 டாலர்கள் கடன் உறுதிப் பத்திரம்	70,000 டாலர்கள் அடமானத் தொகை

வாங்குபவரின் நிதி நிகர அறிக்கை

சொத்துகள்	கடப்பாடுகள்
	1,00,000 டாலர்கள் கடன் உறுதிப் பத்திரம்

என்னிடமிருந்து வீட்டை வாங்கியவர் பணம் செலுத்தத் தவறினால், நான் அந்த வீட்டை அவரிடமிருந்து ஜப்தி செய்துவிட்டு, 'குறைவான முன்பணம், சுலபமான தவணைகளை' விரும்புகின்ற இன்னொருவருக்கு நான் அதை விற்றுவிடுகிறேன். மக்கள் இந்த நிபந்தனைகளில் ஒரு வீட்டை வாங்குவதற்கான வாய்ப்பிற்காக வரிசையில் கூடுகின்றனர்.

இதன் விளைவாக, நான் என்னுடைய சொத்துப் பகுதியில் 30,000 டாலர்கள் ஈட்டியுள்ளேன். எனக்கு அதற்கு வட்டி கிடைக்கிறது. ஒரு வங்கி தான் கொடுக்கின்ற கடன்களுக்கு அதற்கு வட்டி கிடைப்பதைப் போன்றது இது.

நான் ஒரு வங்கியாக ஆகத் தொடங்கினேன். அது எனக்கு மிகவும் பிடித்திருந்தது. என்னுடைய பணக்காரத் தந்தையின் வார்த்தைகள் என் நினைவுக்கு வந்தன: "நீ கடன் வாங்கும்போது எச்சரிக்கையாக நடந்து கொள். நீ தனிப்பட்ட முறையில் கடன் வாங்கினால், தொகை சிறியதாக இருப்பதை உறுதி செய்து கொள். நீ ஒரு பெரிய கடன் வாங்குவதாக இருந்தால், அதற்கு வேறொருவர் பணம் செலுத்துவதை உறுதி செய்து கொள்." இதுதான் நிதி உலகில் உள்ள ஆட்டமாகும்.

இந்த வகையான பரிவர்த்தனை உலகம் நெடுகிலும் மேற்கொள்ளப்படுகிறது. ஆனாலும், நான் எங்கு சென்றாலும், மக்கள் என்னிடம் வந்து, "அதை இங்கே உங்களால் செயல்படுத்த முடியாது," என்று கூறுகின்றனர்.

பல பெரிய வர்த்தகக் கட்டடங்கள் மேற்குறிப்பிடப்பட்ட முறையில்தான் வாங்கி விற்கப்படுகின்றன என்பதைப் பெரும்பாலான சிறிய முதலீட்டாளர்கள் உணர்ந்து கொள்ளத் தவறுகின்றனர். சில சமயங்களில் அவர்கள் ஒரு வங்கியின் மூலம் செயல்படுகின்றனர், ஆனால் பல சமயங்களில் அவர்கள் அவ்வாறு செயல்படுவதில்லை.

சேமிக்காமலேயே 30,000 டாலர்களைச் சேமிப்பதைப் போன்றது இது

பணத்தைச் சேமிப்பதற்கு அரசாங்கம் ஏன் மக்களுக்கு வரி அனுகூலம் எதையும் கொடுப்பதில்லை என்பதைப் பற்றி முன்பு நான் எழுதியிருந்தேன். அரசாங்கம் அத்தகைய வரி அனுகூலங்களைக் கொடுக்க வங்கிகள் அதை ஊக்குவிக்காது. ஏனெனில், உங்களுடைய சேமிப்புகள்தாம் வங்கிகளின் கடப்பாடுகளாகும்.

அமெரிக்காவில் சேமிப்புக்கான வட்டி விகிதம் மிகவும் குறைவு. ஏனெனில், உங்களுடைய பணமும் உங்களுடைய சேமிப்பும் உங்களுக்கு நல்ல இலாபங்களைப் பெற்றுக் கொடுப்பதை வங்கிகள் விரும்புவதில்லை. எனவே, இந்த எடுத்துக்காட்டு, அதிக முயற்சி இல்லாமல் உங்களுடைய சேமிப்பை அதிகரித்துக் கொள்வதற்கான ஒருவிதமான வங்கி விளையாட்டாகும்.

இந்தப் பரிவர்த்தனையிலிருந்து கிடைத்த 30,000 டாலர்கள் பின்வருமாறு காட்டப்பட்டுள்ளது:

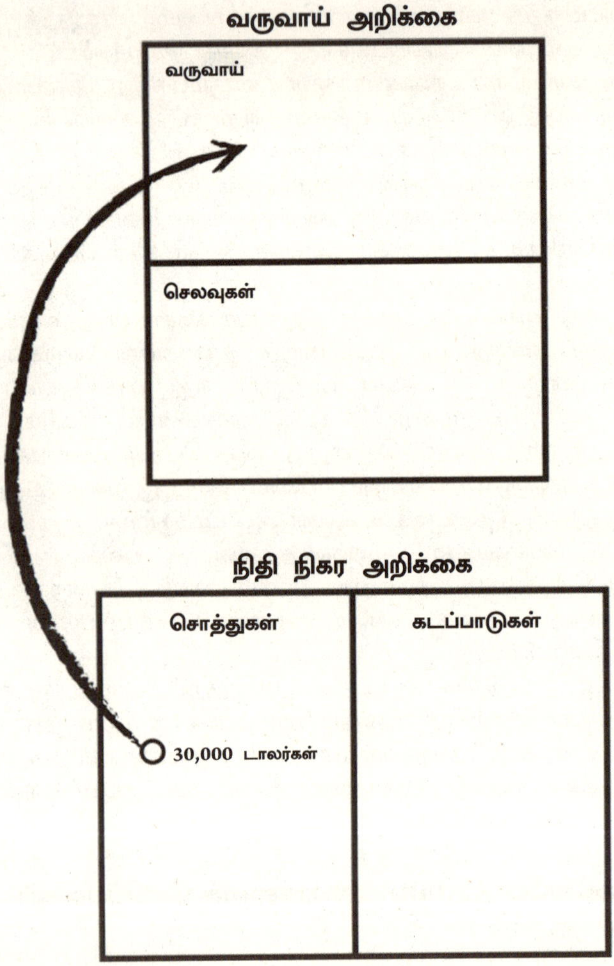

இந்த வரைபடம் குறித்துப் பல சுவாரசியமான தகவல்கள் இருக்கின்றன:

1. என்னுடைய 30,000 டாலர்களுக்கான வட்டி விகிதத்தை நான்தான் தீர்மானிக்கிறேன். பெரும்பாலும் அது 10 சதவீத வட்டியாக இருக்கும். பெரும்பாலான வங்கிகள் இன்று உங்களுடைய சேமிப்பின்மீது 5 சதவீதத்திற்கும் குறைவான வட்டியே தருகின்றன. எனவே, நான் என்னுடைய 10,000 டாலர்களை முன்பணமாகப் பயன்படுத்தினாலும்கூட - பொதுவாக நான் அதைச் செய்வதில்லை - அதன்மீதான வட்டி, வங்கிகள் கொடுக்கின்ற வட்டியைவிட அதிகமாகவே இருக்கும்.
2. அது, முன்பு இருந்திராத 20,000 டாலர்களை (30,000 - 10,000 முன்பணம்) உருவாக்குவதைப் போன்றது. ஒரு வங்கி எப்படி ஒரு சொத்தை உருவாக்கி அதன்மீது வட்டி விதிக்கிறதோ, அதைப்போல.

3. இந்த 20,000 டாலர்களுக்கு வரி கிடையாது. E கால்சதுரத்திலுள்ள ஒரு சராசரி நபருக்கு, 20,000 டாலர்களை ஒதுக்குவதற்கு அவர் சுமார் 40,000 டாலர்கள் ஊதியம் ஈட்ட வேண்டியிருக்கும். ஓர் ஊழியர் என்ற முறையில் ஒருவர் ஈட்டுகின்ற வருமானம் ஒரு 50-50 பரிவர்த்தனையாகும். நீங்கள் உங்களுடைய சம்பளத்தை முழுதாகப் பார்ப்பதற்கு முன்பாகவே அரசாங்கம் 50 சதவீதத்தை வரி என்ற போர்வையில் பிடித்துக் கொள்கிறது.
4. ஒரு வீடு அல்லது மனைக்கான சொத்து வரி, பராமரிப்புக் கட்டணம், நிர்வாகக் கட்டணம் ஆகிய அனைத்தும் இப்போது அதை வாங்குபவரின் பொறுப்பாகிவிடுகிறது. ஏனெனில், நான் அந்தச் சொத்தை அவருக்கு விற்றுவிட்டேன்.

அது மட்டுமல்ல. வங்கி என்ற பாத்திரத்தை வகிப்பதன் மூலம், ஒன்றுமில்லாததிலிருந்து பணத்தை உருவாக்குவதற்கு, B மற்றும் I கால்சதுரங்களில், படைப்பாற்றல் மிக்கப் பல விஷயங்களைச் செய்ய முடியும்.

இதைப் போன்ற ஒரு பரிவர்த்தனையை நிறைவேற்றுவதற்கு ஒரு வாரத்திலிருந்து ஒரு மாதம்வரை ஆகும். வரிகள் மற்றும் பிற செலவுகள் போக 20,000 டாலர்கள் சேமிப்பதற்கு, கூடுதலாக 40,000 டாலர்கள் சம்பாதிப்பதற்குப் பெரும்பாலான மக்களுக்கு எவ்வளவு காலம் ஆகும்?

வருவாய் பாதுகாக்கப்படுகிறது

'பணக்காரத் தந்தை ஏழைத் தந்தை' புத்தகத்தில், பணக்காரர்கள் ஏன் நிறுவனங்களைப் பயன்படுத்துகின்றனர் என்பதை நான் சுருக்கமாக விளக்கியிருந்தேன்.

1. சொத்துப் பாதுகாப்பு

நீங்கள் பணக்காரராக இருந்தால், உங்களிடம் இருப்பவற்றைச் சட்டபூர்வமான நடவடிக்கை எடுப்பதன் மூலம் உங்களிடமிருந்து எடுத்துக் கொள்ள மக்கள் விரும்புவர். ஆனால் பணக்காரர்கள் பெரும்பாலும் எதையும் தங்கள் சொந்தப் பெயர்களில் வைத்துக் கொள்வதில்லை. அவர்கள் தங்களுடைய சொத்துகளைப் பாதுகாப்பதற்காக, அவற்றை அறக்கட்டளைகளிலும் நிறுவனங்களிலும் வைத்திருக்கின்றனர்.

2. வருவாய் பாதுகாப்பு

உங்களுடைய வருவாயைச் சொத்துகளிலிருந்து உங்களுடைய சொந்த நிறுவனத்திற்கு இடம் பெயர்ப்பதன் மூலம், வரிகள் என்ற பெயரில் பொதுவாக அரசாங்கத்தால் எடுத்துக் கொள்ளப்படுகின்ற உங்கள் வருவாயின் பெரும் பகுதியை உங்களால் பாதுகாக்க முடியும்.

கடுமையான எதார்த்தம் என்னவென்றால், ஊழியர்களின் விஷயத்தில் பின்வருமாறு நிகழ்கிறது:

சம்பாதிக்கின்றனர்

↓

வரி செலுத்துகின்றனர்

↓

செலவழிக்கின்றனர்

ஓர் ஊழியர் என்ற முறையில், உங்களுடைய சம்பாத்தியத்தின்மீது வரிகள் விதிக்கப்பட்டு, உங்களுடைய சம்பளக் காசோலை உங்கள் கைக்கு வருவதற்கு முன்பே அந்த வரிகள் பிடிக்கப்பட்டுவிடுகின்றன. எனவே, ஓர் ஊழியர், ஆண்டொன்றுக்கு 30,000 டாலர்கள் சம்பாதித்தால், அரசு அதில் கை வைத்தப் பிறகு, அது வெறும் 15,000 டாலர்களாகக் குறைந்துவிடுகிறது. இந்த 15,000 டாலர்களைக் கொண்டுதான் நீங்கள் உங்களுடைய வீட்டுக்கான தவணைத் தொகையைக் கட்ட வேண்டும், உங்களுடைய மற்ற அன்றாடச் செலவுகளைக் கையாள வேண்டும்.

உங்களுடைய வருவாயை முதலில் ஒரு நிறுவனத்தின் ஊடாக நீங்கள் செலுத்தினால், அது இப்படி இருக்கும்:

சம்பாதிக்கிறீர்கள்

↓

செலவழிக்கிறீர்கள்

↓

வரி செலுத்துகிறீர்கள்

உங்களுடைய வருவாயான 30,000 டாலர்களை ஒரு நிறுவனத்தின் ஊடாக நீங்கள் செலுத்தும்போது, அரசாங்கம் அதில் கை வைப்பதற்கு முன்பே நீங்கள் உங்கள் வருவாயின் பெரும் பகுதியைச் செலவழித்துவிடலாம். அந்நிறுவனம் உங்களுக்குச் சொந்தமானதாக இருந்தால், நீங்கள்தான் விதிமுறைகளை அமைப்பீர்கள். அது வரிச் சட்டங்களுக்கு உட்பட்டு இருக்க வேண்டும், அவ்வளவுதான்.

எடுத்துக்காட்டாக, நீங்கள் விதிமுறைகளை அமைத்தால், குழந்தைப் பராமரிப்புச் செலவுக்கென்று உங்கள் ஊழியர்களுக்கு மாதந்தோறும் 400 டாலர்கள் பணத்தைக் கொடுக்க நீங்கள் உங்கள் நிறுவனத்திற்குள் ஒரு சட்டம் இயற்ற முடியும். இது, உங்கள் நிறுவனத்தின் வருவாயின்மீது வரி விதிக்கப்படுவதற்கு முந்தைய செலவாகக் காட்டப்படும். வரி விதிக்கப்பட்டப் பிறகு உள்ள தொகையில் நீங்கள் அந்த 400 டாலர்களைக் கொடுத்தால், அதே குழந்தை பராமரிப்புச் செலவுக்கு நீங்கள் கிட்டத்தட்ட 800 டாலர்கள் சம்பாதிக்க வேண்டியிருக்கும். ஒரு நிறுவனத்தின் உரிமையாளரால் எதை வேண்டுமானாலும் வரிக்கு முந்தைய செலவாகக் காட்ட முடியும். ஆனால் ஓர் ஊழியருக்கு அது முடியாது. குறிப்பிட்டப் பயணச் செலவுகளை நீங்கள் அவற்றுக்குரிய ஆதாரங்களுடன் சமர்ப்பித்தால், அவற்றுக்கு வரி விலக்கு

அளிக்கப்படும். ஓய்வூதியத் திட்டங்கள்கூட நிறுவன உரிமையாளர்களுக்கும் ஊழியர்களுக்கும் பல சமயங்களில் வேறுபட்டிருக்கின்றன. ஆனால் நீங்கள் சட்டத்திற்கு உட்பட்டு இத்தகைய செலவுகளை மேற்கொள்ள வேண்டியது இன்றியமையாதது. சட்டம் அனுமதிக்கின்ற வரி விலக்குகளைப் பயன்படுத்திக் கொள்ளுங்கள், ஆனால் ஒருபோதும் சட்டத்தை மீறிச் செயல்படாதீர்கள்.

இந்த அனுகூலங்களை உங்களுக்குச் சாதகமாகப் பயன்படுத்துவதற்கு, நீங்கள் எந்தக் கால்சதுரத்திலிருந்து உங்கள் வருவாயை ஈட்டிக் கொண்டிருக்கிறீர்கள் என்பது முக்கியமானதாக இருக்கிறது. நீங்கள் உங்களுடைய வருவாயை ஏதோ ஒரு நிறுவனத்தில் ஓர் ஊழியராக வேலை செய்வதன் மூலம் ஈட்டினால், வருவாய்ப் பாதுகாப்போ அல்லது சொத்துப் பாதுகாப்போ உங்களுக்கு அவ்வளவாக எதுவும் இல்லை.

எனவே, நீங்கள் ஓர் ஊழியராக இருக்கும் பட்சத்தில், உங்களுடைய வேலையைத் தக்க வைத்துக் கொள்ளுங்கள், ஆனால் B அல்லது I கால்சதுரத்தில் நேரம் செலவிடத் தொடங்குங்கள். இதை நான் உங்களுக்கு வலிமையாகப் பரிந்துரைக்கிறேன். இந்த இரண்டு கால்சதுரங்களின் ஊடாகத்தான் உங்களால் பொருளாதாரச் சுதந்திரத்தை வேகமாக அடைய முடியும். நீங்கள் பொருளாதாரரீதியாக அதிகப் பாதுகாப்பாக உணர்வதற்கு, ஒன்றுக்கு மேற்பட்டக் கால்சதுரங்களில் நீங்கள் இயங்கியாக வேண்டும்.

சுதந்திர பூமி

சில ஆண்டுகளுக்கு முன்பு, கிம்மும் நானும், நகரத்தின் நெரிசலிலிருந்து மிகவும் தள்ளி ஓரிடத்தில் ஒரு பெரிய நிலத்தை வாங்க விரும்பினோம். அங்கு உயரமான கருவாலி மரங்கள் இருக்க வேண்டும் என்றும், அந்த நிலத்தின் ஊடாக ஒரு நீரோடை ஓட வேண்டும் என்றும் நாங்கள் விரும்பினோம். நாங்கள் தனிமையையும் விரும்பினோம்.

75,000 டாலர்கள் மதிப்புக் கொண்ட 20 ஏக்கர் நிலம் ஒன்றை நாங்கள் கண்டுபிடித்தோம். நாங்கள் 10 சதவீத முன்பணம் செலுத்திவிட்டு, மீதியைப் பத்து சதவீத வட்டியில் செலுத்துவதற்கு அந்நிலத்தின் விற்பனையாளர் ஒப்புக் கொண்டார். அது ஒரு நியாயமான பரிவர்த்தனையாக இருந்தது. ஆனால் பிரச்சனை என்னவென்றால், என்னுடைய பணக்காரத் தந்தை எனக்குக் கற்றுக் கொடுத்திருந்த கடன் விதிமுறையை அது மீறியது. அவ்விதிமுறை இதுதான்: "நீ கடன் வாங்கும்போது எச்சரிக்கையாக நடந்து கொள். நீ தனிப்பட்ட முறையில் கடன் வாங்கினால், தொகை சிறியதாக இருப்பதை உறுதி செய்து கொள். நீ ஒரு பெரிய கடன் வாங்குவதாக இருந்தால், அதற்கு வேறொருவர் பணம் செலுத்துவதை உறுதி செய்து கொள்."

எனவே, நாங்கள் அந்த நிலத்தை விட்டுவிட்டு, வேறொரு நிலத்தைத் தேடிச் சென்றோம். என்னைப் பொறுத்தவரை, 75,000 டாலர்கள் என்பது ஒரு பெரிய கடன். ஏனெனில், எங்களுடைய பணப் பெயர்ச்சி இப்படி அமைந்திருக்கும்:

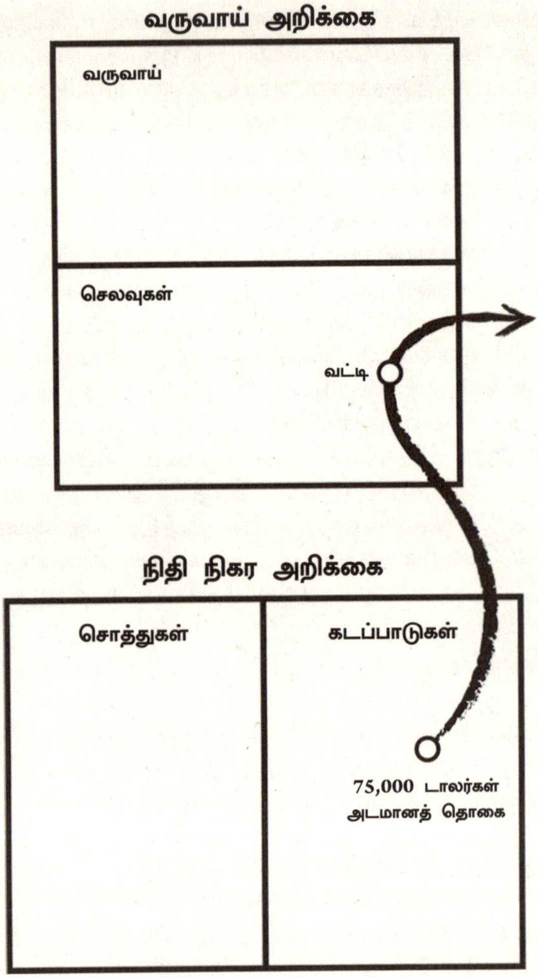

"நீ கடனையும் ஆபத்தையும் ஏற்றுக் கொள்ளப் போகிறாய் என்றால், அதற்கு உனக்குப் பணம் கொடுக்கப்பட வேண்டும்," என்பது என்னுடைய பணக்காரத் தந்தையின் மற்றோர் அறிவுரை. குறிப்பிட்ட இந்தப் பரிவர்த்தனையில், நான் கடனையும் ஆபத்தையும் ஏற்றுக் கொண்டிருப்பேன். ஏனெனில், நான்தான் அதற்குப் பணம் செலுத்திக் கொண்டிருந்தேன்.

ஒரு மாதத்திற்குப் பிறகு, 1,15,000 டாலர்கள் விலைமதிப்புக் கொண்ட, அதிக அழகான இன்னொரு நிலத்தை நாங்கள் கண்டுபிடித்தோம். உயர்ந்து வளர்ந்திருந்த கருவாலி மரங்களும் இடையே ஒரு நீரோடையும் இடம்பெற்றிருந்த ஒரு 87 ஏக்கர் நிலம் அது. அதில் ஒரு வீடும் இருந்தது. என்னுடைய நிபந்தனைகளின்படி அந்த நிலத்தையும் வீட்டையும் எனக்கு விற்றால், நான் முழுத் தொகையையும் தருவதாக அவற்றின் உரிமையாளரிடம் நான் கூறினேன். அவர் அதை ஏற்றுக் கொண்டார். சுருக்கமாகச் சொன்னால், நாங்கள் சிறிதளவு பணம் செலவிட்டு அந்த

வீட்டைச் சரி செய்து, 'குறைவான முன்பணம், சுலபமான மாதாந்திரத் தவணை' என்ற அதே சூத்திரத்தைப் பயன்படுத்தி, அந்த வீட்டையும் 30 ஏக்கர் நிலத்தையும் 2,15,000 டாலர்களுக்கு விற்றோம். 57 ஏக்கர் நிலத்தை நாங்கள் வைத்துக் கொண்டோம்.

என்னுடைய நிதி நிகர அறிக்கையில் அந்தப் பரிவர்த்தனை இப்படிக் காட்சியளித்தது:

நிதி நிகர அறிக்கை

சொத்துகள்	கடப்பாடுகள்
2,15,000 டாலர்கள்	1,15,000 டாலர்கள்

எங்களிடமிருந்து நிலத்தையும் வீட்டையும் வாங்கியவர் மிகுந்த மகிழ்ச்சி கொண்டார். ஏனெனில், அது ஓர் அழகான வீடு. அவர் அதற்கு முன்பணம் எதுவும் கொடுக்கவில்லை. அவர் அதைத் தன்னுடைய சொந்த நிறுவனத்தின் மூலமாக வாங்கினார். அந்த வீட்டைத் தன்னுடைய ஊழியர்களுக்கான உல்லாச விடுமுறைக்குப் பயன்படுத்திக் கொள்ளும் நோக்கத்துடன் அவர் அதை வாங்கினார். அதை அவர் தன்னுடைய நிறுவனத்தின் பெயரில் வாங்கியதால், ஆண்டுதோறும் சொத்துகள் மதிப்பிழக்கும் என்பதால் சொத்துகளின் மதிப்பிறக்க வரிச் சலுகையை அவரால் பெற முடிந்தது. அதோடு, அதன் நிர்வாகச் செலவையும், அதற்கான வட்டியையும் தன்னுடைய நிறுவனத்தின் செலவுகளாகக் கணக்குக் காட்டவும் அவரால் முடிந்தது. ஒரு சில ஆண்டுகளுக்குப் பிறகு, அவர் தன்னுடைய நிறுவனத்தின் பங்குகளில் சிலவற்றை விற்று என்னுடைய கடனை அடைத்தார். அதைக் கொண்டு நான் என்னுடைய கடனை அடைத்தேன்.

நான் சம்பாதித்திருந்த கூடுதல் 1,00,000 டாலர்கள் இலாபத்தைக் கொண்டு, அந்த நிலத்தையும் வீட்டையும் நான் வாங்கியதற்குக் கட்ட வேண்டியிருந்த வரிகளை நான் கட்டினேன்.

இறுதியில், கடனெல்லாம் கழிந்து, வரிகள் எல்லாம் செலுத்திய பிறகு 15,000 டாலர்களும் 57 ஏக்கர் நிலமும் எங்களிடம் இருந்தன. நீங்கள் விரும்புவதைப் பெறுவதற்கு உங்களுக்குப் பணம் கொடுக்கப்படுவதைப் போன்றது இது.

இன்று, அந்த ஒற்றைப் பரிவர்த்தனையால் என்னுடைய நிதி நிகர

அறிக்கை இப்படிக் காட்சியளிக்கிறது:

நிதி நிகர அறிக்கை

சொத்துகள்	கடப்பாடுகள்
57 ஏக்கர் நிலம் 15,000 டாலர்கள் ரொக்கம்	

முதல் பொதுப்பங்கு வெளியீடு

ஒரு தனியார் நிறுவனத்தை அதன் பங்குகளை விற்பதன் மூலம் ஒரு பொது நிறுவனமாக ஆக்குவது என்பது முன்பு நாம் பார்த்தப் பரிவர்த்தனையில் பின்பற்றப்பட்ட அதே கொள்கைகளின் அடிப்படையில் அமைந்துள்ளது. வார்த்தைகள், சந்தை, ஆட்டக்காரர்கள் ஆகியோர் வேறுபட்டிருந்தாலும், அடிப்படைக் கோட்பாடுகள் ஒன்றுதான். நான் என்னுடைய நிறுவனத்தை ஒரு பொது நிறுவனமாக மாற்றுகின்றபோது, அதன் பங்குகளை நான் ஆயிரக்கணக்கானோருக்கு விற்கிறேன்.

அனுபவத்தின் மதிப்பு

I கால்சதுரத்திற்குப் போவதற்கு முன் மக்கள் B கால்சதுரத்திலிருந்து தொடங்க வேண்டும் என்பது என்னுடைய பரிந்துரையாகும். வீடுமனை, ஒரு தொழில், பங்குகள், கடன் பத்திரங்கள் என்று நீங்கள் எதில் முதலீடு செய்திருந்தாலும் சரி, ஒரு சிறந்த முதலீட்டாளராகத் திகழ்வதற்கு ஓர் அடிப்படையான, விரிவான தொழிலறிவு உங்களுக்கு இருந்தாக வேண்டும். சிலருக்கு அந்த அறிவு இருக்கிறது, ஆனால் பலருக்கு அது இல்லை. ஏனெனில், கல்லூரி நம்மை ஒரு குறிப்பிட்ட விஷயத்தில் நிபுணராக ஆக்குகிறதே அன்றி, ஒரு பரந்துபட்ட அறிவை அது நமக்குக் கற்றுக் கொடுப்பதில்லை.

B அல்லது I கால்சதுரங்களுக்கு நகர்வதைப் பற்றிச் சிந்தித்துக் கொண்டிருக்கின்றவர்களுக்கு என்னுடைய பரிந்துரை, சிறிதாகத் துவக்கி, நிதானமாக அதை வளர்த்தெடுங்கள் என்பதுதான். உங்களுடைய தன்னம்பிக்கையும் அனுபவமும் வளரும்போது நீங்கள் பெரிய

பரிவர்த்தனைகளில் ஈடுபடலாம். 80,000 டாலர்கள் விலைமதிப்புக் கொண்ட ஒரு பரிவர்த்தனைக்கும் 8,00,000 டாலர்கள் விலைமதிப்புக் கொண்ட ஒரு பரிவர்த்தனைக்கும் இடையே உள்ள ஒரே வித்தியாசம் ஒரு பூஜ்ஜியம்தான். ஒரு சிறிய பரிவர்த்தனையை மேற்கொள்வதற்கும் முதல் பொதுப்பங்கு வெளியீடு போன்ற ஒரு பெரிய பரிவர்த்தனையை மேற்கொள்வதற்குமான செயல்முறை ஒன்றுதான். ஒரு பெரிய பரிவர்த்தனையில் அதிக மக்கள், அதிகமான பூஜ்ஜியங்கள், அதிகக் குதூகலம் ஆகியவை உள்ளடங்கியிருக்கும், அவ்வளவுதான்.

ஒருவர் அனுபவத்தையும் நன்மதிப்பையும் சம்பாதிக்கும்போது, பெரிய முதலீடுகளை உருவாக்குவதற்கு மேன்மேலும் குறைவான பணமே தேவைப்படுகிறது. பல சமயங்களில், ஏராளமான பணம் பண்ணுவதற்குப் பணமே தேவைப்படுவதில்லை. ஏன்? அனுபவம் பெரும் விலைமதிப்பு வாய்ந்தது. பணத்தைக் கொண்டு எவ்வாறு பணம் பண்ணுவது என்பது உங்களுக்குத் தெரிந்திருந்தால், மக்கள் உங்களை நோக்கி ஓடி வருவர், பணம் உங்களிடம் பாய்ந்தோடி வரும். சிறியதாகவும் நிதானமாகவும் துவக்குங்கள். பணத்தைவிட அனுபவம் அதிக முக்கியமானது.

அது எளிமையானது மற்றும் சுலபமானது

கோட்பாட்டுரீதியாகப் பார்க்கும்போது, கேஷ்ஃபுளோ கால்சதுரத்தின் வலப்புறத்தில் எண்களும் பரிவர்த்தனைகளும் எளிமையானவை - அவை பங்குகளாக இருந்தாலும் சரி, அல்லது வீடுமனைகள், தொழில்கள், அல்லது கடன் பத்திரங்களாக இருந்தாலும் சரி. பொருளாதாரரீதியாக ஓர் உயர்ந்த நிலையில் இருப்பது என்பது வித்தியாசமாகச் சிந்திப்பதற்கும், வெவ்வேறு கால்சதுரங்களிலிருந்து சிந்திப்பதற்கும், விஷயங்களை வித்தியாசமாகச் செய்வதற்குமான திறன் கொண்டவராக இருப்பது என்று அர்த்தமாகும். இந்த வகையான சிந்தனையை முதன்முதலாக முயற்சிக்கின்ற ஒருவர் எதிர்கொள்ளக்கூடிய மிகக் கடினமான விஷயம், "அதை உன்னால் செய்ய முடியாது," என்று எண்ணற்ற மக்கள் அவர்களிடம் கூறுவதுதான்.

அந்த வகையான மட்டுப்படுத்தப்பட்டச் சிந்தனையிலிருந்து விடுபட்டு, "அதை எப்படிச் செய்வது என்பது எனக்குத் தெரியும். அதை நான் உனக்குக் கற்றுத் தருகிறேன்," என்று கூறுகின்ற மக்களை நீங்கள் நாடிச் சென்றால், உங்கள் வாழ்க்கை அதிகச் சுலபமானதாக இருக்கும்.

சட்டங்கள்

நான் இந்த அத்தியாயத்தை 1986 ஆம் ஆண்டின் வரிச் சீர்திருத்தச் சட்டத்துடன் தொடங்கினேன். அது ஒரு முக்கியமான விதிமுறை மாற்றம் என்றாலும்கூட, அது கடைசி மாற்றமாக இருக்காது. சில விதிமுறைகளும் சட்டங்களும் எவ்வளவு கடுமையானவையாக இருக்க முடியும் என்பதற்கான ஓர் எடுத்துக்காட்டாகத்தான் நான் வரிச் சீர்திருத்தச் சட்டத்தைப் பயன்படுத்தினேன். ஒருவர் B மற்றும் I கால்சதுரங்களில் வெற்றிகரமாகத்

திகழ வேண்டும் என்றால், சந்தை ஆற்றல்களைப் பற்றியும், அவற்றைப் பாதிக்கக்கூடிய சட்ட மாற்றங்களைப் பற்றியும் அவர் அறிந்திருக்க வேண்டும். ஒவ்வோர் ஆண்டும் அதிகமான சட்டங்கள் இயற்றப்படுகின்றன, நீக்கப்படுகின்றன, அல்லது திருத்தப்படுகின்றன. வெறுமனே இந்தத் திருத்தங்களைக் கவனிப்பதே ஒரு முழுநேர வேலையாக இருக்கும்.

"அது சட்டத்திற்குப் புறம்பானது," என்று யாரேனும் என்னிடம் சொல்லும்போதெல்லாம், அமெரிக்கச் சட்டத்தை அவர்கள் வரிவரியாகப் படித்திருக்கின்றனரா என்று நான் அவர்களிடம் கேட்கிறேன். அவர்கள் ஆமாமென்று பதிலளித்தால், நான் எதுவும் சொல்லாமல் அங்கிருந்து நகர்ந்துவிடுகிறேன். தாங்கள் சட்டத்தைக் கரைத்துக் குடித்திருப்பதாக நினைக்கின்ற ஒருவருடன் ஒருபோதும் மல்லுக்கு நிற்காதீர்கள்.

வலப்புறத்தில் வெற்றிகரமாகத் திகழ்வதற்கு நீங்கள் உங்களுடைய கண்களால் 5 சதவீதமும் உங்களுடைய மனத்தால் 95 சதவீதமும் பார்க்க வேண்டும். சட்டங்களையும் சந்தை ஆற்றல்களையும் புரிந்து கொள்வது பொருளாதார வெற்றிக்கு இன்றியமையாதது. சட்டங்களும் சந்தைகளும் மாறும்போது செல்வம் பெரிய அளவில் இடம்பெயர்கிறது. எனவே, அந்த மாற்றங்கள் உங்களுக்கு எதிராக அன்றி, உங்களுக்குச் சாதகமாக வேலை செய்யும்படி செய்வதற்கு நீங்கள் தீவிரக் கவனம் செலுத்த வேண்டியது முக்கியம்.

அரசாங்கத்திற்கு உங்களுடைய பணம் தேவை

என்னைப் பொறுத்தவரை, வரி செலுத்துவது முக்கியம். ஒரு நாகரீகமான சமுதாயம் சிறப்பாகச் செயல்பட இன்றியமையாத பல சேவைகளை அரசாங்கம் வழங்குகிறது என்பதை நான் அறிவேன். துரதிர்ஷ்டவசமாக, அரசாங்கம் மிகப் பெரியதாகவும், முறையற்ற விதத்தில் நிர்வகிக்கப்படுவதாகவும் இருக்கிறது. நிறைவேற்ற முடியாத பல வாக்குறுதிகளை அது அள்ளி வழங்குகிறது. ஆனால் தற்போது பதவியிலுள்ள அரசியல்வாதிகள் மற்றும் சட்டமியற்றுபவர்களின் தவறு மட்டும் அல்ல அது. இன்று நாம் எதிர்கொண்டுள்ள பொருளாதாரப் பிரச்சனைகளில் பெரும்பாலானவற்றுக்குக் காரணம், இதற்கு முன்பு பதவியிலிருந்த அரசியல்வாதிகள் மற்றும் சட்டமியற்றியவர்கள்தாம். துரதிர்ஷ்டவசமாக, சட்டமியற்றுபவர்கள் தங்களுடைய வேலைகளைத் தக்கவைத்துக் கொள்ள விரும்பினால், பொதுமக்களிடம் அவர்களால் உண்மையைக் கூற முடியாது. அவர்கள் அப்படி உண்மையைக் கூறினால், அவர்கள் பதவி நீக்கம் செய்யப்படுவார்கள். ஏனெனில், தங்களுடைய பொருளாதாரப் பிரச்சனைகளையும் மருத்துவப் பிரச்சனைகளையும் தீர்ப்பதற்குப் பெரும்பாலான மக்கள் அரசாங்கத்தைத்தான் சார்ந்துள்ளனர். ஆனால் அரசாங்கத்தால் அப்பிரச்சனைகளைத் தீர்க்க முடியாது.

இதற்கிடையே, அரசாங்கம் வரிகளைத் தொடர்ந்து அதிகரித்தாக வேண்டும். அதனால்தான், 1986 ஆம் ஆண்டின் வரிச் சீர்திருத்தச் சட்டம் இயற்றப்பட்டது. அதிகமான வரிகளை வசூலிப்பதற்காக அது வரிச் சட்டத்திலிருந்த ஒரு பெரிய ஓட்டையை அடைக்க வேண்டியிருந்தது.

பல மேற்கத்திய அரசுகள் தொடர்ந்து அதிகமான வரிகளை வசூலித்தாக வேண்டிய கட்டாயத்தில் இருக்கின்றன. ஏனெனில், அரசு மருத்துவ உதவி, அரசு சமூகப் பாதுகாப்பு உதவி, ஓய்வூதியம் போன்ற, நெடுங்காலத்திற்கு முன்பு அவர்கள் வழங்கிய வாக்குறுதிகளை அவர்கள் நிறைவேற்றுவதற்கு அது இன்றியமையாதது.

துண்டுவிழல் அதிகரிக்கும்போது, ஓய்வூதிய நிதி சுருங்கத் தொடங்கும். ஏனெனில், அது சந்தையின் ஏற்ற இறக்கங்களின் தாக்கத்திற்கு உள்ளாகிறது. தங்களுடைய ஓய்வுக் காலத்திற்குப் பயன்படுத்துவதற்காகத் தங்களுடைய பணத்தைக் கேட்டு வருபவர்களுக்குப் பணம் கொடுப்பதற்காக, பரஸ்பர நிதி நிறுவனங்களும் தம்முடைய பங்குகளை விற்க வேண்டியிருக்கும். இப்போது அம்மக்கள் தாங்கள் பெறுகின்ற பணத்திற்கும் வரி செலுத்தியாக வேண்டும்.

அதே நேரத்தில், இலட்சக்கணக்கான மக்களின் ஆரோக்கியமும் சீர்குலையத் தொடங்கும். ஏனெனில், மனித வரலாறு நெடுகிலும், செல்வச் செழிப்புக் கொண்ட மக்களைவிட, வறியவர்கள் மோசமான உடல்நலம் உடையவர்களாகவே இருந்து வந்துள்ளனர். அரசு மருத்துவ உதவித் திட்டம் திவாலாகும். அமெரிக்கா நெடுகிலும், அரசாங்க உதவி கேட்டு எழும் கூக்குரல்கள் விண்ணைத் தொடும்.

போதாக்குறைக்கு, சீனா அமெரிக்காவுக்குப் போட்டியாக உருவெடுத்துள்ளது. உள்நாட்டு மொத்த உற்பத்தியில் உலக அளவில் சீனா முன்னணி வகிக்கிறது. கணக்கியல், தகவல் தொழில்நுட்பம், தொலைபேசி வாயிலான விற்பனை போன்ற பல சேவைகள் (வேலைகள்) இந்தியா போன்ற நாடுகளுக்கு ஏற்றுமதி செய்யப்படுகின்றன. இதனால், அமெரிக்காவில் ஊழியர்களின் ஊதியம் குறைக்கப்பட்டாக வேண்டும். வேகமாக மாறிக் கொண்டிருக்கின்ற சர்வதேசச் சந்தையின் சவால்களை எதிர்கொண்டு சமாளிப்பதற்கு நம்முடைய உற்பத்தி விண்ணளவு அதிகரித்தாக வேண்டும்.

அடுத்தச் சொத்துப் பெயர்ச்சி அறியாமையால் நிகழ்ந்து கொண்டு இருக்கிறது. இன்றைய தகவல் யுகத்தில், புதிய உலகப் பிரச்சனைகளுக்கு நாம் பழைய தீர்வுகளைப் பிடித்துத் தொங்கிக் கொண்டிருக்கிறோம்.

1989 இல் பெர்லின் சுவர் தகர்க்கப்பட்டது. என்னைப் பொறுத்தவரை, அந்நிகழ்வு, கொலம்பஸ் ஆசியாவைத் தேடி மேற்கொண்ட பயணத்தில் அமெரிக்காவில் வந்து இறங்கிய 1492 ஆம் ஆண்டு அளவுக்கு முக்கியத்துவம் வாய்ந்ததாகும். சில வட்டாரங்களில், 1492 ஆம் ஆண்டு, தொழில் யுகத்தின் அதிகாரபூர்வமான தொடக்கமாக இருந்தது. சுமார் 500 ஆண்டுகள் நீடித்த அந்த யுகம் 1989 இல் முடிவுற்றது. விதிமுறைகள் மாறியுள்ளன.

வரலாறு ஒரு கையேடு

ஆட்டத்தைச் சிறப்பாகக் கற்கும்படி என்னுடைய பணக்காரத் தந்தை என்னை ஊக்குவித்தார். நான் அதைச் சிறப்பாகக் கற்றுக் கொண்டவுடன், எனக்குத் தெரிந்தவற்றைக் கொண்டு நான் விரும்பியதை என்னால் செய்ய முடிந்தது. நான் பிறருக்குக் கற்றுக் கொடுப்பதும் புத்தகங்கள் எழுதுவதும் மற்றவர்கள்மீது உள்ள அக்கறையால்தான். அவர்கள் வாழ்க்கை

நடத்துவதற்கு அரசாங்கத்தையோ அல்லது ஒரு நிறுவனத்தையோ சார்ந்திருப்பதை விடுத்து, பொருளாதாரரீதியாகத் தங்களைத் தாங்களே பேணிக் கொள்வது எப்படி என்பதை அவர்கள் தெரிந்து கொள்ள வேண்டும் என்று நான் விரும்புகிறேன்.

வரலாற்றுரீதியாகப் பார்க்கும்போது, மக்கள் 75 வயதுவரை வாழ்ந்தால், அவர்கள் இரண்டு பொருளாதாரப் பின்னடைவுகளையும் ஒரு பணவீழ்ச்சியையும் நிச்சயமாக அனுபவித்திருப்பர். நான் மூன்று பொருளாதாரப் பின்னடைவுகளை அனுபவித்திருக்கிறேன். நாம் இன்னொரு பணவீழ்ச்சிக் காலகட்டத்திற்குள் நுழைந்து கொண்டிருக்கிறோமா என்று சிலர் கேள்வி எழுப்புகின்றனர். அப்படி ஒன்று நிகழாமல் போகலாம், ஆனால் அது நிகழும் என்று வரலாறு கூறுகிறது. "உங்களுடைய பக்கத்து வீட்டுக்காரர் தன் வேலையை இழந்தால், அது ஒரு பொருளாதாரப் பின்னடைவு. நீங்கள் உங்கள் வேலையை இழந்தால், அது ஒரு பணவீழ்ச்சி," என்ற ஒரு கூற்று உண்டு.

மாபெரும் முதலாளித்துவவாதிகள் மற்றும் பொருளாதார வல்லுநர்கள் பற்றிய புத்தகங்களை நான் படித்தாக வேண்டும் என்று என்னுடைய பணக்காரத் தந்தை என்னிடம் வலியுறுத்தியதற்குக் காரணம், நாம் எங்கே இருந்து வந்துள்ளோம், நாம் எங்கே போய்க் கொண்டிருக்கிறோம் என்பது குறித்த ஒரு சிறந்த, நீண்டகாலக் கண்ணோட்டத்தை நான் பெற வேண்டும் என்பதுதான்.

ஒரு பெருங்கடலில் அலைகள் இருப்பதைப்போல, சந்தைகளிலும் மாபெரும் அலைகள் இருக்கின்றன. பெருங்கடலில் உள்ள அலைகளைக் காற்றும் சூரியனும் இயக்குவதைப்போல, பொருளாதாரச் சந்தைகளின் அலைகளை இரண்டு மனித உணர்ச்சிகள் இயக்குகின்றன. பேராசையும் பயமும்தாம் அவை. பணவீழ்ச்சிகள் கடந்தகாலத்து விஷயங்கள் மட்டுமே என்று நான் நினைக்கவில்லை. ஏனெனில், பேராசை, பயம் ஆகிய உணர்ச்சிகள் நம்மிடம் எப்போதும் இருக்கும். அவ்விரண்டும் ஒன்றோடொன்று மோதி, அதன் விளைவாக ஒரு மனிதன் ஒரு பெரிய அளவில் தோல்வியுறும்போது, அவன் அடுத்து அனுபவிக்கின்ற உணர்ச்சி மனத்தளர்ச்சிதான். மனத்தளர்ச்சியானது கோபமும் வருத்தமும் இணைந்த ஒன்று. தன்மீதான கோபம் மற்றும் இழப்பைக் குறித்த வருத்தம். மக்கள் ஒன்றை இழக்கும்போது மனத்தளர்ச்சி அடைகின்றனர்.

பொருளாதாரம் ஒரு நல்ல நிலைமையில் இருப்பதுபோலத் தோன்றும்போதுகூட, இலட்சக்கணக்கான மக்கள் மனத்தளர்ச்சியின் பல்வேறு நிலைகளில் இருக்கின்றனர். அவர்களுக்கு ஒரு வேலை இருக்கக்கூடும், ஆனால் பொருளாதாரரீதியாகத் தாங்கள் முன்னேறிக் கொண்டிருக்கவில்லை என்பதை அவர்கள் தங்கள் மனத்தின் அடியாழத்தில் அறிந்திருக்கின்றனர். அவர்கள் தங்கள்மீது கோபம் கொண்டுள்ளனர், தாங்கள் இழந்துள்ள நேரம் குறித்து அவர்கள் வருந்துகின்றனர். 'ஒரு பாதுகாப்பான வேலையைத் தேடிக் கொள், எதிர்காலத்தைப் பற்றிக் கவலைப்படாதே,' என்ற தொழில் யுகச் சிந்தனையில் தாங்கள் சிக்கியிருக்கிறோம் என்பதை அவர்கள் உணரத் தவறிவிடுகின்றனர்.

ஒரு மாபெரும் மாற்றம் என்றால் வாய்ப்பு என்று அர்த்தம்

நாம் அளப்பரிய மாற்றத்தையும் வாய்ப்பையும் உள்ளடக்கிய ஒரு யுகத்திற்குள் நுழைந்து கொண்டிருக்கிறோம். சிலருக்கு, இது மிகச் சிறந்த காலகட்டமாக இருக்கும். மற்றவர்களுக்கு, இது மிக மோசமான காலகட்டமாக இருக்கும்.

"ஒரு மிகப் பெரிய மாற்றம் நிகழவிருக்கிறது," என்று அதிபர் கென்னடி ஒரு முறை கூறினார். அவர் கேஷ்ஃபுளோ கால்சதுரத்தின் வலப்புறத்திலிருந்து வந்தவர். 1960களில், ஓரிடத்தில் தேங்கிக் கிடந்த மக்களுடைய வாழ்க்கையை மேம்படுத்துவதற்கு அவர் கடுமையாக முயற்சித்தார். ஆனால் துரதிர்ஷ்டவசமாக, பற்பல ஆண்டுகளுக்குப் பிறகு, இன்றும் இலட்சக்கணக்கான மக்கள் ஓரிடத்தில் முடங்கிக் கிடக்கின்றனர். தலைமுறை தலைமுறையாகக் கடத்தப்பட்டு வந்துள்ள, "கல்லூரிக்குச் சென்று படித்து ஒரு பாதுகாப்பான வேலையைத் தேடிக் கொள்" போன்ற பழைய யோசனைகளை அவர்கள் பின்பற்றியதுதான் அதற்குக் காரணம். கல்வி முன்னெப்போதையும்விட இப்போது அதிக முக்கியமானதாக இருக்கிறது என்றாலும், ஒரு பாதுகாப்பான வேலை என்ற குறுகிய வட்டத்திலிருந்து வெளியேறி, அரசாங்கத்திடமிருந்தோ அல்லது ஒரு நிறுவனத்திடமிருந்தோ பணி ஓய்வுக்குப் பிந்தைய காலகட்டத்தைச் சமாளிப்பதற்கு ஆதரவை எதிர்பார்ப்பதைத் தாண்டிச் சிந்திப்பதற்கு மக்களுக்குக் கற்றுக் கொடுக்கப்பட்டாக வேண்டியிருக்கிறது. பழைய தொழில் யுகச் சிந்தனை இப்போது வேலைக்கு ஆகாது.

அது நியாயம் என்று யாரும் கூறவில்லை. ஏனெனில், இது ஒரு நியாயமான நாடு அல்ல. நம்முடையது ஒரு சுதந்திர நாடு. அதிகக் கடினமாக உழைக்கின்ற, அதிக சாமர்த்தியமான, வெற்றியை நோக்கி அதிகமாக உந்தப்பட்டுள்ள, அதிகத் திறமை வாய்ந்த, ஒரு நல்ல வாழ்க்கையை வாழ விரும்புகின்ற மக்கள் இருக்கின்றனர். அமெரிக்காவில், நமக்கு மன உறுதி இருந்தால் அந்த இலக்குகளைப் பின்தொடர்வதற்கான சுதந்திரம் நமக்கு இருக்கிறது. ஆனாலும், யாரேனும் நம்மைவிடச் சிறப்பாகச் செயல்படுவதை நாம் பார்க்கின்ற ஒவ்வொரு முறையும், அது நியாயமல்ல என்று சிலர் கூறக்கூடும். ஆனால் அதே மக்கள், பணக்காரர்கள் தங்களுடைய செல்வத்தை ஏழைகளுடன் பகிர்ந்து கொள்வது நியாயமானது என்று கருதுகின்றனர். ஏற்றத்தாழ்வு நியாயமானது என்று யாரும் கருதவில்லை. விஷயங்களை நியாயமானதாக ஆக்குவதற்கு நாம் எவ்வளவு அதிகமாக முயற்சிக்கிறோமோ, நம்முடைய சுதந்திரம் அவ்வளவு குறைகிறது.

பாகுபாடு நிலவுவதாக யாரேனும் என்னிடம் கூறும்போதெல்லாம், நான் அவர்களோடு உடன்படுகிறேன். பாகுபாடுகள் நிலவுகின்றன என்பதை நான் அறிவேன். தனிப்பட்ட முறையில் நான் பாகுபாட்டை வெறுக்கிறேன். ஜப்பானிய வம்சாவளியைச் சேர்ந்தவன் என்ற முறையில், நான் அதை நேரடியாக அனுபவித்திருக்கிறேன். E மற்றும் S கால்சதுரங்களில் பாகுபாடு நிலவுகிறது, குறிப்பாக நிறுவனங்களில். உங்கள் தோற்றம், உங்கள் கல்வித் தகுதி, உங்கள் தோலின் நிறம், உங்களுடைய பாலினம் ஆகியவை

இடப்புறத்தில் முக்கியமாக இருக்கின்றன. ஆனால் வலப்புறத்தில் அவற்றில் எதுவும் ஒரு பொருட்டே அல்ல. இங்கு பாதுகாப்பும் நியாயமும்கூட ஒரு பொருட்டல்ல. இது சுதந்திரத்தையும் ஆட்டத்தின்மீதான விருப்பத்தையும் பொறுத்தது. நீங்கள் வலப்புறத்தில் விளையாட விரும்பினால், ஆட்டக்காரர்கள் உங்களை வரவேற்பர். நீங்கள் விளையாடி வெற்றி பெற்றால், நல்லது. அவர்கள் உங்களை இன்னும் அதிகமாக ஏற்றுக் கொண்டு, உங்களுடைய இரகசியங்களை உங்களிடம் கேட்பர். நீங்கள் விளையாடித் தோற்றுவிட்டால், அவர்கள் மகிழ்ச்சியாக உங்களுடைய பணம் முழுவதையும் எடுத்துக் கொள்வர். ஆனால் உங்களுடைய தோல்விகளுக்கு நீங்கள் மற்றவர்கள்மீது குறை கூறாதீர்கள். வலப்புறத்தில் ஆட்டம் அப்படி விளையாடப்படுவதில்லை. நியாயத்தைப் பற்றிய பேச்சு அங்கு எழுவதில்லை. நியாயமாக இருத்தலுக்கும் அந்த விளையாட்டுக்கும் எந்தத் தொடர்பும் இல்லை.

அரசாங்கம் ஏன் B மற்றும் I கால்சதுரங்களைத் தொந்தரவு செய்வதில்லை?

எதார்த்தத்தில், அரசுகள் B மற்றும் I கால்சதுரங்களை விட்டு வைப்பதில்லை. B மற்றும் I கால்சதுரங்கள், தப்பிப்பதற்கும் செல்வத்தை மறைத்து வைப்பதற்கும் பல வழிகளைக் கொண்டுள்ளன என்பதுதான் உண்மை. 'பணக்காரத் தந்தை ஏழைத் தந்தை' புத்தகத்தில் நான் நிறுவனங்களின் சக்தியைப் பற்றிப் பேசினேன். பணக்காரர்கள் தங்களுடைய செல்வத்தின் பெரும் பகுதியைத் தங்களுடன் தக்கவைத்துக் கொள்வதற்கான ஒரு பெரிய காரணம், அவர்கள் நிறுவனங்களாகச் செயல்படுவதுதான்.

அரசுகள் நிறுவனங்களிடமிருந்து அதிகப் பணத்தை எடுத்துக் கொள்ள விரும்புகின்றன என்றாலும், அவை அந்நிறுவனங்களுக்குப் பாதகமான வரிச் சட்டங்களை இயற்றினால், அவை தம்முடைய பணத்தையும் வேலைகளையும் வேறொரு நாட்டிற்கு எடுத்துச் சென்றுவிடும் என்பதை அரசுகள் உணர்கின்றன. தொழில் யுகத்தில், அக்கரை (ஆஃப்ஷோர்) என்பது ஒரு நாடாக இருந்தது. தங்களுடைய பணம் எந்த நாட்டில் அன்பாக நடத்தப்படுமோ, எங்கே வரி விலக்குச் சூழல் நிலவுகிறதோ, அங்கே பணக்காரர்கள் தங்களுடைய பணத்தைக் கொண்டு செல்கின்றனர்.

இன்று, அக்கரை ஒரு நாடல்ல. அது இணையவெளி (சைபர்ஸ்பேஸ்). பணம் ஒரு யோசனையாகவும் பார்வைக்குப் புலப்படாததாகவும் இருப்பதால், பார்வைக்குப் புலப்படாத மின்னணுத் தளத்தில் அது இப்போது பாதுகாப்பாக ஒளிந்து கொள்கிறது. விரைவில், பணக்காரர்களுக்குச் சாதகமான சட்டங்களைக் கொண்ட ஒரு நாட்டில் இயங்குவதை மக்கள் தேர்ந்தெடுக்கக்கூடும்.

தொழில் யுகத்தின் தொடக்கத்தில், செல்வ வளங்களைக் கொண்ட ஒரு நாட்டைக் கொலம்பஸ் கண்டுபிடித்திருந்த நேரத்தில் நிறுவனங்கள் பிரபலமடைந்தன என்று 'பணக்காரத் தந்தை ஏழைத் தந்தை' புத்தகத்தில் நான் எழுதினேன். பணக்காரர்கள் தங்களுடைய ஒரு கப்பலைக் கடலுக்குள் அனுப்பிய ஒவ்வொரு முறையும் ஆபத்தில் இருந்தனர். ஏனெனில், அக்கப்பல்

திரும்பி வராவிட்டால், இறந்து போன கடலோடிகளின் குடும்பங்களுக்கு அவர்கள் கடன்பட்டிருக்க விரும்பவில்லை. எனவே, சட்டபூர்வமாகத் தங்களைப் பாதுகாத்துக் கொள்வதற்காக அவர்கள் நிறுவனங்களை உருவாக்கினர். இதன் மூலம், பண இழப்பை மட்டுமே அவர்கள் கையாள வேண்டியிருந்தது, அவர்கள் தங்களுடைய ஆபத்தை மட்டுப்படுத்தினர்.

உலகில் நான் எங்கு பயணம் செய்தாலும், நான் கையாள்கின்ற மக்கள் பெரும்பாலும் தங்களுடைய சொந்த நிறுவனங்களின் ஊழியர்களாக இருக்கின்றனர். அதாவது, அவர்களுக்குச் சொந்தமாக எதுவும் இல்லை, அவர்கள் தனிநபர்களாக இருப்பதில்லை. அவர்கள் தங்களுடைய பணக்கார நிறுவனங்களின் அதிகாரிகளாக இருக்கின்றனர், ஆனால் தனிநபர்கள் என்ற முறையில் அவர்களுக்குச் சொந்தமாக எதுவும் இருப்பதில்லை. உலகில் நான் எந்த நாட்டிற்குச் சென்றாலும், என்னைச் சந்திக்கின்ற மக்கள் என்னிடம் இப்படிச் சொல்கின்றனர்: "இந்நாட்டில் அதை உங்களால் செய்ய முடியாது. அது சட்டத்திற்கு எதிரானது."

மேற்கத்திய உலகில் பெரும்பாலான நாடுகளில் கிட்டத்தட்ட ஒரே மாதிரியான சட்டங்கள்தாம் நிலவுகின்றன என்பதைப் பெரும்பாலானோர் உணர்வதில்லை. அவர்கள் வெவ்வேறு வார்த்தைகளைப் பயன்படுத்தக்கூடும், ஆனால் அவர்களுடைய சட்டங்கள் கிட்டத்தட்ட ஒரே மாதிரியானவைதாம்.

உங்களால் முடிந்தால், நீங்கள் உங்களுடைய சொந்த நிறுவனத்தின் ஓர் ஊழியராக இருங்கள். இது குறிப்பாக, மிக உயர்ந்த வருவாய் ஈட்டுகின்ற சுயதொழில் புரிவோருக்கும் தொழில் உரிமையாளருக்கும் பொருந்தும் - அவர்கள் உரிமக் கிளைகளின் உரிமையாளர்களாக இருந்தாலும் சரி அல்லது தங்களுடைய வருவாயை நெட்வொர்க் மார்க்கெட்டிங் தொழிலிலிருந்து ஈட்டினாலும் சரி. உங்களுடைய குறிப்பிட்டச் சூழலுக்குப் பொருத்தமான சிறந்த கட்டமைப்பைத் தேர்ந்தெடுத்து நடைமுறைப்படுத்த உங்களுக்கு உதவக்கூடிய திறமையும் தகுதியும் வாய்ந்த நிதி ஆலோசகர்களின் அறிவுரையை நாடுங்கள்.

இரண்டு வகையான சட்டங்கள் இருக்கின்றன

மேலோட்டமாகப் பார்க்கும்போது, பணக்காரர்களுக்கென்று தனிச் சட்டங்களும், மற்றவர்களுக்கு வேறு சட்டங்களும் இருப்பதுபோலத் தோன்றும். ஆனால் எதார்த்தத்தில், சட்டங்கள் ஒன்றுதான். இதில் ஒரே வித்தியாசம் என்னவென்றால், பணக்காரர்கள் அவற்றைத் தங்களுக்குச் சாதகமாகப் பயன்படுத்திக் கொள்கின்றனர், ஆனால் ஏழைகளும் நடுத்தர வகுப்பினரும் அப்படிச் செய்வதில்லை. இதுதான் அடிப்படை வேறுபாடு.

நீங்கள் அறிவார்ந்த ஆலோசகர்களை நாடுங்கள், சட்டத்தை மதியுங்கள், சட்டபூர்வமாக ஏராளமான பணம் ஈட்டுங்கள். சட்டங்கள் மாற்றப்பட இருக்கும்போது, உங்களுடைய நிதி ஆலோசகர்கள் உங்களுடைய எச்சரிக்கை அமைப்புமுறையாகச் செயல்படுவர். சட்டங்கள் மாறும்போது, செல்வம் கை மாறுகிறது.

இரண்டு தேர்ந்தெடுப்புகள்

ஒரு சுதந்திரச் சமுதாயத்தில் வாழ்வதிலுள்ள அனுகூலங்களில் ஒன்று, தேர்ந்தெடுப்புகளை மேற்கொள்வதற்கான சுதந்திரமாகும். என்னைப் பொறுத்தவரை, இரண்டு தேர்ந்தெடுப்புகள் இருக்கின்றன: பாதுகாப்பு மற்றும் சுதந்திரம். நீங்கள் பாதுகாப்பைத் தேர்ந்தெடுத்தால், அளவுக்கதிகமான வரிகள், கொடூரமான வட்டி விகிதங்கள் ஆகியவற்றின் வடிவில் நீங்கள் அதற்கு ஒரு மிகப் பெரிய விலையைக் கொடுப்பீர்கள். நீங்கள் சுதந்திரத்தைத் தேர்ந்தெடுத்தால், பிறகு நீங்கள் ஒட்டுமொத்த ஆட்டத்தைக் கற்றுக் கொண்டு, அதைப் புத்திசாலித்தனமாக விளையாட வேண்டும். நீங்கள் எந்தக் கால்சதுரத்திலிருந்து விளையாட விரும்புகிறீர்கள் என்பதைத் தேர்ந்தெடுப்பது முற்றிலும் உங்கள் விருப்பத்தைச் சேர்ந்தது.

இப்புத்தகத்தின் முதல் பகுதி, கேஷ்ஃபுளோ கால்சதுரத்தின் சிறப்பு இயல்புகளை வரையறுத்தது; இரண்டாம் பகுதி, B மற்றும் I கால்சதுரங்களைத் தேர்ந்தெடுக்கின்ற ஒருவருடைய மனநிலையையும் மனப்போக்கையும் வளர்த்துக் கொள்வதன்மீது கவனம் செலுத்தியது. நீங்கள் தற்போது எந்தக் கால்சதுரத்தில் இருக்கிறீர்கள் என்பது இப்போது உங்களுக்குத் தெரிந்திருக்க வேண்டும். நீங்கள் எங்கே இருக்க விரும்புகிறீர்கள் என்பது பற்றிய ஒரு யோசனையும் உங்களுக்கு இருக்க வேண்டும். அதோடு, கேஷ்ஃபுளோ கால்சதுரத்தின் வலப்பக்கத்திலிருந்து இயங்குவது குறித்த உளச் செயல்முறையையும் மனநிலையையும் பற்றிய ஒரு சிறப்பான புரிதலும் இப்போது உங்களுக்கு இருக்க வேண்டும்.

இடப்புறத்திலிருந்து வலப்புறத்திற்கு நகர்வதற்கான வழிகளை நான் உங்களுக்குக் காட்டியுள்ளேன். இப்போது, நீங்கள் திட்டவட்டமாகத் தீர்மானிக்க வேண்டிய நேரம் வந்துவிட்டது. இறுதிப் பகுதியில், பொருளாதார விரைவுப் பாதையைக் கண்டுபிடிப்பதற்கான ஏழு நடவடிக்கைகளை நான் உங்களோடு பகிர்ந்து கொள்ளவிருக்கிறேன். B மற்றும் I கால்சதுரங்களுக்கு நகர்வதற்கு இன்றியமையாதவை அவை.

நினைவில் இருத்துங்கள்

ஒவ்வொருவருடைய நிதிச் சூழ்நிலையும் வெவ்வேறானது. அதனால்தான், பின்வருவனவற்றை நான் எப்போதும் பரிந்துரைக்கிறேன்:

1. தொழில்முறைரீதியான சிறந்த நிதிசார் ஆலோசனையை நாடுங்கள். எடுத்துக்காட்டாக, பல சூழ்நிலைகளில் ஒரு C நிறுவனம் சிறப்பாகப் பலனளிக்கிறது, ஆனால் எல்லா காலத்திற்கும் உகந்த கட்டமைப்பு அல்ல அது. கேஷ்ஃபுளோ கால்சதுரத்தின் வலப்புறத்தில்கூட, சில சமயங்களில் ஒரு S நிறுவனம் பொருத்தமானதாக இருக்கிறது.

2. கேஷ்ஃபுளோ கால்சதுரத்தின் வலப்பக்கத்தில் பணம் ஈட்டுபவர்களுக்கும் அதன் இடப்பக்கத்தில் பணம் ஈட்டுபவர்களுக்கும் வெவ்வேறு ஆலோசகர்கள் இருப்பதைப்போல, பணக்காரர்கள்,

வறியவர்கள், நடுத்தர வகுப்பினர் ஆகியோருக்கு வெவ்வேறு ஆலோசகர்கள் உள்ளனர் என்பதை நினைவில் கொள்ளுங்கள். மேலும், நீங்கள் போக விரும்புகின்ற இடத்திற்கு ஏற்கனவே போய்ச் சேர்ந்துவிட்ட மக்களிடமிருந்து ஆலோசனை பெறுங்கள்.

3. வரிக் காரணங்களுக்காக ஒருபோதும் ஒரு தொழிலிலோ அல்லது முதலீட்டிலோ இறங்காதீர்கள். ஒரு வரிச் சலுகை என்பது அரசாங்கம் விரும்புகின்ற விதத்தில் நீங்கள் விஷயங்களைச் செய்வதற்கு உங்களுக்கு வழங்கப்படுகின்ற ஒரு கூடுதல் ஊக்கத்தொகையாகும். அது ஓர் ஊக்கத்தொகையாக இருக்க வேண்டுமே அன்றி, காரணமாக அல்ல.

நீங்கள் ஓர் அமெரிக்கக் குடிமகன் அல்லர் என்றாலும், மேற்குறிப்பிடப்பட்ட அறிவுரை உங்களுக்குப் பொருந்தும். நம்முடைய சட்டங்கள் வேறுபட்டிருக்கக்கூடும், ஆனாலும் தகுதி வாய்ந்தவர்களிடமிருந்து ஆலோசனை பெறுவது நம் எல்லோருக்கும் பொதுவானதுதான். உலகம் நெடுகிலும், கேஷ்ஃபுளோ கால்சதுரத்தின் வலப்பக்கத்தில் மக்கள் ஒரே மாதிரிதான் செயல்படுகின்றனர்.

பகுதி மூன்று

ஒரு வெற்றிகரமான தொழில் உரிமையாளராகவும் முதலீட்டாளராகவும் ஆவது எப்படி

அத்தியாயம் 10

சின்னஞ்சிறு அடிகள் எடுத்து வையுங்கள்

நீங்கள் நடக்கப் பழகிய பிறகுதான் உங்களால் ஓட முடியும்.

"ஓர் ஆயிரம் மைல் கொண்ட ஒரு பயணம் ஒரு முதலடியை எடுத்து வைப்பதிலிருந்துதான் தொடங்குகிறது," என்ற பழமொழியை நம்மில் பெரும்பாலானோர் கேட்டிருப்போம். நான் அதை இப்படிச் சொல்வேன்: "ஓர் ஆயிரம் மைல் கொண்ட ஒரு பயணம் ஒரு சின்னஞ்சிறு அடியை எடுத்து வைப்பதிலிருந்துதான் தொடங்குகிறது."

நான் இதை வலியுறுத்துவதற்குக் காரணம், சின்னஞ்சிறு அடியெடுத்து வைத்துத் தொடங்குவதற்குப் பதிலாக முன்னோக்கி ஒரு பெரிய தாவல் மேற்கொள்ள முயற்சித்த ஏராளமானோரை நான் பார்த்துள்ளதுதான். மிகவும் பருமனான நபர்கள் திடீரென்று 20 கிலோ எடையைக் குறைக்கத் தீர்மானிப்பதை நாம் எல்லோருமே பார்த்திருப்போம். அவர்கள் தொடக்கத்திலேயே ஒரு தீவிரப் பத்திய உணவுமுறையைக் கடைபிடிக்கின்றனர், தினமும் இரண்டு மணிநேரம் உடற்பயிற்சி நிலையத்திற்குப் போகின்றனர், 15 கிலோமீட்டர் மெதுவோட்டம் ஓடுகின்றனர். இது அதிகபட்சமாக ஒரு வாரம்வரை நீடிக்கும். அவர்கள் ஒரு சில கிலோ இழப்பர், பிறகு வலியும் சலிப்பும் பசியும் அவர்களுடைய மன உறுதியை மெல்ல மெல்ல அரித்து இறுதியில் அவற்றைக் காலியாக்கிவிடும். மூன்றாம் வாரத்தில், அளவுக்கதிகமாகச் சாப்பிடுதல், உடற்பயிற்சியைத் தவிர்த்தல், தொலைக்காட்சியின் முன்னால் தவம் கிடத்தல் என்று அவர்களுடைய பழைய பழக்கங்கள் அவர்களை ஆட்கொண்டுவிடும்.

ஒரு மாபெரும் தாவலுக்குப் பதிலாக, ஒரு நேரத்தில் ஒரு சின்னஞ்சிறிய அடியெடுத்து வைக்கும்படி நான் உங்களுக்குப் பரிந்துரைக்கிறேன். நீண்டகாலப் பொருளாதார வெற்றி, நீங்கள் எடுத்து வைத்த அடியின் நீளத்தின் அடிப்படையில் அளவிடப்படுவதில்லை, மாறாக, நீங்கள் எடுத்து வைத்த அடிகளின் எண்ணிக்கை, நீங்கள் செலவிட்ட ஆண்டுகளின் எண்ணிக்கை, நீங்கள் போய்க் கொண்டிருக்கின்ற திசை ஆகியவற்றின் அடிப்படையில்தான் அளவிடப்படுகிறது. இதுதான் எந்தவொரு முயற்சியிலும்

வெற்றி அல்லது தோல்விக்கான சூத்திரமாகும். பணம் என்று வரும்போது, நான் உட்படப் பலர், மிகக் குறைவான பணத்தைக் கொண்டு மிகப் பெரிதானவற்றைச் செய்ய முயற்சித்து இறுதியில் முற்றிலும் சோர்ந்து போவதை நான் கண்டுள்ளேன். உங்களுக்கு நீங்களே பறித்துக் கொண்டுள்ள பொருளாதாரக் குழிக்குள்ளிருந்து மீண்டு வெளியே வருவதற்கு உங்களுக்கு ஓர் ஏணி தேவைப்படும் நேரத்தில் ஒரு சின்னஞ்சிறு அடியெடுத்து வைப்பது கடினமாகத்தான் இருக்கும்.

ஒரு யானையை எப்படிச் சாப்பிடுவது?

கேஷ்ஃப்ளோ கால்சதுரத்தின் வலப்பக்கத்திற்குப் போவதற்கான உங்களுடைய பாதையில் உங்களை வழிநடத்துவதற்கான ஏழு நடவடிக்கைகளை இப்புத்தகத்தின் இப்பகுதி விவரிக்கிறது. என்னுடைய ஒன்பதாவது வயதிலிருந்து என்னுடைய பணக்காரத் தந்தையின் உதவியுடன் நான் இந்த நடவடிக்கைகளை மேற்கொண்டு வந்துள்ளேன். நான் வாழும் காலம் முழுவதும் இவற்றை நான் தொடர்ந்து பின்பற்றுவேன்.

சிலருக்கு இந்த நடவடிக்கைகள் திணறடிப்பவையாக இருக்கக்கூடும். நீங்கள் இவை எல்லாவற்றையும் ஒரே வாரத்தில் செய்ய முயற்சித்தால், இவை உங்களைத் திணறடிக்கத்தான் செய்யும். எனவே, சின்னஞ்சிறு அடிகளுடன் தொடங்குங்கள்.

"ரோம் நகரம் ஒரே நாளில் கட்டப்படவில்லை," என்ற கூற்றை நாம் எல்லோரும் கேட்டுள்ளோம். நான் கற்றுக் கொள்ள வேண்டிய விஷயங்கள் ஏராளமாக இருப்பதை நினைத்து நான் திக்குமுக்காடிக் கொண்டிருப்பதை நான் காணும்போதெல்லாம், "ஒரு யானையை எப்படிச் சாப்பிடுவது?" என்று என்னை நானே கேட்டுக் கொள்கிறேன். அதற்கான விடை, "ஒரு நேரத்தில் ஒரு கடி," என்பதுதான். கேஷ்ஃப்ளோ கால்சதுரத்தின் E மற்றும் S பக்கத்திலிருந்து B மற்றும் I பக்கத்திற்குப் போவதற்கு நீங்கள் எவ்வளவு விஷயங்களைக் கற்றுக் கொள்ள வேண்டியிருக்கிறது என்பதை நினைத்து நீங்கள் திணறும்போதெல்லாம், நீங்களும் அதே கேள்வியைக் கேட்டு அதே பதிலைக் கூறிக் கொள்ளுங்கள். உங்களிடம் கனிவாக நடந்து கொள்ளுங்கள். மாற்றம் கடினமானது. நீங்கள் ஓர் ஆறு மாதங்களிலிருந்து ஓராண்டுவரை இப்படிச் சின்னஞ்சிறு அடிகள் எடுத்து வைத்தப் பிறகு, நீங்கள் நடக்கத் தயாராகிறீர்கள், பிறகு ஓடத் தயாராகிறீர்கள். நடக்கத் தெரிந்தால் மட்டுமே உங்களால் ஓட முடியும். இதுதான் நான் உங்களுக்குப் பரிந்துரைக்கின்ற பாதை. இப்பாதை உங்களுக்குப் பிடிக்கவில்லை என்றால், வேகமாகவும் சுலபமாகவும் பணக்காரர்களாக ஆவதற்குக் கோடிக்கணக்கான மக்கள் பின்பற்றுகின்ற வழியைப் பின்பற்றுங்கள்: ஒரு லாட்டரிச் சீட்டு வாங்குங்கள். இன்று உங்களுடைய அதிர்ஷ்ட நாளாக இருக்கக்கூடும், யாரறிவார்?

செயலில் இறங்குங்கள்

B மற்றும் I கால்சதுரங்களுக்கு இடம் பெயர்வதில் E மற்றும் S கால்சதுரவாசிகளுக்கு சிரமம் இருப்பதற்கான முதன்மையான காரணங்களில்

ஒன்று, தவறுகள் செய்வதற்கு அவர்கள் மிகவும் பயப்படுவதுதான் என்று நான் நினைக்கிறேன். அவர்கள் அடிக்கடி இவ்வாறு கூறுகின்றனர்: "தோற்பது குறித்து எனக்குப் பயமாக இருக்கிறது," "எனக்கு இன்னும் அதிகமான தகவல்கள் தேவை," "வேறொரு புத்தகத்தை எனக்குப் பரிந்துரைக்க முடியுமா?" அவர்களுடைய பயமும் சுயசந்தேகமும் அவர்களை அவர்கள் இப்போது இருக்கின்ற கால்சதுரத்திலேயே முடக்கிப் போட்டுவிடுகின்றன. நான் பரிந்துரைக்கின்ற ஏழு நடவடிக்கைகளை ஒவ்வொன்றாக மேற்கொள்வதன் மூலம் நீங்கள் B மற்றும் I கால்சதுரங்களை நோக்கி நகர்வீர்கள் என்று நான் நம்புகிறேன்.

"தவறுகள் செய்யாதே!" என்று நம்முடைய பள்ளிகள் கூறுவது துரதிர்ஷ்டவசமானது. செயலில் இறங்க விரும்புகின்ற, உயர்ந்த கல்வித் தகுதிகள் படைத்த இலட்சக்கணக்கான மக்கள், தவறுகள் செய்துவிடுவோமோ என்ற பயத்தில் முடக்கப்பட்டுள்ளனர். ஓர் ஆசிரியர் என்ற முறையில் நான் கற்றுக் கொண்டுள்ள முக்கியமான பாடங்களில் ஒன்று இது: உண்மையான கற்றலுக்கு மனரீதியான, உணர்ச்சிரீதியான மற்றும் உடல்ரீதியான கற்றல் தேவை. நீங்கள் ஒரு நடவடிக்கை மேற்கொண்டு, அதில் ஒரு தவறிழைத்தால், குறைந்தபட்சம் நீங்கள் அதிலிருந்து எதையேனும் கற்றுக் கொண்டிருப்பீர்கள் – அது மனரீதியானதாகவோ, உணர்ச்சிரீதியானதாகவோ, அல்லது உடல்ரீதியானதாகவோ இருக்கலாம். தொடர்ந்து சரியான விடையைத் தேடிக் கொண்டிருக்கின்ற ஒருவர் 'பகுப்பாய்வு முடக்கம்' என்ற ஒரு நோயால் பாதிக்கப்படுகிறார். அது கற்றறிந்த நபர்கள் பலரைப் பாதித்துள்ளதுபோலத் தெரிகிறது. நாம் பல முறை கீழே விழுந்து எழுந்ததன் மூலமாகத்தான் நடக்கவும் சைக்கிள் ஓட்டவும் கற்றோம். தவறுகள் செய்துவிடுவோமோ என்ற பயத்தால் செயலில் இறங்க அஞ்சுகின்ற மக்கள், மனரீதியாகப் புத்திசாலிகளாக இருக்கக்கூடும், ஆனால் அவர்கள் உணர்ச்சிரீதியாகவும் உடல்ரீதியாகவும் குறைபாடு உள்ளவர்களாக இருக்கின்றனர்.

பல ஆண்டுகளுக்கு முன், வறிய குடும்பங்களில் பிறப்பவர்கள் இறுதியில் எப்படிச் செல்வந்தர்களாக ஆகின்றனர் என்பதைக் கண்டுபிடிப்பதற்காக உலகம் நெடுகிலும் பணக்காரர்களிடமும் ஏழைகளிடமும் ஓர் ஆய்வு மேற்கொள்ளப்பட்டது. வறுமையில் பிறந்து செல்வச் செழிப்பை அடைகின்றவர்கள், அவர்கள் எங்கே வாழ்ந்தாலும் சரி, மூன்று பண்புநலன்களைக் கொண்டுள்ளனர் என்பதை அந்த ஆய்வு கண்டறிந்தது. இவைதான் அவை:

1. அவர்கள் ஒரு நீண்டகால முன்னோக்கையும் திட்டத்தையும் வைத்திருக்கின்றனர்.
2. தாமதமான வெகுமதியில் அவர்கள் நம்பிக்கை கொண்டுள்ளனர்.
3. கூட்டுவிளைவின் சக்தியை அவர்கள் தங்களுக்குச் சாதகமாகப் பயன்படுத்துகின்றனர்.

இம்மக்கள் நீண்டகால நோக்கில் சிந்தித்துத் திட்டமிடுகின்றனர்; ஒரு கனவை அல்லது ஒரு முன்னோக்கைத் தொடர்ந்து தக்கவைத்துக் கொள்வதன் மூலம் இறுதியில் தங்களால் பொருளாதார வெற்றியைக் கைவசப்படுத்த முடியும் என்பதை அறிந்துள்ளனர். நீண்டகால வெற்றிக்காகக் குறுகியகாலத்

தியாகங்களைச் செய்ய அவர்கள் தயாராக இருக்கின்றனர். தாமதமான வெகுமதியின் அடிப்படை இதுதான்.

பண விஷயத்தில் நிகழ்வதைப்போலவே, ஒவ்வோர் அடி எடுத்து வைப்பதிலிருந்து கிடைக்கின்ற அறிவும் பாடமும்கூடக் காலப்போக்கில் கூட்டுவிளைவை உருவாக்குகின்றன. எந்த நடவடிக்கையும் எடுக்காத மக்கள் அந்த அனுகூலத்தைப் பெறத் தவறுகின்றனர்.

செல்வந்தர்களாக இருக்கின்றவர்கள் ஏன் ஏழ்மை நிலைக்குச் செல்கின்றனர் என்பதையும் அந்த ஆய்வு கண்டறிந்தது. வெறும் மூன்று தலைமுறைகளுக்குள் தங்களுடைய சொத்துகளின் பெரும் பகுதியை இழக்கின்ற பல குடும்பங்கள் இருக்கின்றன. அவர்களிடம் பின்வரும் மூன்று பண்புநலன்கள் இருப்பது கண்டறியப்பட்டுள்ளது:

1. அவர்கள் குறுகியகால முன்னோக்கைக் கொண்டுள்ளனர்.
2. அவர்கள் உடனடி வெகுமதியை நாடுகின்றனர்.
3. கூட்டுவிளைவின் சக்தியை அவர்கள் தவறாகப் பயன்படுத்துகின்றனர்.

இன்று நான் சந்திக்கின்ற பலர் என்மீது விரக்தி கொள்கின்றனர். ஏனெனில், உடனடியாக அதிகப் பணம் பண்ணுவது எப்படி என்பதை நான் அவர்களுக்குக் கற்றுக் கொடுக்க வேண்டும் என்று அவர்கள் விரும்புகின்றனர். நீண்டகால நோக்கில் சிந்தித்தல் என்ற யோசனை அவர்களுக்குப் பிடிப்பதில்லை. பலர் பரிதவிப்புடன் குறுகியகால விடைகளைத் தேடிக் கொண்டிருக்கின்றனர். ஏனெனில், உடனடி வெகுமதிக்கான அவர்களுடைய அளவுக்கதிகமான ஆசையின் காரணமாக உருவான நுகர்வுக் கடன் மற்றும் முதலீடுகளின்மையால் விளைந்த பணப் பிரச்சனைக்கு அவர்கள் ஆளாகியுள்ளனர். இவ்வாறு கூட்டுவிளைவின் சக்தியை முறைதவறிப் பயன்படுத்துவதால் அவர்கள் நீண்டகாலக் கடனுக்கு ஆளாகின்றனர்.

அவர்கள் விரைவான பதிலை விரும்புகின்றனர். மாபெரும் செல்வத்தைக் கைவசப்படுத்துவது எப்படி என்று நான் தங்களுக்கு எடுத்துரைக்க வேண்டும் என்று அவர்கள் விரும்புகின்றனர். ஆனால், முதலில் தாங்கள் யாராக ஆக வேண்டும் என்பதை அவர்கள் புரிந்து கொள்ள வேண்டியது இன்றியமையாதது.

வேறு வார்த்தைகளில் கூறினால், 'வேகமாகப் பணக்காரர்களாக ஆவது' என்ற வாழ்க்கைத் தத்துவத்தில் இவர்கள் அதீதப் பற்றுக் கொண்டிருக்கின்றனர். இவர்களுக்கு அதிர்ஷ்டம் வாய்க்க வேண்டும் என்று மட்டுமே என்னால் வாழ்த்த முடியும். ஏனெனில், அது அவர்களுக்கு மிகவும் தேவை.

உங்களுக்கு உதவக்கூடிய ஒரு சிறு குறிப்பு

தங்களுடைய இலக்குகளை எழுதி வைத்துக் கொள்பவர்கள் அவற்றை அடைவதற்கான சாத்தியக்கூறு அதிகம் என்ற கூற்றை நம்மில் பெரும்பாலானோர் கேள்விப்பட்டிருக்கிறோம். இலக்குகளை நிர்ணயித்தல் பற்றிய பல கருத்தரங்குகளிலும் பயிற்சி வகுப்புகளிலும் நான் கலந்து கொண்டுள்ளேன். அவற்றின் ஊடாக நான் ஒரு கோட்பாட்டைக் கற்றுக்

கொண்டேன். அதைப் பற்றி நான் நெடுங்காலமாகச் சிந்தித்து வந்துள்ளேன். பெரிய, நீண்டகாலக் கனவுகளையும் விருப்பங்களையும் கொண்டிருப்பது ஒரு சிறந்த விஷயம் என்றாலும்கூட, அக்கனவுகளை அடைவது என்பது பல சின்னஞ்சிறு அடிகளை உள்ளடக்கிய ஒரு செயல்முறையாகும். ஒவ்வொரு சின்னஞ்சிறு அடியும் உங்களுடைய பெரிய இலக்குகளுக்கும் கனவுகளுக்கும் அருகே உங்களை அழைத்துச் செல்லும்.

நீங்கள் ஒரு பணக்காரராக ஆக விரும்பினால், உங்களுடைய விதிமுறைகளை நீங்கள் மாற்றியாக வேண்டும்

"விதிமுறைகள் மாறியுள்ளன," என்று நான் மக்களிடம் அடிக்கடிக் கூறுகிறேன். அதை அவர்கள் ஆமோதித்துத் தலையாட்டிவிட்டு, "ஆமாம், விதிமுறைகள் மாறியுள்ளன. இப்போது எதுவுமே முன்புபோல இல்லை," என்று கூறுகின்றனர். ஆனால் பிறகு அவர்கள் தாங்கள் முன்பு செய்ததையே செய்கின்றனர்.

தொழில் யுக நிதி அறிக்கைகள்

உங்களுடைய நிதிசார் வாழ்க்கையை முறைப்படுத்துவது எப்படி என்பதை நான் கற்றுக் கொடுக்கும்போது, ஒரு தனிப்பட்ட நிதி அறிக்கையை நிரப்பும்படி நான் என் மாணவர்களிடம் கேட்கிறேன். அது பெரும்பாலான நேரங்களில் அவர்களுடைய வாழ்க்கையை மாற்றுகின்ற ஓர் அனுபவமாக ஆகிறது. நிதி அறிக்கைகள் எக்ஸ்ரேக்களைப் போன்றவை. அவை இரண்டுமே, உங்களுடைய கண்களால் பார்க்க முடியாதவற்றை நீங்கள் பார்க்க உங்களுக்கு உதவுகின்றன. அந்த மாணவர்கள் தங்களுடைய நிதி அறிக்கைகளை நிரப்பிய பிறகு, யார் பொருளாதாரப் புற்றுநோயால் பாதிக்கப்பட்டுள்ளனர், யார் பொருளாதாரரீதியாக ஆரோக்கியமாக இருக்கின்றனர் என்பதை மிக எளிதாகப் பார்க்க முடிகிறது. பொதுவாக, தொழில் யுக யோசனைகளைக் கொண்டுள்ளவர்கள்தாம் பொருளாதாரப் புற்றுநோயால் பாதிக்கப்படுகின்றனர்.

நான் ஏன் அப்படிச் சொல்கிறேன்? ஏனெனில், தொழில் யுகத்தில், எதிர்காலத்தைப் பற்றி மக்கள் யோசிக்க வேண்டியிருக்கவில்லை. நீங்கள் கடினமாக உழைத்தால், நாளைக்கு உங்களுடைய முதலாளியோ அல்லது அரசாங்கமோ உங்களுடைய அனைத்துத் தேவைகளையும் கவனித்துக் கொள்வர். அதனால்தான், ஒரு நல்ல அரசாங்க வேலையையோ அல்லது ஒரு சிறந்த ஓய்வூதியத் திட்டத்துடன்கூடிய ஒரு வேலையையோ தேடிக் கொள்ளும்படி என்னுடைய நண்பர்களும் குடும்ப நண்பர்களும் எப்போதும் எனக்கு அறிவுறுத்தினர். அந்த அறிவுரைகள் தொழில் யுக விதிமுறைகளின் அடிப்படையில் அமைந்தவை, நல்லவை எல்லாவற்றையும் பெற நான் தகுதியானவன் என்ற மனப்போக்கின் அடிப்படையில் அமைந்தவை. விதிமுறைகள் மாறியுள்ளபோதிலும், பலர் தங்களுடைய நிதிசார் விதிமுறைகளை மாற்றிக் கொள்ளவில்லை. எதிர்காலத்திற்குத் திட்டமிட வேண்டிய அவசியம் எதுவும் இல்லை என்பதுபோல எல்லோரும் பணத்தைத் தண்ணீராகச் செலவிட்டுக் கொண்டிருக்கின்றனர். நான் ஒரு நபரின் நிதி அறிக்கையைப் படிக்கும்போது, அவர்களுடைய எதிர்காலம் அவர்களுக்கு எப்படி அமையும் என்பதை என்னால் எளிதாகப் பார்க்க முடிகிறது.

உங்களுடைய எதிர்காலம் எப்படிக் காட்சியளிக்கிறது?

ஒரு தனிப்பட்ட நிதி அறிக்கையில் நான் பார்க்கின்ற விஷயங்கள் இவைதாம்:

வருவாய் அறிக்கை

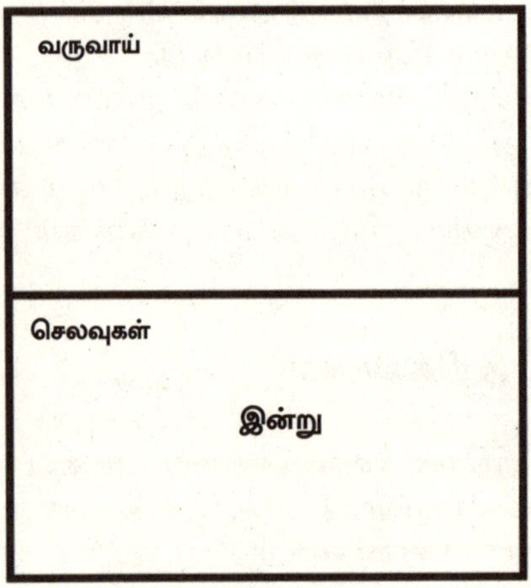

நிதி நிகர அறிக்கை

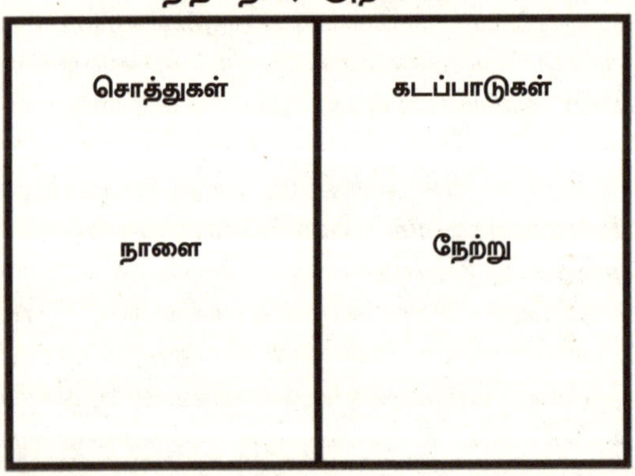

பணப் பெயர்ச்சியை உருவாக்குகின்ற சொத்துகள் எதுவும் இல்லாத மக்களுடைய நாளைய தினங்கள் போராட்டங்களும் மன அழுத்தங்களும் நிரம்பியவையாக இருக்கும். சொத்துகள் எதுவும் இல்லாத மக்களை நான் பார்க்கும்போது, அவர்கள் தங்களுடைய வாழ்க்கைச் செலவுகளைச் சமாளிப்பதற்குப் பொதுவாக மிகக் கடுமையாக உழைக்க வேண்டியிருப்பதை நான் காண்கிறேன். பெரும்பாலான மக்களின் செலவுகள் பகுதியை நீங்கள் பார்த்தால், வரிகளும், நீண்டகாலக் கடப்பாடுகளுக்கான கடன்களும்தாம்

இரண்டு மிகப் பெரிய மாதாந்திரச் செலவுகளாக இருக்கின்றன. அவர்களுடைய செலவு அறிக்கைகள் இப்படிக் காட்சியளிக்கின்றன:

வருவாய் அறிக்கை

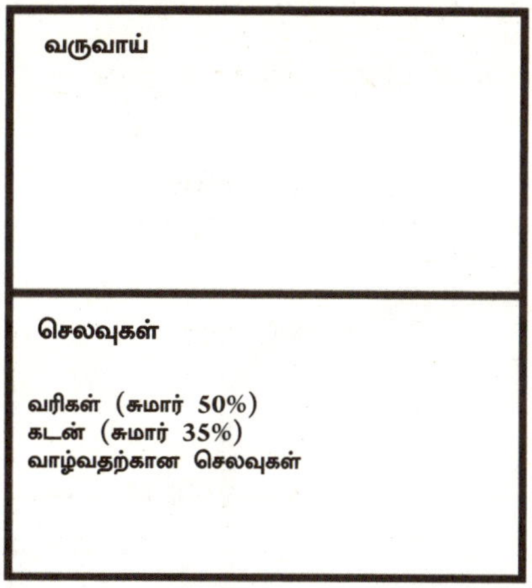

வேறு வார்த்தைகளில் கூறுவதானால், அவர்கள் கையில் பணம் வந்து சேர்வதற்கு முன், அரசாங்கமும் வங்கியும் தமக்குரிய பங்குகளை எடுத்துக் கொள்கின்றன. தங்களுடைய பணப் பெயர்ச்சியைத் தங்கள் கட்டுப்பாட்டிற்குள் கொண்டுவர முடியாத மக்களுக்கு எந்தப் பொருளாதார எதிர்காலமும் இல்லை. அடுத்த ஒரு சில ஆண்டுகளில் அவர்கள் தீவிரப் பிரச்சனைகளுக்கு ஆளாவார்கள்.

ஏன்? E காலசதுரத்தில் மட்டுமே செயல்படுகின்ற ஒருவருக்கு வரிகளிலிருந்தும் கடன்களிலிருந்தும் அவ்வளவாக எந்தப் பாதுகாப்பும் இருப்பதில்லை. சுயதொழில் புரிவோராவது இவற்றை ஓரளவுக்குச் சமாளித்துவிடுவர்.

நான் சொல்வது உங்களுக்குப் புரியவில்லை என்றால், ‘பணக்காரத் தந்தை ஏழைத் தந்தை’ புத்தகத்தைப் படியுங்கள். அப்போது, இதையும், இனி வரும் அத்தியாயங்களில் சொல்லப்பட்டுள்ள விஷயங்களையும் புரிந்து கொள்வது உங்களுக்குச் சுலபமானதாக இருக்கும்.

மூன்று பணப் பெயர்ச்சிப் போக்குகள்

‘பணக்காரத் தந்தை ஏழைத் தந்தை’ புத்தகத்தில் கூறப்பட்டுள்ளதுபோல, மூன்று அடிப்படைப் பணப் பெயர்ச்சிப் போக்குகள் உள்ளன: பணக்காரர்களுக்கு ஒன்று, ஏழைகளுக்கு ஒன்று, நடுத்தர வகுப்பினருக்கு ஒன்று.

ஏழைகளின் பணப் பெயர்ச்சிப் போக்கு இது:

வருவாய் அறிக்கை

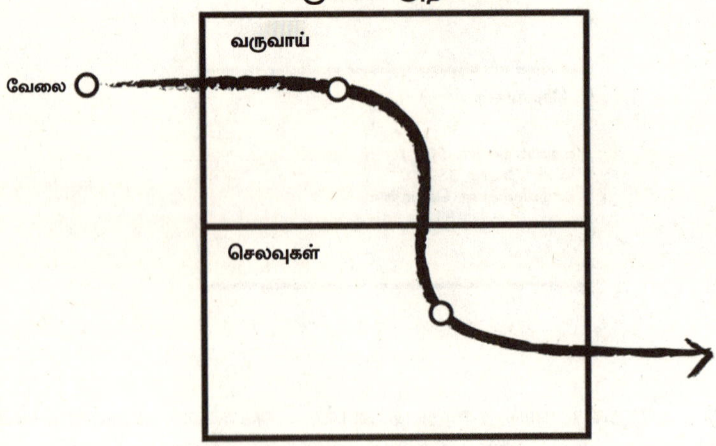

நிதி நிகர அறிக்கை

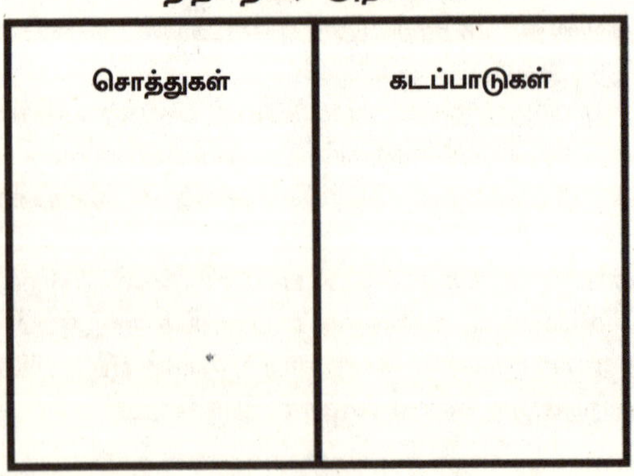

நடுத்தர வகுப்பினரின் பணப் பெயர்ச்சிப் போக்கு:

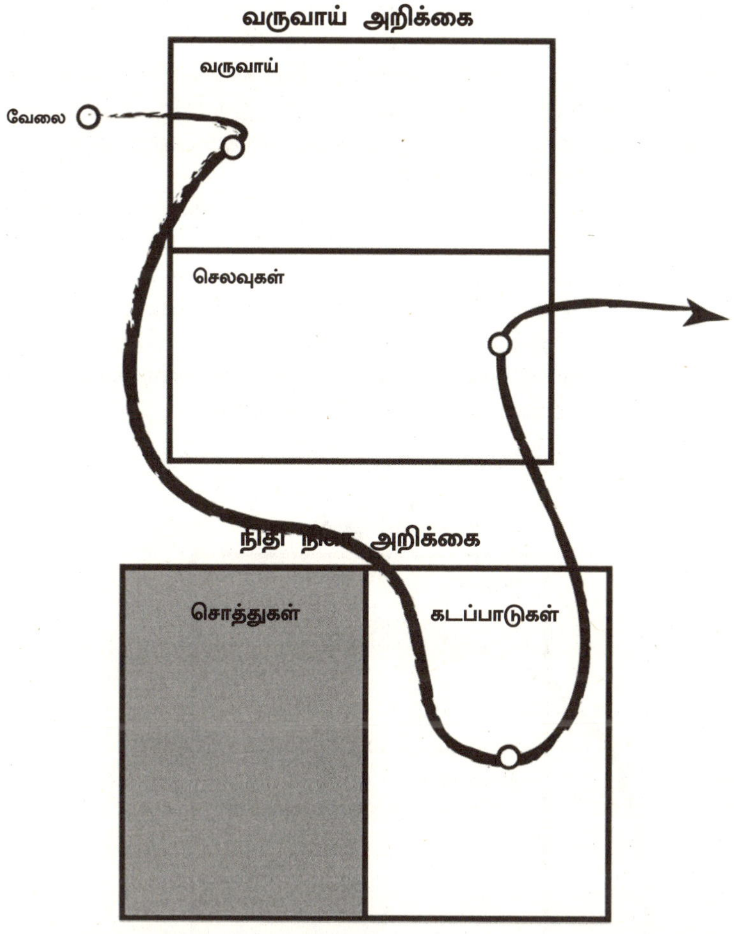

இப்போக்கு பொதுவானது என்றும், புத்திசாலித்தனமானது என்றும் நம்முடைய சமுதாயம் கருதுகிறது. இந்தப் போக்கைக் கொண்டிருப்பவர்கள், உயர்வான சம்பளத்துடன்கூடிய வேலைகள், அழகான வீடுகள், கார்கள், கடனட்டைகள் ஆகியவற்றைக் கொண்டவர்களாவர். இதைத்தான் என்னுடைய பணக்காரத் தந்தை 'உழைப்பாளி வர்க்கத்தின் கனவு' என்று அழைத்தார்.

வளர்ந்தவர்கள் என்னுடைய கேஷ்ஃபுளோ விளையாட்டை விளையாடும்போது, அவர்கள் மனரீதியாகக் கடுமையாகப் போராடுகின்றனர். ஏன்? ஏனெனில், நிதிசார் கல்வியறிவு அவர்களுக்கு அறிமுகப்படுத்தப்படுகிறது. அதாவது, பணம் தொடர்பான சொற்களையும் எண்களையும் அவர்கள் புரிந்து கொள்ள வேண்டியிருக்கிறது. அந்த விளையாட்டு பல மணிநேரம் நீடிக்கும்.

அது நீளமானது என்பது அதற்குக் காரணமல்ல, மாறாக, ஆட்டக்காரர்கள் முற்றிலும் புதியதொரு விஷயத்தைக் கற்றுக் கொண்டிருக்கின்றனர் என்பதே காரணம். இது கிட்டத்தட்ட ஓர் அந்நிய மொழியைக் கற்றுக் கொள்வதைப் போன்றது. ஆனால் இதை விரைவாகக் கற்றுக் கொள்ள முடியும் என்பது நல்ல செய்தி. பிறகு ஆட்டம் வேகம் பிடித்துவிடும். மக்கள் அந்த விளையாட்டை எவ்வளவு அடிக்கடி விளையாடுகிறார்களோ, அவர்களுடைய ஆட்ட அறிவும் வேகமும் அவ்வளவு அதிகரிக்கின்றன. அந்த விளையாட்டு அவர்களுக்குக் குதூகலமூட்டுவதாகவும் ஆகிறது.

வேறு ஒன்றும் நிகழ்கிறது. அவர்கள் நிதிசார் அறிவு கைவரப் பெறுவதால், தாங்கள் ஒரு வசதியான வாழ்க்கையை வாழ்ந்து கொண்டிருப்பதாக இச்சமுதாயம் நினைத்தாலும், உண்மையில் தாங்கள் பொருளாதாரப் பிரச்சனையில் இருப்பதைப் பலர் உணரத் தொடங்குகின்றனர். ஒரு நடுத்தர வர்க்கத்துப் பணப் பெயர்ச்சிப் போக்கு, தொழில் யுகத்தில் சிறப்பாக வேலை செய்தது, ஆனால் தகவல் யுகத்தில் அது சீரழிவுக்கே வழிவகுக்கும்.

பணக்காரர்களின் பணப் பெயர்ச்சிப் போக்கு இது:

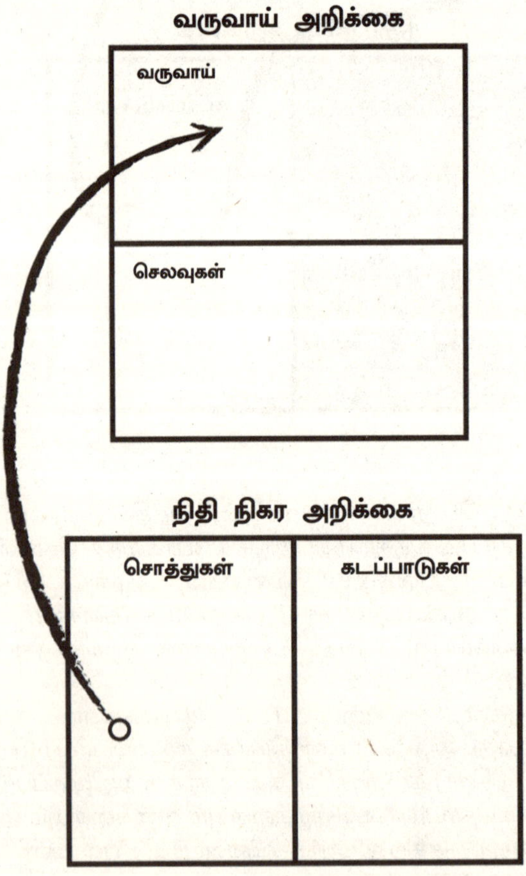

பலர் கேஷ்ஃப்ளோ ஆட்டத்தை வெற்றிகரமாகக் கற்றுக் கொண்டு அதைப் புரிந்து கொண்டவுடன், புதிய விடைகளைத் தேடத் தொடங்குகின்றனர். ஒரு லேசான மாரடைப்பு எப்படி ஒருவருடைய உடல் ஆரோக்கியத்தைப் பற்றிய ஓர் எச்சரிக்கை மணியாகச் செயல்படுகிறதோ, அதேபோல, கேஷ்ஃப்ளோ விளையாட்டை விளையாடுவது ஒருவருக்கு அவருடைய தனிப்பட்ட நிதி ஆரோக்கியத்திற்கான எச்சரிக்கை மணியாகச் செயல்படுகிறது.

இந்த விளையாட்டைப் பல முறை விளையாடிய பிறகு, சிலர், பணக்காரர்களுடைய சிந்தனைப் போக்கை சுவீகரிக்கத் தொடங்குகின்றனர்.

இந்தச் சிந்தனைப் போக்கைத்தான் மைக்கும் நானும் வளர்த்துக் கொள்ள வேண்டும் என்று எங்களுடைய பணக்காரத் தந்தை விரும்பினார். அதனால்தான் அவர் எங்களுடைய சம்பளக் காசோலைகளை எங்களிடமிருந்து பிடுங்கிக் கொண்டார், எங்களுக்குச் சம்பள உயர்வும் தர மறுத்தார். உயர்வான சம்பளத்துடன்கூடிய ஒரு வேலை குறித்த யோசனைக்கு நாங்கள் அடிமையாகிவிடக்கூடாது என்று அவர் விரும்பினார். மூலதன இலாபம், இலாபப் பங்கு, வீடுமனையிலிருந்து வரும் வாடகை, தொழில்களிலிருந்து வரும் வருவாய், ராயல்டி ஆகியவற்றின் வடிவில் சொத்துகள் மற்றும் வருவாய் பற்றி மட்டுமே சிந்திக்கும் போக்கை நாங்கள் வளர்த்துக் கொள்ள வேண்டும் என்று அவர் விரும்பினார்.

தகவல் யுகத்தில் பொருளாதாரரீதியாக வெற்றிகரமாகத் திகழ விரும்புகின்ற மக்கள், தங்களுடைய நிதிசார் நுண்ணறிவையும் உணர்ச்சிசார் நுண்ணறிவையும் எவ்வளவு வேகமாக வளர்த்துக் கொள்கின்றனரோ, அவர்கள் அவ்வளவு வேகமாகப் பொருளாதாரப் பாதுகாப்புணர்வைப் பெறுவர், பொருளாதாரச் சுதந்திரத்தைக் கண்டுகொள்வர். வேலைப் பாதுகாப்பு மேன்மேலும் குறைந்து கொண்டிருக்கின்ற ஓர் உலகில், இந்தப் பணப் பெயர்ச்சிப் போக்கு எனக்கு அதிக அர்த்தம் வாய்ந்ததாகத் தோன்றுகிறது. இந்தப் போக்கை அடைவதற்கு, ஒருவர் B மற்றும் I கால்சதுரங்களிலிருந்து உலகத்தைப் பார்க்க வேண்டுமே அன்றி, E மற்றும் S கால்சதுரங்களில் இருந்து அல்ல.

இந்த நிதி அறிக்கையை நான் தகவல் யுக நிதி அறிக்கை என்று அழைக்கிறேன். ஏனெனில், வருவாய் இங்கு முழுக்க முழுக்கத் தகவல்களிலிருந்து உற்பத்தி செய்யப்படுகிறதே அன்றி, கடின உழைப்பிலிருந்து அல்ல. தகவல் யுகத்தில், கடின உழைப்பு என்ற யோசனை, வேளாண் யுகத்திலும் தொழில் யுகத்திலும் இருந்ததிலிருந்து வேறுபட்டிருக்கிறது. தகவல் யுகத்தில், உடல்ரீதியாக மிகக் கடினமாக உழைக்கின்றவர்களுக்குத்தான் மிகக் குறைவான ஊதியம் வழங்கப்படுகிறது. இன்று அது ஏற்கனவே உண்மையாகியுள்ளது. வரலாறு நெடுகிலும் அது உண்மையாக இருந்து வந்துள்ளது.

ஆனால், “கடினமாக உழைக்காதீர்கள், புத்திசாலித்தனமாக வேலை செய்யுங்கள்,” என்று மக்கள் கூறும்போது, E மற்றும் S கால்சதுரங்களில் வேலை செய்வதைப் பற்றி அவர்கள் பேசவில்லை. B மற்றும் I கால்சதுரங்களில் புத்திசாலித்தனமாக வேலை செய்யும்படி அவர்கள் கூறுகின்றனர். இதுதான் தகவல் யுகச் சிந்தனை. அதனால்தான், நிதிசார் நுண்ணறிவும் உணர்ச்சிசார் நுண்ணறிவும் இன்று இன்றியமையாதவையாக

உள்ளன. எதிர்காலத்தில் அவை இதைவிட அதிக இன்றியமையாதவையாக இருக்கும்.

அப்படியானால் விடை என்ன?

ஒரு பணக்காரரைப்போலச் சிந்திப்பதற்கு உங்களை நீங்கள் பயிற்றுவித்துக் கொள்ள வேண்டும் என்பதுதான் என்னுடைய விடையாகும். வேறு வார்த்தைகளில் கூறினால், உலகத்தை B அல்லது I கால்சதுரத்திலிருந்து பார்க்கவும் சிந்திக்கவும் வேண்டும். ஆனால், மீண்டும் கல்லூரிக்குச் சென்று ஏதோ ஒரு பயிற்சி வகுப்பில் கலந்து கொண்டு பயில்வதைப்போல இத்தீர்வு அவ்வளவு சுலபமானதல்ல. B அல்லது I கால்சதுரத்தில் வெற்றிகரமாகத் திகழ்வதற்கு, நிதிசார் நுண்ணறிவு, உணர்ச்சிசார் நுண்ணறிவு, அமைப்புசார் நுண்ணறிவு ஆகியவை தேவை. இவற்றைக் கல்லூரிகளில் கற்க முடியாது.

இந்த மூன்று நுண்ணறிவையும் கற்றுக் கொள்வது கடினம். ஏனெனில், ‘கடினமாக உழைத்துச் செலவு செய்’ என்ற வகையான வாழ்க்கைமுறைக்குப் பெரும்பாலான மனிதர்கள் பழக்கப்படுத்தப்பட்டுள்ளனர். அவர்கள் பொருளாதாரப் பதற்றத்தை உணரும்போது, அவர்கள் மேலும் கடினமாக உழைக்கின்றனர். அவர்கள் வீடு திரும்பியவுடன், பங்குச் சந்தையின் ஏற்ற இறக்கங்களைப் பற்றிக் கேள்விப்படுகின்றனர். இதனால் அவர்களுடைய பதற்றம் அதிகரிக்கிறது. எனவே, அவர்கள் வெளியே சென்று ஒரு புதிய காரோ அல்லது வேறு ஏதோ ஒரு விலையுயர்ந்த பொருளோ வாங்குகின்றனர். அல்லது, பதற்றத்தைத் தவிர்ப்பதற்கு ஏதேனும் விளையாட்டில் ஈடுபடுகின்றனர். பிரச்சனை என்னவென்றால், திங்கட்கிழமை காலையில் அந்தப் பதற்றம் திரும்பி வந்துவிடுகிறது.

ஒரு பணக்காரரைப்போல எவ்வாறு சிந்திக்கத் தொடங்குவது?

ஒரு பணக்காரரைப்போல எவ்வாறு சிந்திக்கத் தொடங்குவது என்று மக்கள் அடிக்கடி என்னிடம் கேட்கின்றனர். எடுத்த எடுப்பிலேயே முதலீட்டுக்குள் குதிப்பதற்குப் பதிலாக, சிறிய அளவில் தொடங்குமாறும், கல்வியை நாடுமாறும் நான் அவர்களுக்கு எப்போதும் பரிந்துரைக்கிறேன். கற்பது குறித்தும், ஒரு பணக்காரரைப்போலச் சிந்திக்கத் தங்களைப் பயிற்றுவித்துக் கொள்வது குறித்தும் அவர்கள் உண்மையிலேயே தீவிரமாக இருந்தால், கேஷ்ஃபுளோ விளையாட்டை விளையாடும்படி நான் அவர்களுக்குப் பரிந்துரைக்கிறேன்.

நிதிசார் நுண்ணறிவைக் கற்றுக் கொடுப்பதற்காகவே நான் அந்த விளையாட்டை உருவாக்கினேன். ஓர் ஏழையைப்போலவோ அல்லது நடுத்தர வகுப்பு நபரைப்போலவே சிந்திப்பதை நிறுத்திவிட்டு, மெல்ல மெல்ல ஒரு பணக்காரரைப்போலச் சிந்திக்கத் தொடங்குவதற்குத் தேவையான மனரீதியான, உடல்ரீதியான மற்றும் உணர்ச்சிரீதியான பயிற்சியை அந்த விளையாட்டு வழங்குகிறது. ஒரு பெரிய சம்பளமோ அல்லது ஒரு பெரிய வீடோ முக்கியமல்ல, மாறாக, பணத்தை உற்பத்தி செய்கின்ற சொத்துகளைக்

குவிப்பதுதான் முக்கியம் என்று என்னுடைய பணக்காரத் தந்தை எப்போதும் கூறுவார். மக்கள் அதைப் பற்றிச் சிந்திக்க அந்த விளையாட்டு அவர்களுக்குக் கற்றுக் கொடுக்கிறது.

பணப் பெயர்ச்சிதான் பதற்றத்திலிருந்து விடுவிக்கிறதே அன்றி, பணம் அல்ல

பொருளாதாரப் போராட்டமும் ஏழ்மையும் உண்மையிலேயே பொருளாதாரரீதியாகப் பதற்றம் ஏற்படுத்துகின்ற பிரச்சனைகளாகும். மக்கள் மனரீதியாகவும் உணர்ச்சிரீதியாகவும் முடக்கப்பட்டுள்ளனர். அவர்கள் அதிலிருந்து விடுபட்டாலொழிய, அவர்களால் அடுத்த அடி எடுத்து வைக்க முடியாது.

ஒரு வங்கியாளர் தன்னுடைய பொருளாதாரப் போராட்டத்திலிருந்து விடுபட நான் அவருக்கு உதவினேன். அவர் ஒரு நல்ல வாழ்க்கை வாழ்ந்து வந்தார், ஆனால் எப்போதும் ஏதோ ஒரு பொருளாதாரப் பிரச்சனை அவருக்கு இருந்து கொண்டே இருந்தது. அவருக்கு ஓர் அழகான குடும்பமும், மூன்று கார்களும், ஒரு பெரிய வீடும், விடுமுறையைக் கழிப்பதற்கு ஒரு தனி வீடும் இருந்தன. உலகத்தின் பார்வையில், அவர் ஒரு செழிப்பான வங்கியாளராக இருந்தார். ஆனால் நான் அவருடைய நிதி அறிக்கையைப் பார்த்தபோது, அவர் தன்னுடைய போக்கை மாற்றிக் கொள்ளாவிட்டால், ஒரு சில ஆண்டுகளில் அவர் திவாலாகிவிடுவார் என்பதை நான் அறிந்து கொண்டேன்.

அவரும் அவருடைய மனைவியும் முதன்முதலாகக் கேஷ்ஃபுளோ விளையாட்டை விளையாடியபோது, அவர் மிகவும் சிரமப்பட்டார். அவருடைய மனம் அலைபாய்ந்தது. விளையாட்டை அவரால் புரிந்து கொள்ள முடியவில்லை. பல மணி நேரம் விளையாடிய பிறகும்கூட அவரால் உருப்படியாக எதுவும் செய்ய முடியவில்லை. எல்லோரும் தங்களுடைய ஆட்டத்தை முடித்திருந்தனர், ஆனால் அவர் இன்னும் அதிலேயே உழன்று கொண்டிருந்தார்.

நான் அந்த விளையாட்டை ஓரங்கட்டி வைத்துவிட்டு, என்ன நிகழ்ந்து கொண்டிருந்தது என்று அவரிடம் கேட்டேன். விளையாட்டு மிகக் கடினமாகவும், மிக மெதுவாகவும், மிகவும் அலுப்பூட்டுவதாகவும் இருந்ததாக மட்டுமே அவர் பதிலளித்தார். விளையாட்டைத் தொடங்குவதற்கு முன்பு நான் அவரிடம் கூறியிருந்ததை நான் அவருக்கு நினைவுபடுத்தினேன்: விளையாட்டுகள் ஒருவருடைய நடத்தையைப் பிரதிபலிக்கின்றன. வேறு வார்த்தைகளில் கூறினால், ஒரு விளையாட்டு என்பது ஒரு கண்ணாடியைப் போன்றது. அது உங்களை நீங்களே பார்த்துக் கொள்ள அனுமதிக்கிறது.

அந்த வாக்கியம் அவருக்குக் கடுங்கோபம் ஏற்படுத்தியது. எனவே, நான் அவரிடம், "உங்களுடைய பொருளாதார வாழ்க்கையைச் சீர்படுத்துவதில் நீங்கள் உண்மையிலேயே ஆர்வம் கொண்டிருக்கிறீர்களா?" என்று கேட்டேன். அவர் ஆமாமென்று பதிலளித்தபோது, நான் பயிற்றுவித்துக் கொண்டிருந்த ஒரு முதலீட்டுக் குழுவுடன் சேர்ந்து மீண்டும் அந்த விளையாட்டை

விளையாடுவதற்கு நான் அவரையும் அவருடைய மனைவியையும் அழைத்தேன். அவருடைய மனைவிக்கு அந்த விளையாட்டு மிகவும் பிடித்திருந்தது.

ஒரு வாரத்திற்குப் பிறகு, அவர் தயக்கத்துடன் வந்தார். இம்முறை, அவருக்குச் சில யோசனைகள் முளைத்தன. விளையாட்டின் கணக்கியல் பகுதி அவருக்குச் சுலபமானதாக இருந்தது. இப்போது, வியாபார உலகத்தையும் முதலீட்டு உலகத்தையும் அவர் புரிந்து கொள்ளத் தொடங்கினார். தன்னுடைய வாழ்வின் போக்குகளையும், தன்னுடைய பொருளாதாரப் பிரச்சனைகளுக்கான காரணத்தையும் அவரால் இப்போது தன் மனத்தைக் கொண்டு பார்க்க முடிந்தது. பல மணி நேரத்திற்குப் பிறகு, அவர் இன்னும் தன் ஆட்டத்தை முடித்திருக்கவில்லை, ஆனால் அவர் கற்றுக் கொள்ளத் தொடங்கியிருந்தார். அவர் இம்முறை விளையாடி முடித்தபோது, தான் பின்னர் ஒரு நாள் மீண்டும் விளையாட வரவிருந்ததாக என்னிடம் கூறினார்.

மூன்றாவது சந்திப்பின் முடிவில், அவர் ஒரு புதிய மனிதராக ஆகியிருந்தார். இப்போது அந்த விளையாட்டும், அவருடைய கணக்குகளும், அவருடைய முதலீடுகளும் அவருடைய கட்டுப்பாட்டில் இருந்தன. அவருடைய தன்னம்பிக்கை பெருகியது. இம்முறை அவர் அந்த விளையாட்டை வேகமாக விளையாடி முடித்தார். அவர் என்னிடமிருந்து விடைபெற்றுக் கொண்டபோது, ஒரு கேஷ்ஃபுளோ விளையாட்டை என்னிடமிருந்து வாங்கிக் கொண்டு, "நான் இதை என்னுடைய குழந்தைகளுக்குக் கற்றுக் கொடுக்கப் போகிறேன்," என்று கூறினார்.

நான்காவது சந்திப்பின்போது அவர் என்னிடம் இவ்வாறு கூறினார்: "என்னுடைய தனிப்பட்டச் செலவுகள் வெகுவாகக் குறைந்துவிட்டன. என்னுடைய செலவுப் பழக்கங்களும் மாறிவிட்டன. என்னுடைய கடனட்டைகளை நான் இப்போது மிகுந்த எச்சரிக்கையுடன் பயன்படுத்துகிறேன். முதலீடு செய்வதைப் பற்றிக் கற்றுக் கொண்டு, என்னுடைய சொத்துகளை வளர்த்தெடுப்பதில் நான் இப்போது துடிப்பான ஆர்வம் கொண்டுள்ளேன்," என்று கூறினார். அவர் இப்போது ஒரு தகவல் யுகச் சிந்தனையாளரைப்போலச் சிந்திக்கத் தொடங்கியிருந்தார். நான் முதன்முதலாக அவரைச் சந்தித்தபோது அவர் எப்படிப்பட்டவராக இருந்தாரோ, இப்போது அவர் அதிலிருந்து முற்றிலும் வேறுபட்ட ஒருவராக ஆகியிருந்தார்.

உங்களுடைய நிதிசார் விரைவுச் சாலையைக் கண்டுபிடிப்பதற்கான 7 நடவடிக்கைகள்

அத்தியாயம் 11

நடவடிக்கை 1: உங்களுடைய சொந்த வேலையை மட்டும் பார்ப்பதற்கான நேரம் இது

நம்முடைய சொந்தப் பிரச்சனையை விட்டுவிட்டு மற்றவர்களுடைய பிரச்சனைகளுக்குத் தீர்வு காண நாம் பயிற்றுவிக்கப்பட்டிருக்கிறோம்.

நீங்கள் கடினமாக உழைத்து மற்றவர்களைப் பணக்காரர்களாக ஆக்கிக் கொண்டிருக்கிறீர்களா? இளமைப் பருவத்திலிருந்தே, பெரும்பாலான மக்கள், மற்றவர்களுக்காக வேலை செய்து அவர்களைப் பணக்காரர்களாக ஆக்கப் பயிற்றுவிக்கப்பட்டுள்ளனர். அப்பயிற்சி, பின்வரும் அறிவுரைகளின் வடிவில் அப்பாவித்தனமாகத் தொடங்குகிறது:

- "கல்லூரிக்குச் சென்று படித்து, நல்ல மதிப்பெண்கள் பெற்று, ஓர் உயர்ந்த சம்பளத்துடனும் சிறந்த சலுகைகளுடனும்கூடிய ஒரு பாதுகாப்பான வேலையைத் தேடிக் கொள்."
- "கடினமாக உழைத்து, உன்னுடைய கனவு வீட்டை வாங்கு. உன்னுடைய வீடு ஒரு சொத்து. அது உன்னுடைய மிக முக்கியமான முதலீடு."
- "ஒரு பெரிய அடமானம் இருப்பது நல்லதுதான். ஏனெனில், நீ செலுத்துகின்ற வட்டிக்கு அரசாங்கம் வரிச் சலுகை வழங்குகிறது."
- "இப்போது வாங்கிவிட்டுப் பிறகு பணம் செலுத்துங்கள்," அல்லது, "குறைவான முன்பணம், சுலபமான மாதாந்திரத் தவணைகள்."

இந்த அறிவுரைகளைக் கண்மூடித்தனமாகப் பின்பற்றுகின்ற நபர்கள் பின்வரும் நபர்களாக ஆகின்றனர்:

1. ஊழியர்கள் (தங்களுடைய முதலாளிகளைப் பணக்காரர்களாக ஆக்குகின்றனர்)
2. கடனாளிகள் (வங்கிகளையும் கடன் கொடுப்பவர்களையும் பணக்காரர்களாக ஆக்குகின்றனர்)
3. வரி செலுத்துபவர்கள் (அரசாங்கத்தைச் செழிப்பாக்குகின்றனர்)
4. நுகர்வோர் (பிற தொழில்களைச் செழிப்பாக்குகின்றனர்)

தங்களுடைய சொந்தப் பொருளாதார விரைவுப் பாதையைக் கண்டுபிடிப்பதற்குப் பதிலாக, மற்றவர்கள் தங்களுடைய பொருளாதார விரைவுப் பாதைகளைக் கண்டுபிடிக்க இவர்கள் அவர்களுக்கு உதவுகின்றனர்.

அவர்களுடைய நிதி அறிக்கையைப் பார்க்கும்போது, தங்களுடைய சொந்த வளர்ச்சியை விட்டுவிட்டு மற்றவர்களுடைய வளர்ச்சிக்குப் பங்களிக்க அவர்கள் சிறு வயதிலிருந்தே பயிற்றுவிக்கப்பட்டு வந்துள்ளதை உங்களால் காண முடியும்.

வருவாய் அறிக்கை

வருவாய் **உங்கள் முதலாளியின் தொழிலில் நீங்கள் பங்களிக்கிறீர்கள்.**
செலவுகள் **வரி செலுத்துவதன் மூலம் அரசாங்கத்திற்கு உதவுகிறீர்கள். பிற செலவுகள் மூலம் இன்னும் ஏராளமானோருக்கு உதவுகிறீர்கள்.**

நிதி நிகர அறிக்கை

சொத்துகள்	கடப்பாடுகள்
இது உங்களுடைய தொழில்.	**நீங்கள் உங்களுடைய வங்கியாளருக்கு உதவுகிறீர்கள்.**

செயலில் இறங்குங்கள்

பலருக்கு, அவர்களுடைய நிதி அறிக்கை அவ்வளவு அழகான காட்சியாக இல்லை. ஏனெனில், தங்களுடைய பொருளாதார வளர்ச்சியின்மீது கவனம் செலுத்துவதற்குப் பதிலாக மற்றவர்களுடைய பொருளாதார வளர்ச்சிக்குப் பங்களிப்பதற்கு அவர்கள் பயிற்றுவிக்கப்பட்டு வந்துள்ளனர். இதையெல்லாம் மாற்றுவதற்கு, பின்வரும் நடவடிக்கைகளை நான் பரிந்துரைக்கிறேன்:

உங்களுடைய தனிப்பட்ட நிதி அறிக்கையை உருவாக்குங்கள்.

நீங்கள் எங்கே சென்றடைய விரும்புகிறீர்களோ அங்கே போய்ச் சேர்வதற்கு, இப்போது நீங்கள் எங்கே இருக்கிறீர்கள் என்பது உங்களுக்குத் தெரிந்திருக்க வேண்டும். உங்களுடைய வாழ்க்கையை உங்கள் கட்டுப்பாட்டிற்குள் கொண்டு வருவதற்கும், உங்களுடைய பொருளாதார வளர்ச்சியின்மீது கவனம் செலுத்துவதற்கு அதிக நேரத்தைச் செலவிடுவதற்கும் நீங்கள் மேற்கொள்ள வேண்டிய முதல் நடவடிக்கை இது. கேஷ்ஃபுளோ விளையாட்டில் பயன்படுத்தப்படுவது போன்ற ஒரு நிதி அறிக்கையை ஓர் எடுத்துக்காட்டாக இந்த அத்தியாயத்தின் இறுதியில் நான் உங்களுக்குக் கொடுத்திருக்கிறேன்.

நிதி இலக்குகளை நிர்ணயித்துக் கொள்ளுங்கள்.

ஐந்து ஆண்டுகளில் நீங்கள் எங்கே இருக்க விரும்புகிறீர்கள் என்பது தொடர்பாக ஒரு நீண்டகால நிதி இலக்கை நிர்ணயித்துக் கொள்ளுங்கள். அடுத்த ஓராண்டில் நீங்கள் எங்கே இருக்க விரும்புகிறீர்கள் என்பது தொடர்பாகவும் ஒரு குறுகியகால நிதி இலக்கை நிர்ணயித்துக் கொள்ளுங்கள். அவை எதார்த்தமான, சாதிக்கப்படக்கூடிய இலக்குகளாக இருக்கட்டும்.

என்னுடைய ஐந்தாண்டு நிதி இலக்குகள்:

1. என்னுடைய சொத்துகளிலிருந்து வருகின்ற பணப் பெயர்ச்சியை மாதத்திற்கு $ .... அதிகரித்துக் கொள்ள விரும்புகிறேன்.
2. என்னுடைய சொத்துகள் பகுதியில் பின்வருவன இடம்பெற்றிருக்க வேண்டும் என்று நான் விரும்புகிறேன் (எ.கா. வீடுமனை, பங்குகள், தொழில்கள் முதலியன) ______________________________

என்னுடைய ஓராண்டு நிதி இலக்குகள்:

1. என்னுடைய கடனை $ .... குறைக்க விரும்புகிறேன்.
2. என்னுடைய சொத்துகளிலிருந்து வருகின்ற பணப் பெயர்ச்சியை மாதத்திற்கு $ .... நான் அதிகரிக்க விரும்புகிறேன்.

என்னுடைய ஐந்தாண்டு இலக்குகளைப் பயன்படுத்தி, இன்றிலிருந்து ஐந்து ஆண்டுகளில் என்னுடைய நிதி அறிக்கை எப்படி இருக்குமோ அப்படி இருக்கும்படி அதை நான் நிரப்புவேன்.

இன்று பொருளாதாரரீதியாக நீங்கள் எந்த நிலையில் இருக்கிறீர்கள் என்பதை இப்போது நீங்கள் அறிந்திருப்பதாலும், உங்களுடைய நீண்டகால மற்றும் குறுகியகால இலக்குகளை நீங்கள் நிர்ணயித்திருப்பதாலும், அந்த இலக்குகளை அடைவதைச் சாத்தியமாக்குவதற்கு உங்களுடைய பணப் பெயர்ச்சியை நீங்கள் உங்களுடைய கட்டுப்பாட்டிற்குள் கொண்டு வர வேண்டும்.

தொழில்

ஆட்டக்காரர்

இலக்கு: வேலை செய்யாமல் வரக்கூடிய வருவாய் உங்களுடைய மொத்தச் செலவுகளைவிட அதிகமாக இருக்கும்படி செய்வது

வருவாய் அறிக்கை

வருவாய்

விவரிப்பு	பணப் பெயர்ச்சி
சம்பளம்:	
வட்டி/இலாபப் பங்கு:	
வீடுமனை/தொழில்:	

ஆடிட்டர்

(உங்களுக்கு வலது பக்கத்தில் உள்ளவர்)

வேலை செய்யாமல் வரும் வருவாய்: $

(வட்டி/இலாபப் பங்கு + வீடுமனை/தொழில் ஆகியவற்றிலிருந்து வரும் பணப் பெயர்ச்சி)

மொத்த வருவாய்: $

செலவுகள்

வரிகள்:	
வீட்டுத் தவணை:	
கல்லூரிக் கடன் தவணை:	
கார் கடன் தவணை:	
கடனட்டைக் கடன் தவணை:	
சில்லறைக் கடன் தவணை:	
பிற செலவுகள்:	
குழந்தைச் செலவுகள்:	
கடன் தவணை:	

குழந்தைகள் எண்ணிக்கை:

ஒரு குழந்தைக்கான செலவு: $

மொத்தச் செலவுகள்: $

மாதாந்திரப் பணப் பெயர்ச்சி: $

(மொத்த வருவாய்-மொத்தச் செலவுகள்)

நிதி நிகர அறிக்கை

சொத்துகள்

சேமிப்புகள்:

பங்குகள்:	எண்ணிக்கை:	ஒரு பங்கின் விலை:

வீடுமனை/தொழில்:	முன்பணம்:	விலை:

கடப்பாடுகள்

வீட்டுக் கடன்:	
கல்லூரிக் கடன்:	
கார் கடன்:	
கடனட்டைக் கடன்:	
சில்லறைக் கடன்:	

வீடுமனை/தொழில்:	அடமானக் கடன்/ கடப்பாடு:

கடன்:

அத்தியாயம் 12

நடவடிக்கை 2: உங்களுடைய பணப் பெயர்ச்சியை உங்கள் கட்டுப்பாட்டிற்குள் கொண்டுவாருங்கள்

தங்களுடைய பணப் பெயர்ச்சியைக் கட்டுப்படுத்த முடியாத மக்கள், தங்களுடைய பணப் பெயர்ச்சியைக் கட்டுப்படுத்த முடிகின்றவர்களிடம் வேலை செய்கின்றனர்.

அதிகப் பணம் ஈட்டுவது தங்களுடைய பணப் பிரச்சனைகளைத் தீர்த்துவிடும் என்று பலர் நம்புகின்றனர். ஆனால், பெரும்பாலானோரின் விஷயத்தில், அது அவற்றைவிடப் பெரிய பணப் பிரச்சனைகளைத்தான் விளைவிக்கிறது.

பெரும்பாலான மக்களுக்குப் பணப் பிரச்சனைகள் இருப்பதற்கான முதன்மையக் காரணம், பணப் பெயர்ச்சி நிர்வாகம் பற்றி அவரகளுக்கு ஒருபோதும் கற்றுக் கொடுக்கப்பட்டிருக்காததுதான். எழுதப் படிக்கவும், காரோட்டவும், நீச்சலடிக்கவும் அவர்களுக்குக் கற்றுக் கொடுக்கப்பட்டன, ஆனால் அவர்கள் தங்களுடைய பணப் பெயர்ச்சியை எப்படி நிர்வகிக்க வேண்டும் என்பது அவர்களுக்கு ஒருபோதும் கற்றுக் கொடுக்கப்படவில்லை. இந்தப் பயிற்சி இல்லாததால், அவர்கள் பணப் பிரச்சனைகளுக்கு ஆளாகியுள்ளனர்; அதிகப் பணம் சம்பாதித்தால் தங்கள் பணப் பிரச்சனை தீர்ந்துவிடும் என்ற நம்பிக்கையில் அவர்கள் அதிகக் கடினமாக உழைக்கின்றனர்.

“பிரச்சனை பணப் பெயர்ச்சி நிர்வாகமாக இருந்தால், அதிகப் பணம் உன்னுடைய பணப் பிரச்சனையைத் தீர்க்காது,” என்று என்னுடைய பணக்காரத் தந்தை அடிக்கடிக் கூறினார்.

மிக முக்கியமான திறமை

உங்களுடைய பொருளாதார வாழ்க்கைக்கு நீங்கள் பொறுப்பேற்றுக் கொண்டவுடன் நீங்கள் செய்ய வேண்டிய அடுத்தக் காரியம், உங்களுடைய பணப் பெயர்ச்சியை உங்கள் கட்டுப்பாட்டிற்குள் கொண்டு வருவதுதான். நீங்கள் அவ்வாறு செய்யாவிட்டால், அதிகப் பணம் உங்களைப் பணக்காரராக ஆக்காது. உண்மையில், அதிகப் பணம் பெரும்பாலான மக்களை மேலும் ஏழைகளாக்குகிறது. ஏனெனில், அவர்களுக்குச் சம்பள உயர்வு கிடைக்கின்ற ஒவ்வொரு முறையும், அவர்கள் தங்களுடைய செலவை அதிகரித்துக் கொண்டு, அதிகமான கடனுக்குள் மூழ்குகின்றனர்.

யார் சாமர்த்தியசாலி: நீங்களா அல்லது உங்களுடைய வங்கியாளரா?

பெரும்பாலான மக்கள் தங்களுடைய தனிப்பட்ட நிதி அறிக்கைகளைத் தயாரிப்பதில்லை. அதிகபட்சமாக, அவர்கள் ஒவ்வொரு மாதமும் தங்களுடைய வரவு செலவைச் சரிபார்க்க முயற்சிக்கின்றனர், அவ்வளவுதான். எனவே, நீங்கள் உங்களுடைய நிதி அறிக்கையைத் தயாரித்து, உங்களுடைய நிதி இலக்குகளை நிர்ணயித்துக் கொண்டுள்ளதற்காக உங்களை நீங்களே பாராட்டிக் கொள்ளுங்கள். உங்களுடைய வாழ்வின் முதன்மை நிர்வாக அதிகாரி என்ற முறையில், பெரும்பாலான மக்களைவிட அதிக சாமர்த்தியமானவராக இருக்க உங்களால் கற்றுக் கொள்ள முடியும். உங்களுடைய வங்கியாளரைவிடவும் உங்களால் அதிக சாமர்த்தியசாலியாக இருக்க முடியும்.

இரண்டு வெவ்வேறு கணக்குப் பதிவேடுகளை வைத்துக் கொள்வது சட்டத்திற்கு விரோதமானது என்று பெரும்பாலான மக்கள் நம்புகின்றனர். சில விஷயங்களில் அது உண்மைதான். ஆனால் நிதி உலகத்தை நீங்கள் உண்மையிலேயே புரிந்து கொண்டிருந்தால், எப்போது இரண்டு வெவ்வேறு கணக்குப் பதிவேடுகள் இருக்க வேண்டும் என்பதை நீங்கள் உணர்ந்து கொள்வீர்கள். அப்போது, நீங்கள் உங்களுடைய வங்கியாளரைவிட அதிக சாமர்த்தியசாலியாக இருப்பீர்கள்.

"நீ கொண்டிருக்கின்ற ஒவ்வொரு கடப்பாட்டிற்கும், நீ வேறு யாரோ ஒருவருடைய சொத்தாக இருக்கிறாய்," என்று என்னுடைய பணக்காரத் தந்தை எப்போதும் கூறினார்.

பின்வருவது இரண்டு வெவ்வேறு கணக்குப் பதிவேடுகளுக்கான ஓர் எடுத்துக்காட்டாகும். ஒன்று உங்களுடையது, மற்றொன்று உங்களுடைய வங்கியாளருடையது:

உங்களுடைய நிதி நிகர அறிக்கை

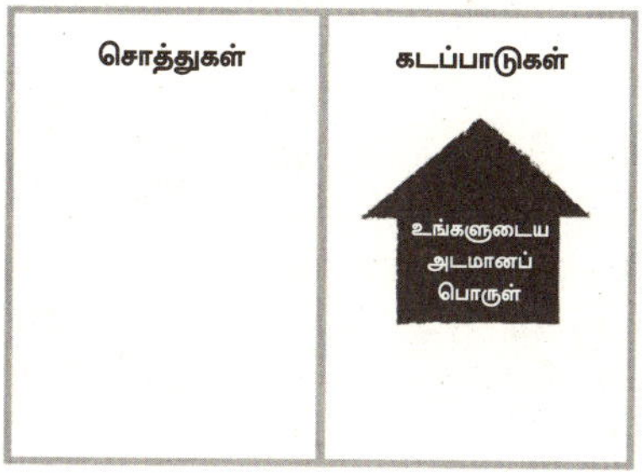

வங்கியின் நிதி நிகர அறிக்கை

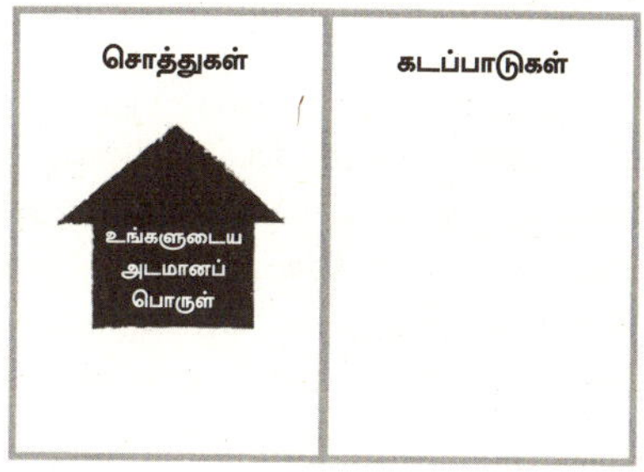

உங்கள் வாழ்வின் முதன்மை நிர்வாக அதிகாரி என்ற முறையில், ஒரு விஷயத்தை நீங்கள் எப்போதும் நினைவில் வைத்திருக்க வேண்டும்: உங்களுடைய கடப்பாடுகள் அல்லது கடன்கள் ஒவ்வொன்றுக்கும், நீங்கள் இன்னொருவரின் சொத்தாக இருக்கிறீர்கள். இதுதான் உண்மையான இரண்டு வெவ்வேறு கணக்குப் பதிவாகும். ஓர் அடமானக் கடன், கார் கடன், கல்லூரிக் கடன், கடனட்டைக் கடன் போன்ற ஒவ்வொரு கடப்பாட்டிற்கும், உங்களுக்குப் பணம் கடன் கொடுக்கின்ற மக்களுடைய ஓர் ஊழியராக நீங்கள் இருக்கிறீர்கள். இன்னொருவரைப் பணக்காரராக ஆக்குவதற்காக நீங்கள் கடினமாக உழைத்துக் கொண்டிருக்கிறீர்கள்.

நல்ல கடனும் மோசமான கடனும்

நல்ல கடன் மற்றும் மோசமான கடன் பற்றி என்னுடைய பணக்காரத் தந்தை அடிக்கடி என்னை எச்சரித்தார். "நீ ஒருவரிடம் பணம் கடன் வாங்குகின்ற ஒவ்வொரு முறையும், நீ அவர்களுடைய பணத்தின் ஓர் ஊழியராக ஆகிறாய். நீ ஒரு முப்பதாண்டுகாலக் கடன் வாங்கினால், நீ ஒரு முப்பதாண்டுகால ஊழியராக ஆகிறாய். உன்னுடைய கடன் தீரும்போது, அவர்கள் உனக்குத் தங்கக் கைக்கடிகாரம் எதுவும் தரப் போவதில்லை," என்று அவர் கூறினார்.

அவரும் கடன் வாங்கினார், ஆனால் தன்னுடைய கடன்களை வேறு யாரேனும் திருப்பிச் செலுத்தும்படி அவர் பார்த்துக் கொண்டார். வேறு யாரோ ஒருவர் உங்களுடைய கடனை அடைத்தால் அது நல்ல கடன் என்றும், நீங்கள் உங்களுடைய சொந்த உழைப்பால் திருப்பிச் செலுத்துகின்ற கடன் மோசமான கடன் என்றும் அவர் விளக்கினார். அதனால்தான் அவர் வாடகைக்கு விடக்கூடிய வீடுமனைகளை மிகவும் விரும்பினார். வீடுமனைகளை வாங்க அவர் என்னையும் ஊக்குவித்தார். ஏனெனில், "வங்கி உனக்குக் கடன் கொடுக்கிறது, ஆனால் உன்னுடைய வாடகைதாரர் அதைத் திருப்பிச் செலுத்துகிறார்," என்று அவர் கூறினார்.

வரவும் செலவும்

இரண்டு வெவ்வேறு கணக்குப் பதிவேடுகள் வெறுமனே சொத்துகளுக்கும் கடப்பாடுகளுக்கும் மட்டும் பொருந்தக்கூடியவை அல்ல. மாறாக, அவை வரவு செலவுகளுக்கும்கூடப் பொருந்தும். என்னுடைய பணக்காரத் தந்தை இப்படிக் கூறினார்: "ஒவ்வொரு கடப்பாட்டிற்கும் ஒரு சொத்து இருந்தாக வேண்டும், ஆனால் அவை ஒரே நிதி அறிக்கையில் இடம்பெறுவதில்லை. ஒவ்வொரு செலவுக்கும்கூட வருவாய் இருந்தாக வேண்டும், ஆனால் அவை ஒரே நிதி அறிக்கையில் இடம்பெறுவதில்லை."

இந்த எளிய வரைபடம் அதை அதிகத் தெளிவாக்கும்:

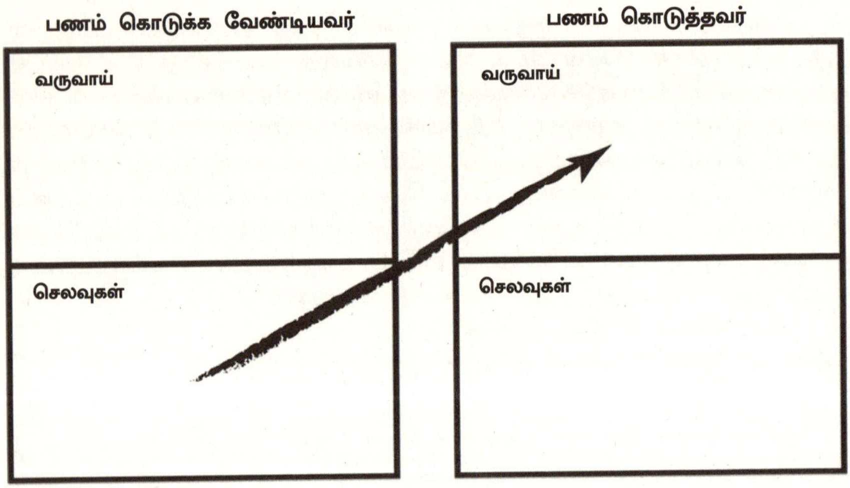

நிதிசார் விரைவுப் பாதையும் நிதிசார் போட்டியும்

நிதிசார் விரைவுப் பாதையையும் நிதிசார் போட்டியையும் விளக்கிக் காட்டுவதற்கு இரண்டு வெவ்வேறு கணக்குப் பதிவேடுகள் கோட்பாட்டை நம்மால் பயன்படுத்த முடியும். பல்வேறு வகைப்பட்ட நிதிசார் விரைவுப் பாதைகள் இருக்கின்றனர். பின்வரும் வரைபடம் மிகப் பொதுவானது. இது கடன் கொடுத்த ஒருவருக்கும் அவரிடம் கடன் வாங்கிய ஒருவருக்கும் இடையேயான பாதையாகும்.

இது எளிமைப்படுத்தப்பட்டுள்ளது, ஆனால் இதை ஆய்வு செய்ய நீங்கள் நேரம் ஒதுக்கினால், பெரும்பாலான மக்களின் கண்கள் பார்க்கத் தவறுவதை உங்கள் மனம் பார்க்கத் தொடங்கும். பணக்காரர்களுக்கும் ஏழைகளுக்கும், கடன் வாங்குபவர்களுக்கும் கடன் கொடுப்பவர்களுக்கும், வேலைகளை உருவாக்குபவர்களுக்கும் வேலை தேடுபவர்களுக்கும் இடையேயான உறவை நீங்கள் பார்க்கத் தொடங்குவீர்கள்.

ஒரு கடனாளியின் நிதி அறிக்கை | **கடன் கொடுத்தவரின் நிதி அறிக்கை**

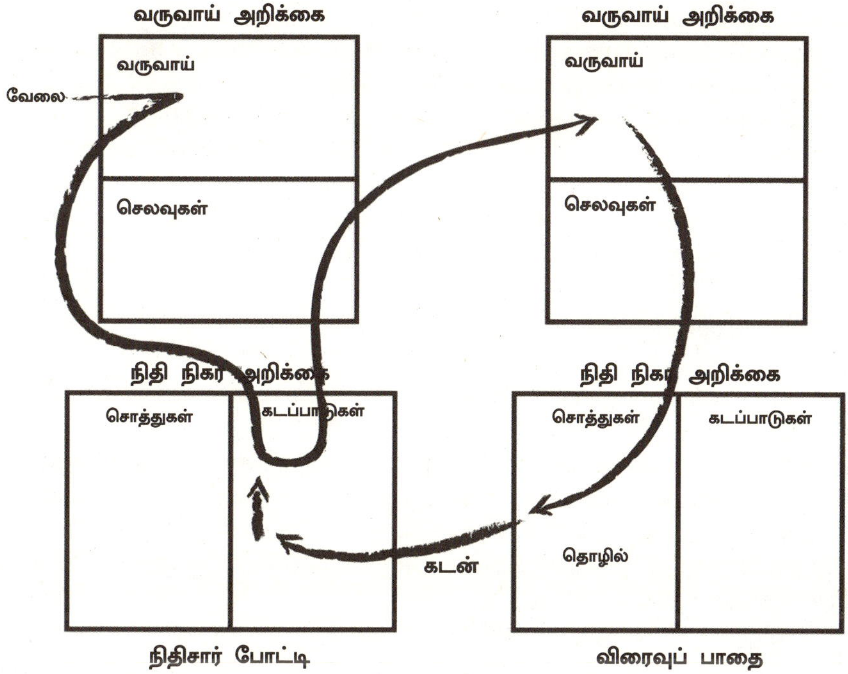

கடன் கொடுப்பவர் எப்போதும் இப்படிக் கூறுவார்: "வாங்கிய கடன்களை முறையாகத் திருப்பிக் கொடுப்பவர் என்ற நற்பெயர் உங்களுக்கு இருப்பதால், உங்களுடைய அனைத்துக் கடன்களையும் ஒன்றுசேர்த்து ஒரே ஒரு கடனாக ஆக்க நாங்கள் தயாராக இருக்கிறோம்," அல்லது, "எதிர்காலத்திற்கு உங்களுக்குச் சிறிது கூடுதல் பணம் தேவைப்படும் என்றால், எங்களிடம் நீங்கள் கடன் வாங்கிக் கொள்ளலாமே?"

வேறுபாடு உங்களுக்குத் தெரியுமா?

இரண்டு வெவ்வேறு கணக்குப் பதிவேடுகளுக்கு இடையே பணம் பாய்கின்ற பாதையைத்தான் என் பணக்காரத் தந்தை 'நிதிசார் விரைவுப் பாதை' என்றும், 'நிதிசார் போட்டி' என்றும் அழைத்தார். அவ்விரண்டில் ஏதேனும் ஒன்று இருக்க வேண்டுமென்றால், மற்றொன்றும் இருந்தாக வேண்டும். எனவே, குறைந்தபட்சம் இரண்டு நிதி அறிக்கைகள் இருந்தாக வேண்டும். கேள்விகள் இவைதாம்: எது உங்களுடைய அறிக்கை? நீங்கள் எந்த அறிக்கையைப் பெற்றிருக்க விரும்புகிறீர்கள்?

அதனால்தான், பணக்காரத் தந்தை எப்போதும் என்னிடம் இப்படிக் கூறினார்: "பிரச்சனை பணப் பெயர்ச்சியாக இருந்தால், அதிகப் பணம் ஈட்டுவது உன்னுடைய பிரச்சனைகளைத் தீர்க்காது. நிதிசார் எண்களின் சக்தியைப் புரிந்து கொள்கின்றவர்கள், அதைப் புரிந்து கொள்ளாதவர்கள்மீது ஆதிக்கம் செலுத்துகின்றனர்."

அதனால்தான், நீங்கள் உங்களுடைய பணப் பெயர்ச்சியை உங்களுடைய கட்டுப்பாட்டிற்குள் கொண்டு வந்தாக வேண்டும்.

உங்களுடைய செலவுகளை உங்கள் கட்டுப்பாட்டிற்குள் கொண்டு வருவதற்கும், உங்களுடைய கடன்களையும் கடப்பாடுகளையும் எவ்வளவு முடியுமோ அவ்வளவு குறைப்பதற்கும் நீங்கள் ஒரு திட்டம் வகுத்தாக வேண்டும். முதலில் உங்கள் வருவாய்க்குள் வாழ்க்கை நடத்துங்கள். பிறகு நீங்கள் உங்கள் வருவாயை விரிவுபடுத்திக் கொள்ளுங்கள்.

செயலில் இறங்குங்கள்

முதல் நடவடிக்கையில் நீங்கள் உருவாக்கிய உங்களுடைய நிதி அறிக்கையை மறுபரிசீலனை செய்யுங்கள்.

இன்று நீங்கள் கேஷ்ஃபுளோ கால்சதுரத்தின் எந்தக் கால்சதுரத்திலிருந்து உங்கள் வருவாயை ஈட்டிக் கொண்டிருக்கிறீர்கள் என்பதைத் தீர்மானியுங்கள்.

இன்றிலிருந்து ஐந்து ஆண்டுகளில் கேஷ்ஃபுளோ கால்சதுரத்தின் எந்தக் கால்சதுரத்திலிருந்து நீங்கள் உங்கள் வருவாயை ஈட்ட விரும்புகிறீர்கள் என்பதைத் தீர்மானியுங்கள்.

உங்களுடைய பணப் பெயர்ச்சி நிர்வாகத் திட்டத்தைத் தொடங்குங்கள்:

முதலில் உங்களுக்குக் கொடுத்துக் கொள்ளுங்கள்

உங்களுடைய சம்பளத்தில் அல்லது பிற மூலாதாரங்களிலிருந்து நீங்கள் ஈட்டுகின்ற வருவாயில் ஒரு குறிப்பிட்ட சதவீதத்தைத் தனியாக ஒதுக்கி, அதை ஒரு முதலீட்டுச் சேமிப்புக் கணக்கில் போட்டு வையுங்கள். அந்தப் பணம் அந்தக் கணக்கிற்குள் போடப்பட்டப் பிறகு, அதை மேலும் முதலீடு செய்யும்வரை அதை ஒருபோதும் தொடாதீர்கள்.

வாழ்த்துகள்! நீங்கள் உங்களுடைய பணப் பெயர்ச்சியை நிர்வகிக்கத் தொடங்கிவிட்டீர்கள்.

உங்களுடைய தனிப்பட்ட நுகர்வுச் செலவைக் குறைப்பதன்மீது கவனம் செலுத்துங்கள்

தனிப்பட்டக் கடனைக் குறைப்பதற்கும் ஒட்டுமொத்தமாகக் களைவதற்கும் உதவக்கூடிய சில உதவிக் குறிப்புகள் பின்வருமாறு:

உதவிக் குறிப்பு 1

உங்களுடைய கடனட்டைகளில் நீங்கள் கடன் வாங்கியிருந்தால், ஓரிரண்டு கடனட்டைகளை மட்டுமே பயன்படுத்துவதற்கான ஒழுங்கை உங்களிடம் வளர்த்துக் கொள்ளுங்கள். புதிதாக ஏதேனும் வாங்கினால், ஒவ்வொரு மாதமும் பணத்தை முழுமையாகச் செலுத்திவிடுங்கள். இனியும் எந்த நீண்டகாலக் கடனும் வாங்காதீர்கள்.

உதவிக் குறிப்பு 2

ஒவ்வொரு மாதமும் கூடுதலாக 150-200 டாலர்கள் சம்பாதிக்க வழி செய்யுங்கள். நீங்கள் நிதிசார் அறிவு கைவரப் பெற்றுக் கொண்டிருப்பதால், இது உங்களுக்குச் சுலபமானதாக இருக்க வேண்டும். ஒவ்வொரு மாதமும் கூடுதலாக 150-200 டாலர்களை உங்களால் சம்பாதிக்க முடியாவிட்டால், நீங்கள் பொருளாதாரச் சுதந்திரம் அடைவதற்கான வாய்ப்புகள் மிகவும் குறைவாகும்.

உதவிக் குறிப்பு 3

நீங்கள் சம்பாதிக்கின்ற அந்தக் கூடுதல் 150-200 டாலர்களை ஒரே ஒரு கடனட்டைக்கு மாதாமாதம் செலுத்துங்கள். அதற்குச் செலுத்த வேண்டிய குறைந்தபட்சத் தொகையோடு, இந்த 150-200 டாலர்களையும் சேர்த்துச் செலுத்துங்கள். மற்றக் கடனட்டைகளுக்கும் குறைந்தபட்சத் தொகையைச் செலுத்துங்கள்.

உதவிக் குறிப்பு 4

முதல் கடனட்டைக் கடன் முழுவதையும் அடைத்தவுடன், அந்தக் கடனட்டைக்கு ஒவ்வொரு மாதமும் நீங்கள் செலுத்திய முழுத் தொகையை அடுத்தக் கடனட்டைக்குச் செலுத்துங்கள். இப்போது, அந்த இரண்டாவது கடனட்டைக்கான குறைந்தபட்சத் தொகையையும், முதல் அட்டைக்கு நீங்கள் செலுத்திக் கொண்டிருந்த முழுத் தொகையையும் சேர்த்து இந்த இரண்டாவது அட்டைக்குக் கட்டிக் கொண்டிருக்கிறீர்கள்.

உங்களுடைய அனைத்துக் கடனட்டைக் கடன்களையும் பிற கடன்களையும் அடைத்து முடிக்கும்வரை இதே செயல்முறையைப் பின்பற்றுங்கள்.

உதவிக் குறிப்பு 5

உங்களுடைய கடனட்டைக் கடன்களையும் பிற கடன்களையும் அடைத்தப் பிறகு, உங்களுடைய காருக்கும் வீட்டுக்கும் நீங்கள் வாங்கிய கடன்களை இதே வழியில் அடைத்துவிடுங்கள். விரைவில், நீங்கள் அனைத்துக் கடன்களையும் அடைத்திருப்பீர்கள். பெரும்பாலான மக்களால், வெறும் ஐந்திலிருந்து ஏழு ஆண்டுகளுக்குள் கடன்களிலிருந்து விடுபட்டுவிட முடியும்.

உதவிக் குறிப்பு 6

இப்போது நீங்கள் கடனின்றி இருப்பதால், உங்களுடைய கடைசிக் கடனுக்கு நீங்கள் செலுத்திக் கொண்டிருந்த மாதாந்திரத் தொகையை உங்களுடைய முதலீடுகளுக்கான கணக்கில் போடுங்கள். உங்களுடைய சொத்துகள் பகுதியை உருவாக்கத் தொடங்குங்கள்.

இது அவ்வளவு எளியது.

அத்தியாயம் 13

நடவடிக்கை 3: துணிகர முயற்சிக்கும் ஆபத்துக்கும் இடையேயான வேறுபாட்டை அறிந்திருத்தல்

தொழிலும் முதலீடும் ஆபத்தானவை அல்ல,
ஆனால் அவற்றைப் பற்றிய அறிவு
இல்லாமலிருப்பது ஆபத்தானது.

முறையான பணப் பெயர்ச்சி நிர்வாகம் என்றால் என்ன?

ஒரு சொத்துக்கும் ஒரு கடப்பாட்டுக்கும் இடையேயான வேறுபாட்டை அறிந்திருப்பதிலிருந்துதான் முறையான பணப் பெயர்ச்சி நிர்வாகம் தொடங்குகிறது. 45 வயது நபர் ஒருவருடைய, முறையாக நிர்வகிக்கப்பட்டப் பணப் பெயர்ச்சியைப் பின்வரும் படம் காட்டுகிறது:

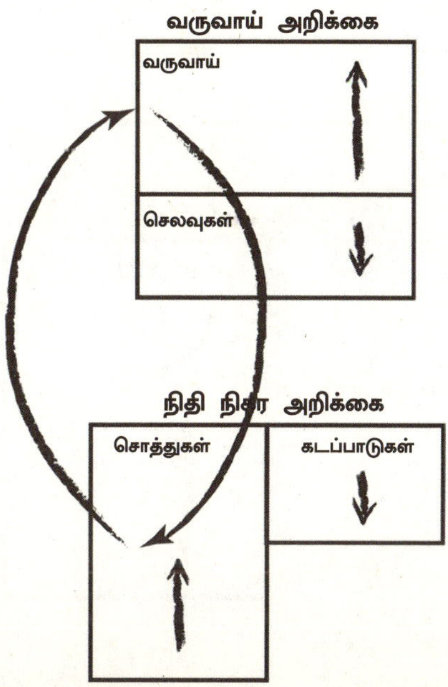

45 வயதை நான் இங்கே பயன்படுத்துவதற்குக் காரணம், அது 25 வயதுக்கும் (பெரும்பாலான மக்கள் வேலை செய்யத் தொடங்கும் வயது) 65 வயதுக்கும் (பெரும்பாலான மக்கள் ஓய்வு பெறும் வயது) இடைப்பட்டதாக இருப்பதுதான். 45 வயதுக்குள் ஒருவர் தன்னுடைய பணப் பெயர்ச்சியை முறையாக நிர்வகித்திருந்தால், அவருடைய சொத்துப் பகுதி அவருடைய கடப்பாட்டுப் பகுதியைவிட அதிக நீளமானதாக இருக்கும்.

இந்நபர் துணிகர் முயற்சிகளில் இறங்குகிறார், ஆனால் மிதமிஞ்சிய ஆபத்தை உள்ளடக்கிய முயற்சிகளில் இறங்குவதில்லை. மக்கட்தொகையின் மேல்மட்ட 10 சதவீதத்தில் இவர் இருக்கிறார். மீதி 90 சதவீதத்தினரைப்போல இவர் தன்னுடைய பணப் பெயர்ச்சியை முறையாக நிர்வகிக்காவிட்டால், ஒரு சொத்துக்கும் ஒரு கடப்பாட்டுக்கும் இடையேயான வேறுபாட்டை அறியாவிட்டால், அவருடைய 45 ஆவது வயதில் அவருடைய நிதி நிலவரம் இப்படி இருக்கும்:

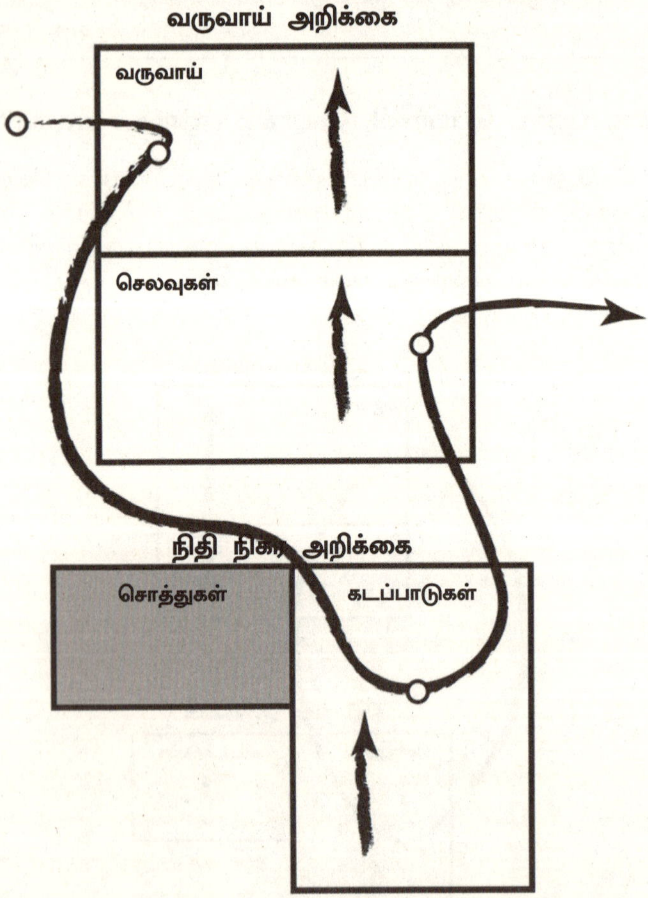

"முதலீடு செய்வது ஆபத்தானது," என்று கூறுவது இவர்கள்தாம். முதலீடு செய்வது ஆபத்தானது அல்ல. ஆனால் அதைப் பற்றிய அறிவும் பயிற்சியும் அவர்களுக்கு இல்லாததுதான் அதை ஆபத்தானதாக ஆக்குகிறது.

நிதிசார் அறிவு

நான் நிதிசார் அறிவு கொண்டவனாக ஆக வேண்டும் என்று என்னுடைய பணக்காரத் தந்தை வலியுறுத்தியதை 'பணக்காரத் தந்தை ஏழைத் தந்தை' புத்தகத்தில் நான் விளக்கினேன்.

நிதிசார் அறிவு என்பது வெறுமனே நிதிசார் எண்களை உங்களுடைய கண்களால் பார்ப்பது அல்ல, மாறாக, பணம் எந்தத் திசையில் பெயர்ந்து கொண்டிருக்கிறது என்று கூறுவதற்கு உங்களைப் பயிற்றுவிப்பதும் ஆகும். "பணம் பெயரும் திசைதான் எல்லாவற்றையும் தீர்மானிக்கிறது," என்று என் பணக்காரத் தந்தை எப்போதும் கூறினார்.

ஒரு வீடு ஒரு சொத்தாகவும் இருக்கலாம் அல்லது ஒரு கடப்பாடாகவும் இருக்கலாம். பணப் பெயர்ச்சி எந்தத் திசையில் நிகழ்ந்து கொண்டிருக்கிறது என்பதைப் பொறுத்தது அது. பணம் உங்களுடைய பாக்கெட்டை நோக்கிப் பெயர்ந்து வந்தால், அது ஒரு சொத்தாகும். அது உங்களுடைய பாக்கெட்டுக்குள் இருந்து வெளியே பெயர்ந்து சென்றால், அது ஒரு கடப்பாடாகும்.

நிதிசார் நுண்ணறிவு

நிதிசார் நுண்ணறிவுக்கு என்னுடைய பணக்காரத் தந்தை பல வரையறைகளை வைத்திருந்தார். "ரொக்கப் பணத்தை அல்லது உழைப்பை, பணப் பெயர்ச்சியை வழங்குகின்ற சொத்துகளாக ஆக்குவதற்கான திறன்," அவற்றில் ஒன்று. "யார் சாமர்த்தியசாலி? நீயா அல்லது உன் பணமா?" என்பது அவர் அடிக்கடி விரும்பிக் கேட்கும் கேள்வியாகும்.

அவரைப் பொறுத்தவரை, ஒருவர் பணத்திற்காகக் கடுமையாக உழைப்பதில் தன்னுடைய பாதி வாழ்க்கையைச் செலவிட்டுவிட்டு, பணம் வந்த வேகத்தில் வெளியே போக அனுமதிப்பது, அந்நபருக்கு உயர்ந்த நிதிசார் நுண்ணறிவு இருப்பதற்கான ஓர் அறிகுறி அல்ல. பத்தாவது அத்தியாயத்தில் நான் குறிப்பிட்டிருந்த மூன்று வகையான பணப் பெயர்ச்சிப் போக்குகளை (ஒரு பணக்காரரின் போக்கு, ஓர் ஏழையின் போக்கு மற்றும் ஒரு நடுத்தர வகுப்பினரின் போக்கு) நீங்கள் மீண்டும் ஒரு முறை படிப்பது நல்லது. ஒரு பணக்காரர் சொத்துகளை வாங்குவதன்மீதுதான் தன்னுடைய முயற்சிகளைக் குவிக்கிறாரே அன்றி, கடினமாக உழைப்பதில் அல்ல.

நிதிசார் நுண்ணறிவு இல்லாத காரணத்தால், கற்றறிந்த மக்களில் பலர், தங்களைப் பொருளாதாரரீதியாக மிகவும் ஆபத்தான நிலையில் கொண்டு நிறுத்துகின்றனர். என்னுடைய பணக்காரத் தந்தை இதைப் 'பொருளாதாரச் சிவப்புக் கோடு' என்று அழைத்தார். அதாவது, இவர்களுடைய வருவாயும் செலவுகளும் ஒவ்வொரு மாதமும் கிட்டத்தட்ட ஒரே மாதிரி இருக்கின்றன.

இவர்கள் வேலைப் பாதுகாப்பை உடும்புபோலப் பிடித்துக் கொள்கின்றனர், நாட்டின் பொருளாதாரம் மாறும்போது இவர்களால் மாற முடிவதில்லை, கவலை மற்றும் மன அழுத்தத்தின் மூலம் இவர்கள் தங்களுடைய ஆரோக்கியத்தைச் சீரழிக்கின்றனர். பெரும்பாலும் இதே மக்கள்தாம், "தொழிலும் முதலீடு செய்வதும் ஆபத்தானவை," என்று கூறுகின்றனர்.

என்னுடைய அபிப்பிராயத்தில், தொழிலும் முதலீடு செய்வதும் ஆபத்தானவை அல்ல, ஆனால் அது பற்றிய அறிவு இல்லாமல் இருப்பது ஆபத்தானது. அதேபோல, முறையான தகவல் இல்லாமல் இருப்பதும் ஆபத்தானது. ஒரு பாதுகாப்பான வேலையைச் சார்ந்திருப்பதுதான் ஒருவர் மேற்கொள்ளக்கூடிய மிகவும் ஆபத்தான காரியமாகும். ஒரு சொத்தை வாங்குவது ஆபத்தானது அல்ல. ஆனால், சொத்துகள் என்று உங்களிடம் கூறப்பட்டுள்ள கடப்பாடுகளை வாங்குவது ஆபத்தானது.

துணிகர முயற்சிக்கும் ஆபத்துக்கும் இடையேயான வேறுபாட்டை நீங்கள் அறிந்திட வேண்டும்.

செயலில் இறங்குங்கள்

ஆபத்து என்பதை உங்களுடைய சொந்த வார்த்தைகளில் வரையறுங்கள்.

- ஒரு சம்பளக் காசோலையைச் சார்ந்திருப்பது உங்களைப் பொறுத்தவரை ஆபத்தானதா?
- ஒவ்வொரு மாதமும் கடன் செலுத்த வேண்டியிருப்பது ஆபத்தானதா?
- ஒவ்வொரு மாதமும் பணப் பெயர்ச்சியை உருவாக்குகின்ற ஒரு சொத்தைச் சொந்தமாக வைத்திருப்பது உங்களைப் பொறுத்தவரை ஆபத்தானதா?
- நிதிசார் கல்வியறிவு பெறுவதற்கு நேரம் செலவிடுவது உங்களுக்கு ஆபத்தானதா?
- பல்வேறு வகையான முதலீடுகளைப் பற்றிக் கற்பதற்கு நேரம் செலவிடுவது உங்களுக்கு ஆபத்தானதா?

பின்வருவனவற்றில் ஒன்று அல்லது அதற்கு மேற்பட்டவற்றைச் செய்வதற்கு ஒவ்வொரு வாரமும் ஐந்து மணிநேரத்தை அர்ப்பணியுங்கள்.

- உங்களுடைய செய்தித்தாளில் தொழில்கள் பற்றிய பக்கத்தைப் படியுங்கள்.
- தொலைக்காட்சியில் அல்லது வானொலியில் நிதிசார் செய்திகளைக் கேளுங்கள்.
- நிதிசார் வலைத்தளங்கள், இதழ்கள், செய்திப் பத்திரிகைகள் ஆகியவற்றைப் படியுங்கள்.

- கேஷ்ஃப்ளோ விளையாட்டை விளையாடுங்கள்.
- முதலீடு செய்தல், நிதிசார் கல்வி ஆகியவை தொடர்பான பயிலரங்குகளில் கலந்து கொள்ளுங்கள்.
- பொருளாதாரச் சுதந்திரம் அடைவதற்கு உங்களுக்கு உதவக்கூடிய ஒரு பயிற்றுவிப்பாளரை நியமித்துக் கொள்ளுங்கள்.

அத்தியாயம் 14

நடவடிக்கை 4: நீங்கள் எத்தகைய முதலீட்டாளராக இருக்க விரும்புகிறீர்கள் என்பதைத் தீர்மானித்துக் கொள்ளுங்கள்

சிறியதாகத் தொடங்குங்கள், பிரச்சனைகளைத் தீர்க்கக் கற்றுக் கொள்ளுங்கள்

சில முதலீட்டாளர்கள் ஏன் மற்றவர்களைவிட அதிகமாகச் சம்பாதிக்கின்றனர், குறைவான ஆபத்தை எதிர்கொள்கின்றனர் என்பதைப் பற்றி நீங்கள் எப்போதேனும் யோசித்திருக்கிறீர்களா?

பெரும்பாலான மக்கள் பொருளாதாரரீதியாகக் கஷ்டப்படுவதற்குக் காரணம், அவர்கள் நிதிசார் பிரச்சனைகளைத் தவிர்ப்பதுதான். என்னுடைய பணக்காரத் தந்தை எனக்குக் கற்றுக் கொடுத்த மாபெரும் இரகசியங்களில் ஒன்று இது: நீ பெரும் செல்வத்தை விரைவாகக் கைவசப்படுத்த விரும்பினால், பெரும் நிதிசார் பிரச்சனைகளை நேருக்கு நேர் எதிர்கொள்.

இப்புத்தகத்தின் முதல் பகுதியில், ஐந்து நிலைகளிலான முதலீட்டாளர்களை நான் விவரித்தேன். மூன்று வெவ்வேறு வகையான முதலீட்டாளர்களை இங்கு நான் அறிமுகப்படுத்த விரும்புகிறேன்:

- A வகையினர்: பிரச்சனைகளை நாடுகின்ற முதலீட்டாளர்கள்
- B வகையினர்: விடைகளை நாடுகின்ற முதலீட்டாளர்கள்
- C வகையினர்: தாங்கள் என்ன செய்ய வேண்டும் என்று கூறுவதற்கு ஒரு 'வல்லுநரை' நாடுகின்ற முதலீட்டாளர்கள்

C வகை முதலீட்டாளர்கள்

இவர்கள் நிதிசார் கல்வி கற்காதவர்கள். தாங்கள் எதில் முதலீடு செய்ய வேண்டும் என்று தங்களிடம் கூறக்கூடிய மக்களை இவர்கள்

நாடுகின்றனர். E மற்றும் S கால்சதுரங்களில் உள்ளவர்கள், ஓய்வூதியத் திட்டங்களில் ஏற்பட்டுள்ள மாற்றங்களால் இந்த முதலீட்டு ஆட்டத்திற்குள் வலுக்கட்டாயமாகத் தள்ளப்பட்டுள்ளனர். சிறந்த முதலீட்டாளர்களாக ஆவதற்கு உதவக்கூடிய நிதிசார் கல்வியறிவைப் பெறுவதில் முதலீடு செய்வதில் இவர்கள் அவ்வளவாக ஆர்வமற்றவர்களாக இருக்கின்றனர். இவர்களுக்கு எதுவும் தெரியாது. எனவே, 'வல்லுநர்கள்' என்று அழைக்கப்படுவோரின் அறிவுரையை இவர்கள் சார்ந்திருக்க வேண்டியுள்ளது.

இந்த வகை முதலீட்டாளர்கள் பணக்காரர்களாக ஆவதற்கு எவ்வளவு வாய்ப்பு இருக்கிறது? ஒரு லாட்டரிக் குலுக்கலில் பரிசு பெறுவதற்கு இருக்கின்ற அதே அளவு வாய்ப்புதான்!

B வகை முதலீட்டாளர்கள்

இந்த வகை முதலீட்டாளர்கள் விடைகளை நாடுகின்றனர். இவர்கள் பின்வருவன போன்ற கேள்விகளை அடிக்கடிக் கேட்கின்றனர்:

- "நான் எதில் முதலீடு செய்ய வேண்டும் என்று நீங்கள் பரிந்துரைக்கிறீர்கள்?"
- "நான் வீடுமனைகளை வாங்க வேண்டும் என்று நீங்கள் நினைக்கிறீர்களா?"
- "எந்தப் பங்குகள் எனக்கு நல்லது?"
- "நான் என்னுடைய தரகரிடம் பேசினேன். நான் பலதரப்பட்டவற்றில் முதலீடு செய்ய வேண்டும் என்று அவர் பரிந்துரைத்தார்."
- "என்னுடைய பெற்றோர் எனக்கு ஒரு சில பங்குகளைக் கொடுத்துள்ளனர். நான் அவற்றை விற்க வேண்டுமா?"

B வகை முதலீட்டாளர்கள், பல வரி ஆலோசகர்களிடமும், வழக்கறிஞர்களிடமும், பங்குத் தரகர்களிடமும், வீடுமனை முகவர்களிடமும் நேர்முகத் தேர்வு நடத்தி, அவர்களில் தகுதியானவர்களைக் கவனமாகத் தேர்ந்தெடுத்து, பிறகு அவர்களுடைய அறிவுரையைச் செயல்படுத்த வேண்டும். தாங்கள் போதிப்பதைப் பின்பற்றுகின்ற ஆலோசகர்களை இவர்கள் கண்டுபிடிக்க வேண்டும். வெறுமனே முதலீட்டு ஆலோசனையை மக்களிடம் விற்பனை செய்து, கமிஷன்கள் மற்றும் கட்டணங்கள் வாயிலாகப் பணக்காரர்களாக ஆகியுள்ளோரிடமிருந்து ஓட்டமெடுங்கள். தாங்கள் எந்த முதலீடுகளை விற்றுக் கொண்டிருக்கிறார்களோ, அதே முதலீடுகளில் தங்களுடைய சொந்தப் பணத்தை முதலீடு செய்துள்ள முதலீட்டு ஆலோசகர்களை இந்த B வகை முதலீட்டாளர்கள் நாட வேண்டும்.

ஊழியர்கள் மற்றும் சுயதொழில் புரிவோரில் பலர் B வகை முதலீட்டாளர்களாக இருப்பதை நான் காண்கிறேன். ஏனெனில், அவர்கள் தங்கள் வேலைகளில் மும்முரமாக இருக்கின்றனர்; முதலீட்டு வாய்ப்புகளைத் தேடிக் கண்டுபிடிப்பதற்கும் கேஷ்ஃபுளோ கால்சதுரத்தின் வலப்பக்கத்தைப் பற்றிக் கற்றுக் கொள்வதற்கும் போதிய நேரம் இல்லாதவர்களாக இருக்கின்றனர். எனவே, முதலீடு தொடர்பான அறிவைத் தாங்களாகவே

கைவசப்படுத்துவதற்குப் பதிலாக, வேறு யாரேனும் விடைகளைத் தங்களிடம் கொடுக்க வேண்டும் என்று இவர்கள் விரும்புகின்றனர்.

A வகை முதலீட்டாளர்கள்

இவர்கள் பிரச்சனைகளைத் தேடுகின்றனர். குறிப்பாக, நிதிசார் பிரச்சனைகளுக்கு உள்ளாகின்றவர்களால் விளைகின்ற பிரச்சனைகளை இவர்கள் தேடுகின்றனர். பிரச்சனைகளைத் தீர்ப்பதில் வல்லவர்களாக இருக்கின்ற முதலீட்டாளர்கள் தங்கள் பணத்தின்மீது குறைந்தபட்சம் 25 சதவீதப் பதிலீட்டைப் பெறுகின்றனர். இவர்கள் ஈட்டக்கூடிய பதிலீடுகளுக்கு எல்லையே இல்லை. இவர்கள் பொதுவாக, வலிமையான நிதிசார் அடித்தளங்களைக் கொண்ட ஐந்தாம் நிலை முதலீட்டாளர்களாக இருக்கின்றனர். தொழில் உரிமையாளர்களாகவும் முதலீட்டாளர்களாகவும் வெற்றி பெறத் தேவையான திறமைகள் இவர்களிடம் இருக்கின்றன. அத்தகைய திறமைகள் இல்லாதோர் உருவாக்குகின்ற பிரச்சனைகளைத் தீர்ப்பதற்கு இவர்கள் அத்திறமைகளைப் பயன்படுத்துகின்றனர்.

எடுத்துக்காட்டாக, நான் முதன்முதலாக வெறும் 18,000 டாலர்கள் பணத்துடன் முதலீடு செய்யத் தொடங்கியபோது, ஜப்தி செய்யப்படவிருந்த சிறிய வீடுகள்மீது மட்டுமே நான் கவனம் செலுத்தினேன்.

ஒரு சில ஆண்டுகளுக்குப் பிறகும் நான் பிரச்சனைகளைத் தேடிக் கொண்டிருந்தேன். ஆனால் இம்முறை, தொகை பெரிதாக இருந்தது. பல ஆண்டுகளுக்கு முன்பு, பெரூ நாட்டில், 3 கோடி டாலர்கள் விலைமதிப்புக் கொண்ட ஒரு சுரங்க நிறுவனத்தை வாங்குவதில் நான் மும்முரமாக ஈடுபட்டிருந்தேன். பிரச்சனையும் தொகையும் பெரிதாக இருந்தபோதிலும், செயல்முறையில் எந்த மாற்றமும் இருக்கவில்லை.

விரைவுப் பாதைக்கு எப்படி அதிக விரைவாக வந்து சேர்வது

நீங்கள் சிறிய அளவில் தொடங்கி, பிரச்சனைகளைத் தீர்க்கக் கற்றுக் கொண்டால், உங்களால் அளப்பரிய செல்வத்தைக் கைவசப்படுத்த முடியும். ஏனெனில், பிரச்சனைகளைத் தீர்ப்பதில் நீங்கள் அதிகத் திறன் படைத்தவராக ஆகிறீர்கள்.

வேகமாகச் சொத்துகளைக் கைவசப்படுத்த விரும்புகின்றவர்கள், முதலில் B மற்றும் I கால்சதுரங்களுக்கான திறமைகளைக் கற்றுக் கொள்ள வேண்டும் என்று நான் மீண்டும் வலியுறுத்துகிறேன். முதலில் ஒரு தொழிலை எவ்வாறு கட்டியெழுப்புவது என்பதைக் கற்றுக் கொள்ளுங்கள். ஏனெனில், அது இன்றியமையாத கல்விசார் அனுபவத்தைக் கொடுக்கிறது, தனிப்பட்டத் திறமைகளை மேம்படுத்துகிறது, சந்தையின் ஏற்ற இறக்கங்களைச் சமாளிக்கத் தேவையான பணப் பெயர்ச்சியை வழங்குகிறது, ஓய்வு நேரத்தையும் வழங்குகிறது. என்னுடைய தொழிலிலிருந்து வந்த பணப் பெயர்ச்சிதான் நிதிசார் பிரச்சனைகளைத் தேடிச் சென்று தீர்ப்பதற்கான ஓய்வு நேரத்தை எனக்குப் பெற்றுக் கொடுத்தது.

உங்களால் மூன்று வகையான முதலீட்டாளர்களாகவும் இருக்க முடியுமா?

எதார்த்தத்தில், நான் மூன்று வகையான முதலீட்டாளர்களாகவும் செயல்படுகிறேன். பரஸ்பர நிதி என்று வரும்போது, நான் C வகை முதலீட்டாளராக இருக்கிறேன். "நீங்கள் எந்தப் பரஸ்பர நிதியைப் பரிந்துரைக்கிறீர்கள்?" என்று என்னிடம் கேட்கப்படும்போது, "எனக்குத் தெரியாது," என்று நான் பதிலளிக்கிறேன்.

ஒரு B வகை முதலீட்டாளர் என்ற முறையில், என்னுடைய நிதிசார் பிரச்சனைகளுக்கான தொழில்முறை விடைகளை நான் நாடுகிறேன். என்னுடைய ஆலோசகர்கள், வரி மற்றும் செல்வம் தொடர்பான உத்திகளை வகுப்பவர்கள், பங்குத் தரகர்கள், வங்கியாளர்கள், வீடுமனை முகவர்கள் போன்றோரிடமிருந்து விடைகளைக் கேட்டுப் பெறுகிறேன். இவர்களில் உண்மையிலேயே தகுதி வாய்ந்தவர்களிடம் அளப்பரிய தகவல்கள் இருக்கின்றன. அவற்றைத் தனிப்பட்ட முறையில் தேடிக் கண்டுபிடிக்க முடியாதவர்கள் இவர்களுடைய உதவியை நாடுவது நல்லது.

என்னுடைய நிதிசார் ஆலோசகர்கள் எனக்குக் கொடுக்கின்ற அறிவுரை மிகவும் மதிப்பு வாய்ந்தது. ஏனெனில், அறக்கட்டளைகள், உயில்கள், காப்பீடுகள் ஆகியவற்றைப் பற்றி என்னைவிடப் பன்மடங்கு சிறப்பாக அறிந்தவர்கள் இவர்கள். இவர்கள் சந்தையுடன் எப்போதும் ஒரு நெருக்கமான தொடர்பு வைத்திருக்கின்றனர். சட்டங்களில் ஏற்படுகின்ற மாற்றங்களும், அவை சந்தைகள்மீது எவ்வாறு தாக்கம் விளைவிக்கும் என்பதும் இவர்களுக்கு அத்துப்படியாக உள்ளன. முதலீடு செய்வது என்பது வெறுமனே வாங்குவதையும் விற்பதையும் மட்டுமே உள்ளடக்கிய ஒன்றல்ல.

எனக்காக முதலீடு செய்வதற்கு நானும் பிற முதலீட்டாளர்களுக்குப் பணம் கொடுக்கிறேன். வேறு வார்த்தைகளில் கூற வேண்டுமென்றால், நான் பிற நான்காம் நிலை முதலீட்டாளர்களுடனும் ஐந்தாம் நிலை முதலீட்டாளர்களுடனும் கூட்டு சேர்ந்து முதலீடு செய்கிறேன். இவர்கள் தனிப்பட்ட முறையில் நான் அறிந்தவர்கள் மற்றும் என் நம்பிக்கைக்கு உரியவர்கள். எனக்குத் தெரியாத ஒரு விஷயத்தில் அவர்கள் முதலீடு செய்வதைத் தேர்ந்தெடுத்தால், நான் என்னுடைய பணத்தை அவர்களிடம் கொடுக்கக்கூடும். ஏனெனில், அவர்கள் தாங்கள் செய்கின்றவற்றில் சிறந்தவர்கள் என்பதை நான் அறிவேன், அவர்களுடைய அறிவின்மீது நான் நம்பிக்கை கொண்டுள்ளேன்.

நீங்கள் ஏன் விரைவாகத் தொடங்க வேண்டும்?

மக்கள் தங்களுடைய சொந்த நிதிசார் விரைவுப் பாதையை விரைவாகத் தேடிக் கண்டுபிடித்துப் பணக்காரர்களாக ஆவதில் தீவிரமாக இருக்க வேண்டும் என்று நான் பரிந்துரைப்பதற்கான முக்கியக் காரணங்களில் ஒன்று இது: அமெரிக்காவிலும் உலகின் பெரும்பான்மை நாடுகளிலும் இரண்டு வகையான விதிமுறைத் தொகுதிகள் இருக்கின்றன: ஒன்று

பணக்காரர்களுக்கானது, மற்றொன்று மற்ற அனைவருக்குமானது. நிதிசார் போட்டியில் ஓரிடத்தில் சிக்கிக் கிடக்கின்ற மக்களுக்கு எதிராகப் பல சட்டங்கள் இயற்றப்பட்டுள்ளன. வியாபார உலகிலும் முதலீட்டு உலகிலும், தங்களுடைய வரிப் பணம் எங்கே போய்க் கொண்டிருக்கிறது என்பதைப் பற்றி நடுத்தர வகுப்பினருக்கு எந்த யோசனையும் இல்லாததைக் கண்டு நான் அதிர்ச்சியடைகிறேன். வரிப் பணம் பல நல்ல காரியங்களுக்குப் போகிறது என்றாலும், பெரும் வரிச் சலுகைகளும் பிற சலுகைகளும் பணக்காரர்களுக்குத்தான் போகின்றன. நடுத்தர வகுப்பினர் அதற்குப் பணம் செலுத்திக் கொண்டிருக்கின்றனர்.

ஏன் அது நியாயமில்லை?

கேஷ்ஃபுளோ கால்சதுரத்தின் இடப்பக்கத்தில் உள்ளவர்களில் பெரும்பாலானோர், தனிப்பட்ட வருமான வரியின் வடிவில் அரசாங்கத்திற்கு மிக அதிகப் பணம் செலுத்துகின்றனர். ஆனால், வரிச் சலுகைகளுடன்கூடிய முதலீடுகளில் பங்கு கொள்வதற்கு அவர்களால் முடிவதில்லை. பணக்காரர்கள் மேலும் பெரும் பணக்காரர்களாக ஆவதற்கான காரணங்களில் இதுவும் ஒன்றாக இருக்கக்கூடும்.

இது நியாயமில்லை என்பதை நான் அறிவேன். மேலும், கதையின் இரண்டு பக்கங்களையும் நான் புரிந்து கொண்டுள்ளேன். பத்திரிகைகளில் கண்டனக் கடிதங்களோ அல்லது கட்டுரைகளோ எழுதுவதன் மூலமோ அல்லது அமைப்புமுறையை மாற்றுவதற்காக அரசியலில் பங்கு கொள்வதன் மூலமோ தங்களுடைய எதிர்ப்பைக் காட்டுகின்ற மக்களை நான் சந்தித்துள்ளேன். என்னைப் பொறுத்தவரை, இதையெல்லாம் விட்டுவிட்டு, உங்களுடைய சொந்தப் பணப் பெயர்ச்சியை உங்கள் கட்டுப்பாட்டிற்குள் கொண்டு வந்து, உங்களுடைய நிதிசார் விரைவுப் பாதையை விரைவாகக் கண்டுபிடித்து, அதன் மூலம் பணக்காரராக ஆவது அதிக சுலபமானது. நீங்கள் அரசியல் அமைப்புமுறையை மாற்றுவதைவிட உங்களை மாற்றிக் கொள்வது அதிக சுலபமானது.

பிரச்சனைகள் வாய்ப்புகளுக்கு இட்டுச் செல்கின்றன

பல ஆண்டுகளுக்கு முன், ஒரு தொழில் உரிமையாளராகவும் முதலீட்டாளராகவும் நான் என்னுடைய திறமைகளை வளர்த்துக் கொண்டு, பிரச்சனைகளைத் தீர்க்கக் கற்றுக் கொண்டு அதில் பயிற்சி பெற வேண்டும் என்று என்னுடைய பணக்காரத் தந்தை என்னை ஊக்குவித்தார்.

பல ஆண்டுகளாக அதைத்தான் நான் செய்து வந்துள்ளேன். நான் தொழில் பிரச்சனைகளையும் முதலீட்டுப் பிரச்சனைகளையும் தீர்க்கிறேன். சிலர் அவற்றைச் சவால்கள் என்று அழைக்கக்கூடும், ஆனால் நான் அவற்றைப் பிரச்சனைகள் என்று அழைக்க விரும்புகிறேன். ஏனெனில், பெரும்பான்மை நேரம் அவை பிரச்சனைகளாகத்தான் இருக்கின்றன.

'பிரச்சனை' என்ற வார்த்தையைவிட 'சவால்' என்ற வார்த்தையை மக்கள் விரும்புவதாக நான் நினைக்கிறேன். ஏனெனில், ஒரு வார்த்தை

எதிர்மறையானதாக ஒலிக்கிறது, மற்றொன்று நேர்மையானதாக ஒலிக்கிறது. ஆனால், ‘பிரச்சனை’ என்ற வார்த்தை ஒரு நேர்மறையான அர்த்தத்தைக் கொண்டிருப்பதாக நான் நினைக்கிறேன். ஒவ்வொரு பிரச்சனைக்குள்ளும் ஒரு வாய்ப்பு இருக்கிறது என்பதை நான் அறிவேன். உண்மையான முதலீட்டாளர்கள் வாய்ப்புகளைத்தான் நாடுகின்றனர். நான் நிதிசார் பிரச்சனைகளைக் கையாளும்போதும், தொழில் பிரச்சனைகளைக் கையாளும்போதும், அவற்றுக்கு நான் தீர்வு கண்டாலும் சரி அல்லது காணாவிட்டாலும் சரி, நிதி, சந்தைப்படுத்துதல், மக்கள், சட்ட விவகாரங்கள் போன்ற ஏதேனும் ஒன்றைப் பற்றி நான் புதிதாக எதையேனும் கற்றுக் கொள்கிறேன். பல சமயங்களில், நான் சந்திக்கின்ற மக்கள் பிற பணித்திட்டங்களில் பெரும் மதிப்பு வாய்ந்த சொத்துகளாக ஆகின்றனர். அவர்களில் பலர் என்னுடைய வாழ்நாள் நண்பர்களாக ஆகியுள்ளனர். இது ஒரு கூடுதல் வெகுமதியாகும்.

உங்களுடைய விரைவுப் பாதையைக் கண்டுபிடியுங்கள்

நீங்கள் உங்களுடைய நிதிசார் விரைவுப் பாதையைக் கண்டுபிடிக்க விரும்பினால், பின்வருவனவற்றைச் செய்வதிலிருந்து தொடங்குங்கள்:

1. உங்களுடைய விவகாரத்தின்மீது மட்டும் கவனம் செலுத்துங்கள்
2. உங்களுடைய பணப் பெயர்ச்சியை உங்கள் கட்டுப்பாட்டிற்குள் கொண்டு வாருங்கள்
3. துணிகர முயற்சிக்கும் ஆபத்துக்கும் இடையேயான வேறுபாட்டை அறிந்திடுங்கள்
4. A வகை, B வகை, மற்றும் C வகை முதலீட்டாளர்களுக்கு இடையேயான வேறுபாட்டை அறிந்திடுங்கள்

நிதிசார் விரைவுப் பாதையில் அடியெடுத்து வைப்பதற்கு, ஒரு குறிப்பிட்ட வகையான பிரச்சனையைத் தீர்ப்பதில் ஒரு வல்லுநராக ஆகுங்கள். அப்போது, தங்கள் சார்பில் முதலீடு செய்யும்படி மக்கள் தங்கள் பணத்தைக் கொண்டு வந்து உங்களிடம் கொடுப்பர்கள். நீங்கள் முதலீடு செய்வதில் சிறந்தவராகவும் நம்பகமானவராகவும் இருக்கும்போது, நீங்கள் உங்களுடைய நிதிசார் விரைவுப் பாதையை விரைவாக அடைந்துவிடுவீர்கள்.

ஒரு சில எடுத்துக்காட்டுகள் பின்வருமாறு: மென்பொருளைச் சந்தைப்படுத்துவதில் உள்ள பிரச்சனைகளைத் தீர்ப்பதில் பில் கேட்ஸ் ஒரு வல்லுநர். வீடுமனைகளில் உள்ள பிரச்சனைகளைத் தீர்ப்பதில் டொனால்டு டிரம்ப் ஒரு வல்லுநர். பங்குச் சந்தை மற்றும் தொழிலில் உள்ள பிரச்சனைகளைத் தீர்ப்பதில் வாரன் பஃபே ஒரு வல்லுநர்.

கிம்மும் நானும் A வகை முதலீட்டாளர்கள். குடியிருப்பு வீடுகள் தொடர்பான பிரச்சனைகளைத் தீர்ப்பதில் நாங்கள் இருவரும் வல்லுநர்கள். இது எங்களுக்கு மிகவும் செழிப்பான, நிலையான வருவாயை ஈட்டிக் கொடுத்து வந்துள்ளது.

நான் ஒரு விஷயத்தில் தீவிரக் கவனம் செலுத்துகிறேன். என்னுடைய சொந்த விவகாரத்தை மட்டும் பார்த்துக் கொள்வதுதான் அது. கிம்மும் நானும் அறப்பணிகளில் ஈடுபட்டு மற்றவர்களுக்கு உதவுகின்றபோதிலும், எங்களுடைய சொந்தத் தொழில்மீது கவனம் செலுத்தி எங்களுடைய சொத்துகள் பகுதியைத் தொடர்ந்து விரிவுபடுத்துவதன் முக்கியத்துவத்தை நாங்கள் ஒருபோதும் மறப்பதில்லை.

எனவே, நீங்கள் விரைவாகப் பணக்காரராக ஆக விரும்பினால், ஒரு தொழில் உரிமையாளருக்கும் முதலீட்டாளருக்கும் இருக்க வேண்டிய திறமைகளைக் கற்றுக் கொள்ளுங்கள். பெரிய பிரச்சனைகளைத் தீர்க்க முயற்சி செய்யுங்கள். ஏனெனில், பெரிய பிரச்சனைகளுக்கு உள்ளேதான் பெரிய நிதிசார் வாய்ப்புகள் ஒளிந்துள்ளன. அதனால்தான், நீங்கள் முதலில் ஒரு தொழில் உரிமையாளராக ஆக வேண்டும், பிறகு ஒரு முதலீட்டாளராக ஆக வேண்டும் என்று நான் பரிந்துரைக்கிறேன். பிரச்சனைகளைத் தீர்ப்பதில் நீங்கள் கைதேர்ந்தவராக ஆகும்போது, கூடுதல் பணப் பெயர்ச்சி உங்கள் வசமாகும். உங்களுடைய தொழிலறிவு உங்களை அதிக சாமர்த்தியமான ஒரு முதலீட்டாளராக ஆக்கும். முதலீடு செய்வது தங்களுடைய நிதிசார் பிரச்சனைகளைத் தீர்க்கும் என்ற நம்பிக்கையில் பலர் I கால்சதுரத்திற்கு வருகின்றனர். ஆனால் பெரும்பாலானோரின் விஷயத்தில், அது மெய்யாவதில்லை. ஒருவர் ஒரு வெற்றிகரமான தொழில் உரிமையாளராக இருந்தாலொழிய, முதலீடு செய்வது அவர்களுடைய நிதிசார் பிரச்சனைகளை மேலும் மோசமாக்கவே செய்யும்.

செயலில் இறங்குங்கள்

முதலீடு செய்வது குறித்துக் கற்றுக் கொள்ளுங்கள்

ஓர் ஐந்தாம் நிலை முதலீட்டாளராக ஆக முயற்சிப்பதற்கு முன், ஒரு திறமையான நான்காம் நிலை முதலீட்டாளராக ஆகும்படி நான் மீண்டும் உங்களுக்குப் பரிந்துரைக்கிறேன். சிறியதாகத் தொடங்குங்கள். தொடர்ந்து கற்றுக் கொள்ளுங்கள்.

ஒவ்வொரு வாரமும், பின்வருவனவற்றில் ஏதேனும் இரண்டு விஷயங்களைச் செய்யுங்கள்:

- நிதிசார் கருத்தரங்குகள் மற்றும் பயிற்சி வகுப்புகளில் கலந்து கொள்ளுங்கள். நான் ஓர் இளைஞனாக இருந்தபோது 385 டாலர்கள் கட்டணம் செலுத்திக் கலந்து கொண்ட ஒரு வீடுமனை பயிற்சி வகுப்பு என்னுடைய வெற்றியில் ஒரு பெரும் பங்கு வகித்தது. காலப்போக்கில் அது எனக்கு இலட்சக்கணக்கான டாலர்களைச் சம்பாதித்துக் கொடுத்தது. நான் செயலில் இறங்கியதுதான் அதற்குக் காரணம்.
- உங்கள் பகுதியில் 'விற்பனைக்கு' என்ற அறிவிப்புப் பலகையைத் தேடுங்கள். வாரத்திற்கு மூன்று அல்லது நான்கு முகவர்களுக்குத்

தொலைபேசி அழைப்பு விடுத்து, அந்த வீடு அல்லது மனையைப் பற்றிச் சொல்லும்படி அவர்களிடம் கேளுங்கள். பின்வருவன போன்ற கேள்விகளைக் கேளுங்கள்: அது ஒரு முதலீட்டு வீடா/ கட்டடமா? அது வாடகைக்கு விடப்பட்டுள்ளதா? அப்பகுதியில் தற்போதைய வாடகை எவ்வளவு? அப்பகுதியில் சராசரி வாடகை எவ்வளவு? பராமரிப்புச் செலவுகள் எவ்வளவு? பணம் எப்படிச் செலுத்தப்பட வேண்டும்?

- பல்வேறு பங்குத் தரகர்களைச் சந்தியுங்கள். அவர்கள் எந்த நிறுவனங்களின் பங்குகளை வாங்கும்படி பரிந்துரைக்கிறார்களோ, அந்நிறுவனங்கள் கூறுவதை உன்னிப்பாகக் கேளுங்கள். அந்நிறுவனங்களை ஆராயுங்கள். பிறகு சிறிய அளவில் அவற்றில் முதலீடு செய்யத் தொடங்குங்கள்.
- முதலீடுகள் குறித்தச் செய்திப் பத்திரிகைகளுக்குச் சந்தா செலுத்தி அவற்றை வாங்கிப் படியுங்கள்.
- முதலீடு செய்வது குறித்துத் தொடர்ந்து படியுங்கள், அது பற்றிய பயிலரங்குகளில் கலந்து கொள்ளுங்கள், கேஷ்ஃபுளோ விளையாட்டை விளையாடுங்கள்.

தொழில் செய்வது குறித்துக் கற்றுக் கொள்ளுங்கள்

- பல்வேறு தொழில் தரகர்களைச் சந்தித்து, உங்கள் பகுதியில் ஏற்கனவே இயங்கிக் கொண்டிருக்கின்ற எந்தத் தொழில்கள் விற்பனைக்கு உள்ளன என்பதைக் கேட்டுத் தெரிந்து கொள்ளுங்கள். வெறுமனே கேள்விகள் கேட்டு, அவற்றுக்கான பதில்களைக் காது கொடுத்துக் கேட்பதன் மூலம் எத்தனைப் புதிய சொற்கள் நமக்குத் தெரிய வருகின்றன என்பதை நினைத்தால் வியப்பாக இருக்கிறது.
- ஒரு நெட்வொர்க் மார்க்கெட்டிங் பயிலரங்கில் கலந்து கொண்டு, அதன் தொழில் அமைப்புமுறையைப் பற்றிக் கற்றுக் கொள்ளுங்கள். (குறைந்தபட்சம் மூன்று வெவ்வேறு நெட்வொர்க் மார்க்கெட்டிங் நிறுவனங்களை ஆராய்ச்சி செய்யும்படி நான் பரிந்துரைக்கிறேன்.)
- உங்கள் பகுதியில் நடைபெறுகின்ற தொழில்-வாய்ப்புக் கருத்தரங்குகளில் அல்லது வர்த்தகக் கண்காட்சிகளில் கலந்து கொண்டு, எந்தக் கிளை உரிமங்கள் அல்லது தொழில் அமைப்புமுறைகள் உள்ளன என்று பாருங்கள்.
- தொழில் தொடர்பான செய்தித்தாள்கள் மற்றும் இதழ்களைப் படியுங்கள்.

அத்தியாயம் 15

நடவடிக்கை 5: வழிகாட்டிகளை நாடுங்கள்

ஒரு வழிகாட்டி என்பவர் எது முக்கியம் என்பதையும், எது முக்கியமல்ல என்பதையும் சொல்கின்றவராவார்.

நீங்கள் இதற்கு முன் போயிருக்காத இடங்களுக்கு யார் உங்களுக்கு வழிகாட்டுகிறார்கள்? ஒரு வழிகாட்டி என்பவர் எது முக்கியம் என்பதையும், எது முக்கியமில்லை என்பதையும் சொல்கின்றவராவார்.

எது முக்கியம் என்பதை வழிகாட்டிகள் நமக்குக் கூறுகின்றனர்

கேஷ்ஃப்ளோ விளையாட்டிலிருந்து கொடுக்கப்பட்டுள்ள, கீழே இடம்பெற்றுள்ள நிதி அறிக்கை, ஒரு வழிகாட்டியாக இருப்பதற்காக உருவாக்கப்பட்டது. என்னுடைய பணக்காரத் தந்தை சிந்தித்ததைப்போலச் சிந்திப்பதற்கு அது மக்களுக்குப் பயிற்சியளிக்கிறது, நிதிரீதியாக எது முக்கியம் என்பதை அது சுட்டிக்காட்டுகிறது.

உயர்வாகக் கற்றறிந்த, ஆனால் ஏழையான என்னுடைய சொந்தத் தந்தை, ஒரு நல்ல சம்பளத்துடன்கூடிய ஒரு வேலையும் உங்களுடைய கனவு வீட்டை வாங்குவதும்தான் முக்கியம் என்று நினைத்தார். செலுத்தப்பட வேண்டிய கட்டணங்களுக்கு முன்னுரிமை கொடுப்பதிலும், வருமானத்திற்குக் குறைவாக வாழ்க்கை நடத்துவதிலும் அவர் நம்பிக்கை கொண்டிருந்தார்.

என்னுடைய பணக்காரத் தந்தையோ, நான் வேலை செய்யாமலேயே நீண்டகாலம் தொடர்ந்து வருவாய் ஈட்டிக் கொடுக்கக்கூடிய சொத்துகளைச் சேர்ப்பதில் நான் என் நேரத்தைச் செலவிட வேண்டும் என்று எனக்குக் கற்றுக் கொடுத்தார். வருவாய்க்குக் குறைவாக வாழ்க்கை நடத்துவதில் அவருக்கு நம்பிக்கை இருக்கவில்லை. அவர் தன் மகன் மைக்கிடமும் என்னிடமும், "உங்கள் வருவாய்க்குக் குறைவாக வாழ்க்கை நடத்துவதற்குப் பதிலாக, உங்களுடைய வருவாயைப் பெருக்கிக் கொள்ளுங்கள்," என்று கூறினார்.

அதைச் செய்வதற்கு, நாங்கள் எங்களுடைய சொத்துகள் பகுதியைக் கட்டியெழுப்புவதன்மீது கவனம் செலுத்த வேண்டும் என்று அவர்

பரிந்துரைத்தார். மேலும், இலாபப் பங்குகள், மூலதன இலாபங்கள் ஆகியவற்றிலிருந்து வருகின்ற வருவாயையும், தொழில்களிலிருந்து வருகின்ற வருவாயையும், வீடுமனைகளிலிருந்து வருகின்ற வாடகைப் பணத்தையும், ராயல்டிகளையும் நாங்கள் அதிகரிக்க வேண்டும் என்றும் அவர் வலியுறுத்தினார்.

நான் வளர்ந்து வந்த காலத்தில், என்னுடைய இரண்டு தந்தையருமே எனக்கான வலிமையான வழிகாட்டிகளாகத் திகழ்ந்தனர். நான் என்னுடைய பணக்காரத் தந்தையின் நிதிசார் அறிவுரையைப் பின்பற்றுவதைத் தேர்ந்தெடுத்தது, என்னுடைய ஏழைத் தந்தை என்மீது ஏற்படுத்தியிருந்த தாக்கத்தை எந்த விதத்திலும் குறைக்கவில்லை. இவர்கள் இருவருமே என்னுடைய இன்றைய நல்ல நிலைக்குக் காரணமானவர்கள்.

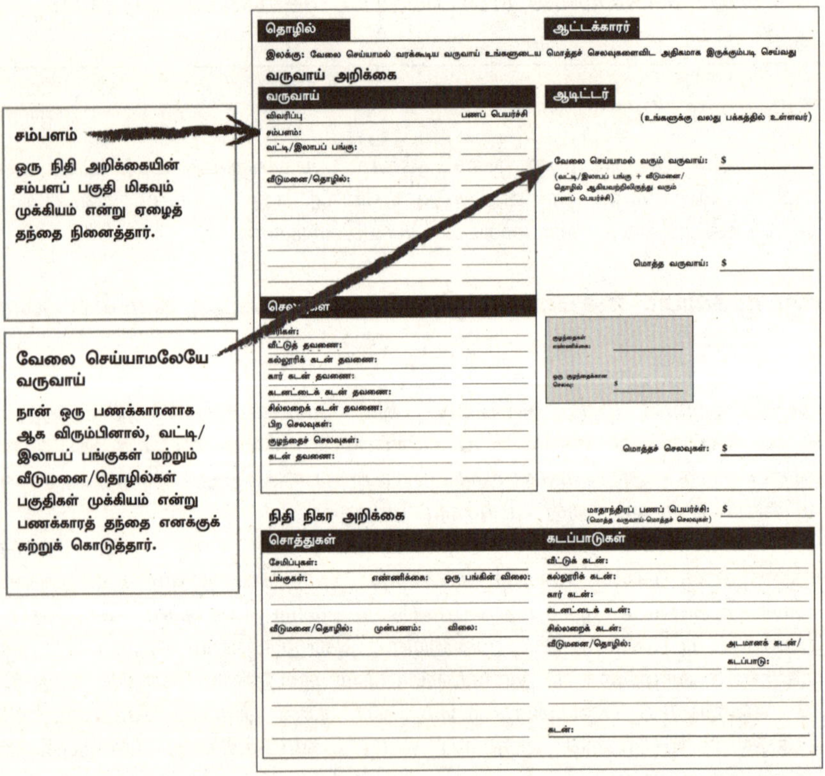

நேரெதிர் முன்மாதிரிகள்

அற்புதமான முன்மாதிரிகள் இருப்பதைப்போலவே, மோசமான முன்மாதிரிகளும் இருக்கின்றனர். நம்முடைய வாழ்வில் பெரும்பான்மை நேரங்களில் இவ்விரு வகை முன்மாதிரிகளும் இருக்கின்றனர்.

எடுத்துக்காட்டாக, என்னுடைய நண்பன் ஒருவன் தன் வாழ்நாளில் 80 கோடி டாலர்கள் சம்பாதித்தான், ஆனால் இன்று அவன் திவாலாகியிருக்கிறான். நான் ஏன் இன்னும் அவனுடன் நேரம் செலவிடுகிறேன் என்று என்னுடைய மற்ற நண்பர்கள் பலர் என்னிடம் கேட்கின்றனர். அவன் ஒரு நல்ல முன்மாதிரியாக இருக்கின்ற அதே நேரத்தில், அதற்கு நேரெதிரான முன்மாதிரியாகவும் இருப்பதாக நான் என்னுடைய மற்ற நண்பர்களுக்குப் பதிலளிக்கிறேன். இரண்டு முன்மாதிரிகளிடமிருந்தும் என்னால் கற்றுக் கொள்ள முடியும். ஒருவர், நான் என்ன செய்ய வேண்டும் என்று எனக்குக் கற்றுக் கொடுக்கிறார்; இன்னொருவர், என்ன செய்யப்படக்கூடாது என்பதற்கான ஓர் எடுத்துக்காட்டாகத் திகழ்கிறார்.

ஆன்மிக முன்மாதிரிகள்

என்னுடைய இரண்டு தந்தையருமே ஆன்மிகவாதிகளாக இருந்தனர். ஆனால் பணம் மற்றும் ஆன்மிகம் என்று வந்தபோது, அவர்கள் இருவரும் வேறுபட்டக் கண்ணோட்டங்களைக் கொண்டிருந்தனர். எடுத்துக்காட்டாக, "பணம்தான் அனைத்துத் தீமைகளுக்குமான ஆணிவேர்," என்ற கூற்றுக்குப் பின்னாலுள்ள அர்த்தத்தை அவர்கள் வெவ்வேறு விதமாகப் பொருள்படுத்தினர்.

அதிகப் பணம் வைத்துக் கொள்ள வேண்டும் என்ற ஆசையும், நம்முடைய நிதி நிலைமையை மேம்படுத்துவதும் தவறு என்று என்னுடைய ஏழைத் தந்தை நினைத்தார்.

மறுபுறம், சபலம், பேராசை, நிதிசார் அறியாமை ஆகியவை தவறு என்று என்னுடைய பணக்காரத் தந்தை நம்பினார். வேறு வார்த்தைகளில் கூறினால், பணம் தீயது என்று அவர் நினைக்கவில்லை. வாழ்நாள் முழுவதும் பணத்திற்கு ஓர் அடிமையாக உழைத்துக் கொண்டிருப்பதுதான் தீமை என்று அவர் நம்பினார்.

மத போதனைகளை நிதிசார் பாடங்களாக மாற்றுவதற்கான ஒரு வழியை என்னுடைய பணக்காரத் தந்தை எப்போதும் கண்டுபிடித்தார். அப்பாடங்களில் ஒன்றை நான் இப்போது உங்களுடன் பகிர்ந்து கொள்ள விரும்புகிறேன்.

சபலத்தின் சக்தி

கடினமாக உழைத்த, எப்போதும் கடனிலேயே இருந்த, வரவுக்கு மீறிச் செலவு செய்த தனிநபர்கள் தங்களுடைய குழந்தைகளுக்கு மோசமான முன்மாதிரிகள் என்று பணக்காரத் தந்தை நம்பினார். ஏனெனில், அந்நபர்கள் சபலத்திற்கும் பேராசைக்கும் பலியாயினர்.

என்னுடைய பணக்காரத் தந்தை, அடிக்கடி, பின்வருவது போன்ற ஒரு படத்தை வரைந்துவிட்டு, கடப்பாடுகள் பகுதியைச் சுட்டிக்காட்டி, "நாம் சபலத்திற்கு ஆளாகாமல் இருப்போமாக!" என்று கூறுவார்.

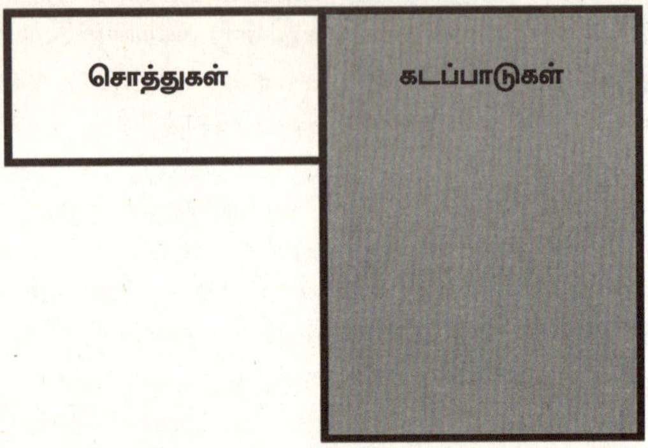

மிகக் குறைந்த விலைமதிப்புக் கொண்ட பொருட்களைக் கைவசப்படுத்துவதற்கான ஆசையிலிருந்துதான் பல நிதிசார் பிரச்சனைகள் முளைத்ததாகப் பணக்காரத் தந்தை நம்பினார். கடனட்டைகள் வந்தபோது, அவை கோடிக்கணக்கான மக்களின் வாழ்க்கையைத் தம்முடைய கட்டுப்பாட்டுக்குள் எடுத்துக் கொள்ளும் என்றும், அவர்கள் எல்லோரும் கடனுக்குள் மூழ்குவர் என்றும் அவர் முன்கூட்டியே கணித்தார். எண்ணற்ற மக்கள், சபலம் என்ற மனித உணர்ச்சியின்மீது கட்டுப்பாடு இல்லாததால், வீடுகள், ஆடை ஆபரணங்கள், உல்லாச விடுமுறைகள், கார்கள் ஆகியவற்றுக்காகக் கடனுக்குள் மூழ்குவதை நாம் பார்க்கிறோம். இன்று, சொத்துகள் என்று தாங்கள் கருதுகின்றவற்றை வாங்குவதற்காக மக்கள் மேன்மேலும் அதிகக் கடினமாக உழைக்கின்றனர். ஆனால், அவர்களுடைய செலவுப் பழக்கம், அவர்கள் உண்மையான சொத்துகளைக் கைவசப்படுத்த அவர்களை ஒருபோதும் அனுமதிக்காது.

பணக்காரத் தந்தை இப்போது சொத்துகள் பகுதியைச் சுட்டிக்காட்டி, "தீமையிலிருந்து எங்களைக் காப்பாற்றவும்!" என்று கூறுவார்.

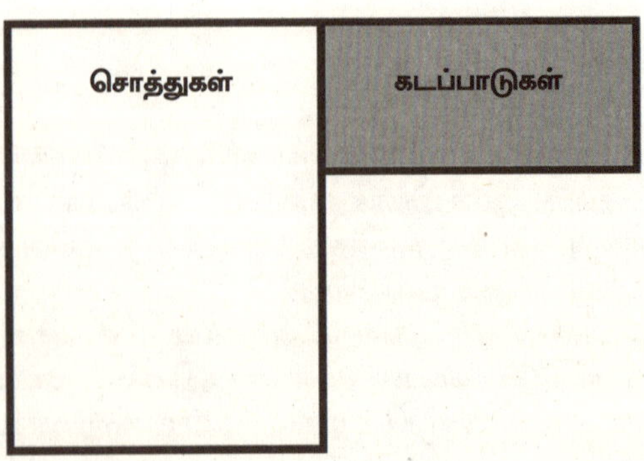

வெகுமதியைத் தாமதிப்பது (உணர்ச்சிசார் நுண்ணறிவுக்கான ஓர் அறிகுறி), உங்களுடைய சொந்த விவகாரத்தின்மீது கவனம் செலுத்துவது, முதலில் உங்களுடைய சொத்துகள் பகுதியைக் கட்டியெழுப்புவது ஆகியவை, சபலம், நிதிசார் கல்வியின்மை, நிதி விஷயத்தில் மோசமான முன்மாதிரிகளின் தாக்கம் ஆகியவற்றால் மனித உணர்வு சீரழிவதைத் தடுக்கும் என்பது பணக்காரத் தந்தையின் வாதம்.

தங்களுடைய சொந்தத் தனிப்பட்ட விரைவுப் பாதையை நாடுகின்றவர்களுக்கு நான் ஓர் எச்சரிக்கை விடுக்க விரும்புகிறேன். எத்தகைய மக்கள் உங்களைச் சூழ்ந்திருக்கிறார்கள் என்பதில் நீங்கள் மிகவும் கவனமாக இருக்க வேண்டும். "அவர்கள் நல்ல முன்மாதிரிகளா?" என்ற கேள்வியை உங்களை நீங்களே கேட்டுக் கொள்ளுங்கள். அவர்கள் நல்ல முன்மாதிரிகள் அல்லர் என்றால், நீங்கள் போய்க் கொண்டிருக்கின்ற அதே திசையில் பயணித்துக் கொண்டிருப்பவர்களுடன் அதிக நேரம் செலவிடும்படி நான் உங்களுக்குப் பரிந்துரைக்கிறேன்.

நீங்கள் வேலை செய்கின்ற இடத்தில் அத்தகையோரைக் கண்டுபிடிக்க முடியாவிட்டால், முதலீட்டுச் சங்கங்கள், நெட்வொர்க் மார்க்கெட்டிங் குழுக்கள் மற்றும் பிற தொழில் அமைப்புகளில் அவர்களைத் தேடுங்கள்.

நீங்கள் போக விரும்புகின்ற இடத்தை ஏற்கனவே அடைந்துள்ள ஒருவரைக் கண்டுபிடியுங்கள்

உங்களுடைய வழிகாட்டிகளைப் புத்திசாலித்தனமாகத் தேர்ந்தெடுங்கள். நீங்கள் யாரிடமிருந்து அறிவுரை பெறுகிறீர்கள் என்பதில் எச்சரிக்கையாக இருங்கள். நீங்கள் எங்கேனும் போக விரும்பினால், ஏற்கனவே அப்பயணத்தை மேற்கொண்டு அங்கு போய்ச் சேர்ந்துள்ள ஒருவரைக் கண்டுபிடிப்பது சிறந்தது.

எடுத்துக்காட்டாக, அடுத்த ஆண்டு நீங்கள் எவரெஸ்ட் சிகரத்தில் ஏறுவதென்று தீர்மானித்தால், ஏற்கனவே அந்த மலையில் ஏறி அதன் உச்சியைத் தொட்ட ஒருவருடைய அறிவுரையை நீங்கள் நாடுவீர்கள், இல்லையா? ஆனால், பொருளாதார மலைகளில் ஏறுவது என்று வரும்போது, பெரும்பாலான மக்கள், பொருளாதாரச் சதுப்பு நிலங்களில் சிக்கிக் கிடக்கின்றவர்களின் அறிவுரையை நாடுகின்றனர்.

தொழில் உரிமையாளர்களாகவும் (B) முதலீட்டாளர்களாகவும் (I) இருக்கின்ற வழிகாட்டிகளைக் கண்டுபிடிப்பது கடினமானது. அந்தக் கால்சதுரங்களைப் பற்றியும் பணத்தைப் பற்றியும் அறிவுறுத்துகின்ற மக்கள் உண்மையில் E மற்றும் S கால்சதுரங்களைச் சேர்ந்தவர்கள்.

எனவே, உங்களுடைய ஆசான்களையும் வழிகாட்டிகளையும் புத்திசாலித்தனமாகத் தேர்ந்தெடுங்கள். நீங்கள் செய்யக்கூடிய மிக முக்கியமான விஷயங்களில் ஒன்று அது.

செயலில் இறங்குங்கள்

1. வழிகாட்டிகளை நாடுங்கள்

முதலீட்டுத் தளத்திலும் தொழிற்தளத்திலும் இருக்கக்கூடிய நபர்களில் யாரையேனும் உங்களுடைய வழிகாட்டியாகத் தேர்ந்தெடுத்துக் கொள்ளுங்கள்.

- முன்மாதிரிகளைத் தேடுங்கள். அவர்களிடமிருந்து கற்றுக் கொள்ளுங்கள்.
- நேரெதிர் முன்மாதிரிகளைத் தேடுங்கள். அவர்களிடமிருந்தும் கற்றுக் கொள்ளுங்கள்.

2. நீங்கள் யாருடன் நேரம் செலவிடுகிறீர்களோ, அவர்கள்தாம் உங்களுடைய எதிர்காலத்தைத் தீர்மானிக்கிறார்கள்

முதலில், நீங்கள் யாருடன் மிக அதிக நேரம் செலவிடுகிறீர்களோ, அவர்களில் ஆறு நபர்களின் பெயர்களை எழுதிக் கொள்ளுங்கள். (உங்களுடைய குழந்தைகள் அனைவரையும் ஒரே ஒரு நபராகக் கருதுங்கள்.)

இந்த ஆறு நபர்கள் எப்போதும் உங்களுடைய நெருங்கிய நண்பர்களாக இருக்க வேண்டியதில்லை. இவர்கள் உங்களுடைய சக ஊழியர்களாக இருக்கலாம், அல்லது, உங்கள் வாழ்க்கைத் துணைவர், குழந்தைகள், உங்களுடைய ஆன்மிகக் கூட்டாளிகள், அல்லது பிற சமூகக் குழு உறுப்பினர்களாக இருக்கலாம். நீங்கள் இந்தப் பட்டியலைத் தயாரித்தவுடன், அதிலிருந்து உங்களைப் பற்றிய உள்நோக்குகளை நீங்கள் பெறுவீர்கள்.

3. அந்த ஆறு நபர்களுடைய பெயர்கள் ஒவ்வொன்றுக்கும் எதிரே, அவர்கள் எந்தக் கால்சதுரத்திலிருந்து (E, S, B அல்லது I) செயல்படுகின்றனர் என்பதை எழுதிக் கொள்ளுங்கள்

அவர்கள் இப்போது வேலையில்லாமல் இருந்தாலோ அல்லது பணியிலிருந்து ஓய்வு பெற்றுவிட்டாலோ, அவர்கள் வேலை பார்த்தபோது எந்தக் கால்சதுரத்திலிருந்து வருவாய் ஈட்டினரோ, அதைப் பட்டியலிடுங்கள். குழந்தைகள் மற்றும் மாணவர்களுக்கு எதுவும் குறிப்பிடாதீர்கள். ஒருவர் எந்தக் கால்சதுரத்தைச் சேர்ந்தவராக இருக்கிறாரோ, அந்தக் கால்சதுரம், அந்நபர் தன்னுடைய வருவாயின் பெரும் பகுதியை உருவாக்குகின்ற விதத்தைப் பிரதிபலிக்கிறது.

ஒருவர் ஒன்றுக்கு மேற்பட்டக் கால்சதுரங்களிலிருந்து செயல்படக்கூடும். எடுத்துக்காட்டாக, என்னுடைய மனைவி கிம்மின் பெயருக்கு எதிரே B மற்றும் I கால்சதுரங்கள் இடம்பெறும். ஏனெனில், அவர் அவ்விரண்டு கால்சதுரங்களிலிருந்துமே வருவாய் ஈட்டுகிறார்.

பெயர்	கால்சதுரங்கள்
1. கிம் கியோஸாகி	B, I
2	
3	
4	
5	
6	

4. அடுத்து, ஒரு முதலீட்டாளர் என்ற முறையில் அவர்கள் எந்த நிலையில் இருக்கின்றனர் என்பதைக் குறிப்பிடுங்கள்.

'முதலீட்டாளர்களின் ஐந்து நிலைகள்' என்ற அத்தியாயத்தை மீண்டும் படியுங்கள். கிம் ஓர் ஐந்தாம் நிலை முதலீட்டாளர்.

பெயர்	கால்சதுரங்கள்	முதலீட்டாளர் நிலை
1. கிம் கியோஸாகி	B, I	நிலை 5
2		
3		
4		
5		
6		

பல ஆண்டுகளுக்கு முன் நான் இப்பயிற்சியைச் செய்தபோது, நான் பாதுகாப்பாக விளையாடிக் கொண்டிருந்ததை நான் உணர்ந்தேன். நான் அப்போது எங்கே இருந்தேனோ, அந்த இடம் எனக்குப் பிடிக்கவில்லை. நான் ஏன் என் வாழ்வில் முன்னேறிக் கொண்டிருக்கவில்லை என்பதற்கு, நான் யாருடன் இணைந்து வேலை செய்து கொண்டிருந்தேனோ அவர்களை நான் ஒரு சாக்குப்போக்காகப் பயன்படுத்தினேன். குறிப்பாக இரண்டு நபர்களுடன் நான் அடிக்கடி வாக்குவாதம் புரிந்தேன். எங்களுடைய நிறுவனத்தை முன்னேறவிடாமல் தடுத்துக் கொண்டிருந்தது அவர்கள்தாம்

என்று நான் அவர்கள்மீது குற்றம் சுமத்தினேன். தினமும் அவர்களிடம் குறை கண்டுபிடித்து, அதற்காக அவர்களைப் பழித்துரைப்பது என்னுடைய வேலையாகிப் போனது. பிறகு, எங்கள் நிறுவனத்தின் பிரச்சனைகளுக்கும் நான் அவர்கள்மீது குற்றம் சுமத்தினேன்.

நான் இந்தப் பயிற்சியைச் செய்து முடித்தபோது, நான் எந்த இரண்டு நபர்களுடன் எப்போதும் மல்லுக்கு நின்றேனோ, அவர்கள் தாங்கள் இருந்த இடத்தில் மகிழ்ச்சியாக இருந்ததை நான் உணர்ந்தேன். நான்தான் மாற வேண்டியிருந்தது. என்னை மாற்றிக் கொள்வதற்குப் பதிலாக, மாறும்படி நான் அவர்களைக் கட்டாயப்படுத்திக் கொண்டிருந்தேன். நான் இந்தப் பயிற்சியைச் செய்து முடித்தப் பிறகு, என்னுடைய எதிர்பார்ப்புகளை நான் அவர்கள்மீது திணித்துக் கொண்டிருந்ததை நான் உணர்ந்தேன். நான் செய்ய விரும்பாதவற்றை, அவர்கள் செய்ய வேண்டும் என்று நான் விரும்பினேன். இது ஆரோக்கியமான ஓர் உறவல்ல. நான் இதை உணர்ந்தவுடன், என்னை மாற்றிக் கொள்வதற்கான நடவடிக்கைகளை என்னால் மேற்கொள்ள முடிந்தது.

5. 'கேஷ்ஃப்ளோ கால்சதுரம்' ஆட்டத்தை ஒரு முறை நன்றாகப் பாருங்கள். நீங்கள் யாருடனெல்லாம் நேரம் செலவிடுகிறீர்களோ, அவர்களுடைய பெயர்களின் முதல் எழுத்துகளைப் பொருத்தமான கால்சதுரத்தில் இடம்பெறச் செய்யுங்கள்.

பிறகு, தற்போது நீங்கள் எந்தக் கால்சதுரத்தில் இருக்கிறீர்களோ, அதில் உங்களுடைய பெயரின் முதலெழுத்தைக் குறிப்பிடுங்கள்.

அடுத்து, எதிர்காலத்தில் நீங்கள் எந்தக் கால்சதுரத்திலிருந்து செயல்பட விரும்புகிறீர்களோ, அதில் உங்களுடைய பெயரின் முதலெழுத்தைக் குறிப்பிடுங்கள்.

அனைத்து முதலெழுத்துகளும் ஒரே கால்சதுரத்தில் இருந்தால், நீங்கள் ஒரு மகிழ்ச்சியான மனிதராக இருப்பதற்கு வாய்ப்புகள் அதிகம். ஏனெனில், ஒத்தச் சிந்தனை கொண்ட மக்கள் உங்களைச் சூழ்ந்திருக்கின்றனர். அனைத்து முதலெழுத்துகளும் ஒரே கால்சதுரத்தில் இல்லாவிட்டால், நீங்கள் உங்கள் வாழ்வில் சில மாற்றங்களை மேற்கொள்வது குறித்து யோசிப்பது நல்லது.

அத்தியாயம் 16

நடவடிக்கை 6: ஏமாற்றத்தை உங்களுடைய வலிமையாக ஆக்கிக் கொள்ளுங்கள்

ஒவ்வோர் ஏமாற்றத்திற்குள்ளும் விலை மதிப்பிடப்பட முடியாத ஞான முத்து ஒன்று ஒளிந்துள்ளது.

ஒரு கட்டத்தில், எவ்வாறு விற்பனை செய்ய வேண்டும் என்பதைக் கற்றுக் கொடுத்த ஒரு வேலையைத் தேடிக் கொள்ளும்படி என்னுடைய பணக்காரத் தந்தை எனக்குப் பரிந்துரைத்தார். நான் கூச்ச சுபாவம் கொண்டவனாக இருந்ததையும், விற்பனை வேலை எனக்குப் பிடிக்காது என்பதையும் அவர் அறிவார்.

இரண்டு ஆண்டுகள், நான் அந்த நிறுவனத்தில் மிக மோசமான விற்பனையாளனாக இருந்தேன். நீரில் மூழ்கிக் கொண்டிருந்த ஒருவருக்கு ஒரு பாதுகாப்பு மிதவையை என்னால் விற்க முடியவில்லை. என்னுடைய கூச்ச சுபாவம் எனக்கு வேதனையூட்டியதோடு, என்னுடைய வாடிக்கையாளர்களுக்கும் வேதனையூட்டியது. நான் வேலையிலிருந்து தூக்கியெறியப்படும் நிலையை எட்டியிருந்தேன்.

என்னால் வெற்றி பெற முடியாததற்கு, நாட்டின் பொருளாதாரம், நான் விற்க முயன்ற பொருள், மற்றும் என்னுடைய வாடிக்கையாளர்களைக்கூட நான் குறை கூறினேன். "முட்டாள்களால் குறை சொல்ல மட்டும்தான் முடியும்," என்று என் பணக்காரத் தந்தை கூறினார்.

அவர் சொல்ல வந்தது என்னவென்றால், ஏமாற்றத்தால் வருகின்ற உணர்ச்சிசார் வேதனை மிக வலிமையாக இருப்பதால், குறை சொல்வதன் மூலமாக ஒருவர் அந்த வேதனையை இன்னொருவரிடம் கடத்துகிறார். விற்கக் கற்றுக் கொள்வதற்காக, ஏமாற்றம் ஏற்படுத்திய வேதனையை நான் எதிர்கொள்ள வேண்டியிருந்தது. ஆனால், அச்செயல்முறையின் ஊடாக, நான் ஒரு பொன்னான பாடத்தைக் கற்றேன். ஏமாற்றத்தை ஒரு சொத்தாக மாற்றுவது எப்படி என்பதுதான் அது.

புதிதாக எதையேனும் முயற்சி செய்ய அஞ்சுகின்றவர்களை நான் சந்திக்கும்போதெல்லாம், ஏமாற்றம் குறித்த பயம்தான் அதற்குக் காரணம்

என்பதை நான் காண்கிறேன். தாங்கள் ஒரு தவறு செய்துவிடக்கூடும் அல்லது நிராகரிக்கப்படக்கூடும் என்று அவர்கள் பயப்படுகின்றனர். நீங்கள் நிதிசார் விரைவுப் பாதைக்கான உங்களுடைய பயணத்தைத் தொடங்கத் தயார் என்றால், ஏமாற்றத்தை எதிர்கொள்ளத் தயாராக இருங்கள்.

நான் இதை ஒரு நேர்மறையான கண்ணோட்டத்தில்தான் கூறுகிறேன். நீங்கள் ஏமாற்றத்திற்கு உங்களைத் தயார்படுத்தியிருந்தால், அந்த ஏமாற்றத்தை ஒரு சொத்தாக உங்களால் மாற்ற முடியும். பெரும்பாலான மக்கள், ஏமாற்றத்தை ஒரு நீண்டகாலக் கடப்பாடாக மாற்றுகின்றனர். "நான் இனி ஒருபோதும் இதைச் செய்யப் போவதில்லை," அல்லது "நான் தோற்றுப் போவேன் என்பதை நான் அறிந்திருக்க வேண்டும்," என்று அவர்கள் கூறுவர்.

ஒவ்வொரு பிரச்சனைக்குள்ளும் ஒரு வாய்ப்பு ஒளிந்திருப்பதைப்போல, ஒவ்வோர் ஏமாற்றத்திற்குள்ளும் விலை மதிப்பிடப்பட முடியாத ஞான முத்து ஒன்று ஒளிந்துள்ளது.

"நான் இனி ஒருபோதும் அதைச் செய்யப் போவதில்லை," என்று யாரேனும் கூறும்போது, கற்பதை அவர்கள் நிறுத்திவிட்டனர் என்று அர்த்தமாகும். ஏமாற்றம் தங்களைத் தடுத்து நிறுத்த அவர்கள் அனுமதித்துக் கொண்டிருக்கின்றனர்.

ஏமாற்றங்களைக் கையாள்வதற்குப் பணக்காரத் தந்தை எனக்கு உதவினார். "வெகு சிலர் மட்டுமே சுயமாகப் பணக்காரர்களாக ஆகியுள்ளதற்குக் காரணம், வெகு சிலரால் மட்டுமே ஏமாற்றத்தைத் தாங்கிக் கொள்ள முடியும் என்பதுதான். ஏமாற்றத்தை எதிர்கொள்ளக் கற்றுக் கொள்வதற்கு முன், அதைத் தவிர்ப்பதற்கு அவர்கள் தங்கள் வாழ்க்கையைச் செலவிட்டுக் கொண்டிருக்கின்றனர்," என்று அவர் கூறினார்.

ஏமாற்றம் என்பது கற்றலின் ஒரு முக்கியப் பகுதி என்று அவர் நம்பினார். நாம் நம்முடைய தவறுகளிலிருந்து கற்றுக் கொள்வதைப்போல, நம்முடைய ஏமாற்றங்களிலிருந்தும் நாம் கற்றுக் கொள்கிறோம். என்னுடைய பணக்காரத் தந்தை, காலப்போக்கில் எனக்குக் கொடுத்த அறிவுரைகளில் சிலவற்றை இங்கு நான் உங்களுடன் பகிர்ந்து கொண்டுள்ளேன்:

ஏமாற்றம் ஏற்படும் என்பதை எதிர்பாருங்கள்.

"முட்டாள்கள் மட்டுமே எல்லாம் தாங்கள் எதிர்பார்த்தபடி நடைபெற வேண்டும் என்று எதிர்பார்ப்பர். ஏமாற்றத்தை எதிர்பார்த்திருப்பது உன்னை ஒரு தோல்வியாளனாக ஆக்காது. ஏமாற்றத்தை எதிர்பார்த்திருப்பது, உனக்கு விருப்பமில்லாத ஆச்சரியங்களுக்கு மனரீதியாகவும் உணர்ச்சிரீதியாகவும் உன்னைத் தயார்படுத்திக் கொள்வதற்கான ஒரு வழியாகும். உணர்ச்சிரீதியாகத் தயாராக இருப்பதன் மூலம், விஷயங்கள் உனக்குச் சாதகமாக நிகழாமல் போகும்போது உன்னால் அமைதியாகவும் கண்ணியமாகவும் இருக்க முடியும். உன் மனம் அமைதியாக இருக்கும்போது, உன்னால் அதிகச் சிறப்பாகச் சிந்திக்க முடியும்," என்று பணக்காரத் தந்தை அடிக்கடிக் கூறினார்.

காலப்போக்கில், புதிய மற்றும் சிறந்த தொழில் யோசனைகளைக்

கொண்ட பலரை நான் சந்தித்துள்ளேன். அவர்களுடைய உற்சாகம் ஏறத்தாழ ஒரு மாதம் நீடிக்கும். பிறகு ஏமாற்றம் அவர்களுக்கு மனத்தளர்ச்சி ஏற்படுத்தும். விரைவில், அவர்களுடைய உற்சாகம் முற்றிலுமாகக் காணாமல் போய்விடும். "அது ஒரு நல்ல யோசனைதான், ஆனால் அது வேலை செய்யவில்லை," என்று அவர்கள் கூறுவர்.

இங்கு வேலை செய்யாதது அவர்களுடைய யோசனை அல்ல. ஏமாற்றம்தான் சற்றுக் கூடுதலாக வேலை செய்துவிட்டது. தங்களுடைய பொறுமையின்மை ஏமாற்றமாக மாற அவர்கள் அனுமதித்துவிட்டனர். பிறகு, அந்த ஏமாற்றம் தங்களை வீழ்த்த அவர்கள் அனுமதித்துவிட்டனர். பல சமயங்களில், அவர்கள் எதிர்பார்த்த நிதிசார் வெகுமதி உடனடியாக அவர்களுக்குக் கிடைக்காததுதான் அவர்களுடைய பொறுமையின்மைக்குக் காரணம். ஒரு தொழிலில் அல்லது முதலீட்டில் இருந்து பணம் பெயர்வதைப் பார்ப்பதற்குத் தொழில் உரிமையாளர்களும் முதலீட்டாளர்களும் பல ஆண்டுகள் காத்திருக்க வேண்டியிருக்கும். ஆனால், வெற்றிக்குச் சிறிது காலம் ஆகும் என்ற அறிதலுடன் அவர்கள் அதை ஏற்றுக் கொள்கின்றனர். வெற்றி கிட்டும்போது, அந்த நிதிசார் வெகுமதிக்கான காத்திருப்பு மதிப்பு வாய்ந்ததுதான் என்பதை அவர்கள் அறிகின்றனர்.

எப்போதும் ஒரு வழிகாட்டியை வைத்திருங்கள்.

ஒரு நிதிசார் நெருக்கடி எழும்போதெல்லாம் எனக்கு உதவுவதற்கு நிதிசார் வழிகாட்டிகள் உள்ளனர்.

நான் ஒரு பரிவர்த்தனையை மேற்கொள்ளும்போது, நான் என்னுடைய நண்பர்களில் ஒருவரை அழைத்து, நான் என்ன செய்து கொண்டிருந்தேன் என்பதையும், நான் எதைச் சாதிக்க முயற்சித்துக் கொண்டிருந்தேன் என்பதையும் அவருக்கு விளக்குகிறேன். விஷயம் என் கைமீறிப் போனால் அவர்கள் என் உதவிக்கு வருகின்றனர்.

ஒரு முறை, ஒரு பெரிய வீட்டை வாங்குவதற்கான பேரப்பேச்சில் நான் ஈடுபட்டிருந்தேன். அந்த வீட்டை விற்றவர், கடைசி நிமிடத்தில் நிபந்தனைகளை மாற்றிக் கொண்டிருந்தார். எனக்கு அந்த வீடு பிடித்திருந்ததால், என்னிடமிருந்து அதிகப் பணத்தைக் கறப்பதற்குத் தன்னால் முடிந்த அளவு அவர் முயற்சித்துக் கொண்டிருந்தார். எனக்குக் கோபம் தலைக்கேறியதில், நான் என்மீதான கட்டுப்பாட்டை இழந்தேன். ஆனால், கத்திக் கூப்பாடு போடுவதற்குப் பதிலாக, நான் என்னுடைய மூன்று நண்பர்களைத் தொலைபேசியில் அழைத்தேன்.

சூழ்நிலையை எவ்வாறு கையாள்வது என்பது குறித்த அவர்களுடைய அறிவுரைக்குப் பிறகு, நான் அமைதியடைந்து, பேரம் பேசுவதற்கான மூன்று புதிய வழிகளை நான் தெரிந்து கொண்டேன். அந்தப் பரிவர்த்தனை நிறைவேறவில்லை, ஆனால் அந்தப் பேரப்பேச்சு உத்திகளை இன்றும்கூட நான் பயன்படுத்துகிறேன். நான் அந்தப் பரிவர்த்தனையை முயற்சித்திருக்காவிட்டால், அந்த உத்திகளை நான் ஒருபோதும் கற்றிருக்க மாட்டேன். அந்த அறிவு விலை மதிப்பிடப்பட முடியாதது.

நமக்கு எல்லாம் முன்கூட்டியே தெரிய வாய்ப்பில்லை. உரிய நேரத்தில் நாம் அவற்றைக் கற்றுக் கொள்கிறோம். எனவே, புதிய விஷயங்களை முயற்சித்துப் பாருங்கள், ஏமாற்றத்தை எதிர்பாருங்கள். ஆனால், அந்த அனுபவத்தின் ஊடாக உங்களுக்குப் பயிற்றுவிப்பதற்கு ஒரு வழிகாட்டி எப்போதும் இருக்க வேண்டும். பலர் தங்களிடம் அனைத்து விடைகளும் இல்லாததால் எந்தப் பணித்திட்டத்தையும் தொடங்குவதில்லை. உங்களிடம் ஒருபோதும் அனைத்து விடைகளும் இருக்காது, ஆனாலும் தொடங்குங்கள்.

உங்களிடம் அன்போடு நடந்து கொள்ளுங்கள்.

ஒரு தவறு செய்வதில் அல்லது ஏதோ ஒன்றில் தோல்வியைத் தழுவுவதில் உள்ள மிகவும் வேதனைகரமான அம்சங்களில் ஒன்று, மற்றவர்கள் நம்மைப் பற்றி என்ன சொல்வார்கள் என்பது அல்ல, மாறாக நம்மிடம் நாம் எவ்வளவு கடுமையாக நடந்து கொள்கிறோம் என்பதுதான். பெரும்பாலான மக்கள், தாங்கள் ஒரு தவறு செய்துவிட்டால் அதற்காகத் தங்களை அளவுக்கதிகமாக சுயவிமர்சனம் செய்கின்றனர்.

உங்களுடைய தனிப்பட்ட ஏமாற்றங்களுக்காக நீங்கள் உங்களைத் தண்டித்தீர்கள் என்றால், புதிதாக எதையும் உங்களால் கற்க முடியாது.

உண்மையைச் சொல்லுங்கள்.

நான் ஒரு சிறுவனாக இருந்தபோது எனக்குக் கிடைத்த மிக மோசமான தண்டனைகளில் ஒன்று, என்னுடைய சகோதரியின் முன்வரிசைப் பற்களில் ஒன்றை நான் தெரியாத்தனமாக உடைத்தபோது கிடைத்தது. விஷயத்தை அவள் எங்கள் தந்தையிடம் கூறுவதற்காக வீட்டிற்கு ஓடினாள், நான் ஒளிந்து கொள்வதற்காக ஓட்டமெடுத்தேன்.

என் தந்தை என்னைக் கண்டுபிடித்தபோது, அவர் மிகவும் கோபமாக இருந்தார். அவர் என்னைத் திட்டினார். "நான் உன்னைத் தண்டித்துக் கொண்டிருப்பது நீ உன் சகோதரியின் பல்லை உடைத்ததற்காக அல்ல, மாறாக, நீ ஓடிச் சென்றதற்காகத்தான்," என்று அவர் கூறினார்.

பொருளாதாரரீதியாக என்னுடைய தவறுகளிலிருந்து என்னால் ஓடி ஒளிந்திருக்க முடியும், ஆனால் அதனால் எந்தப் பயனும் இல்லை.

சுருக்கமாகக் கூறினால், நாம் எல்லோருமே தவறு செய்கிறோம். விஷயங்கள் நாம் எதிர்பார்க்கும்படி நிகழாதபோது, நாம் எல்லோருமே வருத்தமும் ஏமாற்றமும் கொள்கிறோம். ஆனால் அந்த ஏமாற்றத்தை நாம் கையாளும் விதத்தில்தான் வேறுபாடு இருக்கிறது. "உன்னுடைய வெற்றியின் அளவு உன்னுடைய ஆழ்விருப்பத்தின் வலிமையாலும், உன் கனவின் அளவாலும், ஏமாற்றத்தை நீ கையாளும் விதத்தாலும் அளவிடப்படுகிறது," என்று பணக்காரத் தந்தை கூறினார்.

செயலில் இறங்குங்கள்

தவறுகள் செய்யுங்கள்.

அதனால்தான், சின்னஞ்சிறு அடிகளாக எடுத்து வைக்கும்படி நான் பரிந்துரைக்கிறேன். தோல்வி வெற்றியின் ஒரு பகுதியாகும். தவறு செய்வது ஏற்றுக் கொள்ளப்பட மாட்டாது என்று நினைப்பதற்கு ஊழியர்களும் சுயதொழில் புரிவோரும் பயிற்றுவிக்கப்பட்டுள்ளனர். ஆனால், தவறுகள் மூலமாகத்தான் தாங்கள் கற்றுக் கொள்கிறோம் என்பதைத் தொழில் உரிமையாளர்களும் முதலீட்டாளர்களும் அறிவர்.

சிறியதாகத் தொடங்குங்கள்.

நீங்கள் முதலீடு செய்ய விரும்புகின்ற ஒரு முதலீட்டை நீங்கள் கண்டுபிடித்தால், அதில் சிறிதளவு பணத்தை முதலீடு செய்யுங்கள். போகப் போக நீங்கள் கற்றுக் கொள்வீர்கள்.

செயலில் இறங்குவதுதான் முக்கியம்!

படித்தல், பார்த்தல், கவனித்துக் கேட்டல் ஆகிய அனைத்தும் உங்களுடைய கல்விக்கு இன்றியமையாதவையாகும். ஆனால் நீங்கள் செயலிலும் இறங்கியாக வேண்டும். நேர்மறையான பணப் பெயர்ச்சியை உற்பத்தி செய்யக்கூடிய சிறிய வீடுமனைப் பரிவர்த்தனைகளை மேற்கொள்ளுங்கள், ஒரு நெட்வொர்க் மார்க்கெட்டிங் நிறுவனத்தில் சேர்ந்து உள்ளிருந்து அதைப் பற்றிக் கற்றுக் கொள்ளுங்கள், ஒரு நிறுவனத்தைப் பற்றி ஆய்வு செய்த பிறகு அதன் பங்குகளில் முதலீடு செய்யுங்கள். தேவைப்பட்டால் உங்களுடைய வழிகாட்டியிடமிருந்தோ, நிதி ஆலோசகரிடமிருந்தோ அல்லது வரி ஆலோசகரிடமிருந்தோ அறிவுரை நாடுங்கள்.

அத்தியாயம் 17

நடவடிக்கை 7: விசுவாசத்தின் சக்தி

உங்களைப் பற்றி நீங்கள் கொண்டிருக்கின்ற நம்பிக்கையை வலியுறுத்துகின்ற எண்ணங்களைத் தீர்மானிக்கும் ஒரே நபர் நீங்கள்தான்.

மைக்கும் நானும் உயர்நிலைப் பள்ளியில் படித்துக் கொண்டிருந்தபோது, எங்கள் ஆசிரியர் எங்கள் இருவரையும் எங்கள் வகுப்பின் முன்னால் நிற்க வைத்து, "நீங்கள் இருவரும் எதற்கும் லாயக்கில்லை. இனி நான் என் நேரத்தை உங்களுக்காகச் செலவிடப் போவதில்லை. இந்த முன்னணி மாணவர்களுடன் மட்டுமே நான் என் நேரத்தைச் செலவிடப் போகிறேன். நீங்கள் இருவரும் வாழ்வில் உருப்படப் போவதில்லை," என்று கூறினார். இதைக் கேட்டுவிட்டு எங்கள் சக மாணவர்களில் சிலர் சிரித்தனர்.

அன்று அந்த ஆசிரியர் எனக்கும் மைக்கிற்கும் ஒரு பெரும் நன்மையைச் செய்திருந்தார். அவருடைய வார்த்தைகள் எங்கள் மனத்தைக் காயப்படுத்தியபோதிலும், நாங்கள் அதிகக் கடுமையாக முயற்சிப்பதற்கு அவை எங்களுக்கு உத்வேகமூட்டின. அந்த உத்வேகம் எங்களைக் கல்லூரியின் ஊடாகவும் எங்களுடைய சொந்தத் தொழில்களின் ஊடாகவும் வழிநடத்தியது.

நீங்கள் பள்ளியிலும் கல்லூரியிலும் நல்ல மதிப்பெண்கள் பெறாததோ, பிரபலமானவர்களாக இல்லாமல் போனதோ, ஏழையாகவோ அல்லது பணக்காரராகவோ இருந்ததோ, நீண்டகால நோக்கில் ஒரு பொருட்டே அல்ல. இவற்றைக் குறைபாடுகளாக நீங்கள் நினைத்தால் மட்டுமே இவை குறைபாடுகளாகும்.

நீங்கள் உங்களுடைய சொந்த நிதிசார் விரைவுப் பாதையில் பயணம் மேற்கொள்ளவிருந்தால், உங்களுடைய திறன்கள் குறித்து உங்களுக்குச் சில சந்தேகங்கள் இருக்கும். நான் உங்களுக்கு ஒன்றைச் சொல்லிக் கொள்ள விரும்புகிறேன். பொருளாதார வெற்றிக்குத் தேவையான அனைத்தும் இப்போது உங்களிடம் இருக்கிறது என்று நம்புங்கள். கடவுள் உங்களுக்குக் கொடுத்துள்ள இயற்கையான பரிசுகளை வெளிக்கொணர்வதற்குத்

தேவையெல்லாம், உங்களுடைய ஆழ்விருப்பமும், மன உறுதியும், நீங்கள் ஒரு மேதை என்ற விசுவாசமும், நீங்கள் தனித்துவமானவர் என்ற நம்பிக்கையும்தாம்.

கண்ணாடியில் உங்களைப் பாருங்கள்

ஒரு கண்ணாடி வெறுமனே உங்களுடைய பிம்பத்தை மட்டும் பிரதிபலிப்பதில்லை. அது உங்களுடைய எண்ணங்களையும் பிரதிபலிக்கிறது. தங்களைக் கண்ணாடியில் பார்க்கும் மக்கள் தங்களுக்குத் தாங்களே கூறிக் கொள்கின்ற விஷயங்களில் சில பின்வருமாறு:

"என் தோற்றம் அசிங்கமாக இருக்கிறது!."

"நான் இவ்வளவு குண்டாகவா இருக்கிறேன்?"

"எனக்கு உண்மையிலேயே வயதாகிக் கொண்டிருக்கிறது."

வெகு சிலர் இப்படிக் கூறுகின்றனர்: "ஆகா! நான் எவ்வளவு அழகான தோற்றத்தைக் கொண்டிருக்கிறேன்! நான் உண்மையிலேயே ஆசீர்வதிக்கப்பட்டவன்தான்."

எண்ணங்கள் பிரதிபலிப்புகளாகும்

கண்ணாடிகள் நம் கண்கள் பார்க்கின்றவற்றைவிட அதிகமான விஷயங்களைப் பிரதிபலிக்கின்றன. அவை நம்மைப் பற்றிய நம்முடைய எண்ணங்களையும் அபிப்பிராயங்களையும் பிரதிபலிக்கின்றன. இந்த எண்ணங்களும் அபிப்பிராயங்களும் நம்முடைய புறத் தோற்றத்தைவிட அதிக முக்கியமானவையாகும்.

வெளியே அழகானவர்களாகத் தெரிகின்ற, ஆனால் தாங்கள் அசிங்கமாக இருப்பதாக நினைக்கின்ற மக்களை நம்மில் பலர் சந்தித்திருப்போம். அதேபோல, மற்றவர்களால் பெரிதும் நேசிக்கப்படுகின்ற, ஆனால் தங்களைத் தாங்களே நேசிக்க முடியாத மக்களையும் நாம் பார்த்திருப்போம். நம்முடைய ஆழமான எண்ணங்கள் பெரும்பாலும் நம்முடைய ஆன்மாவின் பிரதிபலிப்புகளாக இருக்கின்றன. நம்முடைய எண்ணங்கள், நம்மீது நாம் கொண்டுள்ள நேசத்தையும், நம்முடைய அகங்காரத்தையும், நம்மீது நாம் கொண்டுள்ள வெறுப்பையும், நம்மை நாம் நடத்துகின்ற விதத்தையும், நம்மைப் பற்றி நாம் கொண்டுள்ள அபிப்பிராயத்தையும் பிரதிபலிக்கின்றன.

தங்கள்மீது நம்பிக்கை இல்லாதவர்களிடம் பணம் தங்குவதில்லை

தனிப்பட்ட உண்மைகள் உணர்ச்சி உச்சத்தில் இருக்கும் கணங்களில் பேசப்படுகின்றன.

கேஷ்ஃபுளோ கால்சதுர விளையாட்டை ஒரு தனிநபருக்கோ அல்லது ஒரு குழுவுக்கோ விளக்கிய பிறகு, அடுத்த நடவடிக்கையைத் தீர்மானிப்பதற்கு நான் அவர்களுக்கு ஒரு கணம் கொடுக்கிறேன். முதலில்,

இக்கணத்தில் தாங்கள் எந்தக் கால்சதுரத்தில் இருக்கிறோம் என்பதை அவர்கள் தீர்மானிக்கிறார்கள். அடுத்து, அவர்கள் எந்தக் கால்சதுரத்திற்கு நகர விரும்புகிறார்கள் என்று நான் அவர்களிடம் கேட்கிறேன்.

சிலர் என்னைப் பார்த்து, "நான் இப்போது இருக்கும் இடத்தில் நான் மகிழ்ச்சியாக இருக்கிறேன்," என்று கூறுகின்றனர்.

மற்றவர்கள், "நான் மகிழ்ச்சியாக இல்லை, ஆனால் இம்முறை நான் மாறவோ அல்லது நகரவோ விரும்பவில்லை," என்று கூறுகின்றனர்.

இன்னும் சிலர், தாங்கள் இப்போது இருக்கும் இடத்தில் தாங்கள் மகிழ்ச்சியாக இல்லை என்பதையும், தாங்கள் உடனடியாக ஏதேனும் செய்தாக வேண்டும் என்பதையும் அறிந்துள்ளனர். இந்த வகையான மக்கள் தங்களுடைய தனிப்பட்ட உண்மைகளைப் பற்றி மிகத் தெளிவாகப் பேசுகின்றனர். தங்களைப் பற்றிய தங்களுடைய அபிப்பிராயங்களைப் பிரதிபலிக்கின்ற வார்த்தைகளையும், தங்களுடைய ஆன்மாவைப் பிரதிபலிக்கின்ற வார்த்தைகளையும் அவர்கள் பயன்படுத்துகின்றனர். அதனால்தான், "தனிப்பட்ட உண்மைகள் உணர்ச்சி உச்சத்தில் இருக்கும் கணங்களில் பேசப்படுகின்றன," என்று நான் கூறுகிறேன்.

உண்மையின் இக்கணங்களில், பின்வருவனவற்றை நான் அடிக்கடிக் கேட்கிறேன்:

- "என்னால் அதைச் செய்ய முடியாது. S கால்சதுரத்திலிருந்து B கால்சதுரத்திற்கு என்னால் நகர முடியாது. உனக்குப் பைத்தியமா? எனக்கு ஒரு மனைவியும் மூன்று குழந்தைகளும் இருக்கின்றனர்."
- "என்னால் அதைச் செய்ய முடியாது. இன்னொரு சம்பள உயர்வுக்கு ஐந்து ஆண்டுகள் என்னால் காத்திருக்க முடியாது."
- "முதலீடு செய்வதா? நான் எல்லாப் பணத்தையும் இழக்க வேண்டும் என்று நீ விரும்புகிறாய், இல்லையா?"
- "முதலீடு செய்ய என்னிடம் பணமில்லை."
- "நான் எதையும் செய்வதற்கு முன் எனக்கு இன்னும் அதிகமான தகவல்கள் தேவை."
- "நான் அதை முன்பு முயற்சித்துள்ளேன். அது வேலை செய்வதில்லை."

- "நிதி அறிக்கைகளை எப்படிப் படிக்க வேண்டும் என்பதை நான் அறிந்திருக்கத் தேவையில்லை. அது இல்லாமலேயே என்னால் சமாளித்துக் கொள்ள முடியும்."
- "நான் கவலைப்பட வேண்டியதில்லை. எனக்கு ஒன்றும் வயதாகிவிடவில்லை."
- "நான் போதிய அளவு புத்திசாலித்தனமானவன் அல்லன்."
- "என்னுடைய நண்பர்கள் என்ன கூறுவார்கள்?"
- "என் மனைவி ஒருபோதும் புரிந்து கொள்ள மாட்டாள்."
- "எனக்கு வயதாகிவிட்டது."
- "எனக்கு வயது போதாது."
- "அது மதிப்பு வாய்ந்தது அல்ல."
- "நான் மதிப்பு வாய்ந்தவன் அல்லன்."

அனைத்து வார்த்தைகளும் கண்ணாடிகளே

தனிப்பட்ட உண்மைகள் உணர்ச்சி உச்சத்தில் இருக்கும் கணங்களில் பேசப்படுகின்றன. அனைத்து வார்த்தைகளும் கண்ணாடிகளாகும். ஏனெனில், மக்கள் தங்களைப் பற்றி நினைப்பவற்றைப் பற்றிய உள்நோக்கை அவை பிரதிபலிக்கின்றன.

என்னுடைய சிறந்த ஆலோசனை

ஒரு கால்சதுரத்திலிருந்து இன்னொரு கால்சதுரத்திற்கு நகரத் தயாராக இருக்கின்றவர்களுக்கு என்னுடைய மிக முக்கியமான அறிவுரை இதுதான்: "உங்களுடைய வார்த்தைகள் குறித்து மிகுந்த விழிப்புணர்வோடு இருங்கள்." குறிப்பாக, உங்கள் இதயத்திலிருந்தும் வயிற்றிலிருந்தும் ஆன்மாவிலிருந்தும் வரக்கூடிய வார்த்தைகள் குறித்து மிகவும் விழிப்போடு இருங்கள். நீங்கள் ஒரு மாற்றத்தை உருவாக்கப் போகிறீர்கள் என்றால், உங்களுடைய உணர்ச்சிகள் உருவாக்குகின்ற எண்ணங்களையும் வார்த்தைகளையும் குறித்த விழிப்புணர்வு உங்களுக்கு இருக்க வேண்டும். உங்களுடைய உணர்ச்சிகள் உங்களுக்காகச் சிந்தித்துக் கொண்டிருப்பதைப் பற்றிய விழிப்புணர்வு உங்களுக்கு இல்லை என்றால், இந்தப் பயணத்தை உங்களால் ஒருபோதும் தாக்குப்பிடிக்க முடியாது. "என் மனைவி ஒருபோதும் என்னைப் புரிந்து கொள்ள மாட்டாள்," என்று நீங்கள் கூறினால், நீங்கள் உண்மையிலேயே உங்களைப் பற்றி அதிகமானவற்றைச் சொல்கிறீர்கள் என்று அர்த்தம். நீங்கள் செயலில் இறங்காமல் இருப்பதற்கு நீங்கள் உங்களுடைய மனைவியை ஒரு சாக்குப்போக்காகப் பயன்படுத்திக் கொண்டிருக்கிறீர்கள் என்று பொருள். அல்லது, "இப்புதிய யோசனைகளைத் தெரிவிப்பதற்குத் தேவையான துணிச்சலோ அல்லது கருத்துப் பரிமாற்றத் திறமையோ என்னிடம் இல்லை," என்று நீங்கள் கூறக்கூடும். அனைத்து வார்த்தைகளும் நீங்கள் உங்களுடைய ஆன்மாவிற்குள் ஊடுருவிப் பார்ப்பதற்கான வாய்ப்புகளை வழங்குகின்றன.

“வேலை செய்வதை நிறுத்திவிட்டு என்னுடைய சொந்தத் தொழிலை என்னால் தொடங்க முடியாது. என் வீடு அடமானத்தில் இருக்கிறது. என்னை நம்பி ஒரு குடும்பம் இருக்கிறது,” என்று நீங்கள் கூறினால், உண்மையில், “நான் களைத்துவிட்டேன். இதற்கு மேல் நான் எதுவும் செய்ய விரும்பவில்லை,” என்றோ, அல்லது, “நான் இனியும் எதையும் கற்றுக் கொள்ள விரும்பவில்லை,” என்றோதான் நீங்கள் சொல்லிக் கொண்டிருக்கிறீர்கள். இவை தனிப்பட்ட உண்மைகளாகும்.

தனிப்பட்ட உண்மைகள் தனிப்பட்டப் பொய்களாகவும் இருக்கின்றன

இவைதாம் உண்மைகள், இவைதாம் பொய்களும்கூட. நீங்கள் உங்களிடம் பொய் சொன்னால், உங்கள் பயணம் ஒருபோதும் நிறைவடையாது. உங்களுக்கு என்னுடைய அறிவுரை இதுதான்: உங்களுடைய சந்தேகங்கள், பயங்கள், மற்றும் மட்டுப்படுத்தும் எண்ணங்களை உன்னிப்பாகக் கவனியுங்கள். பிறகு, ஆழமாக உட்சென்று உண்மையான உண்மையைக் கண்டறியுங்கள்.

எடுத்துக்காட்டாக, “நான் களைத்துவிட்டேன். இதற்கு மேல் நான் புதிதாக எதுவும் கற்றுக் கொள்ள விரும்பவில்லை,” என்று நீங்கள் கூறினால், அது ஓர் உண்மையாக இருக்கக்கூடும், ஆனால் அது ஒரு பொய்யும்கூட. “நான் புதிதாக எதையேனும் கற்றுக் கொள்ளாவிட்டால், நான் இன்னும் அதிகமாகக் களைத்துப் போகக்கூடும்,” என்பது உண்மையான உண்மையாக இருக்கக்கூடும். அதைவிட ஆழமாகச் சென்றால், “உண்மை என்னவென்றால், புதிய விஷயங்களைக் கற்க எனக்குப் பிடிக்கும். நான் புதிதாக எதையேனும் கற்க விரும்புகிறேன், வாழ்க்கை குறித்து மீண்டும் உற்சாகம் கொள்ள விரும்புகிறேன். ஒட்டுமொத்தப் புதிய உலகங்கள் எனக்காகத் திறக்கக்கூடும்,” என்ற உண்மை உங்களுக்குப் புலப்படக்கூடும். இந்த ஆழமான உண்மைவரை உங்களால் போக முடிந்தால், நீங்கள் மாறுவதற்கு உங்களுக்கு உதவக்கூடிய, சக்தி வாய்ந்த ஒரு பகுதி உங்களுக்குள் இருப்பதை நீங்கள் கண்டறிவீர்கள்.

செயலில் இறங்குங்கள்

நீங்கள் எல்லா விஷயங்களிலும் சிறந்தவராக இல்லாமல் இருக்கலாம், ஆனால் நீங்கள் எதைக் கற்றுக் கொள்ள வேண்டுமோ, அதைக் கற்பதற்கு நேரம் ஒதுக்கிக் கொள்ளுங்கள். அப்போது உங்கள் உலகம் வேகமாக மாறும். நீங்கள் கற்றுக் கொள்ள வேண்டிய விஷயங்களிடமிருந்து ஓடி ஒளியாதீர்கள். உங்களுடைய பயங்களையும் சந்தேகங்களையும் எதிர்கொள்ளுங்கள். புதிய உலகங்கள் உங்களுக்காகத் திறக்கும்.

உங்களிடத்தில் நம்பிக்கை கொள்ளுங்கள். இன்றே தொடங்குங்கள்!

முடிவுரை

சாராம்சம்

உங்களுக்கும் உங்களுடைய குடும்பத்திற்கும் தோள் கொடுப்பதற்குத் தேவையான பணப் பெயர்ச்சிப் பைப்லைன்களைக் கட்டியெழுப்பத் தொடங்குங்கள்.

கிம்மும் நானும் இந்த ஏழு நடவடிக்கைகளையும் பயன்படுத்தி, வீடற்ற நிலையிலிருந்து விலகி, ஒரு சில ஆண்டுகளில் பொருளாதாரச் சுதந்திரத்தை அடைந்தோம். இந்த ஏழு நடவடிக்கைகளும், நாங்கள் எங்களுடைய நிதிசார் விரைவுப் பாதையைக் கண்டுபிடிக்க உதவின. நாங்கள் இன்றும் அவற்றைப் பயன்படுத்துகிறோம். நீங்கள் உங்களுடைய பொருளாதாரச் சுதந்திரத்தை அடைவதற்கான உங்கள் சொந்த வழியை வகுத்துக் கொள்ள அந்த நடவடிக்கைகள் உங்களுக்கும் உதவும் என்று நான் நம்புகிறேன்.

அவ்வாறு நிகழ்வதற்கு, முதலில் நீங்கள் உங்களிடம் உண்மையாக இருக்க வேண்டும். நீங்கள் இன்னும் ஒரு நீண்டகால முதலீட்டாளராக இல்லை என்றால், முடிந்த அளவு விரைவாக நீங்கள் அங்கே சென்றடைய வேண்டும். இதற்கு என்ன அர்த்தம்? முதலில், உங்களுடைய செலவுப் பழக்கங்களை உங்களுடைய கட்டுப்பாட்டிற்குள் கொண்டு வருவதற்கு ஒரு திட்டத்தை வகுத்துக் கொள்ளுங்கள். உங்களுடைய கடன்களையும் கடப்பாடுகளையும் குறைத்துக் கொள்ளுங்கள். உங்களுடைய வருவாய்க்குள் வாழுங்கள், பிறகு உங்கள் வருவாயைப் பெருக்கிக் கொள்ளுங்கள். நீங்கள் பொருளாதாரச் சுதந்திரத்தை அடைவதற்கு, ஒவ்வொரு மாதமும் எவ்வளவு பணத்தை முதலீடு செய்ய வேண்டும், எத்தனை மாதங்களுக்கு முதலீடு செய்ய வேண்டும் என்பதைக் கண்டுபிடியுங்கள்.

நான் கேஷ்ஃபுளோ கால்சதுர விளையாட்டு, ஐந்து நிலைகளிலான முதலீட்டாளர்கள், என்னுடைய மூன்று வகையான முதலீட்டாளர்கள் ஆகியவற்றை நான் உங்களுக்கு அறிமுகப்படுத்தியதற்குக் காரணம், நீங்கள் யார் என்பதையும், உங்களுடைய ஆர்வங்கள் எவை என்பதையும், இறுதியில் நீங்கள் யாராக ஆக விரும்புகிறீர்கள் என்பதையும் உங்களுக்குத் திரைவிலக்கிக் காட்டுவதுதான். ஒருவர் எந்தக் கால்சதுரத்திலிருந்து செயல்பட்டுக் கொண்டிருந்தாலும் சரி, நிதிசார் விரைவுப் பாதைக்கான

தன்னுடைய சொந்தத் தனித்துவமான வழியை எவரொருவராலும் கண்டுபிடிக்க முடியும் என்று நான் நம்புகிறேன்.

முன்பு நான் சொன்ன விஷயத்தை நினைவுகூருங்கள்: உங்களுக்கு ஒரு வேலை கொடுப்பதுதான் உங்கள் முதலாளியின் வேலை. ஆனால், உங்களை ஒரு பணக்காரராக ஆக்குவது உங்கள் வேலை.

உங்களுக்கும் உங்கள் குடும்பத்திற்கும் உங்கள் வாழ்க்கைமுறைக்கும் தோள் கொடுப்பதற்கு, தண்ணீர் வாளிகளைச் சுமப்பதை விட்டுவிட்டு, பணப் பெயர்ச்சிப் பைப்லைன்களைக் கட்டத் தொடங்க நீங்கள் தயாரா?

உங்களுடைய சொந்த விவகாரத்தின்மீது மட்டும் கவனம் செலுத்துவது தொடக்கத்தில் குழப்பமூட்டுவதாகவும் கடினமானதாகவும் இருக்கக்கூடும். உங்களுக்கு ஏற்கனவே எவ்வளவு விஷயங்கள் தெரிந்திருந்தாலும் சரி, நீங்கள் கற்றுக் கொள்ள இன்னும் ஏராளமான விஷயங்கள் இருக்கின்றன. இது ஒரு வாழ்நாள் செயல்முறையாகும். ஆனால், தொடக்கம் மட்டுமே கடினமாக இருக்கும் என்பது நல்ல செய்தி. ஆனால் நீங்கள் அர்ப்பணிப்புடன் நடந்து கொண்டால், போகப் போக வாழ்க்கை சுலபமாகிவிடும்!

நாகலட்சுமி சண்முகம்

மொழிபெயர்ப்பாளர்

நாகலட்சுமி ஒரு தலைசிறந்த பேச்சாளர் மற்றும் மொழிபெயர்ப்பாளர் ஆவார். கடந்த பத்து ஆண்டுகளில் சுமார் 95 நூல்கள் இவருடைய மொழிபெயர்ப்பில் வெளிவந்துள்ளன.

இவருடைய மொழிபெயர்ப்புகளுக்குக் கிடைத்துள்ள சில அங்கீகாரங்களில், 'சேப்பியன்ஸ் – மனிதகுலத்தின் ஒரு சுருக்கமான வரலாறு' நூலுக்காகத் திருப்பூர் தமிழ்ச் சங்கம் வழங்கிய விருதும், 'இறுதிச் சொற்பொழிவு' நூலுக்காக 'நல்லி திசையெட்டும் விருதும்', தமிழக அரசு வழங்கிய 'சிறந்த மொழிபெயர்ப்பாளர்' விருதும் அடங்கும்.

தம்பதியருக்கு இடையேயான உறவுகளை மேம்படுத்துவதற்கு உதவும் இவரது முதல் சுயபடைப்பான 'மகிழ்ச்சியான மணவாழ்க்கை – மறந்து போன ரகசியங்கள்' என்ற நூல் பெரும் பாராட்டுகளைப் பெற்றுள்ளது.

தமிழ் நாடகத் துறையின் முன்னோடி மேதைகளான டி.கே.எஸ். சகோதரர்களில் ஒருவரான திரு முத்துசாமி அவர்களின் பேத்திகளில் ஒருவர் இவர். இவருடைய கணவர் திரு PSV குமாரசாமியும் ஒரு சிறந்த மொழிபெயர்ப்பாளர் என்பது குறிப்பிடத்தக்கது. இவர் தற்போது தன் கணவருடனும் தன் குழந்தைகள் இருவருடனும் மும்பையில் வசித்து வருகிறார்.

நாகலட்சுமியைப் பற்றி மேலும் அறிந்து கொள்ளவும், அவரை மின்னஞ்சல் வழியாகத் தொடர்பு கொள்ளவும் NagalakshmiShanmugam.com என்ற அவருடைய வலைத்தளத்தை அணுகலாம்.

ராபர்ட் கியோஸாகி

நூலாசிரியர்

அமெரிக்காவின் ஹவாய் மாநிலத்தில் பிறந்து வளர்ந்த ராபர்ட் கியோஸாகி, ஒரு வெற்றிகரமான நூலாசிரியர், முதலீட்டாளர், தொழிலதிபர் மற்றும் ஊக்குவிப்புப் பேச்சாளர். நியூயார்க் கல்லூரியில் பட்டம் பெற்றப் பிறகு, கப்பற்படைப் பிரிவு ஒன்றில் சேர்ந்து வியட்நாமில் ஓர் அதிகாரியாகவும் போர் ஹெலிகாப்டர் விமானியாகவும் அவர் பணியாற்றினார். போரைத் தொடர்ந்து, ‘ஜெராக்ஸ்’ நிறுவனத்தின் விற்பனைப் பிரிவில் அவர் பணியாற்றினார். 1997 இல், சந்தைக்கு முதன்முதலாக நைலான் ‘வெல்குரோ’ பர்ஸுகளைக் கொண்டு வந்த நிறுவனத்தை அவர் துவக்கினார்.

1985ல், உலகமெங்கும் இலட்சக்கணக்கான மாணவர்களுக்குத் தொழில்முனைவையும் முதலீட்டையும் பற்றிக் கற்றுக் கொடுப்பதற்காக ஒரு சர்வதேசக் கல்வி நிறுவனத்தை அவர் நிறுவினார். அவருடைய பணக்காரத் தந்தை அவருக்குக் கற்றுக் கொடுத்தப் பொருளாதார உத்திகளைத் தனிநபர்களுக்குக் கற்றுக் கொடுப்பதற்காகக் ‘கேஷ்ஃப்ளோ-101’ என்ற ஓர் அட்டை விளையாட்டை அவர் உருவாக்கினார்.

பின்னர் அவர் எழுதிய 'பணக்காரத் தந்தை ஏழைத் தந்தை' புத்தகம் இதுவரை வெளிவந்ததுள்ள தனிநபர் நிதி நிர்வாகப் புத்தகங்களின் விற்பனையில் முதலிடத்தைப் பிடித்தது. அது 'நியூயார்க் டைம்ஸ்' பத்திரிகை தொகுத்து வழங்கும் ‘அதிகமாக விற்பனையாகும் புத்தகங்களின் பட்டியலில்’ ஆறு ஆண்டுகள் இடம்பெற்றுச் சாதனை படைத்தது. அதைத் தொடர்ந்து மேலும் பதினான்கு புத்தகங்களை அவர் எழுதினார். இந்நூல்கள் அனைத்தும், ‘த வால் ஸ்ட்ரீட் ஜர்னல்,’ ‘பிஸினஸ் வீக்,’ ‘த நியூயார்க் டைம்ஸ்,’ ‘யுஎஸ்ஏ டுடே’, ‘ஈ-ட்ரேடு.காம்,’ ‘அமேசான்.காம்’ ஆகியவற்றில் அதிகம் விற்பனையான நூல்களின் வரிசையில் இடம்பிடித்தன. அவருடைய புத்தகங்கள் மொத்தமாக சுமார் இரண்டு கோடிப் பிரதிகள் விற்பனையாகியுள்ளன.